கி.ரா.கோப

கி.ரா.கோபாலன் கதைகள்

தொகுப்பு : ராணி திலக்

Title: K.R.Gopalan Kathaigal
Author's Name: K.R.Gopalan
Published by Ezutthu Prachuram

Ezutthu Prachuram
(An imprint of Zero Degree Publishing)
No.75 & 76, I Floor, Kuppusamy Street,
Balaji Nagar,
Padi,
Chennai - 600050

Website: www.zerodegreepublishing.com
E Mail id: zerodegreepublishing@gmail.com
Phone: 89250 61999

Ezutthu Prachuram First Edition : August 2025
ISBN :978-93-48439-87-1
TITLE NO EP :587

Rs.380/-

Layout: G.Selva kumar
Cover Design: Vijayan, Creative Studio
Printed at Rathna Offset, Chennai, India

நன்றி

சென்னை ரோஜா முத்தையா நூலகத்திற்கும்

எழுத்தாளர் பொன்ஜிக்கும்

பொருளடக்கம்

ஆலிலையில் கண்ணா

ஊருக்குப் புறப்படும் சமயம். மைதிலி ஏதோ ஒரு சாமானைப் பைக்குள் வைப்பதற்கு முயற்சி செய்து கொண்டிருந்தாள். அந்தச் சிறிய கதர்ப் பையில் எவ்வளவு சாமான்களை வைத்துத் திணிக்க முடியுமோ அவ்வளவு சாமான்களையும் வைத்துத் திணித்திருந்தாள். மேலும் அதில் எதையோ வைக்க மைதிலி பகீரதப் பிரயத்தனம் செய்துகொண்டிருந்ததைக் கண்டதும் ரங்கனுக்குச் சிரிப்பு பொத்துக்கொண்டு வந்தது. அப்படிப்பட்ட முக்கியமான சாமான் எதுவாகத்தானிருக்கும்?

"ஏன் அவ்வளவு சிரமப்படுகிறாய்? அந்தப் பையில் இடமுள்ள வரையில்தான் ஏதேதோ வைத்தாகிவிட்டதே! என்ன அது அப்படிப்பட்ட அபூர்வ சாமான்?"

"கிருஷ்ணன்..." என்றாள் மைதிலி சிரித்துக்கொண்டே.

"கிருஷ்ணனா! பாவம். எந்தக் கிருஷ்ணனைக் கடிதாசியில் இப்படிப்பட்ட பொட்டலம் கட்டிப் பைக்குள்ளே திணிக்கிறாய்?" என்றான் ஆச்சரியமும் கேலியும் கலந்த குரலில்.

மைதிலி வெட்கத்துடன் சிரித்துக்கொண்டே, "ஆலிலைக் கிருஷ்ணன்" என்றாள். பிறகு பொட்டலத்தைப் பிரித்து இரண்டு பொம்மைகளை எடுத்து அவனுக்குக் காட்டினாள்.

ரங்கன் அவளை நெருங்கி அவள் கையிலிருந்த இரண்டு பொம்மைகளையும் வாங்கிப் பார்த்தான். சுவரில் மாட்டக்கூடிய இரண்டு சிறு மண் பொம்மைகள் அவை. சிரித்துக்கொண்டே அவற்றை மாறிமாறிப் பார்த்தான். ஆலிலையில் சயனித்தபடி வலது காலைத் தூக்கி அணைத்துப் பெருவிரலை வாயில் வைத்துச் சுவைக்கும் கண்ணனின் திருக்கோலத்தைச் சித்தரிக்கும் பொம்மைகள். அந்தப் பொம்மைகளின் பச்சை, சிவப்பு வர்ணங்கள்தான் பிரதானமாக இருந்ததே தவிர, கண் மூக்கு போன்ற அவயவங்களில் தீர்க்கமில்லை. இதென்ன அதிசயப் பொருள்! அந்தச் சாமான்! இருக்கிற சுமை போதாதென்று இதை வேறு ஊருக்குச் சுமந்துகொண்டு போகவேண்டுமா? பொம்மைகள் கொஞ்சம் வசீகரமாக இருந்தாலும் எடுத்துக்கொண்டு போகலாம்.

“ஏன், இந்த மாதிரிப் பொம்மைகளெல்லாம் நம்ம ஊரில் அகப்படாதா? என்றான் ரங்கன் கேலிச் சிரிப்போடு.

“அகப்படாமல் என்ன? அகப்படும் என்னமோ அம்மா வாங்கிக் கொடுத்தாள்.....” என்றாள் வெட்கத்துடன் மைதிலி.

“ஓஹோ! இதெல்லாம் இங்கே ரொம்ப மலிவோ! இரண்டும் ஒன்றரை அணா இருக்குமா?”

“ஒன்றரையணாவுக்கா? யார் கொடுக்கிறார்கள்? ஜோடி ஆறணாவுக்குக் குடுக்க மாட்டேன்னு சொல்லிவிட்டான் கடைக்காரன்!”

“இப்போ இது எதற்கு? எனக்குப் புரியவில்லையே! நானாயிருந்தால் இதற்கு ஒன்றரையணாவுக்கு ஒரு தம்பிடி கூடக் கொடுத்திருக்க மாட்டேன்!” என்று சொல்லிக்கொண்டு ரங்கன் பொம்மைகளை அவள் கையில் கொடுத்தான்.

“உங்கள் சாமர்த்தியம் யாருக்கு வரும் ஒன்றரை அணாவுக்கும் வாங்குவீர்கள். ஓரணாவுக்கும் வாங்குவீர்கள். கடைக்காரன் கொஞ்சம் அசந்தாப்போல் இருந்தால் திருடிக்கொண்டு கூட வந்துவிடுவீர்கள்! இதுக்கெல்லாம் விலையைப் பார்த்தால் முடியுமா? என்னமோ அதை வாங்கிக் கொடுக்கணும்னு வாங்கிக் கொடுத்திருக்காங்க என்று சொல்லி பொம்மைகளை மறுபடியும் கடிதாசியில் சுற்றி அதைப் பைக்குள் திணிக்கும் முயற்சியில் ஈடுபட்டாள் மைதிலி.

ரங்கன் சட்டென்று எதையோ புரிந்துகொண்டவன்போல் “ஓஹோ! அம்மா வாங்கிக் கொடுக்கணும்ன்னு வாங்கிக்கொடுத்திருக்காளா? சரி சரி! ஜாக்கிரதையாக வை!” என்று சொல்லிவிட்டு, அந்த இடத்தை விட்டு அகன்றான்.

மைதிலி எப்படித்தான் அந்தப் பொம்மைகளைப் பையில் வைத்தாலோ தெரியாது. அந்தப் பையும் அதில் நெருக்கியடைக்கப் பட்டிருந்த சாமான்களும் வருகிற ஆசாமி கிருஷ்ண பரமாத்மா என்று தெரிந்ததும் பயந்து நெருக்கியடித்துத்தான் இடம் கொடுத்திருக்க வேண்டும்!

ஊருக்கு வந்தவுடனே அந்தப் பொம்மைகளைப் பார்வையான இடத்தில் மாட்ட வேண்டுமென்பதுதான் மைதிலியின் முதல் கவலையாக இருந்தது. வாசற்படிக்கு நேராக உள்ள சுவரில் படங்களுக்கு இருபுறத்திலும் ஆணியடித்து அந்தப் பொம்மைகளை மாட்டி அழகு பார்த்துவிட்டுத்தான் அவள் வீட்டுக் காரியங்களில் கவனம் செலுத்தினாள். ஆலிலைக் கிருஷ்ணனை மாட்டிய பிறகு அந்தச் சுவருக்கு ஒரு மகிமையும் சோபிதமும் ஏற்பட்டிருப்பதாக ரங்கனுக்குத் தோன்றியது. தூரத்துப் பார்வைக்குப் பக்கத்துக் கொன்றாக உயரத்தில் மாட்டியிருக்கும் அந்த ஆலிலைக் கிருஷ்ணன் பொம்மைகள் அழகாக இருப்பதுபோல்தான் அவன் கண்களுக்குத் தோன்றிற்று.

இரண்டு மாதங்கள் ஓடின. ஒரு நாள் அவன் காரியாலயத்திலிருந்து வீடு வந்த பொழுது மைதிலி அந்த ஆலிலைக் கிருஷ்ணனில் ஒன்றைக் கையிலெடுத்துக் கொண்டு ஆனந்தப்பட்டுக் கொண்டிருப்பதைப் பார்த்து ஆச்சரியமடைந்தான். சட்டென்று அவன் மனதில் ஓர் எண்ணம் எழுந்தது. அவன் தனக்குள் மெதுவாகச் சிரித்துக்கொண்டான். மைதிலி அவனைக் கண்டதும் வெட்கமடைந்து அவசர அவசரமாய் ஆணியில் மாட்டப் போனாள். அவன் கனைத்துக்கொண்டே, “ஹூம்! ரொம்ப நேரமாக அந்தக் கிருஷ்ணனோடு கொஞ்சிக் கொண்டிருக்கிறாயா? அதற்கு ஏதாவது ஒரு வார்த்தை இரண்டு வார்த்தையாவது பேசத் தெரிகிறதா?” என்றான்.

அவள் அந்தப் பொம்மையை ஆணியில் பொருத்திவிட்டு விளையாட்டுக் கோபத்துடன் அவனை ஒரு பார்வை பார்த்தாள். அதோடு அவள் தன் வெட்கத்தையும் ஒளிக்கும் விதமாகச் சுதாரித்துக்கொண்டாள்.

பிறகு, "வேறு வேலை இல்லை. உங்களுக்கு! அந்தப் பொம்மையைக் கொஞ்சுவதற்காக நான் எடுக்கவில்லை. தூசி படிந்தாப்போல இருந்தது. துடைத்து மாட்டலாம்ன்னு எடுத்தேன்!" என்றாள்.

"தூசியைத் துடைத்து மாட்ட எடுத்தாயா? சரிதான்! துடைத்து விட்டுக் கொஞ்ச நேரம் அதற்குப் பேசக் கற்றுக்கொடுத்தாயாக்கும்! கால் கட்டை விரலை வாயில் வைத்துக் கொண்டிருக்கும் ஆலிலைக் கிருஷ்ணன், அதை எடுத்துவிட்டுப் போனானா? இல்லை, எடுக்காமலேயே......" நான் சரியாகக் கவனிக்கவில்லை மறுபடியும் எப்பொழுதாவது அவன் பேசினால் உங்களைக் கூப்பிட்டுக் காண்பிக்கிறேன்!" என்று மிடுக்காகப் பதில் சொல்லி விட்டுப் போனாள் மைதிலி.

அன்று ஞாயிற்றுக் கிழமை. ரங்கன் காரியாலயத்துக்குப் போகவில்லை. மத்தியான வேளையில் அவன் ஏதோவொரு புத்தகத்தை எடுத்து வைத்துப் படித்துக்கொண்டிருந்தான். மைதிலி யோசித்து யோசித்துத் தன் தாயாருக்குக் கடிதம் எழுதிக் கொண்டிருந்தாள் எதிர் வீட்டில் இருவர் பேசும் குரல் இந்த இளம் தம்பதிகள் கவனத்தைக் கவர்ந்தது. ரங்கன் நாற்காலியில் உட்கார்ந்தபடியே ஜன்னல் வழியாக வெளியே பார்த்தான். மைதிலி 'சட்' டென்று எழுந்து ஜன்னலுக்குச் சமீபமாக வந்து நின்றாள்.

"ஏன் மாமி! இவள்தான் உங்கள் இரண்டாவது பெண்ணா? பெங்களூரிலே வாழ்க்கைப்பட்டிருக்கிறாள் என்று சொன்னீர்களே?"

"ஆமாம். இங்கே இரண்டு மாதம் இருந்துவிட்டுப் போகலாம்ன்னு வந்திருக்கிறாள்!"

"சரிதான்; ஏதாவது குழந்தைகள் இருக்கோ?"

"கல்யாணமாகி ஆறு வருஷத்துக்கு மேலாச்சு! வசவசன்னு குழந்தைகள் இல்லாவிட்டாலும், பகவான் அருமைக்காவது ஒன்று கொடுத்திருக்கலாம். அதுதான் இல்லை. எல்லாத்துக்கும் ஈசுவர சங்கல்பம் இருக்கவேண்டாமா?"

இப்படிச் சொல்லும்போது அடக்கமாட்டாத துக்கம் கலந்திருந்தது அவளுடைய குரலில்.

மைதிலி, ரங்கன் முகத்தைப் பார்த்தாள். அவளையறியாமல் வெட்கமும் சிரிப்பும் வந்தது. ரங்கன் சுவரில் மாட்டியிருந்த

ஆலிலைக் கிருஷ்ணனை ஒரு தடவை பார்த்துவிட்டு, எதிர் வீட்டு மாமி சுத்த அசடாயிருக்கிறாள். மைதிலி! அந்த மாமிக்கு நீ ஒரு யோசனை சொல்லக் கூடாதோ? அந்தப் பெண் புக்ககம் போகும்போது இது மாதிரி ஒரு ஜோடி ஆலிலைக் கிருஷ்ணன் வாங்கிக் கொடுத்து அனுப்பட்டுமே!" என்றான் குறும்புடன் சிரித்துக்கொண்டே.

"அந்த மாமி அசடு! ஆறணா எட்டணா கொடுத்து வாங்கிவிடுவாள்! நீங்கள் நாளைக்கு ஆபீஸிலிருந்து வரும்போது பொம்மைக் கடைக்குப் போய் மலிவாக ஓரணாவுக்கோ ஒன்றரையணாவுக்கோ ஒரு ஜோடி கிருஷ்ணன் வாங்கிக் கொண்டு வாருங்கள்!" என்றாள் கேலியாக மைதிலி.

"சரி, நான் வாங்கிக் கொண்டு வந்துவிடுகிறேன். ஆனால் அந்த மாமிக்குக் கைராசி இருக்குமோ இருக்காதோ? ஆனா, உன் அம்மாவுக்கு இருக்கும் கைராசி உனக்கும் இருக்கும். அந்தப் பெண்ணின் ஊருக்கு நீ போகும்போது ஆலிலைக் கண்ணனைக் கொண்டு போய்க் கொடுத்துவிடு! பாவம். எதிர்வீட்டு அம்மாள் அடுத்த வருஷமாவது ஒரு பேரனையோ பேத்தியையோ பார்க்கட்டும்!" என்றான் ரங்கன்.

"போதும், பேசாமலிருங்கள்! உங்களுக்கு விளையாட்டுன்னா எப்போதுமே எல்லை மீறிப் போய்விடுகிறது!" என்றாள் மைதிலி.

அடிக்கடி அவளுடைய கவர்ச்சி மிகுந்த முகத்துக்குப் பரிபூரண அழகைக் கொடுத்துக்கொண்டிருக்கும் வெட்கமும் விளையாட்டும் கோபமும் இப்பொழுது அவள் முக அழகை எப்பொழுதையும் விடக் கொஞ்சம் மிகைப்படுத்தியே காட்டத்தான் செய்தன.

அந்த நாள்

மார்கழி மாதம். குளிரின் மகிமையைப் பற்றிச் சொல்ல வேண்டுமா? ஆனால், கோயிலில் கிடைக்கும் பொங்கலை நினைத்துக் கொண்டால் குளிரைப் பற்றி யாராவது லட்சியம் செய்ய முடியுமா?

அந்த நாள் எல்லாம் கனவு போலத்தான்; இப்பொழுது குழந்தைப் பருவத்தைப் பற்றி நினைத்துப் பார்ப்பது கனவு காண்பது போலத்தானே? உண்மையாக அந்த நாள் திரும்பி வரப்போகிறதா?

அதையெல்லாம் நினைத்துப் பார்த்தேன். குழந்தைப் பருவத்தில் கோயில் கோயிலாகச் சென்று பொங்கல் வாங்கிச் சாப்பிட்டதை எண்ணிப் பார்க்க ஒருபுறம் கொஞ்சம் வெட்கமாக இருந்தாலும் ஒருபுறம் ஆனந்தமாகவும் இருந்தது.

எங்கள் ஊருக்கு அழகையும் பெருமையையும் கொடுக்கக் கூடியவை கோயில்கள்தான். எங்கே திரும்பினாலும் சிவாலயங்களும் விஷ்ணு ஆலயங்களும்தான் தென்படும். அதுவும் மார்கழி மாதத்தில் பெருமாள் கோயில்களில் எல்லாம் கொஞ்சம் விசேஷமாகத்தான் இருக்கும். இவ்வளவு பெருமாள் கோயில் இருக்கும்போது பொங்கலுக்கு எங்கே குறைவு இருக்கப் போகிறது, அதுவும் அந்த நாளில்? ரங்கு, உப்பிலி, சேச்சன், சீனு....... பெண்களில் ஜானகி, அம்புலு, கனகம், ராஜி இவர்களெல்லாம் இப்பொழுது எங்கெங்கே

இருக்கிறார்களோ? இந்த மார்கழி மாதமும் அதற்கே உரித்தான குளிரும் அவர்களை எல்லாம் எனக்கு ஞாபகப்படுத்தியது, பழைய சினிமாக்களில் நடிகர்களின் முகத்தை எல்லாம் ஆரம்பத்திலே ஒவ்வொன்றாகக் காட்டுவதுபோல. சாதாரண நாட்களில் காலையில் எழுந்து படிக்கவேண்டுமென்பதற்காகப் பெற்றோர்கள் எங்களை எழுப்பப் படாத பாடுபடுவார்கள். அடி, உதை விழுந்தாலும் அதற்கெல்லாம் அசைந்து கொடுக்க மாட்டோம். ஆனால் மார்கழி மாதம் மழை போலப் பனி பெய்து கொண்டிருக்கும், நடுக்கும் குளிர், எப்படியோ விடியற்காலை நான்கு மணிக்கே போர்த்தியிருக்கும் போர்வையை எடுத்து எறிந்துவிட்டு, கோஷ்டியாகக் கிளம்பிவிடுவோம். எங்களுடைய சிறிய நெற்றியில் பெரிய திருமண் துலங்கும். இந்த அடையாளம் இல்லாவிட்டால் நிச்சயம் பொங்கல் கிடைக்காது.

உப்பிலிதான் எல்லோருக்கும் தலைவன். அவன்தான் முதலில் எழுந்து வந்து எல்லாரையும் எழுப்புவது வழக்கம். எந்தெந்தச் சமயத்தில் எந்தெந்தக் கோயிலில் பொங்கல் கிடைக்குமென்று அவனுக்குத்தான் தெரியும். பெரிய கோயிலில் ஆரம்பித்துக் கடைத்தெரு அனுமார் கோயில் வரையில் ஒரு கோயில் விடமாட்டோம். நாங்கள் வயிறு நிறையச் சாப்பிட்டது போக வீட்டுக்குக் கூட நிறையக் கொண்டு வருவது வழக்கம். ஒரு இடத்தில் பொங்கல் விநியோகம் செய்யும்போது ஒரு தடவை போதாதென்று சாமர்த்தியமாக மூன்று நான்கு தடவைகள் வாங்குவதுதான் கெட்டிக்காரத்தனம். இதில் உப்பிலிதான் கைதேர்ந்தவன். அதனால்தான் அவன் எங்களுக்கெல்லாம் தலைவனாக விளங்கினான்.

ஆண்டாள் பாடியுள்ள திருப்பாவையில் ‘கூடாரை வெல்லும் சீர்’ என்பது இருபத்தி ஏழாவது பாசுரம். இந்தப் பாசுரத்திற்கு ஒரு தனி மகிமை உண்டு. இந்தப் பாசுரத்தின் தத்துவத்தை அடிப்படையாகக் கொண்டு மார்கழி மாதம் இருபத்தி ஏழாவது நாள் பெருமாள் கோயில்களிலெல்லாம் ‘கூடாரை வெல்லும் சீர்’ உத்ஸவம் கொண்டாடுவது வழக்கம். “ஆடையுடுப்போம் அதன் பின்னே பால் சோறு, மூட நெய் பெய்து முழங்கை வழி வாரக் கூடியிருந்து குளிர்ந்தேலோ ரெம்பாவாய்” என்பதை அனுசரித்து அன்று கோயிலில் விசேஷமாகச் செய்யப்படும் சர்க்கரைப் பொங்கலில் அளவுக்கு மீறி நெய் வழியும். அந்தச் சர்க்கரைப்

பொங்கலை ஒரு தடவை வாங்கிச் சாப்பிட்டு ருசி கண்டிருந்தால் இப்பிறவிக்கும் இன்னும் ஏறேழ் பிறவிக்கும் மறக்கவே முடியாது. நமக்கு மாத்திரம் ஆண்டாளைப் போல் பாசுரம் பாடும் சக்தி இருந்தால் அந்தச் சர்க்கரைப் பொங்கலுக்காக மாத்திரம் ஆயிரம் பாசுரம் பாடத் தோன்றும்.

அன்று ‘கூடாரை வெல்லும் சீர்’ உத்ஸவம். மற்ற நாட்களைவிட அன்று கோயிலில் கூட்டம் அதிகம். அத்யாபகக் கோஷ்டியினர் உரத்த குரலில் பாராயணம் செய்துகொண்டிருந்தனர். குழந்தைகளாகிய நாங்கள் ஓடி விளையாடிக் கொண்டிருந்தோம். சர்க்கரைப் பொங்கல் விநியோகம் செய்யும் நேரம் எங்களுக்குத் தெரியும். அதுவரையில் ஓடி விளையாடுவதுதான் எங்கள் வேலை.

பிரசாதம் விநியோகம் செய்யும் நேரம் நெருங்கியது. எல்லோரும் ஓடிவந்து நெருக்கியடித்துக் கொண்டு கோஷ்டியில் அமர்ந்தோம். ஒருவர் சர்க்கரைப் பொங்கலிருக்கும் பெரிய பாத்திரத்தை எடுத்துக் கொண்டு வந்தார். இன்னொருவர் அதிலிருந்து எடுத்துக் கொடுத்துக் கொண்டு வந்தார். குழந்தைகளெல்லாம் நான் முந்தி, நீ முந்தி போட்டி போட்டுக்கொண்டு ஒருவர் மீது ஒருவர் விழுந்து ‘மாமா. மாமா’ என்று கூவிக் கையேந்தினர். மற்ற நாட்களில் எல்லாம் நான்கைந்து தடவைகள் வாங்குவதில் சிறப்பில்லை. அன்று யார் ஐந்து தடவை வாங்குகிறானோ அவனுக்குத்தான் தனிச் சிறப்பு. எப்படியோ நான் ஒரு தடவை வாங்கி விட்டேன். அன்று இருந்த நிலைமையில் ஒரு தடவை வாங்குவதே என்னைப் போன்றவனுக்கு மிகச் சாமர்த்தியமான காரியமாக இருந்தது.

கொடுத்த சர்க்கரைப் பொங்கல் கொஞ்சம்தான். ஆனால் என் சிறிய கை முழுவதும் உருக வைத்த நெய்க் குடத்தில் கையைத் தோய்த்து எடுத்தது போல் நெய் வழிந்து சொட்டியது. நான் சர்க்கரைப் பொங்கலைச் சாப்பிட்டுவிட்டுக் கையைத் துடைப்பதற்கு வழிதெரியாமல் சுற்றிலும் பார்த்து விழித்துக் கொண்டிருந்தேன். சிறிது தூரத்தில் மைதிலி கையைப் பிசைந்து கொண்டு நின்றுகொண்டிருந்தாள். பாவம்! அவளுக்குச் சர்க்கரைப் பொங்கல் கிடைக்கவில்லை போலிருக்கிறது. அது அவள் முகக் குறியிலிருந்து நன்கு தெரிந்தது. பையன்கள் இப்படி நெருக்கி அடித்து ஒருவர் மீது ஒருவர் விழுந்துகொண்டு வாங்கினால், பாவம் அவளைப் போலிருக்கிற பெண் குழந்தைகள் வாங்குவது

சிரமம்தான். எனக்கு அவள் முகத்தைப் பார்க்கப் பரிதாபமாக இருந்தது. மெதுவாக அவளிடம் நெருங்கி, "மைதிலி! உனக்குச் சர்க்கரைப் பொங்கல் கிடைக்கல்லே?" என்றேன்.

"கிடைக்கல்லேடா! எல்லாரும் இப்படி நெருக்கியடிச்சி விழுந்தா..." என்றாள், துக்கம் நெஞ்சில் வந்து அடைக்க விம்மி.

"கவலைப்படாதே! நீ இங்கேயே நில்லு. நான் உனக்கு வாங்கித் தருகிறேன்" என்றேன். நான் இப்படிச் சொன்னேனே தவிர என் கையில் வழியும் நெய்யைத் துடைப்பது எப்படி என்றுதான் எனக்குப் புரியவில்லை. கையைத் துடைத்துக் கொண்டு வாங்கினால் அல்லவா அப்பொழுதுதான் முதல் தடவை புதிதாக வந்து வாங்குகிறவன் போல் தோன்றும்.? என் வேஷ்டியிலேயே துடைத்துக்கொள்ளலாமா என்று நினைத்தேன். நல்ல பட்டுக் கரை வேஷ்டி! அதில் துடைத்தால் அம்மா கொன்றுவிடுவாள். மைதிலிக்குத்தானே சர்க்கரைப் பொங்கல் வாங்கிக் கொடுக்கப் போகிறேன்? ஏன் அவள் பாவாடையில் இந்த நெய்யைத் துடைத்தால்தான் இரண்டாந்தடவை சர்க்கரைப் பொங்கல் வாங்கலாம். இதை உன் பாவாடையில் துடைக்கலாமா?" என்றேன்.

அவள் தயங்கினாள். நல்ல பட்டுப் பாவாடை கட்டிக் கொண்டிருந்தாள். அதை வீணாக்க எந்தப் பெண்தான் சம்மதிப்பாள்? ஆனால் சர்க்கரைப் பொங்கல்? அதுமாதிரி சர்க்கரைப் பொங்கல் கிடைக்குமா? பாவாடை சிறிது வீணானாலும் பாதகமில்லை என்று அவளுக்குப் பட்டது. மெதுவாகத் தன் பாவாடைத் தலைப்பை எடுத்து நீட்டினாள். அவசர அவசரமாக அதில் என் கையில் வழிந்த நெய்யைத் துடைத்துவிட்டுக் கூட்டத்தில் புகுந்து மறுபடியும் சர்க்கரைப் பொங்கல் வாங்க முயற்சி செய்தேன். இரண்டு கைகளையும் நீட்டி 'மாமா மாமா' என்று தொண்டை வறளக் கத்தினேன். என்னுடைய சாமர்த்தியம் ஒன்றும் பலிக்கவில்லை. ஒரு பருக்கை கூட என் கையில் விழவில்லை. விநியோகம் செய்து கொண்டு வந்த சுவாமி கையை உதறிவிட்டு. "எல்லாம் தீர்ந்து போய்விட்டது. அவ்வளவுதான். போங்கள்" என்று சொல்லிவிட்டு உள்ளே போய் விட்டார். அதற்கு மேல் என்ன செய்வது? கூட்டமும் கலையத் தொடங்கியது. நான் வெறுங்கையுடன் மைதிலியின் எதிரில் வந்து நின்றேன். தோல்வி முகத்துடன் அவள் எதிரில் வந்து நிற்பதே

எனக்கு வெட்கமாய் இருந்தது. இருந்தாலும் அவளுக்கு ஏதேனும் சமாதானம் சொல்ல வேண்டாமா? "என்னை வாங்கவிடாமல் எல்லோரும் இடித்துத் தள்ளிவிட்டார்கள். நாளைக்கு உனக்கு நான் நிறையப் பொங்கல் வாங்கித் தருகிறேன்" என்றேன்.

அவளுக்குத் துக்கமும் அழுகையும் முண்டி முரண்டிக் கொண்டு வந்தன. "நாளைக்கு வெறும் பொங்கல் யாருக்கு வேண்டும்? சர்க்கரைப் பொங்கல் வாங்கித் தரேன்னு ஏமாத்திவிட்டுத்தானே என் பாவாடையிலே துடைத்துட்டுப் போனே? பட்டுப் பாவாடையெல்லாம் வீணாய்ப் போச்சு!" என்றாள் விம்மலுடன். அப்பொழுது அவள் முகத்தைப் பார்க்கவே எனக்குச் சங்கடமாக இருந்ததால் அந்த இடத்தை விட்டுப் போய் என்னுடைய கூட்டாளிகளுடன் கலந்துகொண்டுவிட்டேன்.

இதெல்லாம் நடந்து பதினைந்து வருடங்களுக்கு மேலாகிவிட்டன. வயது ஆக ஆக வாழ்க்கையில் எவ்வளவு மாறுதல்? எங்கோ உத்தியோகத்திலிருந்தவன் விடுமுறையை உத்தேசித்துச் சொந்த ஊருக்கு வந்தேன். மார்கழி மாதம், பனி, குளிர் எல்லாம் பழைய ஞாபகத்தைக் கிளறியது. அன்று மார்கழி மாதம் இருபத்தி ஏழாம் தேதி. 'கூடாரை வெல்லும் சீர்' உத்ஸவம். ஏதோ ஒரு ஆசை என்னைப் பிடித்து உந்தியது. காலையில் எழுந்து ஸ்நானம் செய்து. மடியுடுத்தித் திருமண் இட்டுக்கொண்டு பெரிய கோவிலை நோக்கி நடந்தேன். அடுத்த வீட்டு வாசலில் நின்றுகொண்டிருந்த ரங்காச்சாரியார் "என்னப்பா இது? திருமண்ணெல்லாம் ரொம்பத் தடபுடலா இருக்கே? பொழுது விடிகிறதுக்கு முன்னாடி எங்கே கிளம்பினே...? என்றார், உருவமே தெரியாமல் போர்த்திக் கொண்டிருக்கும் கம்பளிச் சால்வைக்குள்ளிருந்த வண்ணமே.

"கூடாரை வெல்லும் சீர்" உத்ஸவமாச்சே. கோயிலுக்குப் போயிட்டு வரலாம்னு புறப்பட்டேன்..." என்றேன்.

"ஓகோ ! பழைய ருசி கண்ட பூனையோ நீ...! அதெல்லாம் இப்போ இல்லப்பா. அந்தக் காலம் போயிடுத்து" என்றார்.

அவர் சர்க்கரைப் பொங்கலைப் பற்றித்தான் அப்படிச் சொல்லுகிறார் என்று எனக்குத் தெரியும். சர்க்கரைப் பொங்கல் மீது ஆசை வைத்துதான் நான் கோயிலுக்குப் போகிறேன் என்று அவர் நினைப்பது தவறு என்பதை நான் அவருக்கு எடுத்துக் காட்ட

விரும்பினேன். "எது விசேஷமாக இருந்தாலும் இல்லாவிட்டாலும் பெருமாள் எப்பொழுதும்போலச் சேவை சாதிக்கிறார் அல்லவா? பெருமாளைச் சேவிக்கத்தான் நான் கோவிலுக்குப் போகிறேன். ஸ்வாமி!" என்று சொல்லிவிட்டு நடந்தேன்.

முன் நாட்களைப் போல கோயிலில் அவ்வளவு கூட்டமில்லை. இது பக்திக் குறைவினால் ஏற்பட்டதோ, இல்லாவிடில் பிரசாதங்களின் தரம் குறைந்ததினால் ஏற்பட்டதோ? பிரபந்த பாராயணம் செய்பவர்கள் ஐந்தாறு பேர்கள் இருந்தார்கள். எப்பொழுதும் கோயிலுக்குத் தவறாமல் வரும் சேவார்த்திகள் ஐந்தாறு பேர்கள் இருந்தார்கள். நான் அங்கு சென்ற சமயம் யாரோ ஒருவர் தட்டில் எதையோ வைத்துக் கொண்டு விநியோகம் செய்து கொண்டிருந்தார். நானும் கோஷ்டியில் அமர்ந்து கையை நீட்டினேன். எலுமிச்சங்காய் பிரமாணம் கையில் கருப்பாக ஏதோ விழுந்தது. சந்தேகமில்லை. அதுதான் சர்க்கரைப் பொங்கல். 'கூடாரை வெல்லும் சீர்' உத்ஸவச் சர்க்கரைப் பொங்கல். அதில் நெய் வாசனையே இல்லை. உண்மையாக அந்த நாளை நினைத்துப் பார்ப்பதே ஒரு கனவு போலத்தானிருந்தது. 'எப்படிப்பட்ட சர்க்கரைப் பொங்கலையெல்லாம் பார்த்த பெருமாள் இந்தச் சர்க்கரைப் பொங்கலையும் சாப்பிட்டுவிட்டுத் திருமேனி குலையாமல் சேவை சாதிக்கிறாரே' என்றுதான் எனக்கு ஆச்சரியமாக இருந்தது.

கையில் அந்தச் சர்க்கரைப் பொங்கலை வைத்திருந்த வண்ணமே சுற்றிலும் பார்த்தேன். சிறிது தூரத்தில் மைதிலி நின்று கொண்டிருந்தாள். என்ன ஆச்சரியம்! என் கண்களையே என்னால் நம்ப முடியவில்லை. எத்தனையோ வருஷங்களுக்குப் பின் அவளை நான் பார்க்கிறேன். அவள் யாருக்கோ வாழ்க்கைப்பட்டு ஏதோ ஒரு ஊரில் குடித்தனம் நடத்தி வந்தாள் என்பது மாத்திரம் எனக்குத் தெரியும். எந்த ஊரில் வாழ்க்கைப்பட்டிருந்தால் என்ன? எப்பொழுதாவது பிறந்த ஊருக்கு வரக் கூடாதா? வந்த சமயத்தில் என்னைப் போல் அவளுக்கும் கோயிலுக்கு வரவேண்டுமென்று ஆசை எழுந்திருக்கலாமல்லவா? நான் அவளைச் சுலபமாக அடையாளம் கண்டுகொண்டுவிட்டேன். அவளும் என்னை இன்னாரென்று தெரிந்துகொண்டு விட்டவள் போல் என்னைப் பார்த்துச் சிரித்தாள். அவளுடைய சிரிப்பு அவளிடம் நெருங்கிப் பேசலாம் என்ற துணிவை எனக்கு உண்டாக்கியது.

“என்ன மைதிலி, சௌக்கியமா?” என்று கேட்டேன்.

அவள் சிரித்துக்கொண்டே, “சௌக்கியந்தான்!” என்றாள்.

“நீ எந்த ஊரில் இருக்கிறாய்.....?”

“நாகப்பட்டினத்தில்....”

“உன் அகத்துக்காரருக்கு என்ன உத்தியோகம்...?”

“பள்ளிக்கூட வாத்தியார்”.

“உனக்கு எத்தனை குழந்தை...?”

அவள் கூச்சத்துடன் பதில் சொன்னாள். “மூன்று. இரண்டு பெண். ஒரு பிள்ளை....”

அப்பொழுதுதான் அவளுக்குப் பக்கத்தில் நின்றுகொண்டிருந்த சிறுமியை நான் கவனிக்க நேர்ந்தது. அந்தச் சிறுமிக்கு எட்டு அல்லது ஒன்பது வயதுதான் இருக்கும். பதினைந்து வருஷங்களுக்கு முன் மைதிலி எப்படி இருந்தாளோ அந்த உருவத்தை அச்சாக எடுத்து வார்த்து வைத்ததுபோல்தான் இருந்தது அந்தச் சிறுமியின் உருவமும். “இவள் உன் பெண்ணா...?”

“ஆமாம்..... இவள்தான் மூத்தவள்......”

“பெயரென்ன ...... உன்னைப் போலவே இருக்கிறாளே....?

“இவள் பெயர் ஜெயம்.....” என்றாள் முகத்தில் சிரிப்புக் குறி மாறாமலேயே.

அவளோடு பேசிக்கொண்டிருந்த நேரத்தில் என் கையிலிருந்த சர்க்கரைப் பொங்கலைப் பற்றிய நினைவே எனக்கில்லை. “அடடே! இன்னும் இதைக் கையிலேயே வைத்துக்கொண்டிருக்கிறேனே? இந்தா... சர்க்கரைப் பொங்கல். இதை வாங்கிக் கொள்...” என்றேன்.

“சர்க்கரைப் பொங்கலா? எனக்கு வேண்டாம்...” என்றாள் அவள். சுரீரென்று. அவளுடைய புன்சிரிப்பில் மாறுதல் தோன்றாவிட்டாலும் வெட்கத்தினால் அவள் முகம் நன்றாகச் சிவந்தது.

“உனக்கு இந்த மாதிரி சர்க்கரைப் பொங்கலெல்லாம் பிடிக்குமா...? போகட்டும் உன் பெண்ணையாவது இதை வாங்கிக்கொள்ளச் சொல்” என்றேன்.

“இதோ பார் ஜயா! மாமா சர்க்கரைப் பொங்கல் கொடுக்கிறாராம். வாங்கிக்கொள்” என்றாள். அந்தச் சிறுமி என்னிடமிருந்து சர்க்கரைப் பொங்கலை வாங்கிக்கொண்டாள்.

அவ்வளவு நேரமும் சர்க்கரைப் பொங்கலைக் கையில் வைத்துக் கொண்டிருந்ததால் கையெல்லாம் பிசுபிசுவென்றிருந்தது. திருக்குளத்தில் போய்க் கை அலம்பிக்கொள்ள வேண்டியதுதான். ஆனால் பழைய நினைவிலேயே என் மனம் சுழன்று கொண்டிருந்ததால் அந்தச் சிறுமியைப் பார்த்து “அடாடா! சர்க்கரைப் பொங்கல் வாங்கினது கையெல்லாம் பிசுபிசுவென்று இருக்கிறது. கொஞ்சம் உன்னுடைய பாவாடையில் துடைக்கட்டுமா?” என்றேன்.

“போங்கோ மாமா! பட்டுப் பாவாடையில் வந்து கையைத் துடைக்கிறாராம். என்ன, விளையாடறேளோ?” என்றாள் அச்சிறுமி.

“பட்டுப் பாவாடையா? நல்ல வேளை. அம்மாவைப் போல் நீ அவ்வளவு அசடாக இல்லை” என்று சொல்லிவிட்டு நடந்தேன்.

இந்த வார்த்தைகளைச் சொல்லும்போது மைதிலியின் முகத்தில் எவ்வித மாறுதல் ஏற்பட்டதென்று எனக்குத் தெரியாது. இப்படிப்பட்ட வார்த்தையை ஏன் நான் அவளிடம் சொன்னேன் என்றும் எனக்குத் தெரியாது. ஆனால் சென்றுபோன அந்த நாளின் குழந்தைப் பருவத்தின் நினைவில் நான் படும் ஆனந்தாவஸ்தையை அவளும் தன்னுடைய மனத்தில் நினைத்து அனுபவிக்க வேண்டுமென்பதுதான் என் அவா.

அதிர்ஷ்டசாலி

ஒரு ஜோடி புறாக்கள் வான வீதியில் குதூகலமாகவும் சுதந்திரமாகவும் ஒன்றை மிஞ்சி ஒன்று எட்டப் பறப்பதுபோல் அந்த இளம் தம்பதிகளின் வாழ்க்கை இன்பமாக ஓடிக்கொண்டிருந்தது. அந்த வீட்டிலிருந்து அவளுடைய மெல்லிய இனிய குரலில் ஏதேனும் ஒரு பாட்டுக் கேட்கும். இல்லாவிட்டால் எல்லையற்ற மகிழ்ச்சியில் பொங்கும் அவனுடைய சிரிப்பொலி கேட்கும். கொஞ்சம் நெருங்கிப் போய்ப் பார்த்தால் அந்த மனமொத்த தம்பதிகளின் விளையாட்டும் தமாஷ் பேச்சுக்களும் விவரமாக விளங்கும். கல்யாணமான மூன்று மாதத்திற்குள் தனிக்குடித்தனம் நடத்தும் அவர்கள் வேறு எப்படித்தானிருக்க முடியும்?

அன்று சாயந்திரம் ராமலிங்கம் வீட்டுக்கு வந்தபொழுது அவன் கையில் ஒரு பெட்டியிருந்தது. அந்தப் பெட்டியைப் பார்த்தவுடனேயே அது ஒரு நகைப் பெட்டிதான் என்று பானு எளிதில் தெரிந்துகொண்டாள். “அது என்ன? இங்கே கொடுங்கள்; நான் பார்க்க வேண்டும்” என்றாள் பரபரப்போடு.

“ஏன் இவ்வளவு அவசரம்? இந்தப் பெட்டியையே விழுங்கிவிடுவாய் போலிருக்கிறதே?” என்று சொல்லிக்கொண்டே பெட்டியைப் பின்புறமாக மறைத்துக் கொண்டான் ராமலிங்கம்.

"ஹூ ஹூம்! விளையாடாதீர்கள்! அதைக் கொடுக்கப் போகிறீர்களா, இல்லையா?" என்றாள். கோபமும் வருத்தமும் கொண்டவள்போல் முகத்தை வேறு வைத்துக்கொண்டாள் பானு.

ராமலிங்கம் அந்தப் பெட்டியைத் தன் கையில் வைத்துக்கொண்டே திறந்து காண்பித்தான். "இது உனக்குப் பிடித்திருக்கிறதா?" என்றான் அவள் முகத்தையே பார்த்துக்கொண்டு. பெட்டியிலுள்ள நகைகளை மெதுவாக எடுத்தாள். வைர அட்டிகை ஒன்றும், சுற்றிலும் முத்துக்கள் நடுவில் பச்சைக்கல் பதித்த தோடு ஒரு ஜதையும் இருந்தன. அவள் பார்வைக்கு அவை பழைய காலத்து நகைகளாகத் தோன்றினாலும் எந்தப் பெண்ணும் விரும்பும் வண்ணம் கவர்ச்சிகரமாகத்தானிருந்தன. எவ்வளவு ஆர்வத்தோடு பானு அந்த நகைகளை எடுத்தாளோ அவ்வளவு ஆர்வத்தோடு அணிந்து கொண்டும் விட்டாள்.

அப்பொழுது அவன் அவள் அழகை அள்ளிப் பருகுகிறவன்போல் "நகையைக் கையில் எடுத்து அவசரம் தணியுமுன்னே அலங்காரமும் செய்துகொண்டுவிட்டாயே?" இது உனக்கு ரொம்பவும் பிடித்திருக்கிறது, இல்லையா? என்றான்.

"எனக்குப் பிடித்திருக்கிறது என்று உங்களுக்கு எப்படியோ தெரிந்து விட்டது. இல்லையா?" என்றாள் பானு.

"இதென்ன பிரமாத விஷயம்! உன் முகத்தைப் பார்த்தால் விளங்காதா? அதுதான் கதை கதையாகச் சொல்லுகிறதே. இந்த நகைகள் என் தாயார் வைத்துப்போன சொத்து. கிரமமாக உனக்குக் கிடைக்க வேண்டியவை..."

அவள் அடங்கா மகிழ்ச்சியோடு கழுத்திலிருந்த அட்டிகையைத் தொட்டுக்கொண்டே, "அப்படின்னா நான் ரொம்ப அதிர்ஷ்டக்காரிதான்" என்று சொல்லிக்கொண்டே குறும்பாகப் பார்த்தாள்.

"கொஞ்ச நாள் பொறுத்திரு. இது உன்னிடமே வந்து சேரும். இதை இப்போ உன்னிடம் காண்பிக்கலாம் என்றுதான் கொண்டு வந்தேன்" என்றான். கண நேரத்திற்குள் அந்த அட்டிகையும் தோடும் மறுபடியும் பெட்டியை அலங்கரித்தன. அவன் பெட்டியை மெதுவாக மூடிச் சட்டைப் பைக்குள் பத்திரமாக வைத்துக் கொண்டான். அந்தக் கண நேரத்திற்குள் அவளுடைய

பிரகாசமான முகமும் கறுத்துச் சோபையிழந்துவிட்டது. கணப் பொழுதில் அலைபோல் எழும்பிய ஆசையும் அடங்கிப் போய் விட்டது.

ராமலிங்கம் அவளை ஒருவிதமாகச் சமாதானம் செய்யப் பிரயத்தனப்பட்டான். "பானு, இது உன்னுடையதேதான். ஆனால் ஒரு வாரம் வரையில் வேறு ஒருவரிடமிருக்கும். அப்புறம் உன்னிடமே திரும்பி வந்துவிடும். கொஞ்சம் பொறுமையாய் மாத்திரம் இரு" என்றான்.

"ஒரு வாரம் வரையில் ஏன் பிறரிடம் இருக்க வேண்டும்?"

இந்தக் கேள்விக்குப் பதில் சொல்ல ராமலிங்கம் தயங்கினான். அவள் இப்படிக் கேட்பதில் தவறென்ன இருக்கிறது? ஆனால் எதையும் விவரமாக அவளிடம் சொல்லுவது அப்பொழுது அவனுக்கு உசிதமாகப்படவில்லை. "பானு நீ கேட்பதெல்லாம் சரிதான்; ஆனால் இதைப் பற்றிய விஷயமெல்லாம் நீ தெரிந்து கொள்ள வேண்டிய அவசியமில்லை. இவை உனக்கே திரும்பி வரும் வரை பொறுமையாயிரு" என்றான். பானு அதற்குமேல் எதுவும் பேசவில்லை. அவன் அப்பொழுதே அந்த நகைப்பெட்டியை எடுத்துக்கொண்டு வெளியே போய்விட்டான்.

ஒரு வாரம் சென்றது. இரண்டு வாரம் ஒரு மாதமும் ஓடிவிட்டது. அந்த நகைகளைப் பற்றிய தகவலே இல்லை. அதை அடியோடு மறந்துவிடவும் பானுவால் முடியவில்லை. ராமலிங்கமும் மௌனமாகவே இருந்தான். ஆனால், அவளால் சகித்துக் கொண்டிருக்க முடியவில்லையே?

ஒரு நாள் இரவு. வீட்டு மேல் மாடியில் நிலவொளியில் உட்கார்ந்து அவர்களிருவரும் பேசிக்கொண்டிருந்தனர். அந்த நகைகளைப் பற்றி மறுபடியும் பேச அதுதான் அவளுக்குச் சரியான சமயமாகப் பட்டது. "அதிருக்கட்டும். அந்த நகையைப் பற்றிய விஷயத்தை அப்புறம் நீங்கள் என்னிடம் சொல்லவேயில்லையே?" என்றாள். அவனிடம் நெருங்கி உட்கார்ந்து.

இதைக் கேட்டதும் அவன் முகத்தில் ஏன் அவ்வளவு மாறுதல்? மனதில் வெறுப்பும் கவலையும் தோய்ந்த உணர்ச்சியோடு, "அதைப் பற்றிய கவலையை விட்டு விடு, பானு! அது நம்முடைய சொத்தல்ல. அது உனக்குக் கிடைக்காது. அந்த நகைகள்

இல்லாமலேயே நீ அழகாயில்லையா? அதிர்ஷ்டமிருந்தால் நம் ஆயுளில் இதைப் போல எவ்வளவோ நகைகள் பார்க்கலாம்...” என்று சொல்லி ஒரு பெருமூச்சு விட்டான்.

இந்த வார்த்தைகள் பானுவிற்குத் துளிக்கூட சமாதானத்தை அளிக்கவில்லை. அவளுடைய குழப்பத்தைத்தான் அதிகமாக்கின. “அது எனக்குக் கிடைக்காதா? ஏன்? அது உங்கள் தாயாரின் உடைமைதானே? உங்களைவிடப் பாத்தியம் கொண்டாடக் கூடியவர்கள் வேறு யாரேனும் இருக்கிறார்களா?” என்று கேட்டாள்.

“ஆமாம்; என் தாயாரின் நகைதான். இருந்தாலும் அது நமக்குச் சொந்தமில்லை. பானு, வீண்கேள்வி எல்லாம் கேட்டு என்னைக் குழப்பாதே என்று அவன் வெறுப்பாகவும் கெஞ்சினாற்போலும் அவளுக்குச் சொன்னான்.

“ஏன் கேட்கக் கூடாது? ரகசியமான விஷயமா அது? அதைக் கூடத் தெரிந்துகொள்ளக் கூடாதா?”

“ஆமாம்! நீ தெரிந்துகொள்ளக் கூடாத விஷயம்தான்” என்று வெறுப்பாகச் சொன்னான் ராமலிங்கம்.

பானு ஒன்றும் பேசவில்லை. அவளுடைய மன அமைதி அடியோடு போய்விட்டது. ஆனால், அவளுடைய மனம் மாத்திரம் சதா குடைந்துகொண்டேயிருந்தது.

‘ராமலிங்கம் தன் தாயார் இறந்த பின்புதான் அவளைக் கல்யாணம் செய்து கொண்டான். அவனுக்கு வேறு சகோதர சகோதரிகளோ கிடையாது என்று பானுவிற்கு நன்கு தெரியும். அவனுடைய தாயார் வைத்திருந்த ஒவ்வொரு சாமானும் சொத்தும் தனக்குக் கிடைத்திருக்கும் பொழுது நகைகளுக்கு மாத்திரம் யார் பாத்தியம் கொண்டாட வந்தார்கள்? ஒருவேளை அவை அடகில் இருந்து முழுகிவிட்டன என்றாலும் அப்படிப்பட்ட நிலையில் அவர்களிருந்ததாகத் தெரியவில்லையே? வேறு யார் கையிலேனும் அந்த நகைகள் சிக்கியிருக்குமோ? யாரேனும் பொய்ப் பாத்தியதை கொண்டாடி அடைந்துவிட்டார்களோ? இல்லாவிட்டால் இவருடைய ஆசைக்குரிய வேறு பெண்...’ இப்படியாக பானுவின் எண்ணங்கள் வளர்ந்த வண்ணமாயிருந்தனவே தவிர தெளிவான முடிவு எதுவும் ஏற்படவில்லை. ராமலிங்கத்தின் மீது இல்லாத சந்தேகங்களெல்லாம் கொண்டாள். அவன் தன்னை வஞ்சிப்பதாக

எண்ணி வாடினாள். குடும்பம் அமைதியாகவே நடப்பது போல் தோன்றினாலும் வீட்டில் முன்போல் கலகலப்பும் சந்தோஷமும் நிலவவில்லை. இப்படியே நாட்கள் ஓடிக்கொண்டிருந்தன.

ராமலிங்கத்தின் உறவினர் ஒருவருடைய வீட்டில் கல்யாணம். ராமலிங்கம் பானுவையும் அழைத்துக்கொண்டு அவர்கள் வீட்டுக்குப் போக வேண்டிய நிர்ப்பந்தம் ஏற்பட்டது. அவளையும் அழைத்துக் கொண்டு போவதினால் ஏதேனும் தீமை நேருமோ என்ற பயம் அவனுக்கு ஏற்பட்டது. ஆனால் அவளை அழைத்துக் கொண்டு போகாமலிருக்கவும் முடியவில்லை. கல்யாண வீடென்றால் உறவினர்களின் கூட்டத்திற்குக் குறைவு உண்டா? பானுவிற்குத் தெரிந்த பெண்களும் தெரியாத பெண்களும் பல பேர் வந்திருந்தனர். அந்தப் பெண்களில் ஒருத்தியின் செய்கை பானுவைக் கலங்க வைத்தது. அந்தப் பெண் பானுவைப் பார்த்ததும் அவள் கண்ணெதிரிலேயே, அவளுக்குத் தெரியும்படியாகவே ஏதோ பரிகாசம் செய்வது போல் உதட்டைக் கோணி, தோளைத் தூக்கித் தாடையில் இடித்துக்கொண்டாள். ஏன் அவள் தன்னைப் பார்த்து அப்படிச் செய்தாள் என்று பானுவிற்கு விளங்கவில்லை. 'அவளைவிட அழகில் நான் குறைந்துவிட்டேனா? அந்தஸ்தில் குறைந்துவிட்டேனா? ஏதேனும் அசட்டுத்தனமாகத்தான் நடந்து கொள்ளுகிறேனா?' என்று பானு எண்ணினாள்.

அந்தப் பெண் தன்னைப் பார்த்துச் செய்த இந்தப் பரிகாசச் செய்கை பானுவுக்கு ஆற்றமாட்டாத வருத்தத்தைத்தான் கொடுத்தது. இதனால் அந்தப் பெண்ணையே கவனித்துப் பார்க்க அவளுக்கு ஆர்வம் ஏற்பட்டது. அந்தப் பெண் பேசுவது, நடப்பது எல்லாமே அளவிற்கு மிஞ்சிய கர்வத்தோடு கூடியதாக அவளுக்குத் தென்பட்டது. அந்தப் பெண்ணைச் சற்று நெருங்கிக் கவனித்தபோது பானுவின் மனது 'திக்'கென்றது. ஒருநாள் தன் கணவன் 'என் தாயாருடையது உனக்குச் சொந்தமாக வேண்டியது' என்று எந்த வைர அட்டிகையையும் தோட்டையும் காண்பித்துச் சொன்னானோ அதே ஆபரணங்கள் அந்தப் பெண்ணின் காதிலும் கழுத்திலும் மின்னிக்கொண்டிருந்தன. இதைக் கண்டதும் பானுவிற்கு அடக்க மாட்டாத துக்கமும் ஆத்திரமும் பீறிக்கொண்டு வந்தன. அந்தப் பெண்ணை மறுபடியும் கண்ணெடுத்துப் பார்க்கவே வெறுப்பாயிருந்தது. அந்தக் கல்யாண வீட்டில் அவளுக்கு இருக்கவே பிடிக்கவில்லை. தன் வீட்டுக்குப்

போய் உட்கார்ந்து விக்கி விக்கி அழுதாலாவது ஆறுதலாகும் போலிருந்தது. அந்தப் பெண்ணுக்கும் தன் கணவனுக்கும் ஏதோ சம்பந்தமிருக்க வேண்டுமென்று ஊகித்து அவள் மனது புகையத் தொடங்கியது.

அன்று இரவு வீட்டுக்கு வந்தவுடன் பொறுமையிழந்தவளாகப் பீறிட்டுவரும் துக்கத்துடன் கண்களில் கண்ணீர் பொங்கித் தளும்ப, "அந்த ராங்கிக்காரி யார்?" என்றாள் ராமலிங்கத்திடம். ராமலிங்கத்திற்கு அவள் யாரைக் கேட்கிறாள் என்பது விளங்கியது. இருந்தாலும் ஒன்றும் தெரியாதவன் போலவே" எந்த ராங்கிக்காரி?" என்றான்.

"அவள்தான்! உங்கள் தாயாரின் தோடுகளையும் அட்டிகையையும் போட்டுக்கொண்டு குலுக்கினாளே, அவள்தான்."

"அடடா! அவள் அந்த நகைகளை வேறு போட்டுக்கொண்டு வந்திருந்தாளா? அவள் பெயர் யோகம்...."

"யோகக்காரிதான்! அவள் பெயர் எனக்கெதற்கு? ஜபம் செய்யப் போகிறேனா? அவள் யார்? அவளுக்கு உங்கள் தாயாரின் நகைகளை அடைய என்ன பாத்தியம் என்று கேட்கிறேன்" என்றாள்.

"அந்தக் கதையெல்லாம் வேணுமா? அது உனக்கு அவசியமில்லை. கேட்டால் வருத்தப்படுவாய்" என்றான் ராமலிங்கம்.

"வருத்தப்படத்தானே பெண் பிறந்திருக்கிறேன். இல்லாவிட்டால், பிறருக்குத் தாழ்மையாய்ப் போவேனா?"

"பானு! வீணாகக் கோவப்படாதே. பொறுமையாய்க் கேள். நீ எதையும் வித்தியாசமாய் நினைக்கக் கூடாதே என்றுதான் பயப்படுகிறேன். அவள் எங்கள் வீட்டோடு வளர்ந்தவள். என் அத்தையின் பெண்."

"ஓஹோ! பெண்சாதியை விட அத்தை பெண்ணுக்குத்தான் குடும்பத்துச் சொத்தில் பாத்தியம் அதிகம் போலிருக்கிறது?"

"அப்படி ஒரு சட்டமும் இல்லை. பாவம்! அவளைத்தான் நான் முதலில் கல்யாணம் செய்துகொள்வதாயிருந்தேன். என் தாயார் கூட.... "

“பாவம் என்ன! அவளையே கல்யாணம் செய்து கொண்டிருக்கிறதுதானே?”

“என் தாயாருக்கு அவள் மீது மிகுந்த பிரியம். அவள்தான் தனக்கு மருமகளாக வரவேண்டுமென்று சாகும் வரையில் அபிப்பிராயப் பட்டாள். அந்த ஆசையில் அவளை வீட்டோடு வளர்த்தாள். தன்னுடைய நகைகளையெல்லாம் அவளுக்கு அணிவித்து அழகு பார்த்தாள். அவளே தனக்கு மருமகளாய் வரப்போவதாக நிச்சயித்துவிட்டதால் அந்த அட்டிகையையும் தோட்டையும் அவளுக்கே கொடுத்துவிட்டதாகக் கூட என்னிடம் சொன்னாள். நானும் அவளைக் கல்யாணம் செய்துகொள்ள இருந்தேன்...”

“ஏன் செய்துகொள்ளவில்லை?”

“பின்னால் அவளுடைய குணம் எனக்குப் பிடிக்கவில்லை. என் தாயார் காலமானபிறகு எல்லாச் சொத்தும் தங்கள் மேற்பார்வையிலிருப்பது போல் என்னை அடக்கவும் அதிகாரம் செய்யவும் அத்தையும் அவளும் முயற்சித்தனர். இதனால் மனஸ்தாபம் ஏற்பட்டது. அப்புறம் உன்னைக் கல்யாணம் செய்து கொண்டேன்.”

“எல்லாம் சரி! அந்த நகை? அவளைத்தான் நீங்கள் கல்யாணம் செய்துகொள்ளவில்லையே அவை என்னைச் சேர்ந்ததுதானே?” என்றாள் பானு.

“வாத்ஸவம்! என்னைக் கல்யாணம் செய்துகொள்ளும் அதிர்ஷ்டம் அவளுக்கில்லையே? உனக்குத்தானே கிடைத்தது.”

“அப்படியென்றால்....?”

“இந்த நகைகள் தாயார் இறக்கும் வரையில் யோகமே அணிந்து கொண்டிருந்தாள். தாயார் இறந்த பிறகு அவற்றை வாங்கிக் கொண்டு போய் ‘பாங்கி’யில் பத்திரமாக வைத்திருந்தேன். நெடுநாள் வரையில் என்னோடு பேசாத அத்தை ஒரு நாள் ‘யாரோ யோகத்தைப் பெண் பார்ப்பதற்காக வரப்போகிறார்கள். வேறு நகைகளே இல்லை. அந்த அட்டிகையையும் தோட்டையும் கொஞ்சம் கொடு’ என்று கேட்டாள். அப்பொழுதுதான் அதைப் பாங்கியிலிருந்து எடுத்து வந்து உன்னிடம் காண்பித்துவிட்டு அவர்களிடம் கொண்டு போய்க் கொடுத்தேன். மறுபடியும்

ஒரு நாள் போய்க் கேட்ட பொழுது அத்தை அழுதுகொண்டே உன்னைக் கல்யாணம் செய்துகொள்ளும் அதிர்ஷ்டம்தான் யோகத்திற்கில்லை. மாமி ஆசையோடு போட்டுப் பார்த்த நகைகளையாவது அவளுக்குக் கொடுக்கக் கூடாதா என்று கெஞ்சினாள். எனக்கு அது மிகவும் பரிதாபமாக இருந்தது. என் தாயார் முழு மனத்தோடு அவற்றை அவளுக்குக் கொடுத்தது எனக்குத் தெரியும். ‘சரி; வைத்துக்கொள்ளுங்கள்’ என்று சொல்லி விட்டு வந்து விட்டேன்.”

“இதையெல்லாம் முன்னால் என்னிடம் சொல்ல ஏன் இஷ்டப்படவில்லை?”

“நீ ஏதேனும் வித்தியாசமாக எடுத்துக்கொண்டுவிடுவாயோ என்ற பயம்தான். நகை போனால் போகட்டும். அவளுக்குக் கிடைக்க வேண்டிய நான் உனக்குக் கிடைத்தேனே....” என்றான்.

இதைக் கேட்டதும் பானுவின் மனதில் ஒரு பெரிய பளுவே கரைந்துவிட்டதுபோல் அமைதி ஏற்பட்டது. அவனுடைய களங்கமற்ற முகத்தைப் பார்த்தாள். தான் அதிர்ஷ்டசாலிதான் என்ற கர்வமும் பெருமையும் அவளுக்கு எப்படியோ உண்டாகியது. “பைத்தியக்காரி! உங்களைக் கல்யாணம் செய்துகொள்ளத்தான் கொடுத்து வைக்கவில்லையே, அவளுக்கேன் இவ்வளவு கர்வமும் மினுக்கும்?” என்றாள் பானு.

“அதுதான் அவளைப் பிடித்த துரதிர்ஷ்டம்” என்று சிரித்துக்கொண்டே சொன்னான் ராமலிங்கம்.

அமுதனைக் கண்ட கண்கள்

நல்லதொரு க்ஷேத்திரமாகிய கும்பகோணத்தில் நான் பிறந்து வளர்ந்தவன். இதோடு மட்டுமல்ல; அசல்-ஓரிஜினல்-ஒண்ணாம் நம்பர்-டிரேட் மார்க் ஸ்ரீவைஷ்ணவன். எங்கள் தாத்தாதான் அந்த ஊர் பெருமாள் கோயிலின் பெரிய தேரை மேற்பார்வை பார்த்துக் கட்டியவர் என்றுகூடச் சொல்லுவதுண்டு. இப்படி இருக்கும்போது எனக்கே அந்த ஊர்ப் பெருமாள் கோயிலில் வருஷா வருஷம் தீபாவளிப் பண்டிகையன்று நடக்கும் விஷயம் தெரியாமலிருந்தால் ஆச்சரியப்பட வேண்டியதுதானே!

அன்று தீபாவளிப் பண்டிகை. கடைத் தெருவிற்குச் சில சாமான்கள் வாங்கவேண்டியதற்காக நான் போகவேண்டியிருந்தது. சாரங்கபாணி கோயில் கீழகோபுர வாசல் வழியாக நுழைந்து மேலகோபுர வாசல் வழியாக வெளியே வந்தால் கடைத்தெரு. அந்தக் கோயில் வழியாக நுழைந்து செல்வதில்தான் எங்களுக்கொரு ஆவல்; தவிர அந்த வழிதான் சுலபமான வழி. அன்று நான் போனபோது கீழ கோபுர வாசல் மூடப்பட்டிருந்ததைப் பார்க்க எனக்கே ஆச்சரியமாயிருந்தது. தினமும் திறக்கப்பட்டிருக்கும் கதவு அன்று மூடப்பட்டிருப்பானேன்! அதுவும் தீபாவளிப் பண்டிகை அன்று....! என்று யோசித்தபடியே தயங்கி நின்றேன்.

அந்தச் சமயம் பிராமணர் ஒருவர் வந்தார். அவருக்கு வயது எண்பதுக்கு மேலிருக்கும். கையில் கோலொன்று ஊன்றித் தள்ளாடி நடந்து வந்தார். பார்வையிலேயே பரம வைதீகராய்த் தோன்றியது. தேகத்தை மறைத்துப் பன்னிரண்டு திருமண்ணும் பாங்காகச் சாத்தியிருந்தார். காஞ்சிபுரம் பட்டுக்கரை வேஷ்டியில் காவேரியின் காவிரிச் சாயம் ஏறியிருக்க பஞ்சகச்சம் கட்டி இருந்தார். மெதுவாக அவரிடம், 'கோவில் கதவு ஏன் இன்று சாத்தப்பட்டிருக்கிறது! என்று விசாரிக்கலாமா என்று எண்ணினேன். நல்ல வேளை அவரும் கைத் துண்டைக் கோயில் படிக்கட்டில் போட்டு, "ஹரே முகுந்தா! தீனசரண்யா!" என்று சொல்லி உட்கார்ந்தார். நான் மெதுவாக அவரிடம் நெருங்கிப் பணிவாக, "தாத்தா! இன்று கோயில் கதவைத் திறக்கவே மாட்டார்களோ?" என்று கேட்டேன்.

அவர் என்னை மேலும் கீழுமாக ஒரு தடவை பார்த்துவிட்டு, "இப்போது திறக்கமாட்டார்கள்; சாயந்தரம்தான் திறப்பார்கள்..... நீ யார் வீட்டுப் பையன்!" என்றார்.

"நான் காட்டூர் ரகுநாதாசாரியார் பேரன்" என்றேன். என் தாத்தாவையே நான் பார்த்திராவிட்டாலும், என் தாத்தாவின் பெயருக்குள்ள பெருமையைச் சமயா சமயமறிந்து நான் உபயோகித்துக்கொள்ள எப்பொழுதுமே தவறியது இல்லை.

இதைக் கேட்டதும் அவர் ஒரு தடவை துள்ளிக் குதித்து உட்கார்ந்தார். "அப்படியென்றால் நீ காட்டூர் சாமி பிள்ளைன்னு சொல்லு. அதுதான் பார்த்தவுடனே சந்தேகப்பட்டேன். உன் மூக்குத்தான் பிதாமகன், பிதுர்ப் பிரபிதாமகன் எல்லாரையும் அடையாளம் காட்டுகிறதே! நானும் உங்கள் தாத்தாவும் இந்தக் கோவில் வாசலிலேதான் கோலி விளையாடுவோம். ஹூம்! அதொரு காலம்....." என்றார்.

"அது சரி தாத்தா! இன்று கோவில் சாத்தியிருக்கக் காரணம் என்ன!" என்றேன் ஆவலோடு.

"கோயிலில் சிராத்தம் நடக்கிறது. சாயந்திரம் வரையில் திறக்க மாட்டார்கள்" என்றார்.

வீட்டில் சிராத்தம் செய்யச் சௌகரியமில்லாதவர்கள் கோயிலில் வந்து செய்யும் வழக்கம் உண்டு. அப்படித்தானிருக்கும் என்று நான் நினைத்துக் கொண்டேன்.

"இந்தத் தீபாவளி நாளில் கோயிலில் வந்து சிராத்தம் செய்கிறவர்கள் யார்!" என்றேன் சிறிது வெறுப்போடு.

"யாரும் இங்கே வந்து சிராத்தம் செய்யவில்லை. பெருமாளே சிராத்தம் செய்கிறார்!" என்றார்.

இதைக் கேட்டதும் எனக்குத் தூக்கி வாரிப்போட்டது. "பெருமாளே சிராத்தம் செய்கிறாரா! ஆச்சரியமாய் இருக்கிறதே!" என்றேன்.

"ஆமாம் ! அதிசயமாகக் கூடத்தான் இருக்கும். ஒரு ஊரிலும் ஒரு கோவிலிலும் நடக்காத அதிசயம். பெருமாளே ஒரு பக்தனுக்குப் புத்திரனாக நின்று வருஷா வருஷம் சிராத்தம் செய்கிறார்."

நரகாசுரன் சாகும்பொழுது கேட்ட வரம்தான் இன்று தீபாவளி கொண்டாடுவதின் மகாத்மீயம். ஒருவேளை அவனே தனக்குச் சிராத்தமும் செய்யவேண்டுமென்று ஒரு வரம் கேட்டிருப்பானோ என்ற சந்தேகம் என் மனத்தில் எழுந்தது.

"ஒரு பக்தனுக்காகச் சிராத்தம் செய்கிறாரா! யார் அந்த பக்தன்! ஒரு வேளை நரகாசுரனே..." என்று கூறி நிறுத்தினேன் நான்.

"நரகாசுரனா! இல்லை, இல்லை. நரசிம்ம ஸ்வாமி என்னும் பக்தருக்காகத்தான் எம்பெருமான் சிராத்தம் செய்கிறார். ஆஹா! மகா பாக்கியவான்; மகா புண்ணியவான். பகவான் தசரதனுக்கு ராமனாகப் பிறந்தார்; வசுதேவனுக்குக் கண்ணனாக அவதரித்தார். ஆனால் அவர்களெல்லாம் கூட இந்த பாக்கியத்துக்குக் கொடுத்து வைக்கவில்லை. அவர்களுக்காக எம்பெருமான் இன்றுவரையில் சிராத்தம் செய்வதாக நான் கேள்விப்பட்டதே இல்லை. ஆனால் நரசிம்ம ஸ்வாமிக்காக பகவான் கற்ப கோடி காலம் வரையில் கையில் புல் இடுக்கிப் பிண்டம் வைக்கத் தயாராய் இருக்கிறார். பரமாத்மாவிற்கு உண்மையான பக்தர்களிடம் அவ்வளவு பரிவு.... அவ்வளவு பாசம்.....அவ்வளவு சிரத்தை...." என்று பகவானின் நித்ய கல்யாண குணங்களைச் சொல்லி உருகினார். எனக்கு அவரோடு நின்று பேச அவகாசம் இருந்ததுமல்லாமல் பெருத்த ஆவலுமிருந்தது. அந்தக் கோயில் பெருமாள் எந்த பக்தருக்காகத் தீபாவளி...புண்ணிய தினத்தில் சிராத்தம் செய்கிறாரோ, அந்த பக்தரின் கதையைக் கேட்க வேண்டுமென்று துடிப்பு ஏற்பட்டது. நானும் கோபுர வாசற்படியிலேயே உட்கார்ந்து அவரோடு பேச்சுக் கொடுத்தேன். குருவிடம் பாடம் கேட்கும் சீடனைப் போல்

பணிவாக, "நரசிம்ம ஸ்வாமி என்பவர் யார்?" என்றேன்.

"அவர் யாராய் இருந்தாலென்ன! பரம பக்த பாகவதோத்தமர். இந்தப் பெருமாளுக்கு, 'சாரங்கபாணி' என்ற திருநாமத்தைத் தவிர ஆராவமுதன் என்ற சிரேஷ்டமான திருநாமமும் உண்டென்று உனக்குத் தெரியுமல்லவா!"

"ஓ! பேஷாகத் தெரியுமே."

"அமுதனைக் கண்ட கண்கள் மற்றொன்றினைக் காணாவே" என்று ஒரு ஆழ்வார் மங்களாசரஸனம் செய்திருக்கிறார். இந்தக் காவிரிக் கரைக் குடந்தையுள் எழுந்தருளியிருக்கும் எம்பெருமான் அவ்வளவு திவ்ய மங்கள ஸ்வரூபி. இந்த சௌந்தர்யத்தைப் பார்த்த பிறகு வேறொன்றையும் இந்த உலகத்தில் பார்க்கத் தோன்றுவதில்லையாம். அப்படி வேறு எதையேனும் கண்கள் பார்க்க நேர்ந்தாலும் அமுதனின் அழகுத் திருமேனிதான் கண்முன் வந்து நிற்குமாம்...."

"நான் பெருமாளை நிறையச் சேவித்திருக்கிறேன். எப்பொழுது நினைத்தாலும் அந்தப் புன்சிரிப்புச் சிரிக்கும் முகம் கண்ணெதிரில் வந்துதான் நிற்கிறது.

"அப்படித்தான் நானும் இந்தத் திவ்யக்ஷேத்திரத்திலேயே இருந்து இந்தக் கிருஷ்ணமூர்த்தியின் மூகாரயிந்தத்தையே பார்த்துப் பார்த்து உருகிச் சாக வேண்டுமென்று நினைக்கிறேன்."

"அப்படியே உங்களுக்குப் பெருமாள் அனுக்கிரகிப்பார். அது சரி; அந்த நரசிம்ம ஸ்வாமியைப் பற்றிக் கொஞ்சம் தெரிந்து கொள்ள வேண்டுமென்று எனக்கு ஆசை" என்றேன்.

"அவர் யார். எந்த ஊர். இதெல்லாம் ஒருவருக்கும் தெரியாது. பரம விஷ்ணு பக்தர். எம்பெருமான் மீது பக்திகொண்டு பல திவ்ய தேசங்களைச் சுற்றி சேவித்துக் கொண்டு வந்தார். இந்தத் திவ்ய தேசத்துக்கு வந்து அமுதனைக் கண்ட கண்கள் வேறு எதைத்தான் காண இச்சைப்படும். அமுதனுக்கே அடிமையானார். ஊரை மறந்தார்; உற்றார், உறவினர். குடும்பம் எல்லாவற்றையும் மறந்தார். இந்தப் பிறப்பெடுத்ததின் பயன் இந்தப் பெருமாளுக்கே தன் ஆயுள் உள்ளளவும் பணிபுரிவதுதான் என்று தீர்மானித்தார். அவரே மடைப்பள்ளியின் பரிசாரகராயும், அவரே பெருமாளுக்குத் திருவாராதனம் செய்கிறவராயுமிருந்து கைங்கரியம் செய்தார்.

அதோடு மட்டுமல்ல; இந்தக் கோயிலைப் பழுது பார்க்கும் பெரும் திருப்பணியையும் தாமே ஏற்றுக்கொண்டார். ‘ பதினொரு அங்கணமுள்ள, ஆகாயத்தையே தொட்டுவிடுவது போல் நிற்கும் இந்தப் பெரிய கோபுரமும், பெரிய பிராகாரங்களும், மண்டபங்களும் அந்த ஏழை பக்தரின் பெருமுயற்சியால் கட்டப்பட்டன’ என்று சொல்லுகிறார்கள். குமரிமுனையிலிருந்து இமயமலை வரையில் அலைந்து யாசித்துத் திருப்பணிக்கான பொருள்களைச் சேர்த்தாராம். மடைப்பள்ளி உலையில் பிரசாதம் பொங்கிய வண்ணமாயிருக்குமாம். திடீரென்று காசி ராஜனிடம் திருப்பணிக்கு யாசகம் வாங்கப் போக வேண்டுமென்று அவருக்குத் தோன்றுமாம். உலையில் பொங்கும் அமுதை அப்படியே வைத்துவிட்டு, “எம்பெருமானே! ‘ஆராவமுதன்’ என்ற உன் திருநாமத்திற்கு மகிமை இருக்குமானால் நான் காசி போய்த் திரும்பும் வரையில் உலையில் பொங்கும் அமுது பொங்கியபடியே இருக்கட்டும்” என்று சொல்லிவிட்டுப் போய்விடுவாராம். அவர் எவ்வளவு மாதம் கழித்துத் திரும்பி வந்தாலும் உலையிலிட்ட அமுது பொங்கிய வண்ணமே இருக்குமாம். அதனால்தான் இந்தப் பெருமாளுக்கே ஆராவமுதன் என்ற திவ்ய நாமம் சிறப்பாகி விட்டது.”

“ஆமாம்! பக்தர்களால்தானே பகவானின் பெருமை விளங்க வேண்டும்!” என்றேன் நான்.

“அப்படித்தான் பகவானும் தன் கருணை விலாசத்தால் பக்தர்களின் பெருமையை உலகிற்கு எடுத்துக்காட்டுகிறார். அப்படி இல்லாவிட்டால் வருஷா வருஷம் ஒரு பக்தனுக்காகச் சிராத்தம் செய்வாரா? ‘கார் உள்ளளவும் கடல் நீர் உள்ளளவும் என் பேருள்ளளவும் தந்தேன்’ என்று விபீஷண ஆழ்வாருக்கு லங்கா ராஜ்யமும் சிரஞ்சீவித்துவமும் கொடுத்ததுபோல...”

“ஆமாம் பகவானின் சௌலப்ப, சௌசீல்ய குண விசேஷங்களுக்கு ஏதாவது அளவுண்டா! அதிருக்கட்டும்; அமுதனே நரசிம்ம ஸ்வாமிக்குக் காட்சி தந்து, ‘உனக்காக வருஷா வருஷம் தீபாவளிப் பண்டிகை தினத்தில் சிராத்தம் செய்கிறேன்’ என்று திருவாய் மலர்ந்தருளினாரா? சொல்லுங்கள்.”

“ஆமாம்! நரசிம்ம ஸ்வாமி நம்மைப் போலவா! பரம பக்தரல்லவா! இந்தக் கோயில் திருப்பணிக் கைங்கர்யமெல்லாம் முடிவுற்றவுடன்

தன்னிடம் மரணம் நெருங்குவதை உணர்ந்தார். ஆயிரம்தான் பக்திமானாய் இருந்தாலும், வைராக்ய சீலராய் இருந்தாலும் நம்மைப்போல் மனிதராய்ப் பிறந்தவர்தானே! மரணம் அவரை நெருங்கி வரும்போது மனம் சிறிது சபலமடைந்தது. 'வாழ் நாள் முழுவதும் அமுதனுக்கே ஆட்பட்டு இகத்தையோ பரத்தையோ நினைக்காமல், உண்ணாமல், உறங்காமல் அவன் திருப்பணிக்கே ஓடி ஓடி உழைத்தோமே, இதனால் என்ன லாபம்! இன்றோ நாளையோ என் ஜீவன் பிரியப் போகிறது. நான் இறந்த பிறகு வருசத்திற்கு ஒரு முறையாவது என்னை நினைத்துச் சிராத்தம் செய்யும் ஒரு புத்திரனைக் கொடுக்காமல் வஞ்சித்துவிட்டாரே!' என்ற எண்ணம் எப்படியோ அவர் மனத்தில் எழுந்ததாம்.

அந்தச் சமயத்தில் அவர் எதிரில் அமுதன் பிரசன்னமாகிப் புன்னகைப் பூக்கும் முகாரவிந்தத்தோடு, 'நீர் இவ்வளவு பக்திமானாய்ப் பரம பாகவதராயிருந்தும் உமக்கு உண்மை தெளிவாகவில்லையே. உமக்குப் புத்திரன் இல்லையென்று யார் சொன்னது!' என்றாராம்.

'பரம புருஷா! என்னிடம் விளையாடுகிறீர்களா? எனக்கெங்கே இருக்கிறான் புத்திரன்! நான்தான் மனை, சம்சாரம் எல்லாவற்றையும் துறந்து ஆதியிலிருந்தே உன் திருவடித் தாமரைக்கே தொண்டு புரிந்துவருகிறேனே!' என்றார் பக்தர்.

அமுதன் மறுபடியும் சிரித்தார். 'இல்லை, உமக்கொரு புத்திரன் இருக்கின்றான், கற்பகோடி காலத்திற்கும் சிராத்தம் செய்ய, அவனை நீர் அறிந்துகொள்ளாமல் சஞ்சலமடைகிறீர்' என்றார்.

'எனக்கொரு புத்திரன் இருக்கிறானா! யாரவன்!' என்றார் நரசிம்ம ஸ்வாமி ஆச்சரியத்துடன்.

பகவான் புன்னகை மாறாமல் சொன்னார்: 'நீர் என்னைத் தெய்வமாக மதித்தே பக்தி செய்து கொண்டிருந்தீர். ஆனால் நீர் ஒரு நாளாவது என்னைப் புத்திரனாக நினைத்து அன்பு செலுத்த மாட்டீரா என்று ஏங்கிக் காத்திருந்தேன் நான். இன்று வரையில் நீர் அப்படி நினைக்கவே இல்லை. கடைசியில் நானே உமக்குப் புத்திரனாக வேண்டுமென்று வலிய வந்து விட்டேன்.'

இதைக் கேட்டதும் நரசிம்ம ஸ்வாமிக்கு ரோமாஞ்சலி ஏற்பட்டது. ஆனந்தத்தால் துள்ளிக் குதித்தார். 'தீனதயாளா! நீயே எனக்குப்

புத்திரனாக வலிய வந்தாயா! இந்தப் பாக்கியம் உலகில் யாருக்குக் கிடைக்கும்! அமுதா! நீயே எனக்குச் சிராத்தமும் செய்வாயா.....!" என்று நடுங்கிய வண்ணம் தயக்கத்தோடு கேட்டார்.

'புத்திரனாகிவிட்டால் சிராத்தம் செய்யவேண்டியதுதானே! அதுதானே மகன் தந்தைக்காற்றும் முக்கியக் கடன். யுகங்கள் புரண்டு புரண்டு வந்தாலும் உமக்காகக் கையில் புல்லேந்திப் பிண்டம் வைப்பேன். கவலைப்பட வேண்டாம்' என்று சொல்லி மறைந்தார் அமுதன்.

'இந்த ஆனந்தத்திலேயே நரசிம்ம ஸ்வாமி ஜீவன் நீத்துப் பரமபதம் சேர்ந்தார். தீபாவளி நன்னாளில் நாம் ஜீவனை விடுகிறோமே என்று அவர் அப்பொழுது கவலைப்படவில்லை. தீபாவளி நன்னாளில் நாம் சிராத்தம் செய்ய நேர்ந்ததே என்று பெருமாளும் கவலைப்படுவதில்லை, எல்லாம் அவன் கருணை, அவன் இச்சைதானே" என்று சொல்லி முடித்தார் அந்தக் கிழவர்.

இத்தனை நாளும் கேட்டறியாத அந்த ஸ்தல மகாத்மீயத்தைக் கேட்டதில் எனக்கொரு மன ஆறுதல். நான் அந்தக் கிழவரிடம் விடைபெற்றுக் கொண்டு அவ்விடத்திலிருந்து மெதுவாக நடந்தேன்.

நான் தெருக்கோடி வந்த பொழுது திருமலாச்சாரி அவன் வீட்டு வாசலில் நின்று கிழக்கும் மேற்கும் பர்த்துக் கொண்டிருந்தான். தீபாவளிப் பண்டிகையான அன்று அவன் இருந்த திருக்கோலம் எனக்குத் திகைப்பூட்டியது. "என்னடா, யாரைப் பார்க்கிறாய்! இந்த வருஷம் உனக்குத் தீபாவளி கிடையாதா! என்னமோ போலிருக்கிறாயே" என்றேன்.

"எங்க வாத்தியாரைப் பார்த்துக் கொண்டிருக்கிறேன். தீபாவளியும் அதுவுமாய் அவர் எப்போ வருவாரோ!" என்றான் அலுப்புடன்.

"வாத்தியாரைப் பார்க்கிறாயா? எதற்கு? தர்ப்பணத்திற்காகவா!" என்றேன்.

"தர்ப்பணத்திற்கில்லை, அதை நானே செய்துவிடுவேன். இன்றைக்குத் தெவசம்..." என்றான்.

"தெவசமா! யாருக்கு?"

“அப்பாவுக்கு; சாகிறவர்கள் தீபாவளிக்கு ஒரு நாள் முந்தியோ பிந்தியோ சாகக்கூடாதா? தீபாவளியன்றுதான் நம்ம பிராணனை வாங்கணுமா? எல்லோரையும் போல் மங்களகரமாக எண்ணெய் ஸ்நானம்செய்து புதிது உடுத்திச் சந்தோஷமாக இருக்கும்படி வைக்கவில்லை என்னை என் அப்பன். இது என்னைப் பிடித்த தரித்திரம்தான்” என்று சுணங்கியபடியே சொன்னான் திருமலாச்சாரி. நானும் அவனுக்காக அனுதாபப்படுகிறவன் போல் முகத்தை வைத்துக்கொண்டு அந்த இடத்தை விட்டு நகர்ந்தேன். ஆனால் என் மனம் வேறு எதையோ நினைத்தது.

பிள்ளையைப் பெற்று. சீரும் சிறப்புமாக வளர்த்து, படிக்க வைத்து, உத்தியோகம் தேடிக்கொடுத்து, கல்யாணம் செய்து வைத்து, சொத்து சுதந்திரங்களையும் தேடிக்கொடுத்து, மதிப்புள்ள மனிதனாக்கிவிட்டுச் சாகிறான் தகப்பன். தகப்பனுடைய சிராத்தம் தீபாவளியன்று வந்ததற்காக முகம் சுணங்குகிறான் புத்திர சிகாமணி. ஆனால் கடவுள் கடவுளேதான். ஆம்; கடவுளுக்குக் கடவுளேதான் நிகர். இல்லாவிட்டால் ஒரு பக்தருக்குப் புத்திரராகத் தாமே வலிய வந்து தீபாவளி சங்கராந்தி என்று பாராமல் சிரத்தையோடு சிராத்தம் செய்வாரா? நரசிம்ம ஸ்வாமி மகா புண்ணிய புருஷர். மனை, மக்கள், சுற்றம் என்பனவற்றைக் கண்கொண்டு நோக்காமல் அமுதனையே அன்புடன் கண்ட கண்கள் அல்லவா அவருடைய கண்கள்!

ஏலத்தில் எடுத்த பேனா

“அசல் அமெரிக்கன் மேக் பேனா! ஒண்ணரை அணா, மிகவும் உயர்ந்த மேக், கீழே போடாத வரையில் உடையாது; வைத்து நசுக்காத வரையில் நசுங்காது; நெருப்பில் காட்டாதிருக்கும் வரையில் எரியாது; மேல் பாகம் அடிபாகம் எல்லாம் இருக்கின்றன; உயர்ந்த ரகம், நவீன மாடல்; ஒண்ணரை அணா!.....” என்று கையில் ஒரு பேனாவை வைத்துக்கொண்டு கூவிக்கொண்டிருந்தான் ஏலக் கடைக்காரன்.

எவ்வளவோ நாள் அந்த ஏலக்கடைக்குப் பக்கம் நான் போயிருக்கிறேன். ஆனால், என் மனத்தைக் கவர்ந்து என்னை நிறுத்தி வைக்கக் கூடிய விதத்தில் அந்த ஏலக் கடைக்காரன் எந்தச் சாமானையும் ஏலம் போட்டதில்லை. அவன் ஒரு பௌண்டன் பேனாவை வைத்துக்கொண்டு ஏலம் கூவியபோது நான் அந்தக் கடை வாசலில் நின்று விட்டதில் ஆச்சரியம் எதுவும் இல்லை. வாழ்க்கையில் என் மனத்தைக் கவர்ந்த பல பொருள்களில் பௌண்டன் பேனாவும் ஒன்று. அதுவும் விலை மலிவான பேனாவென்றால் ஒரு பிரேமை. ஒன்றே முக்காலணா என்று கேட்டு வைப்போமா என்று மனத்தில் ஓர் ஆசை எழுந்தது. சட்டைப் பையில் போதுமான சில்லறை இருக்கிறதா என்று தடவிப்

பார்த்தேன். இரண்டரை அணா இருந்தது. இரண்டரையணா வரையில் தாராளமாக ஏலம் கேட்கலாமென்ற தைரியம் ஏற்பட்டது.

அந்தப் பேனாவை ஒன்றரை அணா என்று ஏலம் கேட்ட புண்ணியவான் அந்தக் கூட்டத்தில் எங்கு நிற்கிறார் என்று எனக்குத் தெரியாது. என்னைப் போல் பேனா மோகம் கொண்ட அந்த உத்தமனைப் பார்க்கவெண்டுமென்ற ஆவல்தான் எனக்கு. கால் மணி நேரமாக அந்தப் பேனாவை வைத்துக்கொண்டு கதறும் அந்த ஏலக்கடைக்காரனிடம் சிறிது கருணை காட்டியாவது, 'ஒன்றே முக்காலணா' என்று காலணா உயர்த்திக் கேட்பவர்கள் அந்தக் கூட்டத்தில் இருக்க மாட்டார்கள் போலிருந்தது. அதுவும் என்னுடைய அதிர்ஷ்டம்தான் என்று எனக்குப் பட்டது. 'ஒன்றே முக்காலணா' என்று கூட்டத்திலிருந்து குரல் கொடுத்தேன்.

'ஒண்ணே முக்காலணா' அபூர்வமான பேனா ஒண்ணே முக்காலணா. அமெரிக்கன் பேனா ஒண்ணே முக்காலணா. அழகான பேனா. கிளிப்பு இருக்கிறது. நிப்பு இருக்கிறது. இங்க் போடலாம். எழுதலாம். இவ்வளவு உபயோகமான பேனா ஒண்ணே முக்காலணா" என்று கூவிக்கொண்டே பேனாவை லாகவமாக எடுத்துக் காட்டினார் ஏலம் போடுகிறவர்.

"ஒண்ணே முக்காலணா" என்று துணிந்து ஏலம் கேட்ட என் முகத்தை அந்தக் கூட்டத்தில் இருந்தவர்களெல்லாம் மிகவும் வியப்போடு பார்த்தார்கள்.

கூட்டத்திலிருந்த அன்பர்களில் ஒருவர் எனக்குச் சமீபமாக வந்து நின்று, "இது அசல் அமெரிக்கன் பேனாதானா" என்றார்.

"இருக்கலாம். முன்னெல்லாம் ஜப்பானிலிருந்து தான் இப்படிப்பட்ட சாமான்களெல்லாம் வருகிற வழக்கம். இப்பொழுதெல்லாம் அமெரிக்காவிலிருந்து வருகிறது" என்றேன் நான்.

"பேனாவின் பேரு என்னவாம்?" என்று கேட்டார் அவர்.

"ஏலம் போடுகிறவரையே கேளுங்கள்" என்றேன்.

"பேனாவின் பேரு என்னய்யா!" என்றார் என் பக்கத்தில் நின்றவர், ஏலம் போடுகிறவரைப் பார்த்து.

"இதிலே எந்தப் பேரும் எழுதல்லே. இதை ஏலம் எடுக்கிறவங்க அவங்க பேரையே அதில் எழுதிக்கலாம். அந்தச் சௌகரியத்துக்காகத்தான்

வேறு எந்தப் பெயரும் எழுதாமல் ஸ்பெஷலா வந்திருக்கு" என்றார் ஏலம் போடுகிறவர்.

இதைக் கேட்டதும் ஏதோ மன ஆறுதல் அடைந்துவிட்டவர்போல், "இரண்டணா" என்று ஏலத்தைப் பக்கத்தில் நின்ற நண்பர் உயர்த்தினார்.

நான் இரண்டே காலணா கேட்கலாமென்று நினைத்தேன். ஆனால், பக்கத்தில் இருந்த நண்பர் நான் இரண்டே காலணாவென்றால் இரண்டரை அணா என்பார். அதற்கு மேல் இரண்டே முக்காலணா கேட்கக் கூடிய நிலையில் நான் இல்லை. என் கையில் இரண்டரையணாத்தானே இருந்தது? ஒரேடியாக இரண்டரையணா என்று கேட்டுவிடத் தீர்மானித்தேன்.

என் பக்கத்திலிருந்த நண்பர் அதற்கு மேல் கேட்டு வேண்டுமானால் அந்தப் பேனாவை எடுத்துக்கொள்ளட்டுமே? "இரண்டரை அணா" என்றேன்.

பக்கத்திலிருந்த நண்பர் திகைப்படைந்துவிட்டார். "என்ன சார்! இதற்கு இரண்டரையணா கொடுக்கலாமா....?" என்றார்.

"கொடுக்கக் கூடாது தான். பாவம். அரைமணி நேரமாக அந்த மனிதன் பேனாவை வைத்துக்கொண்டு கதறுகிறான்" என்றேன்.

நண்பர் ஒன்றும் பதில் பேசவில்லை. ஏலம் விடுபவர், "இரண்டரையணா. பேனா இரண்டரையணா. ஒரு தரம். இரண்டு தரம் இரண்டரையணா. மூன்றாம் தரம் இரண்டரையணா விடப்பட்டது" என்று சொல்லி என்னிடம் பேனாவைக் கொடுத்தார்.

நீலநிறப் பேனா. அழகாகத்தானிருந்தது. மேல் மூடியைக் கழற்றினேன். உள் திருகைக் கழற்றினேன். "தேவலாம், தாராளமாய் இரண்டரையணா கொடுக்கலாம்" என்று சொல்லிக்கொண்டே மறுபடியும் உள் திருகைப்போட முயன்றேன். சுற்றிக்கொண்டே வந்ததே தவிரப் பொருந்தவில்லை. பக்கத்திலிருந்த நண்பர் இதைக் கவனித்துவிட்டால் வெட்கக்கேடு என்று எண்ணி உள் திருகு பொருந்திவிட்டது போல் பாவனை பண்ணி மேல் மூடியைப் போட்டேன். உள் திருகு எப்படி இருந்ததோ அதே குணத்தைத் தான் மேல் மூடியும் அனுஷ்டிக்க ஆரம்பித்தது. எத்தனை திருகினாலும் பொருந்துவதாயில்லை. அதையும் பக்கத்திலிருந்த

நண்பர் அறிந்துகொள்ளாத வண்ணம் மூடி மறைத்து எல்லாம் சரியாகிவிட்டதுபோல் சட்டைப் பையில் வைத்துக்கொண்டேன்.

“என்ன ஸார், பேனா எப்படி இருக்கிறது?” என்றார் அந்த அன்பர்.

“பேஷாய் இருக்கிறது, தேவலாம்!” என்றேன் நான். என்னுடைய ஏமாற்றத்தைக் காட்டிக்கொள்ளாமல்.

“அப்படியா? கொடுங்கள் பார்க்கலாம்!” என்றார் அவர்.

“பேனா விஷயத்தில் நான் ரொம்பக் கண்டிப்பு. எப்பொழுதுமே நான் என் பேனாவை யார் கையிலும் பார்க்கக்கூடக் கொடுப்பதில்லை” என்றேன் நான்.

“சரிதான் நல்ல பழக்கம்தான். இந்த மாதிரிப் பேனாவை மை போட்டபின் யார் கையிலிருந்தும் நான் சாதாரணமாகக்கூட வாங்கிப் பார்க்க மாட்டேன். இப்பொழுது மை போடாமல் புதிதாக இருக்கிறதே என்று கேட்டேன்” என்றார் அவர்.

ஏன் இந்தப் பேனாவைப் பற்றி அவ்வளவு மட்டமாக நீங்கள் நினைக்கிறீர்கள்?” என்றேன் நான்.

“அனுபவப்பட்டதால்தான். நேற்று இதே போல் ஒரு பேனா ஒண்ணே முக்காலணாவுக்கு ஏலம் எடுத்தேன். ஒரு தடவை கழற்றிப் போடுவதற்குள் எல்லாம் கடகடத்துப் போய்விட்டது. அப்படியும் காகிதம், நூல் எல்லாம் சுற்றி மை போட்டு வைத்துக் கொண்டேன். கையிலே, பையிலே எல்லாம் ஒரே மைதான். ஏதோ நீங்கள் தெரியாத்தனமாகப் பேனா ஏலம் எடுத்து விட்டீர்கள். அதில் மை மாத்திரம் போட்டுவிடாதீர்கள் ஜாக்கிரதை!” என்றார் அந்த மனிதர்.

“உங்களுக்கு இந்த அனுபவம் இருக்கும் போது ஏலத்தை ஏன் உயர்த்திக் கேட்டீர்கள்?” என்றேன் நான்.

“நான் எடுத்ததைவிட அதிக விலைக்கு யாராவது அதுமாதிரி ஒரு பேனாவை ஏலம் எடுத்தால்தான் என் மனசுக்கு ஆறுதல் ஏற்படும் போலிருந்தது. அதனால் ஏலத்தைத் தூக்கிவிட்டேன். அவ்வளவுதான்” என்றார்.

ஏலக்கடைக்காரர் தொடர்ந்து ஏலம் கூறத் தலைப்பட்டார். “சகோதரர்களே பார்த்துக்கொள்ளுங்கள்! பௌண்டன் பேனாவுக்கு

அப்புறம் இந்த பார்சோப்பை ஏலம் விடப் போகிறேன். நல்ல சோப் சட்டையிலோ, கையிலோ மைக் கறைப்பட்டால் ஒரு வினாடியிலே எடுத்துவிடும். கேளுங்கள். அருமையான சோப் காலணா...” என்றார்.

பக்கத்தில் நின்ற நண்பரைக் காணோம் நானும் மெதுவாக நகர்ந்தேன்.

எது உண்மை

ஜன்னலுக்குச் சமீபமாகச் சாய்வு நாற்காலியில் அமர்ந்து அர்த்தமற்று வெளியே பார்த்துக்கொண்டிருந்தான் நடராஜன். இரவு மணி பத்திருக்கும் வானத்தில் அங்குமிங்கும் மூலைக் கொன்றாக நட்சத்திரங்கள் மின்னிக்கொண்டிருந்தன. மேகக் கூட்டங்கள் கருத்துக் கருத்துக் குமைந்து ஒன்றை ஒன்று முட்டி நெருங்கின. ஜன்னலுக்கு எதிர்ச் சரகிலிருக்கும் இரண்டொரு மரங்களும் இலைகளை அசைக்காமல் காற்றுக்காக நின்றது நின்றபடி நின்று தவமியற்றுவன போலிருந்தன.

அவனுடைய சித்தம் சரியாயில்லை. இப்பொழுது மாத்திரமில்லை; கடந்த நான்கு நாட்களாய் அவன் சித்தம் சரியாயில்லை. வாழ்க்கையில் ஒரு சிறு நிகழ்ச்சிகூட மனத்தைப் போராட்டத்தில் கொண்டு வந்து விட்டுவிடும் என்பதை அப்பொழுதுதான் அவனால் உணர முடிந்தது.

'பெண்களின் ஒரு சொட்டுக் கண்ணீர் போதும். அதனால் இந்த உலகத்தையே ஆட்டி வைத்து அடக்கிவிடலாம்' என்று ஏதோ ஒரு அசரீரி எங்கிருந்தோ வந்தது சொல்லுவது போல் அவன் காதில் கணீரென்று விழுந்தது.

'கண்ணீர் நீலிக் கண்ணீர்; பலவீனமான பெண்களின் கடைசி ஆயுதம் ஒரு சொட்டுக் கண்ணீரென்ன, கண்ணீர் பிரளய மாகட்டுமே-உண்மையும் உறுதியும் கொண்டான் நெஞ்சை ஒருநாளும் அசைத்துவிட முடியாது.'

அசரீரிக்குப் பதில் கொடுத்துவிட்டான் நடராஜன். ஆனால் இந்தப் பதிலோடு அவன் சமாதானமடைந்துவிடவில்லை.

'எது உண்மை? எது உறுதி? உன்னுடைய எண்ணமும் பிடிவாதமுமா? இல்லை. நான் கணவன் என்ற மமதாகாரமா?'

இன்னொரு கேள்வியைத் தூக்கியெறிந்து விடை கேட்டது அசரீரி.

கணவனென்ற மமதையில் ஒருநாளும் நான் அவளிடம் நடந்து கொண்டதில்லை. கணவன் என்ற எண்ணம் மமதையல்ல; உரிமையின் உணர்ச்சி. அவள் தன் கண்ணீரால் அந்த உரிமை உணர்ச்சியை மழுங்க வைக்கப் பார்த்தாள். சம உணர்ச்சி கூட இல்லாமல் என்னை அவளுக்கே முழு அடிமையாக்கிவிடப் பார்க்கிறாள் நீலிக் கண்ணீரால். இது என்னுடைய வாதமல்ல; உலகத்தின் நியாய வாதம். சாஸ்திரம்-சம்பிரதாயம் எல்லாவற்றையும் சுட்டுப் பொசுக்கிவிடலாம். ஆனால் பக்கத்திலிருப்பவர்களின் முணுமுணுப்பு மனதை உறுத்துகிறதே? 'இன்று வெள்ளிக்கிழமை-பூரண கர்ப்பிணி. புக்ககத்திலிருந்து பிறந்தகம் போகக் கூடாது' என்றால் உடனே கண்ணீரா? கணவனை எல்லா வகையிலும் அடிமையாக்கும் மனப் பண்பா?

'பெண்களின் மனது சட்டென்று இளகி விடும்' என்று அசரீரி வேறு ஏதோ ஒன்றைச் சொல்லி அவனுடைய மனதைத் திருப்பப் பார்த்தது.

'இளகிய மனதா! கல் நெஞ்சு! ஊருக்குப் போய் ஐந்து நாட்கள் ஆகிவிட்டதே? சௌக்கியமாய்ப் போய்ச் சேர்ந்தேன் என்று இதுவரையில் ஒரு கடிதம் உண்டா? நான் தனிமையில் எப்படி இருக்கிறேன்? எங்கே சாப்பிடுகிறேன்? சரியாகத் தூங்குகிறேனா? கைப் பணமெல்லாம் செலவழிந்துவிட்டதே, பணத்திற்கு என்ன செய்தேன்? இவற்றையெல்லாம் பற்றி அவளுக்குக் கவலை இருக்கிறதா? அவ்வளவும் மறந்துவிட்டதா? நெஞ்சு இரும்பா? பிறந்த வீட்டுச் சொர்க்க வாசலில் காலடி வைத்தவுடனே புருஷன் வீடு நரகமாகிவிடுமோ? பிறந்த வீட்டின் சூழ்நிலை-உபதேசம்

எல்லாம் ஆழ்ந்த பற்றுதலும் அன்பும் கொண்ட புருஷனைக்கூடச் சோதனைக்குட்படுத்தி வாழ்க்கையின் தரத்தைக் குறைத்துக் கொள்ளும்படி சொல்லுகிறது-இல்லையா?'

'அவள் உனக்குக் கடிதம் எழுதாததினால் கல் நெஞ்சமுடையவள் என்று தீர்மானித்துவிடுவதா? இங்கிருக்கும் நீ அவள் நிலையை என்ன கண்டாய்? பெற்றோர்களின் பிடிவாதமும் கோரிக்கைகளும் ஒருபுறம்-புருஷனின் ஆக்ஞை ஒருபுறம்-இவற்றிடையே பாவம் ஒரு பெண் என்ன செய்வாள்? உலகத்தில் எல்லாவற்றையும் விட உயர்ந்தவர் கணவர் என்ற அபிப்பிராயம் மனதில் இருந்தாலும் அதை ஒவ்வொரு சந்தர்ப்பத்திலும் பகிரங்கமாக நிரூபிக்கக்கூடிய துணிவு எல்லாப் பெண்களுக்குமே ஏற்பட்டுவிடுமா? உனக்குக் கடிதம் எழுத எவ்வளவோ தடங்கல்கள். எதை எழுதினாலும் உனக்குக் குற்றமாகப்படுமோ என்று பயம். கண நேரங்கூட அவளால் உன்னை மறந்துவிட முடியாது-உன்னை நினைத்தால் அழுதுவிடுகிறாள்-கண்ணீர் விடுகிறாள்-நீலித்தனமான கண்ணீரல்ல-சாகஸக் கண்ணீரல்ல-பிரிவாற்றாமையினால் பீறிக்கொண்டு வரும் கண்ணீர்! ஒருவேளை உங்கள் இருவர் ஹிருதயமும் தெரியாமல் வளர்த்த உரிமைகள் குறுக்கே வந்து நிற்பதாக விடும் கண்ணீராகவுமிருக்கலாம்...!

அசரீரி இன்னும் ஏதேதோ சொல்லிற்று. அவையெல்லாம் அவன் காதில் சரியாக விழவில்லை. நிமிர்ந்து உட்கார்ந்து ஜன்னலுக்கு வெளியே பார்வையைச் செலுத்திக்கொண்டிருந்த நடராஜன் அப்படியே நாற்காலியில் சாய்ந்து கண்களை மூடிக்கொண்டான்.

இருளில் ஓர் உருவம்; சாவித்திரி-அவன் மனைவி. மண வாழ்க்கையில் நெடு நாட்களான பிறகு அவள் கண்ணீர் விட்டுக்கொண்டு நின்ற காட்சி! சுவரோரத்தில் ஒன்றன்மீது ஒன்றாக அடுக்கிவைத்திருந்த பெட்டிகளின் மீது கையை ஊன்றிக்கொண்டு நெஞ்சிலிருந்து வரும் வார்த்தைகளைச் சொல்லத் தடுமாறி விக்கி விக்கிக் கண்ணீர் விடும் காட்சி! அவளுடைய சிரித்த முகத்தைப் பார்த்துப் பார்த்து அவன் அலுப்போ வெறுப்போ அடைந்ததில்லை. ஆனால் அழுத முகத்தைப் பார்க்கவோ அவன் விரும்பவேயில்லை. எனினும் அந்த முகம் அவன் மனத் திரையிலிருந்து அகலாமல் நிலைத்துவிட்ட காரணம் என்ன?

"ஏன் இப்படி அழுகிறாய்? உன்னை அடித்தேனா? வைதேனா? இப்படி அழுதுவிட்டால் ஜம்பம் சாயாது. இதற்கெல்லாம் இளகிப்போகிற ஹிருதயமில்லை எனக்கு. வெள்ளிக்கிழமை போகக் கூடாது என்றால் போகக் கூடாதுதான்!" என்று நடராஜனின் குரல் உச்சஸ்தாயியில் சஞ்சாரம் செய்தது.

சாவித்திரி புடைவைத் தலைப்பால் கண்களைத் துடைத்துக் கொண்டாள். பாவம்! அந்தப் புடைவை எவ்வளவு கண்ணீரைத்தான் உறிஞ்சும்? எவ்வளவு துடைத்தாலும் பிரவாகம் கடல் மடையாகத்தானிருந்தது. நேரம் செல்லச் செல்ல முகம் வீங்கிச் சிவந்துவிட்டது. இடையே பொருமும் விக்கலின் தொனி வேறு கேட்டது.

'வெள்ளிக்கிழமை போவது நல்லதல்ல என்றால் இவ்வளவு துக்கம் ஏற்பட்டுவிடுமா? ஆச்சரியம்! நீலித்தனம்!'

அவன் உறுமினான்.

அவள் விக்கலிடையே திக்கித் திக்கிப் பேச யத்தனித்தாள்.

"அப்பா....!"

"என்ன அப்பா-அம்மா? இப்படித்தான் அழச் சொல்லிக் கொடுத்தாளோ?"

அவள் கேவல்களுக்கிடையே ஒருவிதமாக வார்த்தையை முடித்தாள்.

"அப்பா போனால் பாதகமில்லைன்னு சொன்னார்!"

உட்கார்ந்திருந்தவன் எழுந்து நிற்கும் அளவிற்கு அவனுடைய ஆத்திரம் அதிகமாகியது. "அப்பா பாதகமில்லை என்று சொன்னாரா? அவருக்குப் பாதகமில்லாமல் இருக்கலாம்; எனக்குப் பாதகம்!-ஊர் முழுவதும் வெள்ளிக்கிழமை, போகக் கூடாது என்று சொல்லுகிறார்கள். அப்பாவுக்கு மாத்திரம் தனி சாஸ்திரமோ!"

அப்பா கோடியாத்துக் கனபாடிகளைக் கேட்டுக்கொண்டு வந்தாராம். வெள்ளிக்கிழமையாயிருந்தால் பாதகமில்லை. சாப்பிட்ட பிறகு கிளம்பலாம்னு சொன்னாராம்!" என்றாள் அவள்.

"கனகபாடிகளுக்கு என்ன? அதற்குத்தானே தெருக்கோடியில் உட்கார்ந்திருக்கிறார் மனுஷ்யர்!- எல்லாவற்றிற்கும் தோஷம்

கற்பிக்கிறவரும் அவர்தான்; எல்லா தோஷத்திற்கும் ஒரேடியாய்ப் பரிகாரம் சொல்லுகிறவரும் அவர்தான்!”

“நான் என்ன செய்வேன்? அவர்கள் பிடிவாதமாயிருக்கிறார்களே?”

“பிடிவாதமாக இருக்கிறார்களா? ஹூம்..... பிடிவாதமாய் இருந்தால் போய்த் தொலை! இப்படிக் கசிந்து கசிந்து அழுதுகொண்டு நிற்காதே!”

‘தொலை’ என்ற வார்த்தையைக் கேட்டதும் சாவித்திரியின் அழுகையும் ஆத்திரமும் முன்னிலும் அதிகமாக பீறிட்டுக் கொண்டு வந்துவிட்டது. “தொலையா......! உங்களுக்கு வெறுப்பாய்ப் போயிடுத்தா?” என்றாள்.

“வெறுப்பு தானாகவே உண்டாகிவிடாது. இரக்கமில்லாமல் போக மனது எனக்குக் கருங்கல்லாக இல்லை-ஒன்று தெரிந்துகொள்-ராமன் பூரண கர்ப்பிணியாகிய ஜானகியைக் கானகத்தில் கொண்டுபோய்விடு என்று சொன்ன பொழுது, கற்சிலையாய் இல்லை-இரக்கம், பச்சாதாபம், சோகம், துக்கம், எல்லாம் அவன் மனதிலும் இருந்தது. அவன் தன் மனதிற்குப் பட்டதை-‘சரி’யென்று தோன்றியதைத் துணிவோடு செய்தான். அப்படியே என் மனதிற்கும் தோன்றியதைத் துணிச்சலாகச் செய்துவிடுவேன்” என்று நடராஜன் தன்னைச் சாஷாத் ராமச்சந்திரனுக்கு உதாரணமாக எடுத்துக் காட்டிவிட்டு, கோதண்டத்தை லாகவமாக எடுத்துக் கொள்ளுவது போல மேல் துண்டை எடுத்து உதறிப் போட்டுக் கொண்டு கம்பீரமாக வெளியே சென்றான்.

அன்று சாவித்திரியின் பிரயாணம் நின்றுவிட்டது. மாப்பிள்ளையின் கோபத்திற்கு எதிராக எந்த மாமனாரால்தான் ஒரு காரியம் செய்ய முடியும்?

மறுநாள் காலையில் போகும்போது சாவித்திரி தன்னை நமஸ்காரம் செய்துவிட்டுச் சொல்லிக்கொண்டு போவாள் என்று நடராஜன் நினைத்தான். அவன் காலையில் எழுந்தபொழுது அவர்கள் ஊருக்குப் போய்விட்டார்கள் என்பதைக் கேட்டுக் கலங்கினான்.

என்ன துணிச்சல்! போகட்டும், போகும்போதுதான் சொல்லிக் கொண்டு போகவில்லை; போய் நான்கு நாளாகி விட்டதே? போய்ச் சேர்ந்தேன் என்று அவளிடமிருந்து ஒரு கடிதம் உண்டா? பிறந்த

வீட்டுச் சூழ்நிலை கணவனைக்கூட அலட்சியம் செய்யும்படிச் செய்துவிடும் போலிருக்கிறதே!

நான்கு நாட்களாய் அவன் புத்தியே சரியான நிலையில் இல்லை. எந்த நேரம் பார்த்தாலும் யோசனைதான்! என்றுமெழாத தீர்மானங்களும் அபிப்பிராயங்களும் புகைந்து புகைந்து மனதில் எழுந்தன. கோபமா? ஆத்திரமா? வெறுப்பா? அனுதாபமா?- அவன் மனதில் தோன்றியது எதுவென்று சொல்ல முடியாது.

சாய்வு நாற்காலியில் கண்களை மூடிக்கொண்டு படுத்திருந்த அவன் திடீரென்று எழுந்து நிமிர்ந்து உட்கார்ந்தான். மங்கலாக எரிந்து கொண்டிருந்த விளக்கைப் பிரகாசப்படுத்தினான். தாவினாற்போல் மேஜை மீதிருந்த காகிதத்தையும் பேனாவையும் எடுத்தான். அவசர அவசரமாகப் பேனாவைத் திறந்து எழுத ஆரம்பித்தான்.

அன்பு மிக்க சாவித்திரிக்கு...

'கடகட' வென்று அவனுக்குப் பின்னாலிருந்து ஒரு சிரிப்பு!

அதற்குப் பிறகு அசரீரியின் வார்த்தைகள்!

'பெண்களின் ஒரு சொட்டுக் கண்ணீர் போதும், அப்பனே! இந்த உலகத்தைக் கூட அழித்துப் படைத்துவிடலாம்.'

அவன் சட்டென்று காகிதக் கத்தையைக் கீழே போட்டான். 'ஒரு சொட்டுக் கண்ணீரென்ன? கண்ணீர் பிரளயமாகப் பெருக்கெடுத்து ஓடட்டுமே. உண்மையும் உறுதியும் கொண்டவன் நெஞ்சை ஒருநாளும் அசைத்துவிட முடியாது' என்று முணுமுணுத்துக் கொண்டே பேனாவை மூடி மேஜை மீது எறிந்துவிட்டு, மறுபடியும் சாய்ந்து படுத்துக் கண்களை மூடிக்கொண்டான்.

அவனுக்குப் பின்னாலிருந்து எதுவோ 'கடகட' வென்று நகைத்தது.

எது உண்மை?

ஏழ்மையில் இன்பம்

சக்கரம் 'கர கர' வென்று வேகமாகச் சுழன்றுகொண்டிருந்தது. நிமிஷத்திற்கு ஒரு சிருஷ்டி! பக்கத்திலிருந்த மண் குவியலிலிருந்து கொஞ்சம் எடுத்து வைப்பான். தொழிலில்தான் என்ன அசிரத்தை? கைமட்டும் சுறுசுறுப்பாக வேலையில் முனைந்திருக்கிறது.

"என்ன வேலாயி, அப்படி பொம்மை கணக்கா நின்னுகிட்டுப் பார்க்கிறே? முளிச்சவிளி கொட்டாமே?" என்றான் சோமு தன் பக்கத்தில் நிற்கும் ஒரு இளம் மங்கையைப் பார்த்து. அவனுடைய கண் பார்வை முழுதும் அந்தப் பெண்ணின் மீதே ஆரோ கணித்திருந்தது.

"இல்லை. ஒரு குண்டுச்சட்டி வாங்க வந்தேன். அப்படியே கொஞ்சம் வேடிக்கை பாக்கலாம்னு......" என்று தன் பார்வையை வேறு பக்கம் திருப்பினாள் வேலாயி.

"சரிதான்; குண்டுச் சட்டிதானே வேணும்? பார்த்து நல்லதா ஒண்ணு எடுத்துக்க. இல்லாட்டி நான் வரட்டுமா?"

"இல்லை, நானே எடுத்துகிறேன்" என்று சொல்லி அங்கு அடுக்கி வைத்திருந்த சட்டிகளை ஒவ்வொன்றாக எடுத்துப் பார்த்தாள் வேலாயி.

சிறிது நேரம் கழித்து, "என்ன ஒரு நாளியாப் பெரட்டறே, உருப்படியா ஒண்ணும் அகப்படலியா? இரு. நான் வரேன்" என்று கைக் களிமண்ணை வழித்தெறிந்துவிட்டு எழுந்தான் சோமு.

அடுக்கிவைத்திருந்த பானைகளில் ஒன்றை எடுத்து, "இதோ பாரு! இதை நேத்துத்தான் காளவாயிலிருந்து எடுத்தேன். வெண்கலம் மாதிரி" என்று தட்டிக் காண்பித்துவிட்டுச் சிரித்துக் கொண்டே, "ஒரு புருசன் பெஞ்சாதி ஆக்கித்தின்ன சரியாயிருக்கும்" என்றான்.

வேலாயி வெட்கத்துடன் அதை வாங்கிக் கொண்டு நடக்க ஆரம்பித்தாள்.

அவள் சட்டிக்குக் காசு கொடுக்க வேண்டுமென்பதை ஞாபகப் படுத்துகிறவன் போல், "என்ன? காசு இப்ப இல்லியா?" என்றான் சோமு.

வேலாயி சட்டென்று நின்று, "எத்தினி" என்றாள்.

"எல்லாருக்கும் ஒரு அணான்னு கொடுக்கிறேன். நீ காலரைக் காசு கொடு போதும்." வேலாயி ஆச்சரியத்துடன்" எனக்குன்னு ஏன் ஒண்ணரைக் காசு கொறைச்சல்?" என்றாள்.

"மாமன் மவளல்லவா நீ? உங்கிட்ட காசே வாங்கக் கூடாது. வயத்துப் பொளப்பு."

வேலாயி அவனை இரக்கத்துடன் பார்த்தாள். புடைவை தலைப்பிலிருந்து ஓரணாவை அவிழ்த்து அவனிடம் கொடுத்தாள். அவன் அவளுக்குப் பாக்கி காலணா கொடுப்பதற்காக, காசு கொடுக்க உள்ளே சென்றான். வேலாயி அவன் வருவதற்குள் சட்டியை எடுத்துக்கொண்டு வேகமாய்ப் போய்விட்டாள்.

கந்தசாமி வேலாயியின் தகப்பன். அவனும் ஜாதியிலே குயவன் தான். ஆனால் அவன் பணக்காரன். அவனுக்கு ஐந்தாறு செங்கல் காளவாய் இருந்தது. அவனிடம் பதினைந்து ஆட்கள் வேலை செய்து வந்தனர். சோமு அவனுக்கு ஒன்றுவிட்ட தங்கச்சி மகன்; ஏழை. அவனைக் கைதூக்கிவிட கந்தசாமி முயன்றான். ஆனால், சோமு அதையெல்லாம் விரும்பவில்லை. தினம் தினம் விதவிதமான சட்டி, பானைகளைச் செய்வான். அவனுடைய சகோதரி ராக்காயி அவற்றைச் சுற்றுப்புறமுள்ள ஊர்களில் கொண்டுபோய் விற்று வருவாள்.

சோமு வேலாயிக்குக் கொடுக்கவேண்டிய காலணாவை வைத்துக்கொண்டு காத்திருந்தான். ஒருநாள் தற்செயலாகக் குளக் கரையில் அவளைத் தனியாகச் சந்தித்தான். "இந்தா வேலாயி,

அன்னிக்கி பாக்கி ஒண்ணரைக் காசே வாங்கிக்காமே ஓடிட்டயே" என்று மடியிலிருந்த காலணாவை எடுத்துக் கொடுக்கப் போனான்.

"நீ தான் சட்டி விலை ஒரு அணான்னு சொன்னியே, அத்தான்!"

"ஆமாம்; உனக்காகக் காலணா கொறச்சேன். மாமன் மவளாச்சேன்னு!"

"சரிதான்! நீ என் அத்தை மவன்னு இன்னும் ஒண்ணரைக் காசு கொடுக்கிறேன் வாங்கிக்கோ!"

சாதாரணமாய்ச் சிரித்தபடியே சொன்ன இந்த வார்த்தை சோமுவிற்கு அவ்வளவு கோபத்தை உண்டாக்கி இருக்க வேண்டாம்.

"இந்தா வேலாயி, நான் ஏளைன்னுதானே இப்படிச் சொல்றே... நான் ஏளையா இருந்தா இருந்துவிட்டுப் போறேன். இதோ பாரு! கையுள்ள வரையில் கடவுள் கூலி கொடுப்பாரு. இதுக்காவ ஒறவு மொறை பேசிக்கிட்டு ஓங்க கிட்ட வந்து நிக்கமாட்டேன்."

இவ்வார்த்தைகள் வேலாயியின் பொறுமையைச் சோதிப்பதாக இருந்தன. அவள் ரோஸத்துடன் "இந்தா, அத்தான்! ஏன் இப்படி 'பட பட'ன்னு பேசறே? ஒலகத்துலே ஏளை பாளைங்க இல்லையா? அதுக்காக அவுங்களே இளைக்காரம் பண்ணிடுவாங்களா? எங்கப்பா பொறக்கும்போதே பணக்காரராப் பொறந்தாரா? அவுரு உங்க மாமன்தானே! உனக்கு நல்லதைத்தான் சொல்வாரு- நீதான் ஏளை -பணக்காரன்னு சொலிக்கிட்டுத் திரியறே-என்ன இருந்தாலும் அவுருக்குத் தங்கச்சி மவன்கிற அனுதாபம் போவுமா?"

"ஹூம்! உங்கப்பாரு நல்லத்தையா சொல்றாரு?... அவருகிட்டே வந்து காளவாயிலே நான் வேலை செய்யணுமாம்! போரும், ஓங்கப்பாரு பிரியம்! சோம்பேறிப் பயல் காளவாய் வேலை செய்வான்! எந்த மனுசனாவது ஒக்காந்து நாளு முளுக்கக் கல்லு அச்சுப் போடுவானா? இந்தா! நான் ஏன் ஒருத்தரு கிட்டே கைகட்டிச் சேவகம் பண்ணணும்? அதுவும் ஓறைமுறையாங்கிட்டே? ஓங்கப்பாரு என்னை ஓட்டுக்காளவா போடுறயாங்கிறாரோ. அப்போ என்னை வக்கத்தவன்னுதானே நினைப்பு வச்சிருக்காரு. எனக்கென்ன? அக்கா ஒருத்தி இருக்கா; போன மூணு வருஷத்துக்கெல்லாம் வீட்டுக்கு வந்துட்டா. அவளும் நானும்

இன்னிக்கெல்லாம் வேலை செஞ்சால் ஒரு ரூவாய் சம்பாரிக்க மாட்டோம்?"

வேலாயி இதையெல்லாம் மௌனமாகத்தான் கேட்டு வந்தாள். சோமுவின் வார்த்தைகள் அவள் உள்ளத்தை உருக்கிக் குலைத்தன. அவன்மீது அவளுக்கு அனுதாபம் ஏற்பட்டது. ஆனால் அவளுடைய அனுதாபத்தைச் சரியாகப் புரிந்துகொள்ளவில்லை சோமு. அவள் கண்களில் தங்கிய கண்ணீரைச் சோமு பார்க்காத வண்ணம் துடைத்துக்கொண்டே, "அத்தான்! அப்பாவை வீணா கோவிக்காதே. அவரு உன்னை மண்ணு பிசையவும் கூப்பிடலே; அச்சு வாக்கவும் கூப்பிடல்லே! நீ ஏதாவது நினைச்சிக்கிட்டுக் கொளம்பறே. காளவாய் மேம்பார்வை பார்க்கப் பொறுப்பா ஒருத்தரும் இல்லையென்று உன்னைக் கூப்பிட்டார்" என்றாள்.

"சரிதான்! எதுவா இருந்தா என்ன? கையிலிருக்கிற வேலையை விட்டுவிட்டு ஓங்கப்பாருகிட்டே வந்து நிப்பானேன்? இன்னிக்கி என்னை ஊர்லே யாராவது என்னவாவது சொல்ல முடியுமா? உங்கப்பாருகிட்ட வேலை செய்தா, நாளைக்கு நாலு பேரு நாலு சொல்லுவாங்க."

"அத்தான்! உன் இஷ்டம். ஆனா அவுங்க பணக்காரங்க, பணக்காரங்கன்னு மாத்திரம் சொல்லாதே. என்னை அது என்னவோ பண்ணுது. நாங்க இந்த ஊர்லே மாடி வீடு வச்சுக் கட்டினாலும் நீ சட்டி பானை வியாபரம் பண்ணினாலும் மாமன் மருமவன்னு சொல்லாதே இருக்க மாட்டாங்க. தண்ணியோட தண்ணி அடிச்சா விலகிடுமா?" என்று சொல்லிவிட்டு வேகமாய் நடந்து போய்விட்டாள்.

சோமு கையில் காலணாவை வைத்துக்கொண்டே அவள் போன திசையைப் பார்த்துக்கொண்டு நின்றான். "மாமன் மகள்; நான் உரிமைக்காரன்; தாலிகட்ட வேண்டியவன்" என்று அந்த வினாடி அவன் மனது நினைத்தது. ஆனால் மறு வினாடி ஒரே ஏமாற்றம். "என்ன இருந்தாலும் பணம் பந்தியிலே குணம் குப்பையிலேதான். முறைக்காரன், சொந்தம், உரிமைக்காரன் இதெல்லாம் பணமிருந்தாத்தான். இவ்வளவு தூரம் பேசறாளே, என்னைக் கல்யாணம் செய்துகோன்னா?....... அப்போ தெரியும். ஊஹூம்! அவளை எனக்குக் கட்டிக் கொடுக்கிறேன்னு மாமன் சொன்னாலும் வேண்டாம். நமக்குத் தகுந்த சம்பந்தந்தான்

பண்ணணும். என்ன ஒற மொறையாயிருந்தாலும் பணக்காரங்க வீட்டிலே சம்பந்தம் பண்ணினா மானங்கெட்டுத்தான் போவணும். அவுங்க அதிகாரந்தான் வலுக்கும்"- இப்படிப் பலவிதமாக எண்ணியபடியே வீடு போய்ச் சேர்ந்தான் சோமு.

வீட்டுத் திண்ணையில் கந்தசாமியும் நாட்டாண்மைக்காரரும் உட்கார்ந்து பேசிக்கொண்டிருந்தனர். வேலாயி இவர்கள் சம்பாஷணையை ஜன்னலில் உட்கார்ந்து கேட்டுக்கொண்டிருந்தாள். பேசப்பட்ட விஷயம் அவள் சம்பந்தப்பட்டதாக இருந்ததால்தான் அவள் ஊன்றிக் கவனிக்க நேரிட்டது.

"என்ன கந்தசாமி! மவளுக்கு வயசாயிடுத்து போலிருக்கே. காலா காலத்துலே எங்காவது பிணைச்சுட்டால் நல்லாயிருக்கும்."

"ஆமாங்க. வெத்திலை போடுங்க. அதான் பார்க்கிறேன். சரியா ஒண்ணும் அம்புடலே! நமக்கு இருக்கிறது ஒண்ணு. அதை எங்கேயாவது கண்காணாத இடத்திலே கொடுக்க வாணாம்னுல்லே பார்க்கிறேன்?"

"அது வாஸ்தவம். உன் தங்கச்சி மவன். அதா அந்தப் பய சோமு இருக்கானே...... ஆளு, என்ன இருந்தாலும் கொஞ்சம் பசையுள்ள இடமாப் பாக்கணுமில்லே."

"காசு பணங் கிடக்குங்க; பையன் நல்லவனா சாமர்த்தியக்காரனா இருந்தாப் போதுங்க. இந்தப் பய சோமு நல்லவன்தான். கெட்டிக்காரன். ஆனா வளிக்கு வரமாட்டேங்கறானே?"

"என்ன அப்படிச் சொல்லிப் பிட்டயே!"

"உங்களுக்கு விவரம் தெரியாதுங்களா? நான் அந்தப் பயலைக் கூட்டி, 'இங்கே வாடா, இப்படியே சட்டி பானை பண்ணிக் கிட்டிருந்தா யோக்கியதைப்படாது; ஒட்டுக் கிராக்கி மிஞ்சுது, ரெண்டு காளவா ஒரு போட்டா நல்லது; எங்கிட்ட வசமான ஆளா ஒருத்தரும் இல்லை; என்னலேயும் எல்லாத்தையும் பார்த்துக்க முடியல்லே; நீ வந்து கூடமாட இருந்து சூளை கார்வாரு பண்ணிக்கிட்டிருன்னு சொன்னேன். அதுக்கு அந்தப் பயல் என்ன சொன்னான். தெரியுமா அண்ணே? அட! போங்க, விடுங்க களுதையை..."

"என்னதான் சொன்னான்?"

“எங்கிட்ட ஒண்ணும் சொல்லல்லே; நடேசன்கிட்டச் சொன்னானாம். கையிருக்கு, வேலை செய்யறேன்; ஒற மொறையாக்கிட்டே நான் ஏன் கையைக் கட்டிக்கிணு நிக்கணும்? அவுங்க பணக்காரங்க, நம்மைக் கேவலப்படுத்துவாங்க. நான் பொளைக்க மாட்டாமே அலையறேனா, இவங்க கிட்டேவந்து சேவகம் செய்ய?” என்று சொன்னானாம். இன்னும் என்னென்னெ சொல்லியிருக்கான் தெரியுமா? அட போங்க , மனசு அப்படியே இத்துப் போவுது. இதோ பாருங்க, அவனுக்குப் பொண்ணு கொடுக்கிறதைவிட கொளம் குட்டையிலே தள்ளிப்புடலாம். கல்லுக்காளவாப் போடறவங்களெல்லாம் சோம்பேறிகளாம்! என்ன அண்ணே! பேச்சுப் போற ரீதியைப் பாருங்க! ‘என்னைக் கல்லு அச்சு வாக்கரவன்னு நினைச்சுப்புடாதே!’ என்கிறானாம்! இந்த மாதிரிப் புள்ள எங்கே பொளைக்கப் போவுது? நமக்குத் தான் ஒத்துவருமா?”

“அடடடே! அந்தப் பையன் அப்படி இருப்பான்னு நான் நினைக்கலேப்பா. நல்ல யோக்யமான பையனாச்சே! இருந்தாலும் நான் அவனுக்குக் கொஞ்சம் புத்தி சொல்றேன். முறையிருக்கச்சே தவறி சம்பந்தம் பண்ணறது நியாயமில்லை. பிணைச்சுப் போட்டுட்டா எல்லாஞ் சரியாப் பூடும். சரி, நான் வாரேன், வயக்கரைப் பக்கம் போவணும்” என்று சொல்லிக்கொண்டே சென்றார் நாட்டாண்மைக்காரர்.

கந்தசாமி உட்கார்ந்தபடியே சிறிது நேரம் யோசனை செய்து விட்டு, ஒரு பெருமூச்சுவிட்டுக்கொண்டு காளவாயை நோக்கி நடந்தான்.

வேலாயிக்கு அவ்விருவருடைய சம்பாஷணையும் மனக் கிளர்ச்சியை உண்டாக்கியது. அந்தச் சம்பாஷணைக்குப் பிறகுதான் தனக்கும் சோமுவுக்கும் அந்தரங்கத்தில் ஏற்பட்டிருக்கும் சம்பந்தத்தை உணர்ந்தாள். சோமுவிடம் அதுவரையில் ஏற்படாத ஒரு புது அனுதாபமும், ஆசையும் ஏற்பட்டது. அவனுடைய நிலையை எண்ணினாள். அழுகை அழுகையாக வந்தது. அவனுடைய பிடிவாதத்தை மாற்றப் பிரயத்தனப்பட்டாள்.

மறுநாள் காலையில் தண்ணீர்க் குடத்தைச் சுமந்து ஆற்றுக்குப் போகிறவள் போல் சோமுவின் குடிசையை நோக்கி நடந்தாள். சோமு எங்கேயோ போயிருந்தான். அவன் சகோதரி ராக்காயி

களிமண்ணைப் பதம் செய்து கொண்டிருந்தாள். அவள் வேலாயியைக் கண்டதும், "வா! மாமன் மகளே! இந்த ஏளை எளியவங்க குடிசையும் உங்க கண்ணுல பட்டுதா?" என்றாள்.

"என்னக்கா! அத்தாந்தான் இப்படியெல்லாம் சொல்லுது, நீயுமா சொல்றே! நீங்க ரெண்டு பேருமா எங்களைச் சாதியை விட்டுக் கூடத் தள்ளிப்புடுவீங்க போலிருக்கே!"

"சாதியிலேந்து ஒதுக்க நாங்க என்ன அதிகாரியாம்மா! என்ன இருந்தாலும் பணக்காரங்க பணக்காரங்கதான், ஏளை ஏளைதான்; மச்சு வீடும் குச்சு வீடும் ஒண்ணாயிடுமா:"

"மச்சு வீட்டிலே இருக்கிறவங்களும் மனுசாதான். குச்சு வீட்டிலே இருக்கறவாகளும் மனுசாதான், அக்கா! என் மனசிலே எதனாச்சும் இருந்தா 'அக்கா' சொல்லிக்கிட்டு வருவேனா?"

"உன் மனசிலே ஒண்ணும் இருக்க வாணாம் - மத்தவங்க?.... உங்கப்பாரு..."

"அக்கா! அப்படி ஒண்ணும் நினைக்காதே! அப்பாரு - அவரு மனசிலே என்ன எண்ணிக்கிட்டிருக்காரு தெரியுமா?"... அவள் என்னமோ சொல்ல நினைத்தாள். வெட்கம் அவ்வார்த்தையை வெளியே கொண்டுவராமல் தடுத்தது. ராக்காயியின் கவனம் முழுவதும் களிமண்ணின் மீது இருந்தது. அவள் வேலாயியைக் கவனிக்காமல், "என்ன நினைத்துக்கிட்டிருக்காரு - தங்கிட்டே வேலைக்கு வச்சுக்கலாம்னுதானே! என் தம்பி அப்படிப்பட்டவனில்லே! இதோ பாரு! அவன் கையுள்ள வரையிலே பானை, சட்டி செஞ்சுப் போடட்டும் - எனக்குக் காலுள்ள வரையில் ஊரைச் சுத்தி வித்துக்கிட்டு வரேன். அப்புறம் ஆண்டவன் விட்ட வளி!"

"நீங்க அத்தானை அவரு சேவகம் செய்யத்தான் கூப்பிட்டாருன்னு நினைச்சிக்கிட்டிருக்கீங்க - நேற்று நாட்டாமைக்காரருகிட்டே சொல்லிக்கிட்டிருந்தாரு. நீ வேணுமானா நாட்டாமைக்காரரைக் கேளு."

"என்ன சொன்னாரு? நீதான் சொல்லேன்."

"நாங்க பணக்காரங்க என்கிற நினைப்பிலேயே நீங்க எல்லாத்தியும் மறந்துபுட்டீங்க. நாங்க ஏளையா இருந்தா ஒங்க ஒடமையை மறப்பீங்களா!"

அதுவரையில் களிமண்ணில் கவனத்தைச் செலுத்தியிருந்த ராக்காயி தலைநிமிர்ந்து வேலாயியைப் பார்த்தாள். அவளுக்கு விஷயம் விளங்கிவிட்டது. "நீ என் தம்பிக்கு உடமைப்பட்டவதான். இதோ பாரு! என் தம்பிக்கு உன் கையைப் பிடிக்கிற அளவுக்கு மவுசு ஏது? நான் அதை மறந்துபூடல்லே. உன்னைப் பாக்கற போதெல்லாம் நினைக்கிறபோதெல்லாம் எனக்கு மனசு அத்துப் போவுது. ஆயிரந்தான் நீ பணக்காரியாயிருந்தாலும் உனக்கு என் தம்பியைப் போலயும் - என் தம்பிக்கு உன்னைப் போலயும் கிடைக்குமா?"

"அக்கா! இதைத்தான் நேற்று அப்பாரு நாட்டாமைக்காரருகிட்டே சொல்லிக்கிட்டிருந்தாரு....."

"நிஜந்தானா? மாமா என் தம்பிக்கு உன்னைக் கட்டிக் கொடுக்கிறேங்கறாரா?"

"நான் சொல்லுவாணேன்? நீ நாட்டாமைக்காரரையே கேட்டுக்க-அப்பாருக்கு நல்ல மனசுதான், நீங்கதான் விலகி ஓடுறீங்க."

ராக்காயி தன் கைக் களிமண்ணை வழித்தெறிந்துவிட்டு, வேலாயியின் கன்னத்தில் கையை வைத்துத் தன் தலையில் சொடுக்கிக் கொண்டு, "நீங்க எப்படியாவது சௌக்கியமாயிருந்தா எனக்குச் சந்தோசந்தாம்மா!" என்றாள்.

சிறிது நேரம் சம்பாஷணைக்குப் பிறகு வேலாயி ஆற்றங்கரையை நோக்கி நடந்தாள். அவள் மனதில் ஒரு குதூகலம். நடக்கையிலேயே ஓர் இன்பக் கனவு; ஒரு மனக் காட்சி; அது தனக்கும் சோமுவுக்கும் நடக்கப்போகும் மணக் காட்சிதான்.

ஆற்றங்கரை ஓரமாயுள்ள அரசமரத்தடியில் சோமுவும், நாட்டாண்மைக்கார காணுப் படையாச்சியும் பேசிக் கொண்டிருந்தனர். வேலாயியின் நடைச் சொப்பனத்திற்கு அவ்விருவர்களுடைய வார்த்தைகளும் முடிவை உண்டாக்கின. அவள் வெட்கத்துடன் ஆற்றை நோக்கி வேகமாய் நடந்தாள். கடைசியாக அவள் காதில் விழுந்த வார்த்தைகள்; "நான் ஏளையா இருக்கலாம்; இருந்தாலும் என் ஒடமையை நான் விட்டுடுவேனா? வேறொருத்தன் வந்து வேலாயியைத் தொட்டுடுவானா?"

"இதோ பாரு! ஊரிலே நாங்கதான் பாத்துக்கிட்டிருப்போமா? பஞ்சாயத்துன்னு என்னத்துக்கு இருக்குது? உங்க மாமனுக்கும்

உனக்குக் கட்ட வாணாங்கற எண்ணமில்லே!”

அத்தான் சண்டையிட்டாவது தன்னைக் கல்யாணம் செய்து கொள்ளத் தயாராய் இருக்கிறான் என்பது கேட்டு அவள் உள்ளம் பூரித்தது. ஆற்றில் தண்ணீர் மொண்டு கொண்டு கரை ஏறினாள். சோமு அவள் எதிரில் வந்து நின்றான். என்றுமில்லாத வெட்கம் இன்று அவளை வந்து கப்பிக்கொண்டது. அவள் புன்முறுவலுடன் தலைகுனிந்து நின்றாள்.

“இந்தா, மாமா வூட்டிலே இருக்காரா?” என்றான் சோமு. அவனுடைய வார்த்தையிலும் ஏதோ புது மாறுதலிருந்தது.

“இருக்காரு அத்தான்!” என்று சொல்லிக்கொண்டே சென்றாள் வேலாயி. என்றுமில்லாமல் இன்று ஏன் அவளுக்கு அவ்வளவு வெட்கமும் கூச்சமும்?

சோமுவும் வேலாயியும் புருஷன் மனைவியாவதற்கு நாளாகிவிட வில்லை. சீக்கிரத்திலேயே நடந்துவிட்டது. இன்று அவர்கள் இணைபிரியா தம்பதிகள். இரண்டு குடும்பமும் ஒரு குடும்பமாய் விட்டது. அந்தச் சிறிய குடிசை-சக்கரம், பானை, சட்டி, களிமண்- அந்த உலகம் மறைந்து விட்டது. காதிலே கடுக்கண், கையிலே காப்பு-சட்டை-உருமாலை, கையிலொரு மூங்கிற்குச்சி, இந்த விதக் கோலத்தோடு சோமு செங்கற் காளவாயடியில் நின்றுகொண்டு ஆட்களை வேலை வாங்குவதைப் பார்த்தால், அவன் வேறொரு உலகத்திற்கு வந்துவிட்டான் என்பது எளிதில் விளங்கும்.

மாதம் ஆறு ஆகிவிட்டது. வாழ்க்கை சந்தோஷமாய்த்தான் நடந்து கொண்டிருந்தது. ஒரு நாள் மாலை வேளை. சோமு காளவாயைச் சுற்றிப்பார்த்துக்கொண்டிருக்கும்போது மறுபக்கத்தில் யாரோ இருவர் பேசிக்கொண்டிருப்பது காதில் விழுந்தது.

“அண்ணே! சின்ன எஜமான் என்ன ரொம்ப விரட்டறாரே; எல்லாம் மறந்திடுச்சு போலிருக்கு!”

“ஆமாப்பா, மறக்காமே குந்திக்கிட்டிருக்குமா? குப்பையைத் தூக்கிக் கோபுரத்திலே வச்சா சும்மாக் குந்திக்கிட்டிருக்குமா? குதிக்கத்தாஞ் செய்யும்!”

“ஹூம் சட்டி வனைஞ்சிக்கிட்டிருந்தவன்தானே! குதிக்கத்தான் குதிப்பான்!”

அமைதியா இருக்கும் நீரில் ஒரு சிறு கல் விழுந்தா போதாதா? என்ன இருந்தாலும் புது வாழ்வுதானே! அவன் கையால் உழைத்த காசா, காப்பு - கடுக்கண் - அதிகாரம் - அந்தஸ்து எல்லாம்? புதிதாய்ப் புனைந்த வேடத்திற்கு உண்மையான ஆதாரம் ஏதாவது இருக்கிறதா? அந்த வேலைக்காரர்கள் இருவரும் சொன்ன வார்த்தைகளை அவ்வளவு சுலபமாக ஜீரணம் செய்துவிடமுடியுமா? அவன் ஹிருதயத்தில் ரத்தம் கசியும்படி அடித்த ஒரு அடி அது. உள்ளங் கலங்கி நின்றான் சோமு. மனக் குழப்பத்தோடு வீட்டை நோக்கி நடந்துகொண்டிருந்தான் சோமு. பாதையில் அவன் முன்பு இருந்தது குடிசை. இத்தனை நாள் அது அவன் கண்களில் படாதது ஆச்சரியமல்ல. இன்று அது அவன் எதிரே வந்து, "என்னை விட்டுவிட்டுப் போய்விட்டாய்! ஆனால் நான்தான் உன் மானத்தைக் காப்பாற்றுவேன்!" என்று சொல்வது போலிருந்தது.

அன்று இரவு அவன் தூங்கவில்லை. இருதயத்தில் பட்ட அடியை அவன் சமாளிக்க எண்ணினான். காலையில் தனக்குத்தானே மன ஆறுதல் செய்துகொண்டு ஒற்றையடிப்பாதை வழியாகக் காளவாயை நோக்கி நடந்தான். அவனுக்கு முன்னால் இரண்டு ஸ்தீரிகள் ஆற்றுக்கு நீரெடுக்கச் சென்றுகொண்டிருந்தனர். சோமுவின் மாமியும் மற்றொருத்தியுந்தான் அது. பாவம்! அவர்கள் சம்பாஷணை வேறு இவன் காதில் விழ வேண்டுமா?

"இதோ பாரு! நான் அவருக்கு முந்தியே சொன்னேன்! நமக்குத் தகுந்த சம்பந்தம் பண்ணுங்கன்னு! தகப்பனும் பெண்ணுமாயிருந்து பிடிவாதமா செஞ்சுக்கிட்டாங்க. எந்த மானமுள்ள மனுசனாவது மாமனாருவூட்டோடே குந்திக்கிட்டிருப்பானா? அக்காவையும் வேறே அளைச்சுக்கிட்டு வந்துட்டான். என்னமோ ராசாங்கம் நடக்குது. என் தம்பிக்கி என்ன கொறைச்சல்? இவுங்களைப் போல பக்கியா, பன்னடையா? மாசம் ஐஞ்சு காளவா போடுவான். ஆனமட்டுஞ் சொன்னேன். அவனுக்குக் கட்டிப்புடுங்கன்னு. அவன் கள்ளு குடிக்கறான்னு சொல்லி, தன் தங்கச்சி மவனுக்கே கட்டினாரு-ஊர்லே எத்தனை பேர் கள்ளு குடிக்கில்லே? அவுங்களெல்லாம் குடித்தனம் பண்ணல்லியா? தன் வவுத்தைக் களுவ யோக்கிதையில்லாதவன் பொண்சாதியை எப்படிக் காப்பாத்தப் போறான்?"

சோமு திகைத்து நின்றான். முன்னால் ஓரடி விழுந்தது. அதைச் சமாளிக்க நினைக்கும் பொழுது, மேலும் ஒரு பலமான அடி! அவனுடைய மானத்தையும், ரோஸத்தையும் தீவிரமாக சோதனை செய்வது போலிருந்தது, மாமியின் வார்த்தைகள். அவன் மனம் குழம்பவில்லை. சட்டென்று ஒரு தீர்மானத்திற்கு வந்துவிட்டான்.

அன்று மத்தியானம் சாப்பாட்டிற்கு வீட்டிற்கு வந்தான். வந்தவுடன் அவசரமாகத் தன் சகோதரியிடம் போய் , “அக்கா; இனிமே இந்த வூட்டிலே இருக்க நமக்கு அவ்வளவு யோக்கியதைப்படாது. நீ என்ன சொல்றே?” என்றான். “உங்கிட்ட சொல்லவாண்டாம்னு இத்தினி நாள் இருந்தேன். நீ ஏதாவது பண்ணிப்புடுவே, நாளைக்குத் தெருவிலே என் தலை கிடந்து உருளும்னுதான் சும்மா இருந்தேன். இங்கே வந்ததிலிருந்து மாமி என்னென்னமோ ஜாடைமாடையாச் சொல்றா. தம்பி! உனக்காகவும் உம் பொஞ்சாதியின் நல்ல குணத்துக்காகவும் நான் பொறுத்துக்கினு இருக்கேன். இத்தினி நாள் இவுங்க வீட்டு வாசல்லயா காத்துக்கினு நின்னோம்?”

“இப்போ என்ன குடிமுழுவிப்போச்சு? நம்ப குடிசையிருக்கு. பூமிதேவி மண்ணானாலும் பொன்னாயிருக்கா.”

“உம் பொஞ்சாதி நம்பளோட வருவாளா?”

“வராக்காட்டியும் அப்பாரு வூட்டோடே அடஞ்சு கிடக்கட்டுமே. பெண்டாட்டிக்காவ மானத்தை வித்துப்பூடுவனா?”

இவர்கள் சம்பாஷணைக்கிடையே வேலாயி சோமுவைச் சாப்பிட அழைத்தாள். சோமு சாப்பிட்டுக்கொண்டே, “இந்தா, ஒனக்குத்தான்; ஒரு சங்கதி!” என்றான்.

வேலாயி “என்ன?” என்பதுபோல் அவனைப் பார்த்தாள்.

“நாளைக்கு நம்ப குடிசையிலே சாப்பாடு.”

“நீங்க சொல்றது ஒண்ணும் புரியல்லியே?” என்றாள் வேலாயி.

“உங்கப்பாருகிட்டே மேஸ்திரி வேலை பாக்கறது எனக்குப் புடிக்கல்லே. இந்த வேலையை விட்டுவிட்டு, நம்ப வேலையைப் பாக்கணும்.”

“ஏன்?”

"ஏன்னு கேக்காதே. நீ என் குடிசைக்கு வாரியா இல்லியா? அங்கே இதைவிடச் சந்தோசமாயிருக்கலாம்."

"நா வரமாட்டேன்."

"வராட்டி இங்கேயே இரு. நான் சொன்னதைக் கேக்காத பொஞ்சாதி எனக்கு வாண்டவே வாண்டாம்!"

இந்த வார்த்தைகளைக் கோபமாகவே உச்சரித்தான் சோமு.

வேலாயி சுளுக்கென்று சிரித்துவிட்டு. "எப்பா! என்ன கோவம்! இதோ பாரு! உங்களை வுட்டுட்டு இந்த வூட்லே எனக்கு என்ன வச்சிருக்குது? இந்த வூடே எனக்குப் புடிக்கல்லே. அம்மாவுக்கு அக்காளைக் கண்டா புடிக்கல்லே. எப்பப் பார்த்தாலும் கருமுருன்னுதான் இருக்கா. நான் அப்பாருகிட்டே அப்பவே சொல்லிப்புட்டேன். நாங்க தனியாப் போறதுதான் நல்லதுன்னு! அவரும் 'சரி'ன்னுட்டாரு."

சோமு சிரித்துக்கொண்டே, "எனக்குத் தெரியும், நீ கெட்டிக்காரின்னு" என்றான்.

"நான் உங்களோட வந்தா எனக்கொண்ணு கத்துக் கொடுக்கிறீங்களா?"

"என்னது?"

"நீங்க சட்டி பானை செய்யறது மாதிரி நானும் செய்யணும்!"

சோமு சிரித்துக்கொண்டே, "நீ பொம்பளை-களிமண்ணு பதம் பண்ணி வச்சாப் போதாதா?" என்றான்.

"பொம்பளைன்னா ஒண்ணும் தெரியாதாங்காட்டியும்! நீங்க மாத்திரம் அதை எனக்குக் கத்துக் கொடுத்துடுங்க. நான் செய்யச் செய்ய அக்கா கொண்டுபோய் வித்துக்கிட்டு வந்துடும்.-என்ன, கத்துக்கொடுக்கிறீங்களா?"

"சரி; கத்துக் கொடுக்கிறேன்!" என்று சொல்லி இலையைப் பார்த்தான் சோமு. - இவ்விரு இளந் தம்பதிகளின் சம்பாஷணைக் கிடையே, இலையிலிருந்த பதார்த்தங்கள் மாயமாய் மறைந்து போனது அவ்வளவு ஆச்சரியப்படக்கூடியதா?

ஜகதீசனின் ஜயா

காலை மணி ஆறிருக்கும்; அவன் கண்ணைத் துடைத்துக் கொண்டு எழுந்து உட்கார்ந்தான். வண்டி ஏதோ ஒரு ஸ்டேஷனில் நிற்பது போல் தோன்றியது. அவன் ஜன்னல் வழியாகத் தலையை நீட்டி வெளியே பார்த்தான். அது பசுபதி கோயில் ஸ்டேஷன். ஒரு பெருமூச்சுவிட்டான். அதுதான் அவன் பிறந்து வளர்ந்த ஸ்தலம். மணல்மேடு, சிவன் கோயில், தென்னந்தோப்பு எல்லாவற்றையும் அவன் வண்டியிலிருந்தபடியே பார்க்க முடிந்தது. எல்லாம் அப்படியே அன்று பார்த்தது போல் இன்றும் இருந்தது. தன் வாழ்வில் இருபது வருஷங்களுக்கு முன்னால் நடந்த ஒவ்வொரு சிறு நிகழ்ச்சியையும் அவன் நினைவிற்குக் கொண்டுவரப் பிரயத்தனப்பட்டுக் கொண்டிருந்தான். அப்பொழுது ஒரு கிழவர் ஒரு பெண்ணை அவசர அவசரமாக அழைத்துக்கொண்டுவந்து அவனிருந்த பெட்டியில் ஏற்றிவிட்டார். அந்தப் பெட்டியில் அவ்வளவு ஜனக்கூட்டம் இல்லை. அவனோடு சேர்த்தால் ஆறு அல்லது ஏழு பேர்தானிருக்கும். அந்தக் கிழவர் அந்தப் பெட்டியிலுள்ள ஒவ்வொருவர் முகத்தையும் பார்த்துவிட்டு ஜகதீசனிடம் வந்து "நீங்கள் எதுவரையில் போகிறீர்கள்?" என்றார்.

"நானா? சென்னைக்குப் போகிறேன்" என்றான் அவன்.

நல்ல வேளையாய்ப் போச்சு. அங்கேதான் குழந்தையும் போகிறாள். கொஞ்சம் பார்த்துக்கொள்ளுங்கள். தூரப் பிரயாணம்; குழந்தை ஒண்டியாய்ப் போகணுமே என்று நினைத்தேன்” என்றார் கிழவர்.

“கவலைப்பட வேண்டாம். நான் பார்த்துக்கொள்கிறேன்” என்று சமாதானம் சொன்னான் ஜகதீசன். அந்தப் பெண் ஒரு துணிப் பையோடு அவனுக்கு எதிரில் வந்து அமர்ந்தாள்.

வண்டியும் புறப்பட்டது. ஜகதீசன் அந்தப் பெண்ணை ஒரு தடவை ஏற இறங்கப் பார்த்தான். சுமார் பதினைந்து பதினாறு வயதிருக்கும். கொடி போன்ற தேகம்; கண்கள், மூக்கு, அதரம், எல்லாம் அழகை எடுத்துக் காட்டும் அவயவங்களாகத்தான் தோன்றின. அவள் உடுத்தியிருந்த சாதாரணமான நீலச் சிற்றாடையும் கையில் அணிந்திருந்த இரண்டொரு கண்ணாடி வளையல்களும் ஏழ்மையை எடுத்துக் காட்டினாலும் அவை அழகைக் கெடுக்காமல் பரிமளிக்கச் செய்யக் கூடியதாய்த்தானிருந்தன.

ஜகதீசனுக்கு அவளோடு ஏதாவது பேச வேண்டுமென்ற ஆர்வம் நெடு நேரமாகத் துடித்துக் கொண்டிருந்தது. வண்டி கும்பகோணம் ஸ்டேஷனை நெருங்கியபொழுது “உங்கள் சொந்த ஊரே பசுபதி கோயிலா?” என்றான். “ஆமாம்” என்று சொல்லிவிட்டு அந்தப் பெண் ஜன்னலுக்கு வெளியே பார்வையைச் செலுத்தினாள்.

“அப்படியென்றால் என்னை உனக்குத் தெரியுமோ?” என்றான்.

அந்தப் பெண் சட்டென்று அவனைப் பார்த்துவிட்டு, “எனக்குத் தெரியாதே!” என்றாள் வெட்கத்தோடு.

“நீ ஜயாதானே? ராமசுப்பையரின் கடைசிப் பெண்...” என்றான்.

அந்தப் பெண்ணால் இதற்குச் சட்டென்று பதில் சொல்ல முடியவில்லை. “ஆமாம்!” என்று ஒரு புன்முறுவல் செய்துவிட்டு மறுபடியும் ஜன்னலுக்கு வெளியே தன் பார்வையைச் செலுத்த ஆரம்பித்தாள்.

“என்னை உனக்குத் தெரியாது. நான் ஜக்கு-ஜகதீசன்; யக்ஞசாமி தீஷிதர் பிள்ளை” என்றான் துடிப்போடு.

அவள் மறுபடியும் திரும்பி அவனைப் பார்த்துப் புன்சிரிப்பு குலையாமல் “தெரியும்” என்றாள். ஆனால் மறுபடியும்

அவளுடைய பார்வையை ஜன்னலுக்கு வெளியேயுள்ள வயல்களும் வாய்க்கால்களும் வசீகரித்துக்கொண்டன.

ஜகதீசன் மட்டும் அவளிடமிருந்து பார்வையை எடுக்காமல் பேச ஆரம்பித்தான். "எனக்கு மாத்திரம் தெரிந்துவிட்டது. நீ வண்டியில் ஏறியவுடனேயே உன் முகஜாடையைப் பார்த்து நீ ஜயாதான் என்று சட்டென்று தெரிந்துகொண்டுவிட்டேன். ஆனால் உனக்கு மாத்திரம் என்னைப் பார்த்ததும் இன்னாரென்று புரியவேயில்லை. இல்லையா?"

"புரியாமல் என்ன? நன்றாகப் புரிந்துகொண்டுவிட்டேன்" என்றாள் அந்தப் பெண் பார்வையைத் திருப்பாமலே.

"புரிந்துகொண்டு விட்டாயா? சபாஷ்! உங்க அப்பாவெல்லாம் சௌக்கியமாகத்தானே இருக்கிறார்" என்று குடும்ப யோக ஷேமத்தை விசாரிக்க ஆரம்பித்தான் ஜகதீசன்.

"என் தகப்பனாரா? இறந்துவிட்டார்!" என்றாள் அந்தப் பெண்.

"ஐயோ பாவம்! இப்போ உன்னை ரயிலில் கொண்டுவிட வந்தது யார்?"

"எங்கள் தாத்தா."

"உங்க தாத்தாவா? உனக்கு ஒரு தாத்தா இருந்ததாக எனக்கு ஞாபகமில்லையே? அதிருக்கட்டும். நாமெல்லாம் குழந்தையாய் இருந்தபோது கோவில் மணல் மேட்டிலே விளையாடுவோமே ஞாபகமிருக்கிறதா?"

"நன்றாக ஞாபகமிருக்கிறதே."

"நான்கூட ஒரு நாள் மணலை அள்ளி உன் முகத்திலே போட்டேன். நீ கூட...."

"ஒரு வாரம் வரையில் உங்களோடு பேசாமல் விளையாடாமலிருந்தேன். ஞாபகமிருக்கிறது."

"அட! நீ கூட எல்லாவற்றையும் ஞாபகத்தில் வைத்திருக்கிறாயே. பசுபதி கோயிலைப் பார்த்தவுடனேயே எனக்கு அந்த ஞாபகங்களெல்லாம் வந்து விட்டன. மறுபடியும் குழந்தையாகி அப்படியெல்லாம் விளையாட மாட்டோமா என்று ஆசை துடிக்கிறது."

அந்தப் பெண்ணிற்கு கடந்த கால வாழ்க்கையைப் பற்றிப் பேசுவது அவ்வளவாகப் பிடிக்கவில்லை. பேச்சை மாற்றப் பிரயத்தனப்படுகிறவள் போல், “ஆமாம். அது போகட்டும்” என்று வேறு ஏதோ கேட்க ஆரம்பித்தாள்.

வண்டி மாயவரம் ஸ்டேஷனில் வந்து நின்றது. “மாயவரத்திலே காப்பி நன்றாயிருக்குமே! கொஞ்சம் வாங்கிக்கொண்டு வருகிறேன். சாப்பிடு” என்று சொல்லிக்கொண்டே எழுந்தான் ஜகதீசன்.

அந்தப் பெண் கூச்சத்தோடு “ஹுூம் ஹுூம்! வேண்டாம்!” என்றாள்.

“வயசானவுடனே ரொம்ப வெட்கம், கூச்சமெல்லாம் உனக்கு வந்துடுத்து, ஜயா! குழந்தையாயிருந்தபோது நீ என் கைப் பட்சணத்தையெல்லாம் தட்டிப் பிடுங்கிச் சாப்பிட்டு விடுவாயே” என்று சொல்லியபடியே அவள் பதிலையும் எதிர்பாராமல் வண்டியை விட்டுக் கீழே இறங்கி, காப்பி ஸ்டாலுக்குப் போய்த் தானும் சாப்பிட்டுவிட்டு ஒரு தம்ளரில் அவளுக்கும் வாங்கிக் கொண்டு வந்தான். பாவம்! அந்தப் பெண் மறுக்கமாட்டாமல் வாங்கி விளக்கெண்ணெய் சாப்பிடுவது போல் சங்கடத்தோடு குடித்து வைத்தாள். தம்ளரைக் கொடுத்துவிட்டு ஒரு டஜன் ஆரஞ்சுப் பழங்களை மேல் அங்கவஸ்திரத்தில் வாங்கி மூட்டையாகக் கட்டிக்கொண்டு பழைய ஸ்தானத்தில் வந்து உட்கார்ந்து, “இந்த ஊரில்கூட ஆரஞ்சுப்பழம் மலிவாகத்தானிருக்கிறது” என்று மூட்டையைப் பிரித்து ஒரு ஆரஞ்சுப் பழத்தை எடுத்து அவனிடம் நீட்டினான். அந்தப் பெண் சங்கோசத்தோடு “வேண்டாம்” என்றாள். ஆனால் ஜகதீசனா விடுகிறவன்? அவன் வாங்கிய ஒரு டஜன் பழத்தில் அரை டஜனாவது அவளைச் சாப்பிடும்படி செய்தால்தான் அவன் மனதில் நிம்மதி ஏற்படும் போலிருந்தது.

மாயவரத்தை விட்டு வண்டி கிளம்பியது. ஜகதீசன் ஆரஞ்சுப் பழத்தை உரித்தபடியே பேச ஆரம்பித்தான். “உனக்கு இன்னும் கல்யாணமாகவில்லை போலிருக்கிறதே?” என்றான் எதையும் குறிப்பாக வைத்துப் பேசாதவன் போல்.

“ஆமாம்!” என்றாள் அந்தப் பெண் ஆரஞ்சுப்பழத் தோலை வெளியே எறிந்துவிட்டு.

"சரியான வரன் ஒன்றும் அகப்படவில்லையோ?"

"கையிலே காசு பணமில்லாமே சரியான வரன் பார்க்கிறதுன்னா கஷ்டந்தானே?" என்றாள் அந்தப் பெண் பளிச்சென்று. அவள் முகத்தை ஜகதீசன் பார்த்தபொழுது குறும்பான சிரிப்பு மாறி ஏதோ வேதனையும் விசாரமும் தோய்ந்தது போல் காணப்பட்டது. "ஆமாம், ஆனால் சாதாரண ஏழைப் பெண்களுக்குக் கூட எதிர்பாராமல் அதிர்ஷ்டம் ஏற்பட்டு ரொம்ப நல்ல இடங்களெல்லாம் கிடைத்து விடுகின்றன" என்றான் அவன்.

"அப்படிப்பட்ட அதிர்ஷ்டமெல்லாம் என்னைப் போலிருக்கிற பெண்களை நாடி வரவே வராது!"

"ஏன் வராது? தானே வரும். அதிருக்கட்டும், இப்போ மதராசில் எங்கே போகிறாய்?"

"மதராசிலே எங்க அக்கா இருக்கா. அங்கே இரண்டு மாசம் இருந்துவிட்டு வரலாம் என்று போகிறேன்!"

வண்டி சென்னை எழும்பூர் ஸ்டேஷனில் வந்து நின்றது. ஜகதீசன் அந்தப் பெண்ணை அழைத்துக்கொண்டு கீழே இறங்கினான். அவன் தோளை யாரோ தட்டி "என்னடா ஜக்கு? எங்கே போய்விட்டு வருகிறாய்?" என்றதும் திடுக்கிட்டு நிமிர்ந்து பார்த்தான். அவன் நண்பன் நடராஜன் நின்றுகொண்டிருந்தான். "மதுரை - ராமநாதபுரம் பக்கம் போய்விட்டு வருகிறேன். நீ எங்கே வந்தாய்?" என்றான் தன்னைச் சமாளித்துக்கொண்டே.

நடராஜன் சிரித்துக்கொண்டே, "என் மச்சினி இந்த வண்டியிலே வருகிறதாகக் கடிதம் வந்தது. அவளை அழைத்துக் கொண்டு போகலாம் என்று வந்தேன்" என்றான்.

"உன் மச்சினியா?"

"ஆமாம்; அதோ நிற்கிறாளே அவள்தான். பசுபதி கோவிலிலிருந்து......" என்று சொல்லிக்கொண்டே ஜகதீசன் பின்னால் நின்றுகொண்டிருந்த ஜயாவைச் சுட்டிக் காட்டினான்.

இது ஆச்சர்யமாய்த்தானிருந்தது. "அடடே! இவள் உன் மச்சினியா? இவளைப் பட்டணம் வரையில் பத்திரமாய்க் கொண்டு சேர்த்து விடும்படி இவள் தாத்தா என்னிடம் சொன்னார். நான் உட்கார்ந்திருந்த பெட்டியிலே ஏற்றிவிட்டு..."

"அப்படியென்றால் நல்ல காரியந்தான் செய்திருக்கிறார். எப்படியோ எனக்கு அதிகச் சிரமம் இல்லாமல் போனால் சரிதான்" என்றான் தமாஷாக.

ஜகதீசன் பதில் பேசவில்லை. ஆனால், அவன் கண்கள் அவனையறியாமலேயே ஜயாவிடம் சென்றன. வெட்கத்திற்கு ஈடுகொடுத்துக் கொண்டிருந்த ஜயாவின் பார்வை வேறெங்கோ அர்த்தமில்லாமல் லயித்திருந்தது.

"சரி போகலாமே? மீனா ஏதாவது சாப்பிட்டாளா? அவளைப் பட்டினி போட்டே கொண்டு வந்தாயா?" என்று ஜகதீசனைக் கேட்டுக்கொண்டே நடந்தான் நடராஜன். அவள் பெயர் மீனா என்பதைக் கேட்டதுமே ஜகதீசன் திடுக்கிட்டான். ஆனால், அதை வெளியே காட்டிக்கொள்ளாமல். "அவளென்னப்பா, ரொம்ப சங்கோசப் பிராணியாக இருக்கிறாள். ஒரு கப் காப்பியையும் அரை டஜன் ஆரஞ்சுப் பழத்தையும் அவளைச் சாப்பிடச் செய்த பாடு பெரும்பாடாய்ப் போச்சு!" என்றான் ஜகதீசன்.

"புதிசாப் பழகுறதென்றால் கொஞ்சம் கூச்சமாய்த்தானிருக்கும். எல்லாம் போகப் போகத் தெளிஞ்சு போய்விடும். கவலைப் படாதே!" என்றான் நடராஜன்.

ஜகதீசன் திருவல்லிக்கேணி பஸ்ஸில் ஏறிக்கொண்டு, மறுநாள் நடராஜன் வீட்டுக்கு வருவதாகச் சொன்னான்.

மாம்பலம் பஸ்ஸிற்காகக் காத்துக்கொண்டு மீனாவோடு நின்ற நடராஜன், "வராமல் எங்கே போகிறாய்?" என்று சொல்லிக்கொண்டே மீனாவைப் பார்த்தான். அவள் முகத்தில் முன்னிலும் அதிகமான சாந்தியும் புன்முறுவலும் நிலவியிருந்தது.

ஒருநாள் மீனாவிற்கும் ஜகதீசனுக்கும் அதிவிமரிசையாகக் கல்யாணம் நடந்தது என்ற சம்பிரதாயமான வார்த்தைகள் வேண்டுமா? அதைவிட அவர்களிருவருக்கும் கல்யாணமான பிறகு நடந்த முதல்நாள் சம்பாஷணைதான் முக்கியமானது.

நீங்க என்னை ரயிலிலே வரும்பொது குழந்தையாக இருந்தபோது உங்களோடு விளையாடிப் பழகின 'ஜயா' என்றுதானே என்னை நினைத்துக்கொண்டிருந்தீர்கள்!

நான் நினைத்தேனோ, நினைக்கவில்லையோ அது வேறு விஷயம். நீ ஏன் அவ்வளவு துணிச்சலாக ஜயாவென்று ஒப்புக்கொண்டாய்? என்றான்.

“இந்த மீனா என்ற பெயரிலே எனக்கு வெறுப்பாயிருந்தது. கொஞ்ச நாழிகைக்காவது ஜெயாவென்ற பெண்ணாய் இருப்போமே என்று தோன்றியது. அதனால் ஒப்புக்கொண்டேன்!”

ஜகதீசனுக்கும் தன் ஏமாற்றத்தை ஒப்புக்கொள்வது உசிதமாய்ப் படவில்லை. “எனக்கும் தெரியும், நீ ஜயா இல்லை என்று! ஆனால் உன்னோடு தாராளமாய்ப் பேச வேண்டுமென்று ஆசை. அதற்கு முன்னால் எப்பொழுதோ பழகினதுபோல் பேச்சை ஆரம்பித்தால் தான் நல்லது என்று தோன்றியது. ஜயா என்ற பெயரைக் கற்பனை செய்து கொண்டேன்!” என்றான்.

“ஜயா என்ற பெயர்தான் உங்களுக்குப் பிடிக்கிறது இல்லையா? எனக்குக் கூட அந்தப் பெயர் பிடித்திருக்கிறது. இனிமேல் என்னை நீங்கள் கற்பனை செய்த ‘ஜயா’ என்ற பெயரிலேயே கூப்பிடுங்கள்” என்றாள்.

ஜயாவோ மீனாவோ எந்தப் பெயரை வைத்து அவளைக் கூப்பிட்டாலும் ஜகதீசனுக்கு இன்பமாய்த்தானிருந்தது.

“ரோஜாவை எந்தப் பெயர் கொண்டு அழைத்தால்தான் என்ன? பெயர் மாற்றுவதினால் அதன் மணம் குன்றிவிடுமா என்ன?” என்கிறார் ஒரு கவிஞர்.

கல் நாயனம்

நவராத்திரி உத்சவம்; ஊரில் மிகுந்த விசேஷம். எல்லாக் கோயில்களிலும் கொலு அலங்கரித்திருப்பார்கள். அந்த வருடம் ஒரு புதுமை. கும்பேஸ்வர சுவாமி கோயிலில் வருஷா வருஷம் வைக்கப்பட்டிருக்கும் அதே பொம்மைகளே வைக்கப்பட்டிருந்தாலும் அந்த வருடம் ஒரு புதிய பொருளும் கொலுப் பொம்மைகளின் வரிசையில் வைக்கப்பட்டிருந்தது. அது ஜனங்களின் மனத்தில் இன்னும் சிறிது பரபரப்பையும் ஆவலையும் எழுப்பக்கூடியதாய் இருந்தது. அது என்ன? கருங்கல்லிலே குடைந்து செய்யப்பட்ட ஒரு நாயனம். கோயிலில் நெடுநாளாய்ப் பூட்டியிருந்த ஒரு அறையைச் சோதனை செய்தபொழுது அந்தக் கல் நாயனம் அகப்பட்டதாகவும், அதை நவராத்திரி கொலுவில் வைத்திருப்பதாகவும் சொல்லிக்கொண்டார்கள். இதனால் மற்ற வருஷங்களைவிட அந்த வருஷம் கோயிலில் கூட்டம் சிறிது அதிகமாகவே இருந்தது.

நான் அன்று சில நண்பர்களுடன் காட்சியில் வைக்கப்பட்டிருக்கும் அந்தக் கல் நாயனத்தைப் பார்ப்பதற்காகக் கோயிலுக்குச் சென்றேன். நாங்கள் செய்த புண்ணியமோ என்னவோ, நாங்கள் அங்கு சென்றபோது ஒரு நாயனக்காரர் அந்தக் கல் நாயனத்தை எடுத்து வாசிக்க முயற்சி செய்துகொண்டிருந்தார். பளுவான அந்த நாயனத்தைக் கைகளால் எடுத்துப் பாங்காக வைத்துக் கொள்ளவே அவர் மிகவும் சிரமப்பட்டார். இந்நிலையில் சரியாக

ஸ்வர ஸ்தானங்களைத் தொட்டு லாகவமாக வாசிப்பது என்பது எவ்வளவு கடினம்! அந்த நாயனக்காரர் மிகச் சிரமப்பட்டுச் சில நிமிஷ நேரங்கள் ஏராளமான அபஸ்வரத்துடன் ஏதோ வாசித்தார். எப்படியோ 'அந்தக் கல் நாயனமும் வாசிக்கக் கூடியதுதான். சிரமப்பட்டால் வாசிக்க முடியும். அது விளையாட்டுக்காகச் செய்து வைத்ததல்ல. ஒரு காலத்தில் அந்தக் கல் நாயனத்தையும் யாரோ வாசித்திருக்கிறார்கள் என்பதெல்லாம் அவர் செய்த பரீட்சையின் மூலம் ஜனங்கள் மனத்தில் பட்டதல்லவா? அது போதும். நாதஸ்வரக் கச்சேரியா கேட்க வந்தோம்!' என்ற ஆறுதலுடன் வெளி சபா மண்டபத்தின் படிக்கட்டில் வந்து உட்கார்ந்தோம்.

"வேலை மெனக்கெட்டுப் போய் ஒருவன் இப்படிக் கல்லிலே நாயனம் செய்து வைத்திருக்கிறான், பார். அதைத் தூக்கத்தான் முடிகிறதா. சரியாக வாசிக்கத்தான் முடிகிறதா" என்று கேட்டார் ராமய்யர்.

"அதை ஒன்றும் வேலை மெனக்கெட்டுச் செய்யல்லே. பிரயோசனகரமாய்த்தான் செய்திருக்கிறான். அதைச் செய்தவனுடைய கைத்திறன் எப்படிப்பட்டது என்று எல்லோராலும் அறிந்துவிட முடியுமா? மரத்தில் செய்வது போல் கருங்கல்லில் குடைந்து செய்வது எவ்வளவு கடினம் என்பதை உணர்ந்து பார்க்க வேண்டும். அதோடு ஸ்வர ஸ்தானங்களுக்கு எவ்வளவு அழகாகத் துளைபோட்டு இருக்கிறான். பார்! அசுர வேலை, அப்பா! அசுர வேலை!" என்றான் முத்து.

"அதிலே என்ன சந்தேகம்! இந்த மாதிரி ஒரு நாயனத்தைச் செய்யக் கூடிய ஒரு சிற்பி இருந்திருக்கும்போது இந்த நாயனத்தை எடுத்து லாகவமாக வாசிக்கக்கூடிய திறமையான நாதஸ்வர வித்வான் ஒருவனும் இருந்திருக்கத்தான் வேண்டும். இதில் சிறிதும் சந்தேகம் இல்லை!" என்றான் நடராஜன்.

இந்தச் சமயத்தில்தான் 'ஹி ஹி' என்று அர்த்தமில்லாமல் சிரித்துக் கொண்டே வைத்தி அங்கு வந்து சேர்ந்தான். வைத்தி வந்ததுமே எங்களுக்குச் சுவாரஸ்யம் ஏற்பட்டுவிட்டது.

"அடடே! வாப்பா வைத்தி. இத்தனை நேரம் உன்னைக் காணோமே என்றுதான் தவித்துக்கொண்டிருந்தோம். உட்காரு!"

“கல் நாயனம் பார்த்தீர்களா! அதைப் பற்றி உங்கள் அபிப்பிராயம் என்ன!” என்று எங்களைப் பார்த்துக் கேட்டான் வைத்தி.

அவனிடம் விஷயம் கேட்கத் தயாராயிருக்கும்போது, நாங்கள் கல் நாயனத்தைப் பற்றி எங்கள் அபிப்பிராயத்தை என்ன சொல்லப் போகிறோம்!

“எங்களுக்கு ஒன்றும் தோன்றவில்லை, அப்பா! உனக்கு அதைப் பற்றித் தெரிந்தால் சொல்லு. கேட்கிறோம்!” என்றான் எங்களில் ஒருவனான முத்து.

“நான் சொல்லுகிறேன். கேளுங்கள். அந்தக் கல் நாயனத்தைப் பற்றிய கதையை. அது ஐந்நூறு வருஷங்களுக்கு முன்னால் இதே ஊரில் நடந்தது” என்ற ஒரு பெரிய பூர்வ பீடிகையுடன் ஆரம்பித்தான்.

“சிற்பி நாகேசனும் முத்துக்குமரனும் மிகவும் நெருங்கிய நண்பர்களாக இருந்தனர். ஒருவர் மேல் ஒருவருக்கு உயிர். சிற்பி நாகேசன் சங்கீத ஞானம் படைத்த சிறந்த ரசிகன். முத்துக் குமரனின் நாதஸ்வர வாசிப்பைக் கேட்பதில் அவனுக்கு அசாத்திய பிரேமை. நாகேசனின் கலைத் திறனைக் கண்டு முத்துக்குமரன் மெய்சிலிர்த்துப் போவான்.

உயிருக்கு உயிராக இருக்கும் இந்த நண்பர்கள் ஒருவருக்கொருவர் எதைத்தான் சந்தோஷத்தோடும் அன்போடும் செய்ய மாட்டார்கள்! சிற்பி நாகேசன், தன் தங்கை அஞ்சனாவும் முத்துக்குமரனும் காதல் பறவைகளாய்க் கூடி விளையாடுவதை அனுமதித்தான். ஆம்! அவர்கள் ஒருவர் மேல் ஒருவர் கொண்டுள்ள காதலை அறிந்து அவன் அளவுகடந்த பெருமையும் சந்தோஷமும் அடைந்தான். அவர்களுக்குக் கூடிய சீக்கிரம் திருமணம் செய்து வைத்து விட வேண்டும் என்ற எண்ணத்தோடு இருந்தான்.

அஞ்சனா அழகான பெண். இசைஞானமும் இனிய குரலும் படைத்தவள். அவளுடைய அழகும் இசையும் இயற்கையாகவே முத்துக்குமரனின் மனத்தைக் கவர்ந்துவிட்டன.

ஒருநாள் நாகேசன் ஓர் அழகான சிற்பத்தைச் செதுக்கிக் கொண்டிருந்தான். அந்தச் சமயத்தில் முத்துக்குமரனைக் கண்ட நாகேசன் அவனை முகமலர்ச்சியோடு வரவேற்றான். முத்துக் குமரன் வந்திருக்கிறான் என்பதைப் பேச்சுக் குரல் மூலம் அறிந்த

அஞ்சனாவும் அங்கு வந்தாள். அந்தச் சமயத்தில் முத்துக்குமரன் கேலியாகச் சிரித்துக்கொண்டே, "இந்த மாதிரி சிற்பங்களை யெல்லாம் மிகவும் நன்றாகத்தான் செய்கிறாய். ஆனால் நான் வாசிக்கும் நாயனம் போல் உன்னால் கருங்கல்லில் செய்துவிட முடியுமா?" என்று கேட்டான்.

நாகேசன் மிகவும் அலட்சியமாகச் சிரித்துக்கொண்டே, "இந்தக் கேள்வியை நீ வேறு யாரிடமாவது போய்க்கேட்டிருக்கணும் தம்பி. கல்லில் ஒரு நாயனத்தை நான் செய்துவிடுவது பிரமாதமல்ல. ஆனால், அதை எடுத்து ஒழுங்காக வாசித்துக் காட்ட இந்த உலகத்தில் ஒரு நாதஸ்வரக்காரரைத் தேடிப் பார்ப்பதுதான் கடினம்!" என்றான்.

"அது வாஸ்தவம். விளையாட்டுக் குழந்தைக்குப் பொம்மை செய்து கொடுப்பது போல், நாயனம் போலக் கல்லில் ஏதோ ஒன்றைச் செய்து வைத்தால் எப்படி வாசிக்க முடியும்!" என்றான் முத்துக் குமரன் கிண்டலாக.

"தம்பி, நான் கல்லில் ஒரு நாயனம் செய்கிறேன் என்றால் அதை விளையாட்டுப் பொம்மை போலவா செய்வேன்! உண்மையாக அசல் நாயனத்தில் உள்ளது போல் பிசகாமல் ஸ்வர ஸ்தானங்களை அமைத்து, சீவாளி பொருத்த வேண்டிய இடத்தையெல்லாம் அழகாகவே செய்து வைப்பேன். சாமர்த்தியம் இருந்தால் ஒருவன் எடுத்து ஊதும் அளவுக்கே குற்றம் குறையில்லாமல் செய்வேன்" என்றான் நாகேசன்.

"அப்படி நீ செய்வதாய் இருந்தால் அதை நான் எடுத்துச் சுத்தமாய் வாசித்தே காட்டுவேன். அப்படி உன்னால் செய்ய முடியாது என்பதுதான் என் அபிப்பிராயம்" என்றான் முத்துக்குமரன்.

"செய்துவிடுகிறேன், அப்படி நான் செய்யாவிட்டால் நான் என் தொழிலையே விட்டுவிடுகிறேன். ஆனால், நான் செய்த நாயனத்தில் நீ ஒழுங்காகவும் ஸ்வர சுத்தமாகவும் இன்னும் நீ மர நாயனத்தில் எப்படி வாசிக்கிறாயோ அப்படி வாசித்துக் காட்டாவிட்டால் என்ன செய்வது....!" என்றான் நாகேசன்.

"நீ கல்லில் நாயனம் செய்வதோடு மட்டுமல்ல. அப்படி நீ ஒழுங்காக ஒரு நாயனத்தைச் செய்து விட்டால் அதை நான் எடுத்து ஒழுங்காக வாசித்துவிட்டால். நீ உன் தொழிலை விட்டுவிட வேண்டும்.

அப்படி நான் வாசிக்கத் தவறிவிட்டால் நீ என்ன சொல்கிறாயோ, அதற்குக் கட்டுப்படுகிறேன்” என்றான் முத்துக்குமரன்.

நாகேசன் சிறிது யோசித்தான். “நீ உன் தொழிலை விடவேண்டாம். நீ சுத்தமாக வாசித்துக் காட்டாவிட்டால் அத்தகைய திறமையில்லாத உனக்கு என்னுடைய தங்கையைக் கல்யாணம் செய்து தரமாட்டேன்” என்றான் நாகேசன்.

நாகேசனின் வார்த்தையைக் கேட்டதும் அஞ்சனாவுக்குச் சுரீரென்று திகில் ஏற்பட்டது. இதென்ன இவர்களுடைய தர்க்கம் விபரீதமாகப் போகிறதே என்ற கலக்கம் அவளுக்கு ஏற்பட்டது.

முத்துக்குமரன் சென்ற பிறகு அவ்வளவு நேரமும் நண்பர்கள் இருவரின் சம்பாஷணையையும் கேட்டுக்கொண்டிருந்த கோயில் மணியக்காரர் சிவநேசம் பிள்ளை நாகேசனைப் பார்த்து, “இந்தப் பந்தயத்தில் நிச்சயம் முத்துக்குமரன் ஜெயித்துவிடுவான். ஏனென்றால் அவனைப் போல ஒரு நாதஸ்வர வித்வான் இந்த நாட்டிலேயே இல்லை” என்றார்.

“அவன் மகா வித்வான்தான். அதில் சந்தேகமே இல்லை. ஆனால் இதிலே சில நுணுக்கமான விஷயம் இருக்கிறது. அதை நீங்க மறந்துட்டீங்க. அவன் சாதாரணமாக மரத்தால் செய்த நாயனத்தை வாசிப்பதில் கெட்டிக்காரன். ஆனால் நான் எடுத்து வாசிக்கச் சொல்வது கல்லால் செய்த நாயனம். அவன் இதில் நிச்சயம் தோற்றுப் போய்விடுவான்” என்றான் நாகேசன் உறுதியுடன்.

“அதென்னமோ அந்த நுணுக்கமெல்லாம் நான் என்ன கண்டேன்!” என்றார் சிவநேசம்.

“நாயனத்தை எப்படி எடுத்து வைத்துக் கொண்டு ஊதறாங்க என்பதை நீங்க கவனித்திருப்பீங்க. அடியில் கட்டை விரல் இரண்டாலேயும் நாயனத்தைத் தாங்கி இருப்பாங்க. மற்ற விரல்கள் மேலே ஸ்வர ஸ்தானங்களை ஓயாமல் மாறி மாறித் தொட்டுக் கொண்டிருக்க வேண்டும். மர நாயனம் அதற்கு இசைந்த வண்ணம் இலேசாக இருக்கும். கல் நாயனம் மிகவும் பளுவாகத்தானே இருக்கும்! அதுவும் தவிர ஊதும் போது மர நாயனத்தில் காற்றுப் போவது போல் கல் நாயனத்தில் போகாது. மூச்சுத் திணறும். இவ்வளவு சிரமத்தையும் அவன் சிறிதும் உணராமல் என்னிடம் வீம்பு பேசிவிட்டுப் போய்விட்டான்” என்றான் நாகேசன்.

நாகேசன் கோயில் மணியக்காரரிடம் பேசியதெல்லாம் அஞ்சனா கேட்டுக் கொண்டுதான் இருந்தாள். அண்ணனின் பேச்சு அவள் திகிலை அதிகமாக்கியது. கோயில் மணியக்காரர் சென்றதும் அவள் பரபரப்போடும் திகிலோடும் நாகேசனிடம் வந்து, "அண்ணா, இப்படி விபரீதமாக ஒரு போட்டியும், பந்தயமும் உண்டா! கொஞ்சம் யோசியுங்க" என்றாள்.

"நான் என்ன யோசிப்பது? அவன்தான் யோசிக்கட்டுமே? யோசனை இல்லாமல் என்னிடம் வீம்பு பேசலாமா! அவன் சிறந்த வித்வான்தான்; ஒப்புக்கொள்ளுகிறேன். தன் திறமையை எதிலும் காட்டி விடலாம் என்று கனவு காணக் கூடாது பாரு. அவன்தான் கல் நாயனத்தை அபூர்வமாக வாசித்துவிடுவேன் என்கிறானே. அதில் உனக்கென்ன கவலை!" என்றான்.

"என்ன கவலையா? கவலை இல்லாமல் எப்படி இருக்க முடியும்! நீங்கள் இப்படி விபரீதமாக ஒரு போட்டியை ஏற்படுத்திக் கொண்டால்......" என்றாள் கவலையோடு.

நாகேசன் சிறிது நேரம் யோசித்தான். "உனக்குத் துயரத்தை ஏற்படுத்த வேண்டுமென்பது என் நோக்கமல்ல. வேண்டுமானால் நான் ஒரு வழி செய்கிறேன். பந்தயம் வைத்தது வைத்ததுதான். அதை மாற்ற முடியாது. ஆனால் பந்தயத்தில் அவன் தோற்று விட்டாலும், உனக்கு அவன் மேலுள்ள காதலுக்காகவும் நான் அவன் மீது கொண்டுள்ள நட்புக்காகவும் உன்னை அவனுக்குக் கல்யாணம் செய்து தருகிறேன்" என்றான்.

அஞ்சனாவுக்கு நாகேசனின் வார்த்தை ஓரளவு ஆறுதலை அளித்தாலும் பந்தயத்தில் தோற்ற பின் முத்துக்குமரன் தன்னைக் கல்யாணம் செய்துகொள்ள இஷ்டப்படுவானா என்ற சந்தேகம் எழுந்தது. அவனும் தன் அண்ணனைப் போல் மதிப்பும் கௌரவமும் உள்ளவன்தானே! இருந்தாலும் அவன் மன நிலையையும் அவள் அறிந்துகொள்ளவெண்டும் என்று நினைத்தாள்.

மறுநாள் மாலை அவள் முத்துக்குமரனைத் தனியாகச் சந்தித்த பொழுது, "நீங்கள் ஏன் அண்ணாவிடம் வீணாகக் கல்லில் நாயனம் செய்ய உன்னால் முடியுமா என்று கேட்டு விபரீதமாக ஒரு போட்டியை ஏற்படுத்திக் கொண்டிருக்கிறீர்கள்!" என்றாள் மெதுவாக.

முத்துக்குமரன் விஷமமாகச் சிரித்தான். "இதில் என்ன விபரீதம்! உன் அண்ணன் கல்லில் எப்படி நாயனம் செய்வது என்று விழிக்கிறானோ!" என்றான்.

"அவர் ஒன்றும் விழிக்கவில்லை. அவர் செய்து விடுவார். ஆனால் நீங்கள் அதை வாசிக்க வேண்டாமா!"

"உன் அண்ணன் கல்லில் நாயனம் செய்து விடுவான் என்று நீ நம்பும்போது அதை நானும் எடுத்து அழகாக வாசித்து விடுவேன் என்ற நம்பிக்கை உனக்கு ஏற்படாது போனது தான் துரதிர்ஷ்டம்" என்று பெருமூச்சுவிட்டான் முத்துக்குமரன்.

"ஏனோ என் மனத்தில் நம்பிக்கை ஏற்பட மாட்டேன் என்கிறது"

"அதற்கு நான் என்ன செய்ய முடியும்? வாசிக்க முடியும் என்ற நம்பிக்கைதான் எனக்கு இருக்கிறதே!"

"நீங்க எனக்காக இதிலே ரொம்ப பிடிவாதம் காட்டாதீங்க" என்றாள் அஞ்சனா. பிடிவாதம் காட்ட வேண்டிய இடத்திலே பிடிவாதம் காட்டினால்தான் கௌரவம் நிலைக்கும் என்றான் முத்துக்குமரன்.

"நீங்கள் பிடிவாதம் காட்டலாம். ஆனால் இதில் நீங்கள் தோற்றுவிடுகிறீர்கள் என்று வைத்துக் கொள்ளுங்கள்...."

"தோல்வியைப் பற்றி எதற்காக நாம் நினைக்க வேண்டும்!"

அவள் தயக்கத்தோடு சொன்னாள். "நீங்கள் நினைக்க வேண்டாம். நீங்கள் தோற்று விட்டாலும் அண்ணா உங்களுக்குத்தான் என்னைக் கல்யாணம் செய்து கொடுப்பதாய் இருக்கிறார்" என்றாள்.

முத்துக்குமரன் அலட்சியமாகச் சிரித்தான். "உன் அண்ணன் மட்டும்தான் மனிதனோ! மானமுள்ளவனோ! நான் தோற்று விட்டால் உன்னோடு சேர்த்துப் பதினாயிரம் பொன்னை வைத்துக் கொடுத்தாலும் ஏற்றுக் கொள்ள மாட்டேன்" என்றான்.

"இவ்வளவுதானா நீங்கள் என்மீது வைத்துள்ள அன்பு காதல் எல்லாம்!" என்றாள் துடிப்போடும் விம்முதலோடும்.

"உன்மீது எனக்குள்ள காதலை நீ இவ்வளவு எளிதாக அளந்து விட்டதுதான் அசட்டுத்தனம். நான் கல் நாயனத்தை எடுத்து ஊதுவேனோ ஊதமாட்டேனோ என்று சந்தேகப்படுகிறவள்தானே!

நீ அதைப் போலத்தான் காதலைப் பற்றியும் முடிவுகட்டுகிறாய். ஆனால் எத்தகைய காதலையும், கல்யாணத்தையும் தோல்வி மனப்பான்மையோடு வரவேற்க நான் சித்தமாய் இல்லை" என்றான் முத்துக்குமரன் கண்டிப்பான குரலில்.

அஞ்சனா, "சர்வேசுவரன்தான் நல்லது செய்யணும்!" என்று துயரம் நிறைந்த வார்த்தையைச் சொல்லிவிட்டுச் சென்றாள்.

நாகேசன் கல்லில் நாயனம் செதுக்குவதில் ஈடுபட்டிருந்தான். மிகுந்த பிரயாசையுடனும் கவனத்துடனும் வேலை செய்து வந்தான். சிறிது சிறிதாகக் கல்லில் நாயனம் உருவாகிக் கொண்டிருந்தது. ஒவ்வொரு நாளும் முத்துக் குமரனும் வந்து அவன் செய்யும் வேலையைக் கவனித்து விட்டு, அவனுடைய திறமையைப் புகழ்ந்து விட்டுச் செல்வான்.

அஞ்சனாவின் பயமும் சஞ்சலமும் அதிகமாகிக் கொண்டிருந்தன. இனிமேல் எதையும் தடுக்க முடியாது என்று அவளுக்குத் தோன்றியது. அன்று இரவு அவள் தூங்கவே இல்லை. அவள் மனம் பலவிதமாகக் குழம்பியது. சட்டென்று அவளுக்கு ஒரு யோசனை தோன்றியது.

அன்று இரவே அவன் செய்து வைத்திருக்கும் கல் நாயனத்தைச் சிறிது சேதப்படுத்திவிட்டால்...... சகோதரனை விடத் தன் காதலனின் கௌரவத்தைத்தான் அவள் பெரிதாக நினைத்தாள். தன் ஆயுளில் என்றுமே தன் சகோதரனுக்குச் செய்து அறியாத பெருந்துரோகத்தைச் செய்யத் துணிந்தாள்.

படபடக்கும் செஞ்சைக் கைகளால் அழுத்திப் பிடித்துக்கொண்டே படுக்கையிலிருந்து எழுந்து வெளித் தாழ்வாரத்துக்கு வந்தால் அஞ்சனா, மங்கலாக எரிந்துகொண்டிருந்த விளக்கின் ஒளியில் சுவர் ஓரமாக இரண்டு நாயனங்கள் நிறுத்திவைக்கப்பட்டிருந்தன. அதில் ஒன்றில் சீவாளிக் குஞ்சங்கள் கட்டப்பட்டிருந்தது. மற்றொன்று சாதாரணமாக இருந்தது. சீவாளிக்குஞ்சம் கட்டப்பட்டிருக்கும் நாயனம் கல் நாயனம் செய்வதற்கு மாதிரியாக வைத்துக் கொள்ளப்பட்ட மர நாயனம். அதற்குப் பக்கத்தில் வைக்கப்பட்டிருந்தது கல் நாயனம் என்பது அஞ்சனாவுக்குத் தெரியும். அவள் பதைபதைப்போடு சுற்றிலும் பார்த்தாள்.

அங்கிருந்த கட்டில் ஒன்றில் நாகேசன் படுத்து ஆழ்ந்த

நித்திரையிலிருப்பதை அறிந்தாள். சிறிது தூரத்தில் ஒரு சிறு சுத்தியல் கிடந்தது. பதைபதைப்போடு அதைக் கையில் எடுத்துக்கொண்டு போய் சீவானிக் குஞ்சம் கட்டப்படாதிருக்கும் நாயனத்தின் அடிபாகத்தில் சுத்தியலால் ஒரு அடி அடித்தாள். அந்தச் சமயம் தன் தலையில் யாரோ சுத்தியலால் அடித்தது போல் சட்டென்று நித்திரை கலைந்து எழுந்தான் நாகேசன். அவன் பரபரப்போடு எழுந்து பாய்ந்து அந்த நாயனங்களில் ஒன்றை எடுத்துப் பார்த்தான். அவனுடைய பதைபதைப்பும் திகிலும் சிறிது தணிந்தன. ஆனால் ஆத்திரமும் கோபமும் புகைந்து எழுந்தன.

அஞ்சனா நடுங்கியபடியே நின்றாள். அவள் கண்களிலிருந்து தாரை தாரையாகக் கண்ணீர் பெருகி வழிந்தது. அவள் கையிலிருந்த சுத்தியல் நழுவிக் கீழே விழுந்தது. "அண்ணா, நான் செய்தது தவறு....." என்றாள்.

"தவறுதான், மர நாயனத்தையல்லவா உடைத்துவிட்டாய்! கல் நாயனத்தைச் சேதப்படுத்தியிருந்தால் நீ செய்தது உனக்குச் சரியாக இருந்திருக்கும்.... நீ என்ன செய்வாய்! அவன் உன்னை அப்படி மயக்கி இருக்கிறான். இப்படி ஒரு சூழ்ச்சி செய்து என்னைக் குலைத்துவிடலாம் என்ற தைரியத்தில்தான் இன்றுவரையில் அவன் என்னிடம் வீம்பு பேசியிருக்கிறான். இல்லாவிட்டால் அவன் கல் நாயனத்தை வாசித்து வெற்றிபெற முடியாது என்பதை உணர்ந்திருக்க மாட்டானா!" என்றான் கோபத்தோடும் ஆத்திரத்தோடும்.

அஞ்சனா விம்மும் குரலில், "அண்ணா அவர் இந்தக் காரியம் செய்யும்படி தூண்டவில்லை. நானாகத்தான் இதைச் செய்யத் துணிந்தேன். வீணாக அவர் மீது பழிசுமத்த வேண்டாம். இதற்காக நீங்கள் எனக்கு எத்தகைய தண்டனை கொடுப்பதாய் இருந்தாலும் அனுபவிக்கச் சித்தமாயிருக்கிறேன்" என்றாள்.

நாகேசன் ஏளனமாகவும் வெறுப்போடும் சிரித்தான். "அவன் 'தூண்டிவிட்டான்' என்று நீ சொல்லுவாய்! அப்படிச் சொன்னால் அவனுடைய மதிப்பல்லவா பாழாகிவிடும்! இந்தத் துரோகம் நீ எனக்குச் செய்யத் துணிந்ததற்கு உன்னை நான் மன்னிக்கவே முடியாது. ஆனால் நீ இத உன் சொந்த புத்தியினால் செய்யவில்லை. அவனுடைய தூண்டுதலினால் செய்திருக்கிறாய் என்பதினால் உன்னைச் சும்மாவிடுகிறேன். என் கண்ணெதிரே நிற்காதே.

போய்விடு!" என்றான் வெறுப்போடு.

கண்ணீர் பெருக்கிய வண்ணம் தலைகுனிந்து குன்றிப்போய் நின்றுகொண்டிருந்த அஞ்சனா தன் சகோதரனிடம் எதுவும் பேசச் சக்தியற்றவளாய் உள்ளே சென்றாள்.

மறுநாள் காலையில் முத்துக்குமரன் வழக்கம்போல் சந்தோஷத்தோடும் குதூகலத்தோடும் அங்கே வந்தான். அவன் வந்ததுமே கல் நாயனத்தை எடுத்துப் பார்த்துவிட்டு, "பேஷ்! பாக்கி வேலையையும் பூர்த்தி செய்துவிட்டாய் போலிருக்கிறது. மர நாயனத்தை விடக் கொஞ்சம் கனமாகத்தான் இருக்கிறது. பார்வைக்கு மிகவும் அழகாகவே இருக்கிறது. ஸ்வர ஸ்தானங்களும் ரொம்ப சுத்தமாகவே இருக்கின்றன. வாசிப்பதற்கும் லாகவமாக வரும் போல்தான் இருக்கிறது. எல்லாம் நாளைய தினம் தெரிந்து விடும்" என்று சிரித்துக்கொண்டே கூறிவிட்டுப் போய்விட்டான்.

முத்துக்குமரன் மனம் குலையாமல் எப்பொழுதும் போலவே தமாஷாகப் பேசுவது நாகேசனுக்கு ஆச்சரியத்தைக் கொடுத்தது.

நாகேசனுக்கும் முத்துக்குமரனுக்கும் ஏற்பட்டுள்ள போட்டி பற்றிக் கடந்த பத்து தினங்களாகவே ஊரில் வதந்தியாக இருந்தது. பஞ்சாயத்தார்களும், ரசிகர்களும், சங்கீத மேதைகளும் சபையில் நிறைந்திருந்தனர். நாகேசனால் செய்யப்பட்ட கல் நாயனம் மேடை மீது பார்வைக்கு வைக்கப்பட்டிருந்தது. குறிப்பிட்ட நேரம் வந்ததும் நாகேசனும் முத்துக்குமரனும் அந்த மேடைக்குச் சமீபமாக வந்தார்கள். ஜனங்களின் பரபரப்பும் அதிகமாகியது. முத்துக்குமரன் மேடைமீது ஏறி உட்கார்ந்து அங்கு வைத்திருந்த நாயனத்தை லாகவமாகத் தூக்கி நாகேசனைப் பார்த்துப் பணிவோடு, "உனக்கு என்ன வாசிக்கணும், சொல்லு" என்றான்.

முத்துக்குமரன் சீவாளிகளை எல்லாம் ஊதி சரிபார்த்துக் கொண்டான். ஒருசில விநாடிகளில் நாதஸ்வரத்தின் இனிய ஒலி அக்கோயிலெங்கும் பரவி ஒலித்தது. அதிகம் சொல்லுவானேன்! இரண்டு மணி நேரம் சங்கராபரண ராகம் உயிர்பெற்று வந்து நர்த்தனமாடி எல்லோரையும் பிரமிக்க வைத்துவிட்டது.

"போதும். இது போதும். முத்துக்குமரா! நீ ஜெயித்துவிட்டாய். நான் தோற்றுவிட்டேன். இந்தச் சபை எதிரில் ஒப்புக்கொள்கிறேன். நம்முடைய ஒப்பந்தப் பேச்சுப்படி இனி நான் சிற்றுளியைத் தொட

மாட்டேன். என் தங்கை அஞ்சனாவை உனக்குக் கல்யாணம் செய்து கொடுத்துவிடுகிறேன்" என்றான் நாகேசன் தழுதழுத்த குரலில்.

முத்துக்குமரன் அந்த நாயனத்தைக் கீழே வைத்துவிட்டு எழுந்து நாகேசன் அணைத்துக்கொண்டு, "சபையிலுள்ளவங்க எதிரே இதை ரொம்ப வணக்கத்தோடு சொல்கிறேன். நான் இவருடைய தங்கை அஞ்சனாவைக் கல்யாணம் செய்துகொள்ள வேண்டுமென்றால் இவரு தன் தொழிலை விடாமல் இருக்க வேண்டும். இவர் தன் தொழிலை இந்தப் பந்தயத்திற்காக விட்டுவிடுவது இவருக்கு மாத்திரம் நஷ்டமில்லை. நாட்டிற்கே நஷ்டம். இங்குள்ள பெரியோர்கள் இவரை என் வேண்டுகோளுக்கு இணங்கும்படி செய்ய வேண்டும்!" என்றான்.

அங்குள்ள பெரியோர்களும் முத்துக்குமரனின் வார்த்தையை அனுசரித்துப் பேசி நாகேசனை வற்புறுத்திக் கேட்டுக்கொள்ளவே நாகேசனும் மனம் சமாதானமடைந்து அவர்களுடைய வேண்டு கோளுக்கு இணங்கினான்" என்று வைத்தி ஒருவிதமாகக் கதையை முடித்தான்.

"அதிருக்கட்டும்! எப்படி முத்துக்குமரன் திடீரென்று வந்து அந்தக் கல் நாயனத்தை லாகவமாக எடுத்து ஒழுங்காக வாசிக்க முடிந்தது? அவ்வளவு பளுவான வாத்தியத்தை இரண்டு கட்டை விரல்களால் மட்டும் தாங்கிச் சிரமமில்லாமல் வாசித்துவிட்டானென்றால் அதற்குக் காரணம் இருக்க வேண்டுமல்லவா!" என்றான் முத்து.

"அதுதான் கதையில் நான் சொல்ல வேண்டிய முக்கியமான விஷயம். முத்துக்குமரன் கல் நாயனத்தை எடுத்து சுருதி பிசகாமல் ஒழுங்காக வாசிக்கத் தொடங்கியதும் நாகேசனே திகைப்படைந்துவிட்டான். அவ்வளவு லாகவமாக எடுத்து மிகச்சிறந்த முறையில் அவன் வாசித்துக் காட்டிவிடுவான் என்று அவன் நம்பவில்லையல்லவா? அவனுக்கே மிகவும் ஆச்சர்யமாகவும் குழப்பமாகவும்தான் இருந்தது. இதைப் பற்றி முத்துக்குமரனிடம் தனித்துக் கேட்டுத் தெரிந்துகொள்ளாத வரையில் நாகேசனின் மனம் நிம்மதியடையாது போலிருந்தது. ஒரு நாள் முத்துக்குமரனோடு பேசிக்கொண்டிருக்கும்போது மெதுவாகக் கேட்டுவிட்டான். முத்துக்குமரன் 'திடீரென்று நான் வந்து உன்னால் கல்லிலேயே ஒரு நாயனம் செய்ய முடியுமா

என்று கேட்கும்போதே, நீ தெரிந்துகொண்டிருக்க வேண்டும். கல்லில் ஒரு நாயனம் செய்து அதை வாசித்துப் பார்க்கவேண்டும் என்ற ஆவலும் ஆர்வமும் எனக்கு இருந்தன. நானே உன்னைக் கல்லில் நாயனம் செய்ய முடியுமா என்று கேட்டிருப்பேன். நான் ஒரு நாயனக்காரன். எவ்வளவு நாள் குருகுல வாசம் செய்து இந்த வித்தையைக் கற்றுக்கொண்டிருப்பேன்! சாதாரணமாக ஒரு மர நாயனத்துக்குச் சரியாக ஸ்வர ஸ்தானங்களைத் தொட்டு வாசிக்கவே ரொம்ப சிரமப்பட வேண்டும். இப்பொழுது எல்லாவற்றையும் அனாயாசமாக வாசித்தாலும் ஆரம்பத்தில் எவ்வளவு பாடுபட்டிருப்பேன்! சாதாரண மர நாயனத்தை ஒழுங்காக வாசிக்க நான் இவ்வளவு சிரமப்பட்டிருக்கும்போது ஒரு கல் நாயனத்தை வாசிக்க எவ்வளவு சிரமப்படவேண்டும் என்று நான் யோசித்திருக்க மாட்டேனா! மர நாயனத்திலேயே கைப் பழக்கமானதை விட்டு வேறொரு நாயனத்தை மாற்றிக் கொடுத்தால்கூடக் கொஞ்சம் சிரமப்படுமே! அப்படி இருக்கும்போது ஒரு கல் நாயனத்தை நான் எடுத்து வாசிக்க வேண்டுமென்றால் அதற்குத் தக்கபடி என்னைப் பக்குவப்படுத்திக் கொள்ளமாட்டேனா! அது எவ்வளவு கனமிருக்கும்! எப்படிக் காற்றுப் போகும் என்பதெல்லாம் ஆரம்பத்திலேயே எனக்குத் தோன்றாதா! நீங்கள் பந்தயம் வைத்ததிலிருந்து எனக்கு அதுதானே கவலை? சாதாரணமாய் ஒரு கல் நாயனம் எவ்வளவு கனமிருக்கும் என்று நான் நினைத்தேனோ அதைவிட இன்னும் கொஞ்சம் கனமான இரும்புக்குழாயை வைத்துக்கொண்டு தினமும் ஓழிந்த நேரத்திலெல்லாம் அதைத் தூக்கி வைத்துக்கொண்டு மூச்சை அடக்கிவிட்டு மனதால் ஒரு ராகத்தையோ பல்லவியையோ நினைத்துக்கொண்டு ஸ்வர ஸ்தானங்களைத் தொட்டுப் பார்ப்பேன். இது ஏதோ தேகாப்பியாசம் செய்வதுபோல் முதல் இரண்டு மூன்று நாள் இருந்தது. அப்புறம் எல்லாம் சர்வசாதாரணமாய்ப் போய்விட்டது. அப்புறம் சபையிலே வந்து கல் நாயனத்தை எடுத்து எப்படி வாசித்தேன் என்று சொல்லணுமா.........!" என்றான்.

"நாகேசன் முத்துக்குமரனை ஆர்வத்தோடு அணைத்துக்கொண்டு, 'என் தங்கை அஞ்சனா ரொம்ப பாக்கியம் செய்தவள்' என்றான் தன்னையும் மறந்த பேரானந்தத்தோடு!"

வைத்தி கதையை முடித்ததும் எல்லோருமே, "பேஷ், பேஷ், கதை ரொம்பப் பிரமாதம்!" என்றார்கள்.

கார்த்தியாயினி

உலகில் எழுந்தாடிய ஆதிக்க வெறி கோடிக்கணக்கான உயிர்களை உருட்டி விளையாடிக்கொண்டிருந்தது. இதுதான் யுத்தம்; உலக யுத்தமென்று உலகத்தின் தலையிலேயே சூட்டப்பட்ட கொடூரமான பழி. ஆனால் இந்த வெறிக் கூத்துக்கிடையேதான் உண்மையான மனித தத்துவமும் அங்குமிங்கும் தோன்றிப் பிரகாசித்தது. குருக்ஷேத்திரத்தில்தானே கீதை பிறந்தது? அரக்கான் காடுகளில் ஜப்பானியர் அட்டகாசம் அதிகமாக இருந்தது. அரக்கான் காடுகளில் இந்திய ராணுவத்தினரின் சாகசங்கள்தான் ஜப்பானியர்களின் திடீர்த் தாக்குதலுக்குச் சளைக்காமல் ஈடு கொடுக்கக்கூடியதாக இருந்தன.

மிஸ்டர் சிம்மண்டேல் என்ற ஆங்கிலத் தளபதியின் கீழ்தான் அந்தப் பட்டாளம் இருந்தது. அந்தப் படையில்தான் பாலக்காட்டைச் சேர்ந்த புதியங்கம் ஈசுவரன் நாயரும் தஞ்சையைச் சேர்ந்த ஆறுமுகமும் போர் வீரர்களாக இருந்தனர். ஈசுவரன் நாயர் என்று பட்டாளத்தில் சேர்ந்தானோ, அன்றுதான் ஆறுமுகமும் பட்டாளத்தில் சேர்ந்தான். அன்றிலிருந்து அவர்கள் இருவரும் நெருங்கிய நண்பர்கள். அவர்களிருவரும் எப்படி அவ்வளவு நெருங்கிய நண்பர்களானார்கள் என்பது அவர்களுக்கே ஓரோர் சமயம் ஆச்சரியத்தை ஏற்படுத்தக்கூடிய, அறிய முடியாத ரகசியமாக இருந்தது. பட்டாளத்தில் ஒரு வரிசையில்

ஒருவனுக்குப் பக்கத்தில்தான் மற்றவன் நிற்பான். தூங்கும்போதும் சாப்பிடும்போதும் அப்படியே. ஒருவன் தமிழன், மற்றவன் மலையாளி. இருவரும் எந்த நிமிஷத்திலும் தங்கள் உயிரைக் கொடுக்கத் தயாராக இருந்தார்கள். ஆறுமுகத்துக்கும் ஈசுவரனுக்கும் ஏற்பட்டிருந்த பிணைப்பு தெய்விகமாகத்தான் நிகழ்ந்தது.

ஈசுவரன் சிரித்துக்கொண்டே ஆறுமுகத்திடம் சொன்னான். "இதோ பார்! நம்மைக் கொல்ல நினைப்பவனும் ஒரு மனிதன். நாம் கொல்ல நினைப்பதும் ஒரு மனிதனே. இது ஏன்?" என்றான்.

ஈசுவரன் இப்படித் திடீர் திடீரென்று புதிர் போடுவதுபோல் கேள்விகள் எழுப்புவதுண்டு. "ஏனா? அவன் ஜப்பான்காரன். நாம் இங்கிலீஷ்காரர் ஆளு. அதனால்தான். தேசத்துக்குச் சேதம் மாத்திரம் இல்லை. ஒரு தேசத்துக்குள்ளேயே பாரு. தமிழன், மலையாளி, தெலுங்கன், வங்காளி. இதற்குள் சாதிப் பூசல்கள் வேறு. எவ்வளவு இனக் காய்ச்சல்?" என்றான் ஆறுமுகம்.

"ஆமாம்! எனக்குக் கூட இப்படிப்பட்ட வித்தியாசமெல்லாம் ஒருகாலத்தில் இருந்தது. தமிழன் என்றாலே பிடிக்காது. ஆனால் இப்பொழுது அப்படி இல்லை," என்றான் ஈசுவரன் நாயர்.

"எல்லாம் சூழ்நிலையும் மனசும்தான் காரணம். உனக்கு மலையாள எமனும் எனக்குத் தமிழ் எமனும் வரப்போகிறதில்லை. இருவருக்கும் ஒரு எமன்தான். இதைத்தான் உலகம் உணருவதில்லை" என்றான் ஆறுமுகம்.

ஈசுவரன் சிறிது நேரம் ஆழ்ந்த சிந்தனையில் இருந்தான்.

"நாம் சொந்த ஊருக்குச் சென்றாலும் தமிழன், மலையாளி என்ற வித்தியாசத்தை ஏற்படுத்திக்கொள்ளாமல் வாழ்வதுதான் நமக்கும் பெருமை; தேசத்துக்கும் பெருமை. ஆறுமுகம்! என் தங்கை சாவித்திரியை நீ கல்யாணம் செய்துகொண்டுவிடு. என் உயிர் எனக்குப் பிரதானமல்ல. அவளுடைய நன்மைக்காகத் தான் நான் பட்டாளத்தில் சேர்ந்தேன். நான் இறந்துவிட்டால் கூட நீ அவளைக் கைவிடக் கூடாது. தமிழன் மலையாளி என்ற வித்தியாச மனப்பான்மை இல்லாமல் நாம் இருந்தோம் என்பதற்கு ஆதாரமாகவாவது நீ அவளை மணந்துகொள்ளவேண்டும். அவளுடைய புகைப்படத்தைப் பார்த்தவுடனேயே உனக்கு அவள்மீது பிரியம் ஏற்பட்டுவிட்டது என்று எனக்குத் தெரியும்.

அழகு மாத்திரம் அவளிடம் இல்லை. நல்ல புத்திசாலித்தனமும் அவளிடம் இருக்கிறது. அவளை நீ கல்யாணம் செய்துகொண்டால் ரொம்பச் சீக்கிரம் தமிழ் பேசுவதற்குக் கற்றுக்கொண்டுவிடுவாய்" என்றான் ஈசுவரன் நாயர்.

"நான் உன் தங்கையைக் கல்யாணம் செய்துகொள்வதில் சந்தோஷம்தான். ஆனால் அதற்கு ஈடாக உனக்கு ஒரு தமிழ்ப் பெண்ணைக் கல்யாணம் செய்து வைக்க எனக்குத் தங்கை என்று சொல்லிக்கொள்ள ஒருத்தியுமில்லையே என்ற வருத்தம்தான்..." என்றான் ஆறுமுகம்.

"அப்படி ஒரு பெண் இருந்தாலும் நான் கல்யாணம் செய்து கொள்ள முடியாத நிலையில் இருக்கிறேன். என்னைக் கல்யாணம் செய்து கொள்ள வேண்டுமென்பதற்காக ஒரு பெண் எங்கள் ஊரிலேயே இருக்கிறாள். அவளுக்கு நான் துரோகம் செய்ய முடியாது" என்றான் ஈசுவரன் நாயர்.

ஆறுமுகம் மௌனமாக உட்கார்ந்திருந்தான். அவனுடைய நினைவெல்லாம் சாவித்திரியின் பேரில் இருந்தது. அவன் சாவித்திரியின் புகைப்படத்தைப் பார்த்திருக்கிறான். அதிலிருந்து அழகிய முகம் அவன் மனத்தை வசீகரிக்கக் கூடியதாய்த்தா னிருந்தது.

'சிந்து நதியின்மிசை நிலவினிலே
சேரநன் னாட்டிளம் பெண்களுடனே
சுந்தரத் தெலுங்கினில் பாட்டிசைத்துத்
தோணிகள் ஓட்டி விளையாடி வருவோம்'

என்ற பாரதியின் பாட்டு அவன் நினைவுக்கு வந்து அவனைக் கனவு உலகுக்கு அழைத்துச் சென்றது. உயிரைப் பணயமாக வைத்து யுத்த அரங்கத்தில் நிற்கும் ஆறுமுகத்துக்கும் ஏற்பட்ட காதல் அவன் மனத்தில் உயிரின் மேல் ஓர் ஆசையை எழுப்பிப் பெரும் போராட்டத்தைக் கிளறிவிட்டது. ஈசுவரன் தன் மீது வைத்துள்ள அன்பினால் சாவித்திரியைக் கல்யாணம் செய்து கொள் என்று சொல்லலாம். ஆனால் அவள் சம்மதிக்க வேண்டுமே? ஈசுவரனின் மனத்தில் ஏற்பட்ட வித்தியாசமற்ற தெளிவு அவளுக்கு ஏற்படுமா? அவன் ஒரு தமிழ் நாட்டானை மணந்துகொள்ளச் சம்மதிப்பாளா? அவனுக்கு எல்லாம் வீண்

கனவாகத்தான் கணநேரம் பட்டது. ஆனால் அடுத்த கணம் ஏதோ நம்பிக்கை ஏற்பட்டு அவன் மனத்தை ஆசைச் சுழலில் சிக்கவைத்துத் தடுமாற வைத்தது. அடிக்கடி ஈசுவரன் சொல்லும் நம்பிக்கை நிறைந்த வார்த்தைகள்தான் ஆறுமுகத்தின் ஆசையையும் காதலையும் பெருக்கி மனக்கோட்டையை வானளாவ வளர்த்திக் கட்டிக்கொண்டே வந்தது.

ஈசுவரனின் தங்கை சாவித்திரி தன் வயதான தகப்பனாருடன் பாலக்காட்டுக்குச் சமீபமுள்ள புதியங்கம் என்ற ஊரில் வசித்து வந்தாள். மிகவும் ஏழைமை நிலையிலுள்ள அவளுக்கு நன்கு படிக்க வேண்டுமென்ற ஆசை ஏற்பட்டது. தன் சகோதரியிடம் மிகுந்த அன்பு கொண்டிருந்த ஈசுவரன் அவள் படிக்க வேண்டுமென்ற ஆவலினாலேயே தன் உயிரையும் திருணமாக மதித்துப் பட்டாளத்தில் சேர்ந்து விட்டான்.

ஆறுமுகமும் ஈசுவரனும் ஒரு மரத்தடியில் உட்கார்ந்து பேசிக் கொண்டிருந்தார்கள். அப்பொழுது ஏற்பட்ட குண்டு வீச்சில் ஈசுவரன் மட்டும் படுகாயமடைந்து விழுந்துவிட்டான். கண நேரத்துக்கு முன் அவர்கள் இருவரும் எவ்வளவு மன நிம்மதியோடும் சந்தோஷத்தோடும் பேசிக்கொண்டிருந்தார்கள்? அவர்களுடைய வித்தியாசமற்ற அன்பு எப்படிப் பரிணமித்தது? ஒரு வினாடிக்குள் ஒருவன் அடிபட்டுத் தரையில் விழுந்து உயிரோடு போராடிக் கொண்டிருக்கிறான். மற்றவன் அவன் பக்கத்தில் உட்கார்ந்து கொண்டு கண்ணீர் விட்டுக் கதறுகிறான். அந்த இடம் மிகவும் அபாயகரமான இடமாகத் தளபதி கருதியதால் ராணுவ முகாமை உடனேயே மாற்ற உத்தரவிட்டார். அந்தச் சமயத்தில் உயிர் இழந்தவர்கள், உயிருக்குப் போராடிக்கொண்டிருப்பவர்கள் எல்லோரையும் அந்த இடத்திலேயே அப்படியே போட்டுவிட்டுச் செல்வதுதான் தளபதிக்கு உசிதமான காரியமாகப்பட்டது. உடனே அங்கிருந்து நான்கு மைல்களுக்கு அப்பால் முகாமை மாற்றுவதற்கு உத்தரவிட்டார். ஒவ்வொருவரும் தாங்கள் உயிர் தப்பிப் பிழைக்க நினைத்தார்களே தவிர, அப்பொழுது உயிரோடு மன்றாடிக்கொண்டிருப்பவர்களைப் பற்றிக் கவலைப்படவே இல்லை.

அந்த நிலையில் ஈசுவரனை விட்டுப் பிரிந்து செல்ல ஆறுமுகத்துக்கு மனமில்லை. உயிருக்கு உயிரான நண்பனை உயிர் போகும்

தறுவாயில் நடுக் காட்டிடையே அனாதையாக விட்டு விட்டுப் போவது மிகவும் நன்றிகெட்ட செயலாக அவனுக்குத் தோன்றியது. ஒருவேளை ஈசுவரன் பிழைத்தால்....? அப்படி அவன் இறந்து விடக் கூடியவனாகவே இருந்தாலும் பக்கத்தில் இருந்து கிரமமாக அடக்கம் செய்துவிட்டுப் போவதுதான் தன் கடமை என்று ஆறுமுகம் நினைத்தான். அப்பொழுது அவன் ராணுவத்தினர் கண்களில் படாமல் ஒரு பெரும் புதரில் போய் ஒளிந்து கொண்டான். தளபதியின் அவசர ஆக்ஞைக்கு அடங்கிப் பரபரப்போடு அங்கும் இங்கும் ஓடிக்கொண்டிருந்தார்களே தவிர ஆறுமுகத்தைப் பற்றி யாரும் கவலைப்படவில்லை.

எல்லோரும் அந்த இடத்தை விட்டுச் சென்றபின் ஆறுமுகம் புதரிலிருந்து வெளியே வந்து ஈசுவரனின் சடலத்தைத் தூக்கித் தன் மடியில் கிடத்திக்கொண்டான். அந்தச் சமயத்தில்தான் ஈசுவரனின் கடைசி மூச்சும் ஓய்ந்தது. ஆறுமுகம் அவன் சடலத்தை ஒரு இடத்தில் அடக்கம் செய்துவிட்டு ராணுவத்தினர் முகாம் போட்டிருக்கும் இடத்துக்குச் சென்றான். உயிர் போலிருந்த நண்பனை இழந்த பிறகு அவனுக்கு உலகமே இருண்டுவிட்டது. ஈசுவரனின் தங்கை சாவித்திரியின் நினைவு அவன் மனத்தை விட்டு அகலாதிருந்தது. எல்லையற்ற மன வருத்தத்திடையேயும் அந்த ஆசை அவன் மனத்தை விட்டு அகலவில்லை. என்றோ ஒரு நாள் அவளைப் பார்க்கப் போகிறோம் என்ற கனவிலே அவன் மிதந்துகொண்டிருந்தான்.

யுத்தம் முடிந்தது. உலகத்தில் சிறிது அமைதி ஏற்பட்டது. ராணுவத்திலிருந்து விடுதலையடைந்த ஆறுமுகம் ஜப்பானியரின் தாக்குதல் காரணமாக வலக்கரத்தை இழந்த அடையாளத்தோடு தன் சொந்த ஊர் திரும்பினான். அங்கஹீனனானவுடன் அவன் மனத்திலிருந்த ஆசையும் அழிந்துவிட்டது. போர் முனையிலிருந்து திரும்பியதும் பாலக்காட்டுக்குச் சென்று சாவித்திரியைப் பார்க்க வேண்டுமென்று இருந்த துடிப்பு அடங்கிவிட்டது. ஆறுமுகம் நல்ல நிலையிலிருந்தால் சாவித்திரி தன் சகோதரனைப்போல் வித்தியாசமில்லாத மனப்பான்மையோடு இருந்தால். இறந்துபோன தன் சகோதரனின் விருப்பமறிந்து நடந்துகொண்டால், ஒரு வேளை அவன் கனவு பலிக்கலாம். அங்கஹீனமடைந்த நிலையில் அவனை அவள் கண்ணால் பார்க்கக் கூட விரும்பமாட்டாளே? ராணுவத்தில் ஊழியம் செய்ததற்காக

அரசாங்கத்தாரால் அம்மாப் பேட்டை கிராமத்தில் கொடுக்கப்பட்ட சிறிது நிலத்தையும் உபகாரப் பணத்தையும் வைத்துக் கொண்டு தன் வாழ்நாளைக் கடத்தி விடுவதென்று அவன் தீர்மானித்தான்.

வயதான தன் அத்தையைப் பார்ப்பதற்காகக் கோவை சென்றிருந்த ஆறுமுகம் அந்த வண்டியில் ஊர் திரும்பிக்கொண்டிருந்தான்.

யாரோ ஒரு பெண் டிக்கட் வாங்காமல் அந்த வண்டியில் ஏறிவிட்டாள். டிக்கட் பரிசோதகர் அவளை மிரட்டிக் கொண்டிருந்தார். அந்தப் பெண் அவருக்கு ஏதோ பயந்து பதில் சொல்லிக்கொண்டிருந்தாள். ஆறுமுகம் ஏதோ வியப்படைந்தவனாக அந்தப் பெண்ணின் முகத்தைப் பார்த்தான்! அந்தப் பெண்ணின் முகத்தைப் பார்த்தவுடனேயே அவன் மனத்தில் பரபரப்புணர்ச்சி ஏற்பட்டது. அதே முகம்! அவனுடைய நண்பன் ஈசுவரன் நாயர் அவனிடம் காட்டிய புகைப்படத்திலிருந்த அதே அழகான முகம்! அவள் ஈசுவரனின் சகோதரி சாவித்திரிதான்.

"உன் பெயரென்ன?" என்றார் டிக்கட் பரிசோதகர் மிரட்டும் குரலில்.

"சாவித்திரி" என்றாள் அந்தப் பெண் நடுங்கும் குரலில். ஆறுமுகம் சட்டென்று எழுந்து போய் டிக்கட் பரிசோதகரிடம், "அந்தப் பெண் கொடுக்க வேண்டிய பணத்தை நான் கொடுக்கிறேன். எவ்வளவு.....?" என்றான்.

டிக்கட் பரிசோதகர் சந்தேகாஸ்பதமான கண்களோடு ஆறுமுகத்தைப் பார்த்துக்கொண்டே, "நீ யாரய்யா?" என்று கடுமையாகக் கேட்டார்.

"நான் யாராயிருந்தால் என்ன? அவளுக்காகப் பணம் கொடுக்கிறேன். அவ்வளவுதான்" என்றான்.

"சரி! போத்தனூரிலிருந்து ஈரோடு வரைக்கும் நாலேகால் ரூபாய். ஈரோடு ஸ்டேஷனில் இறங்கிவிடட்டும்" என்றார் டிக்கட் பரிசோதகர்.

ஈரோடு ஸ்டேஷன் வந்ததும் டிக்கட் பரிசோதகர் சாவித்திரியை வண்டியை விட்டு இறங்கும்படி சொன்னார். அவள் வண்டியிலிருந்து இறங்கினாள். ஆறுமுகமும் அவளைத் தொடர்ந்து

வண்டியிலிருந்து கீழே இறங்கினான். தஞ்சாவூர் வரையில் டிக்கட் வாங்கி இருக்கும் அவன் ஈரோடு ஸ்டேஷனிலேயே இறங்கியது டிக்கட் பரிசோதகருக்குச் சிறிது விநோதமாக இருந்தது. தன்னிடம் பரிவு காட்டிய மனிதனைப் பற்றி அந்தப் பெண்ணுக்கே சிறிது சந்தேகம் ஏற்பட்டது.

அந்தப் பெண் அவன் முகத்தை வியப்போடு பார்த்தாள்.

“நீ புதியங்கம்தானே? உன் அண்ணன் யுத்தத்தில் இறந்து போய்விட்டது உனக்குத் தெரியுமா? என்றான் அவன். இதைக்கேட்டதும் அப்பெண்ணின் கண்கள் கலங்கின. நெஞ்சில் எழும் துயரத்தோடு, “தெரியும்” என்றாள்.

“பாவம்! அவனுக்கு உன்மீது உயிர். உன்னைப் பற்றி அடிக்கடி என்னிடம் சொல்லுவான். உன் தகப்பனார் இருக்கிறாரல்லவா?” என்று கேட்டான்.

“அவரும் இறந்துவிட்டார்” என்றாள் அவள் துரயத்தோடு.

“பாவம்! உனக்கு வேறு யார் துணை?”

அவள் தயங்கியபடியே பதில் சொன்னாள்; “யாருமில்லை.”

“பாவம் ! நீ இப்போது எங்கே போகிறாய். ரயிலில் டிக்கட் இல்லாமல்?”

“ஊரில் இருக்கப் பிடிக்கவில்லை. வெளியூரில் சென்று ஜீவிக்கலாமென்று...”

ஆறுமுகம், “ஏன், நீ என்னோடு இருக்கலாம். என் பெயர் ஆறுமுகம். என்னைப்பற்றி உன் அண்ணன் உனக்கு நிறைய எழுதி இருக்கிறான். தமிழன், மலையாளி என்ற பேத புத்தி என்னிடம் கொஞ்சமும் இல்லை. உன் சகோதரனும் பேத புத்தி இல்லாதவன். உயர்ந்த குணமுள்ளவன். உனக்கும் அத்தகைய குணம் இல்லாமல் போகாது. நான் உன் அண்ணன் ஈசுவரனை இழந்தபோதே என் வலக்கரத்தை இழந்தவன். உன்னையும், என்னையும், ஒரு லட்சிய தம்பதிகளாகப் பார்க்க வேண்டுமென்பதுதான் அவன் ஆசை. உன் அபிப்பிராயத்தைச் சொல்லு.......” என்றான்.

வெட்கத்தோடு அவள் மெதுவான குரலில் “சரி” என்றாள்.

"வண்டி இன்னும் புறப்படவில்லை. உனக்கும் தஞ்சாவூருக்கு ஒரு டிக்கட் வாங்கிவிடட்டுமா?" என்று கேட்டான். அவளும் தலை அசைத்தாள்.

சாவித்திரியோடு தஞ்சைக்கு வந்த ஆறுமுகம் அங்கிருந்து மாரியம்மன் கோயிலுக்குப் போய் அவள் கழுத்தில் தாலியைக் கட்டி தன் ஊராகிய அம்மாப்பேட்டைக்கு அழைத்து வந்தான்.

அம்மாப்பேட்டையில் டீக் கடை வைத்திருக்கும் கேசவன் நாயர் கடைக்கு ஆறுமுகம் டீ அருந்துவதற்காக வந்த பொழுது நாயர் அவனை மகிழ்ச்சியோடு வரவேற்று, "என்ன ஆறுமுகம், எங்கள் ஊர்ப் பெண்ணையா கல்யாணம் செய்து கொண்டு வந்திருக்கிறாய்? மிகவும் ஏழைக் குடித்தனம். ஆனால் அவள் ரொம்ப நல்ல பெண். எனக்குத் தெரிந்த இடத்துப் பெண்தான் அவள்" என்றான்.

"உங்கள் ஊரும் புதியங்கம்தானா? அவள் என் சிநேகிதன் ஈசுவர நாயரின் தங்கை சாவித்திரி" என்றான் ஆறுமுகம்.

"சாவித்திரியா...? இல்லை. இவள் கார்த்தியாயினி. ஈசுவரனுக்கு மாமன் மகள். தாமோதர நாயர் மகள். பட்டாளத்திலிருந்து திரும்பியதும் ஈசுவரனுக்கு இவளைக் கல்யாணம் செய்து கொடுப்பதாக இருந்தாங்க. போகட்டும். நீயும் பட்டாளத்திலிருந்து திரும்பியவன்தானே? அதுவும் ஈசுவரனுக்கு அந்தரங்கமான சினேகிதன். போகட்டும். இவளை நீ சாவித்திரி என்று சொல்கிறாயே அதுதான் விநோதமாய் இருக்குது...." என்றான் கேசவன்.

ஆறுமுகத்துக்கு எல்லாம் திகைப்பாகவும் குழப்பமாகவும் இருந்தது. "நீ சொல்வதை என்னால் நம்ப முடியாது. அவளே தன் பெயர் சாவித்திரி என்றும் ஈசுவரனின் தங்கை என்றும் சொன்னாள்."

"இதெல்லாம் கதை. நிச்சயம் அவள் கார்த்தியாயினியேதான். சாவித்திரி நன்றாகப் படித்து ஒரு டாக்டரைக் கல்யாணம் செய்து கொண்டு கொச்சியில் இருக்கிறாள். நீ வேண்டுமானால் உன் மனைவியையே போய் அவள் யார், அவள் பெயர் என்னவென்று கேள்!" என்றான் கேசவன் நாயர் திடமாக.

ஆறுமுகம் கேசவனோடு தர்க்கம் செய்யவில்லை. அவன் மனத்தில் சிறிது குழப்பம் ஏற்பட்டதே தவிர. தான் கல்யாணம் செய்து

கொண்டு வந்த பெண்ணிடம் அவனுக்குக் கோபமோ ஆத்திரமோ ஏற்படவில்லை. அவன் ஒரு தீர்மானத்தோடு தன் வீட்டுக்கு வந்தான்.

அவன் தன் வீட்டுக்குள் வந்ததும் தன் மனைவியை மிகவும் அன்பான குரலில் 'கார்த்தியாயினி' என்று அழைத்தான். தன்னைச் சாவித்திரி என்று அழைக்கும், கணவன் கார்த்தியாயினி என்று அழைப்பதைக் கேட்டதும் குழப்பமும் பயமும் அடைந்தவளாக மிரளமிரள விழித்தாள்.

"ஏன் இப்படி விழிக்கிறாய்? நீ சாவித்திரி அல்ல. கார்த்தியாயினி தான் இல்லையா!" என்றான்.

"கார்த்தியாயினி இல்லை. காந்தியாயினி !" என்றாள் அவள்.

"கேசவன் நாயர் அப்படிச் சொன்னானே!"

"சரியாகப் பெயரைச் சொல்லத் தெரியாதவர்கள் வேறு எப்படிச் சொல்லுவார்களாம்?"

"அதிருக்கட்டும். நீ ஏன் டிக்கட் பரிசோதகரிடம் 'சாவித்திரி' என்று பொய்ப் பெயர் சொன்னாய்...?

அவள் நடுக்கத்தோடும் பயத்தோடும் அழுதுகொண்டே, "என்னை மன்னித்துவிடுங்கள். எனக்கு என் பெயரைச் சொல்லிக் கொள்ளவிருப்பமில்லை. நான் சாவித்திரியோடு அதிகமாகப் பழகியதால் அவள் பெயர்தான் ஞாபகத்துக்கு வந்தது. உங்கள் சினேகிதர் பட்டாளத்தில் இருந்து திரும்பியதும் அவரைத்தான் நான் கல்யாணம் செய்துகொள்வதாய் இருந்தேன். அவரும் என்னைத்தான் கல்யாணம் செய்துகொள்வதாய் இருந்தார். எனக்குப் பெற்றோர்கள் இல்லாததினால் நான் அவர்களோடுதான் வசித்தேன். சாவித்திரி படித்தவள். மிகவும் கர்வமுள்ளவள். அவள்மீது ஈசுவரன் மிகவும் வாஞ்சை வைத்திருந்தார். தன்னுடைய தகப்பனாரும் சகோதரனும் இறந்த பிறகு சாவித்திரி என்னை அலட்சியம் செய்துவிட்டாள். ஒரு டாக்டரைக் கல்யாணம் செய்து கொண்டு சுகமாகக் கொச்சியில் வாழ்கிறாள். என்னை அனாதையாக விட்டுவிட்டாள். உங்களைப் பற்றி எனக்குத் தெரியும். அவர் அவளுக்கு எழுதும் ஒவ்வொரு கடிதத்திலும் உங்களைப் பற்றி எழுதியிருக்கிறார். அங்கு பட்டாளத்தில்

யாரோ ஒருவரோடு பழகியதால் வானளாவப் புகழ்கிறார் என்று சொல்லிக்கொண்டிருந்தாளே தவிர, உங்களிடம் அவளுக்கு மதிப்பில்லை. ஆனால் நீங்கள் அவள் மீது அன்பு வைத்திருக்கிறீர்கள் என்று தெரிந்துகொண்டேன். அவர் இறந்து விட்டார் என்று தெரிந்த பின் எனக்கு உலகமே இருண்டுவிட்டது. எங்கேயாவது போவோம் என்று ஊரை விட்டுக் கிளம்பினேன்...... உங்களைச் சந்தித்தேன். யாரென்று தெரிந்துகொண்டேன். அவருக்கு உயிருக்கு உயிரான நண்பராக விளங்கிய உங்களுக்கு ஒரு மலையாளத்துப் பெண்ணைக் கல்யாணம் செய்து வைக்க வேண்டுமென்று அபிப்பிராயம். அவருக்காகக் காத்திருந்த நான் அவர் விருப்பத்தை நிறைவேற்றவும் கடமைப்பட்டவள்தானே? நான் சாவித்திரியல்ல; காந்தியாயினிதான். என்னை மன்னித்து விடுங்கள்" என்றாள்.

ஆறுமுகம் ஆர்வத்தோடு, "சாவித்திரியாய் இருந்தாலும், காந்தியாயினியாய் இருந்தாலும் என் மனைவி ஒரு மலையாளத்துப் பெண் என்பதில்தான் எனக்குப் பெருமை. சாவித்திரி என்பதைவிடக் கார்த்தியாயினி என்ற பெயர் இன்னும் அழகாக இருக்கிறது. என் நண்பன் ஈசுவரன் 'எனக்காக விலை மதிக்க முடியாத பொருளைத் தியாகம் செய்துவிட்டுப் போயிருக்கிறான்" என்றான்.

கருகிய காதல்

அவன் வருகையை அவள் எதிர்நோக்கிக் காத்திருந்தாள்.

ராமன் மீது கொண்ட காதலால் அவனை ஆவலுடன் எதிர்நோக்கி நின்ற சந்திரசேனாவைப் போலவோ. ராமன் மீது வைத்திருந்த அளவற்ற பக்தியால் அவனுக்காக ருசி மிகுந்த பழ வர்க்கங்களைச் சேகரித்து வைத்துக்கொண்டு தன் குடிசைக்குள் நுழைய மாட்டானா என்று காத்திருந்த சபரியைப்போலவோ. ராமனின் பாததூளி பட்டுத் தன் கல்லுருவம் நீங்கி ஜன்ம சாபல்ய மடைய மட்டோமா என்று ஏங்கிக்கொண்டிருந்த அகலிகையைப் போலவோ அவள் அவன் வருகையை எதிர்நோக்கிக் காத்திருந்தாள்.

மாலை வேளை; கடை வீதிக்குச் சமீபமாக இருந்த அந்தத் தெருவில் எப்பொழுதுமே ஜன நடமாட்டம் அதிகமாகத்தானிருக்கும். அதுவும் சாயந்திர வேளையில் கேட்கவேண்டுமா? வீட்டு வாசல் திண்ணையில் நிற்கும் தூணில் சாய்ந்தபடி உட்கார்ந்து ஒரு திசையையே கண்கள் நோக்க உட்கார்ந்திருந்தாள் லலிதா. நாராயணன் காரியாலயத்திலிருந்து வீடு திரும்பும் வேளை அதுதான். எப்படியும் அவன் அந்த வழியாகத்தான் தன் வீட்டுக்குச் சென்றாக வேண்டும்.

அவளுக்கு வயது இருபது இருக்கலாம். பருவம் அழகை அவள் தேகத்தில் பக்குவமாக்கி வைத்திருந்தது-பொற்கிண்ணத்தில் அமிர்தத்தை நிரப்பி வைத்திருப்பது போல.

தெரு முனையில் நாராயணன் திரும்பி வருவது அவள் கண்ணில் பட்டது. ஆர்வத்துடன் எழுந்து நின்றாள். கையில் காகிதக் கத்தையை அணைத்துப் பிடித்துக்கொண்டே அவன் அதி வேகமாக நடந்து வந்தான். அந்த வேகமான நடையிலேயே அவன் தன் வீட்டையும் தன்னையும் கவனிக்காமல் போய் விடுவானோ என்ற பயம் அவளுக்கு எழுந்தது. அவனை அவ்வாறு போகவிடாமல் கூப்பிட்டுச் சிறிது நேரமாவது பேசிவிடுவது என்ற துணிவு அன்று அவளுக்கு ஏற்பட்டிருந்தது. இத்தனை நாட்களாகத் தன்னைப் பார்த்து, தன் கண்களைப் பார்த்து. தன் செய்கைகளைப் பார்த்துப் புரிந்துகொள்ளாத விஷயத்தை இன்று சிறிதாவது அவனுக்குப் புரியும்படி செய்துவிட வேண்டும் என்று அவள் இருந்தாள்.

அவன் அதோ வந்துவிட்டான்; அவள் வீட்டிற்குச் சமீபமாக வந்து விட்டான். தலைநிமிர்ந்து அவள் வீட்டைப் பார்த்தான். தூணோடு சாய்ந்து நின்றுகொண்டிருக்கும் அவளையும் பார்த்தான். அவன் முகத்தில் ஒரு புன்சிரிப்பு மலர்ந்தது. சட்டென்று அவள் திண்ணையை விட்டு இரண்டு படி கீழே இறங்கி, "உங்களைத் தானே! கொஞ்சம் வந்துவிட்டுப் போங்கள்!" என்றாள். மந்திர சக்தியால் கட்டுண்டவன் போல் அவனும் அவள் வீட்டு வாசலில் வந்து நின்றான்.

அவள் தூணில் சாய்ந்தபடி புடைவைத் தலைப்பைக் கையால் எடுத்துத் திருகிக்கொண்டே எதையோ தழுதழுக்கச் சொல்லி நிறுத்தினாள். வெட்கமும் கூச்சமும் அவளுடைய துணிச்சலைச் சின்னாபின்னமாக்கிவிட்டன. பயமும் பீதியும் ஆர்வத்தோடு சொல்ல நினைத்த வார்த்தைகளை நெஞ்சிற்குள்ளேயே சிதைந்து உருவில்லாமலாக்கிவிட்டன.

"நீங்கள் செய்த உதவியை என் ஆயுளில் மறக்கவே மாட்டேன்!" என்றாள் அவள் தழுதழுத்த குரலில்.

"அதனால் என்ன? அது ஒன்றும் அவ்வளவு பெரிய காரியமில்லை யல்லவா?" என்றான் அவனும் தடுமாறிக்கொண்டே.

"உள்ளே வந்து கொஞ்சம் காப்பி சாப்பிட்டுவிட்டுப் போங்கள்!" என்றாள் அவள் உபசாரமாக.

"காப்பியா! இந்த அகால வேளையில்......." என்று தாட்சண்யத்தோடு மறுத்தான் நாராயணன்.

"பாதகமில்லை; வாருங்கள்.....! என்றாள் லலிதா.

இந்த உபசாரத்துக்கு அவனால் இணங்காமலிருக்க முடியவில்லை. அவளோடு உள்ளே சென்றான். கூடத்தில் பாயை உதறிப்போட்டு அவனை உட்காரச் சொன்னாள். இரண்டு நிமிஷத்தில் காப்பி தயாரித்துக் கொண்டு வந்து கொடுத்தாள். காப்பியைச் சாப்பிட்டு விட்டு, "போய் வரட்டுமா?" என்றான்.

அவள் தயங்கினாள்; தடுமாறினாள். எந்த பாஷையில் சொல்லி அவனுக்கு விஷயத்தைப் புரியாமல் புரிய வைப்பது என்று தெரியாமல் திகைத்தாள்.

"போய் வாருங்கள்; அப்படியே மறந்துவிடாதீர்கள்; அடிக்கடி வந்துகொண்டிருங்கள்....!"

இன்னும் ஏதோ சொல்லவேண்டும் என்ற துடிப்பு அவள் நெஞ்சில் இருந்தது.

அவன் தாழ்வாரத்தைத் தாண்டி வாசற் பக்கத்து ரேழிப் பக்கம் வந்தான். அங்கே இருள் கவிந்திருந்தது. செருப்பை எங்கே கழற்றி வைத்தோம் என்று தெரியவில்லை. நான்கு புறமும் காலால் துழாவித் தேடினான். அவனுக்குப் பின்னால் அவள் வந்து நின்று. "செருப்பைத் தேடுகிறீர்களா?" என்றாள்.

"ஆமாம்" என்று சொல்லிவிட்டு அவன் திரும்பினான். அவ்வளவு சமீபத்தில் அவள் நெருங்கி நின்றுகொண்டிருப்பாள் என்று அவன் நினைக்கவில்லை. அவன் திரும்பியபோது அவனுடைய தோளில் அவள் தேகம் உராய்ந்தது போலிருந்தது. சட்டென்று ஒதுங்கி நின்றாள்.

"பாதகமில்லை; செருப்பை வாசற்படியிலேயே விட்டுவிட்டு வந்து விட்டீர்களே!" என்றாள் அவள்.

"ஆமாம். மறந்துவிட்டேன்!" என்று சொல்லிக்கொண்டே வெளியே வந்து செருப்பைப் போட்டுக்கொண்டு, "நான் வருகிறேன்..." என்று

அவன் கிளம்பினான். அவள் “சரி” என்பது போல் தலையை ஆட்டினாள்.

அந்த வீட்டு வாசற்படியை விட்டு இறங்கியவுடன் நாராயணனின் உடல் முழுவதும் சில்லிட்டு வியர்த்தது. துணிகரமான பெண்களிடம் ஆண்கள்கூடச் சில சமயம் கோழைகளாகிவிட வேண்டியதுதான் என்பதை அப்பொழுதுதான் உணர்ந்தான் நாராயணன். அவனுக்கு லலிதாவின் ஹிருதயம் விளங்காமலில்லை. அவள் எண்ணம் - ஆசை - எல்லாம் அவனுக்கு விளங்கத்தான் செய்தது. முதலில் அவள் எழ்மைக்காக அவன் இரங்கினான். பச்சாதாபப்பட்டான். இப்பொழுது அவன் எதற்காக அவள் மீது இரக்கப்படுகிறான். பச்சாதாபப்படுகிறான் என்று அவனுக்கே தெரியவில்லை. ஏழ்மையிடம் கொண்ட இரக்கமும் பச்சாதாபமும் எப்படிக் காதலாக மாறிவிடுகிறது என்ற புதிர் அவனுக்கு விளங்காததாயிருந்தது. அவள் அவனை விரும்புகிறாள்; அவன் அவளை விரும்புகிறான். ஆனால் அவன் வாழ்க்கையில் காலம் கடந்து இந்தக் காதல் மலர்ந்திருக்கிறது. மலர்ந்த இக்காதல் மணம் கமழ்ந்து நிற்காது. கருகி உதிரத்தான் வேண்டும்.

அவன் மனங்குழம்பியபடி வீட்டை நோக்கி நடந்தான். அவன் மனைவி அவனை எதிர்நோக்கி நெடு நேரமாக வீட்டு வாசலிலேயே நின்றுகொண்டிருந்தாள். அவளுடைய மலர்ந்த முகம் அவனை ஆவலோடு வரவேற்றது. “ஏன் இன்று இவ்வளவு நேரம்? நீங்கள் சிறிது நேரம் தாமதமாய் வந்தால்கூட என் மனது அடித்துக் கொள்கிறது!” என்றாள் அவள்.

அவன் முகத்தில் கொஞ்சம் அசடு வழிந்தது. நாராயணன் அவன் மனைவி பாமாவிடம் ஒன்றையும் ஒளித்ததில்லை. அவளறியாத ரகசியம் அவனிடம் ஒன்றுமில்லை. இவ்வளவு நாளும் இல்லாமல் இன்று அவளிடம் எதையோ மறைத்து வைக்க அவன் சிரமப்பட்டான். அதை மறைத்து வைக்கவும் அவன் பிரியப்படவில்லை. அன்று இரவு சாப்பிட்டபின் நெடுநேரம் உட்கார்ந்து யோசித்தான். இத்தனை நாள் வரை மனைவிக்குத் துரோகம் நினைக்காத உள்ளம் இன்று எப்படி லலிதாவிடம் பாய்ந்தது என்றுதான் அவனுக்கு விளங்கவில்லை.

லலிதா ஏழைப் பெண். அவனுடைய நண்பன் பாலுவுக்கு நெருங்கிய உறவினள். இன்னும் விவாகம் ஆகவில்லை. ஹைஸ்கூல்

படிப்பு முடிந்துவிட்டதால் கலாசாலையில் சேர்ந்து படிக்க ஆசைப்பட்டாள். ஏழைப் பெண்ணுக்குக் கலாசாலையில் சேர்ந்து படிக்க வசதி ஏது? யாராவது உபகாரச் சம்பளம் கொடுப்பார்களா என்று எதிர்பார்த்தாள். நாராயணன் உறவினர் ஒருவர் பெண்கள் படிப்பிற்காக உபகாரச் சம்பளம் கொடுத்துக் கொண்டிருந்ததால் அவன் மூலமாக அந்த உதவியைப்பெற அந்தப் பெண் விரும்பினாள். அவனுடைய நண்பன் பாலு லலிதாவை அவனுக்கு அறிமுகப்படுத்தி வைத்தான். நாராயணன் அந்தப் பெண்ணுக்கு இரங்கித் தன் சிரமத்தைப் பாராமல் அவளுடைய கலாசாலைப் படிப்புக்கு உபகாரச் சம்பளம் பெறவேண்டிய ஏற்பாடுகளைச் செய்தான். அவன் சிரமப்பட்டுத் தனக்கு உதவி செய்ததற்கு லலிதா நன்றி செலுத்த வேண்டியதுதான். ஆனால் அந்த நன்றியைக் காதலாக்கி அவனுக்கு அர்ப்பணம் செய்ய நினைத்ததுதான் அவனைத் தடுமாற்றத்திற்குள்ளாக்கி விட்டது. பழக்கத்தாலும் குண ஒற்றுமையாலும் அது இயற்கையாக ஏற்படக் கூடியதாய்த்தான் அவனுக்குத் தோன்றியது. இருந்தாலும் பாமா......!

அவன் பெருத்த குழப்பத்திற்குள்ளானான்.

பாமா படுக்கையைப் போட்டுவிட்டு. "என்ன. இப்படி யோசனையிலாழ்ந்திருக்கிறீர்கள்? ஆபிஸீல் ஏதேனும் தகராறா?" என்றாள்.

"அதெல்லாம் ஒன்றுமில்லை. வேலை தொந்தரவுதான் அதிகம். நாளைய தினம் செய்ய வேண்டிய வேலைகளைப் பற்றி இன்றே கவலை!" என்றான் நாராயணன்.

"கவலைப்பட்டால் வேலை செய்யாமலிருந்துவிட முடியுமா? செய்ய வேண்டியவைகளைச் செய்துதானாக வேண்டும். மணி பத்திற்கு மேலாகிறது; வாருங்கள்!" என்றாள் பாமா.

அவன் மெதுவாக எழுந்து சென்று படுக்கையில் படுத்தான். அவன் மனைவி பிரகாசமாக எரிந்துகொண்டிருந்த விளக்கைச் சிறிது அடக்கி வைத்தாள்.

மறுநாள் முதல் அவன் லலிதா இருக்கும் தெரு வழியாக ஆபீஸுக்குப் போவதில்லை. அந்தத் தெருவழியாக வருவதுமில்லை. ஒருநாள் ஆபீஸ் விலாஸத்திற்கு ஒரு கடிதம் வந்தது. அதைப் படித்த பிறகு அவனுக்கு வேலையே ஓடவில்லை. லலிதா தன்

வாயைத் திறந்து சொல்ல முடியாத ஹிருதயப் புழுக்கத்தை யெல்லாம் காகிதத்தில் எழுத்தாக்கிக் கொட்டியிருந்தாள். அவன் மனதில் மீண்டும் இரக்கமும் பச்சாதாபமும் தோன்றின. ஆனால் அந்த இரக்கம் பச்சாதாபம் இரண்டையும் ஒன்று கலந்து காதல் என்ற உருவத்தைக் கொடுக்க அவனால் முடியவிலலை.

அவன் லலிதாவுக்குச் சுருக்கமாக ஒரு பதில் கடிதம் எழுதினான். அதாவது. தனக்கு ஏற்கெனவே ஒரு மனைவி இருக்கிறாள் என்னும் ரகசியத்தை அவன் அவளுக்குத் தெரிவித்துவிட்டான்.

அப்புறம் லலிதாவிடமிருந்து அவனுக்குக் கடிதமே வரவில்லை. வெகு நாட்களுக்குப் பிறகு அந்த தெரு வழியாக அவன் மீண்டும் போகத் தலைப்பட்டான். ஒவ்வொரு நாளும் அவன் லலிதாவின் வீட்டைப் பார்ப்பான். அது சூன்யமாயிருக்கும். அவன் மனதில் பயங்கரமான எண்ணங்களெல்லாம் தோன்றும். ஆனால் அப்படி ஒன்றும் அந்தத் தெருவில் விபரீதம் நேர்ந்திருப்பதாக அவன் கேள்விப்படாததால் மன ஆறுதல் அடைவான்.

ஒரு நாள் அவன் காரியாலயத்திலிருந்து வந்ததும் “நீங்கள் காலேஜ் படிப்புக்காக ஒரு பெண்ணுக்கு உபகாரச் சம்பளம் வாங்கிக் கொடுத்திருப்பதாக் சொன்னீர்களே. அந்தப் பெண் மத்தியானம் இங்கே. வந்திருந்தாள்!” என்றாளவன் மனைவி.

“லலிதாவா? ஏன்?” என்றான் நாராயணன் பரபரப்புடன்.

“அவள் இனிமேல் படிக்கப் போவதில்லையாம் ஊருக்குப் போகப் போகிறாளாம். நீங்கள் செய்த உபகாரத்துக்கு ரொம்பக் கடமைப் பட்டிருக்கிறேன் என்றும் மறக்கமாட்டேன் என்று உங்களிடம் சொல்லச் சொன்னாள்!”

“எந்த ஊருக்குப் போகிறாள்?”

“மதுரைக்குச் சமீபமாக ஏதோ ஒரு ஊர் எனச் சொன்னாள். எனக்கு ஞாபகமில்லை. ஏதோ பெண் பாடசாலையில் வாத்தியார் வேலை பார்க்கப் போகிறாளாம். மேஜைமீது இருந்த உங்கள் போட்டோ தனக்கு வேண்டுமென்று ரொம்ப ஆசையாகக் கேட்டாள். போனால் போகிறது என்று கொடுத்துவிட்டேன்!”

நாராயணன் தன் மனைவியின் களங்கமற்ற முகத்தைப் பார்த்தான். ஒரு பெருமூச்சுவிட்டான். விலையற்ற ஹிருதயமுள்ள தன் மனைவி

போட்டோவை மாத்திரமல்ல, தன் கணவனையே வேறொருத்தி விரும்பிக் கேட்டால் இரக்கப்பட்டுக் கொடுத்துவிடுவாளோ என்ற சந்தேகம் அவன் மனதில் எழுந்தது. ஒரு பெண்ணின் மனதை மற்றொரு பெண் அறிந்து கொள்வது கடினம் என்று அவனுக்குத் தோன்றியது.

லலிதா எங்கிருந்தாலென்ன? அவனை அவள் தன் வாழ்நாள் முழுவதும் மறக்க மாட்டாள்; அவனும் அவளை ஒருநாளும் மறக்கமாட்டாள். கருகி உதிர்ந்தாலும் காதல் மலர்ந்துதானே உதிர்ந்திருக்கிறது?

கருணை

கானகம் சென்று கடுந்தவம் செய்யவேண்டுமென்று யாரேனும் ஆசைப்பட்டால் முதலில் பதினைந்தாம் நம்பர் பஸ்ஸுக்காக நின்று காத்திருந்தால் போதும். நாம் பஸ்ஸை எதிர்நோக்கிப் படும் கஷ்டத்தைப் பார்த்துக் கடவுள்கூடத் துடிதுடித்துப் பிரத்யட்ச மாகிவிடுவார். பெற்ற தாயும் தந்தையும் இந்தக் கோரக் காட்சியைக் கண்டுவிட்டால் பார்த்த இடத்திலேயே பனிக்கட்டியாக உருகிவிடுவார்கள். என்னுடைய தாயும் தந்தையும் பிறவிப் பயனை முடித்துக்கொண்டு போய்விட்டார்கள். மனைவி இருக்கிறாள்; அவள் தனக்காகவே உருகவே நேரம் போதவில்லை என்கிறாள். உத்தியோகம் பார்ப்பது தலைவிதியென்றால் பஸ்ஸுக்குக் காத்துக் கொண்டு நிற்பதும் அப்படித்தானே இருக்க வேண்டும்?

கோடை காலம்; மணி பதினொன்றுதானிருக்கும். வெயிலின் கொடுமையைப் பார்க்கும்பொழுது பகல் மணி ஒன்றிருக்கும் என்று எல்லோருக்கும் சாதாரணமாக நினைக்கத் தோன்றும். நான் பதினைந்தாம் நம்பர் பஸ் வரும் வழியில் விழிவைத்துக் காத்திருந்தேன், முக்கால் மணி நேரமாக. சமீபத்தில் ஒதுங்கி நிற்கச் சிறிது கூட நிழல் வாடையே இல்லை. என்னுடைய நிழல்தான் பூமியில் விழுந்தது. ஆனால், என்னுடைய நிழலிலேயே நான் எப்படி நிற்க முடியுமென்றுதான் தெரியவில்லை. உடல் முழுவதும் வியர்த்துக் கொட்டிக்கொண்டிருந்தது. மண்டை வெடித்து விடும்போல் சூடேறியிருந்தது. பஸ் வரும் வழியிலேயே நிலைத்து

நின்ற என் விழி தற்செயலாகத் திரும்பியது. திடுக்கிட்டேன்; ஒரு பெண் நின்றுகொண்டிருந்தாள். என்னைப் போல இன்னொரு ஜீவனும் பஸ்ஸுக்காக நின்று தவங் கிடப்பதைப் பார்த்ததும் என் மனதிற்கோர் ஆறுதல் ஏற்பட்டது. ஆனால் இந்த ஆறுதல் என் மனதில் நிலைத்து நிற்கவில்லை. இயற்கையாக அந்தப் பெண்ணிடம் எனக்கு இரக்கமும் பரிதாபமும் ஏற்பட்டன.

அந்தப் பெண் ஒரு கலாசாலை மாணவியாக இருக்க வேண்டுமென்று தோன்றியது. வயது இருபது இருக்கும்; ஒல்லியான உருவம். தலை அலங்காரம் உடல் அலங்காரமெல்லாம் தற்கால நாகரிகத்தின் அடிப்படையில் பெண்மையின் பெருமைக்கும் அழகுக்கும் தடை கட்டியது போலத்தானிருந்தன. கையில் அடுக்காகப் புத்தகச் சுமை. பாவம் நிற்கமாட்டாமல்தான் அவள் நின்று தத்தளித்துக் கொண்டிருந்தாள். எனக்கு அந்தப் பெண் மீது ஒரு வைகையில் மட்டுமல்ல, எல்லா வகையிலும் பரிதாபம் ஏற்பட்டது.

கலாசாலைகளில் இடம் கிடைக்காத காலத்தில் இப்படிப்பட்ட பெண்களெல்லாம் ஏன் சிரமப்பட வேண்டும்? மெல்லிய கொடி போன்ற கரங்களில் எதற்காக இவ்வளவு புத்தகங்களைச் சுமக்க வேண்டும்? மணிக்கணக்காகத் தகிக்கும் வெயிலில் நின்று ஏன் தவித்துத் துடிக்க வேண்டும்? எல்லாம் ஆசை; படிக்க வேண்டுமென்ற ஆர்வம். அவள்மீது பிசகில்லை. பள்ளிக் கூடங்களிலும் கலாசாலைகளிலும் சுலபமாகச் சேர்ந்து படிக்கத்தான் அரசாங்கம் வேண்டிய வசதிகள் செய்யாவிட்டாலும் அதிர்ஷ்ட வசமாகக் கலாசாலைகளில் சேர்ந்து படிப்பவர்களுக்காவது போக்குவரத்துச் சாதனங்களைச் சீர்திருத்தம் செய்து வசதி செய்யக்கூடாதா? வெயிலிலும் மழையிலும் பஸ்ஸுக்காகக் காத்துக் கொண்டிருப்பதிலேயே ஆயுள் கரைந்து விடும்போலிருக்கிறதே! வாழப் பிறந்ததே பஸ்ஸுக்குக் காத்துக்கொண்டு நிற்கத்தானா?

அவளும் மனதிற்குள் ஏதோ பஸ் போக்குவரத்தைப் பற்றிச் சாபமிட்டுக்கொண்டிருப்பாள் போலத்தான் எனக்குத் தோன்றியது. இந்த ஜன்மத்தில் இல்லாவிட்டாலும் வேறு. எந்த ஜென்மத்திலாவது அவள் ஒரு நளாயினியாகவே, சாவித்திரியாகவோ பிறந்திருந்தாளானால் கட்டாயம் அவள் சாபம் இந்த ஜன்மத்திலும் பலிக்கும். அவளுடைய சாபத்தில் சூரியன் ஒளியிழந்து போகாவிட்டாலும், சென்னை நகரில் அந்தச்

சமயத்தில் ஓடிக்கொண்டிருக்கும் அத்தனை பஸ்களும் அங்கங்கே 'சடன் பிரேக்' போட்டதுபோல் நின்றுவிடும்.

இப்படியெல்லாம் நான் நினைத்துக் கொண்டிருக்கும்போது ஒரு பஸ் வந்து நின்றது. பதினைந்தாம் நம்பர் பஸ்தான். அவசர அவசரமாக ஓடிக் கம்பியைப் பிடித்துக்கொண்டு படியில் ஏறினேன். எனக்குப் பின்னால் அந்தப் பெண்ணும் பரபரப்போடு வந்து நின்றாள். பஸ்ஸிலிருந்து ஒருவர் கீழே இறங்கினார். "ஸார் ஏறுங்க!" என்றான் கண்டக்டர் என்னைப் பார்த்து. எனக்குப் பின்னால் அந்தப் பெண்ணும் பஸ்ஸில் ஏற முயற்சித்த பொழுது கண்டக்டர் அவளைத் தடுத்து, "அம்மா, ஒரு ஆளுக்குத்தான் இடம் இருக்குது; இறங்குங்க!" என்றான். பாவம். அந்தப் பெண் தயங்கினாள். "அந்தப் பெண்ணையும் ஏற்றிக்கொள்ளு அப்பா, பாதகமில்லை!" என்றேன் நான். அவள் முகத்தைத் தயவோடு பார்த்து, "இல்லை, சார்! ஓவர்லோடு ஏத்தமாட்டோம்!" என்றான் அவன் கண்டிப்பாக.

பாவம், அந்தப் பெண் இந்த வெயிலில் நின்று துடிப்பதைவிட நாம்தான் அடுத்த பஸ்ஸுக்காகச் சிறிது நேரம் காத்துக் கொண்டிருப்போமே என்று எனக்குத் தோன்றியது. சட்டென்று நான் கீழே இறங்கினேன். நான் இறங்கியதுதான் தாமதம்; அந்தப் பெண் பஸ்ஸில் ஏறிக்கொண்டு 'தாங்க்ஸ்' என்ற சிறிய வார்த்தையில் தன் முழு நன்றியையும் எனக்குத் தெரிவித்துக்கொண்டாள்.

மணி ஓடிக்கொண்டிருந்தது. வெயிலும் அதி உக்கிரமாக இருந்தது. அந்தச் சமயத்தில் என்னுடைய பொறுமை தளராததற்குக் காரணம் இன்னொரு ஜீவனுக்கு இரங்கித் தன்னலங்கருதாத தியாகம் ஒன்றைச் செய்த ஆறுதல்தான். அந்தப் பெண் என்னைத் தன் மனதார வாழ்த்திக் கொண்டிருப்பாள். இந்தச் சமயத்தில் அவளுக்கு நான் செய்த உபகாரத்தை அவள் தன் ஆயுளில் என்று நினைத்தாலும் எனக்கு நன்றி செலுத்தித்தானாக வேண்டும். இப்படியே நான் செய்த பேருபகாரத்தைப் பற்றி நானே எண்ணி வெயிலில் நின்று உருகிக்கொண்டிருக்கும்பொழுது எனக்குப் பின்னால் சில பெண்கள் வந்து நின்றார்கள். எண்ணிப் பார்த்தேன்; ஐந்து பெண்கள். அவர்கள் மாணவிகளோ உபாத்தியாயினிகளோ எனக்குத் தெரியாது. அவர்களும் பதினைந்தாம் நம்பர் பஸ்ஸைத்தான் எதிர்பார்க்கிறார்கள் என்று ஜாடைமாடையாகத்

தெரிந்தபொழுது என் மனம் திக்கென்றது. வரப்போகிற பஸ்ஸில் என்னைச் சேர்த்து ஆறு பேருக்கல்லவா இடம் வேண்டும்? இடமில்லாவிட்டால்... அதைப் பற்றி நான் ஏன் கவலைப்பட வேண்டும்? நாம் முண்டியடித்துக்கொண்டு முதலில் ஏறி அகப்பட்ட இடத்தைப் பிடித்துக்கொள்ள வேண்டியதுதான்!

பஸ் வந்தது; அது நிற்பதற்குள் பாய்ந்து ஏறினேன், கண்டக்டர் வழியை மறித்து, "இருங்க, சார்! இறங்கறவங்க இறங்கவேணாம்?" என்றான். நான் படியிலிருந்தவாறே கம்பியைப் பிடித்துக்கொண்டு வழியைவிட்டு ஒதுங்கி ஒட்டி நின்றேன். எனக்குப் பின்னால் அந்த ஐந்து பெண்களும் பதட்டத்தோடு வந்து நின்றார்கள். வண்டியிலிருந்து இரண்டு பேர் இறங்கினார்கள். நான் ஏறுவதற்குப் பிரயத்தனம் செய்த பொழுது கண்டக்டர் என்னைத் தடுத்து, "இருங்க. சார்! முதலில் பெண்பிள்ளைகள் ஏறட்டும்" என்று சொல்லி, "வாங்க அம்மா, வாங்க!" என்று அவர்களை உபசரித்தான். அந்தப் பெண்கள் பஸ்ஸில் ஏறிக்கொண்டனர். கண்டக்டர் ஒரு தடவை பஸ்ஸிலுள்ளவர்களை எண்ணிக் கணக்குப்பார்த்துவிட்டு, சார்! உங்களுக்கு இடமில்லை; இறங்குங்க!" என்றான்.

நான் எவ்வளவு நேரமாக வெயிலில் நின்று துடித்துக் கொண்டிருக்கிறேன் என்பது அந்தப் பெண்கள் ஐந்து பேரில் ஒருவர் மனதிலாவது தோன்றியதா? கொஞ்சமாவது பச்சாதாபமும் கருணையும் ஏற்பட்டதா? ஹூம் பெண்களுக்காக இரக்கப்பட வேண்டியதும் கருணை காட்ட வேண்டியதும் ஆண்களின் நியதி போலிருக்கிறது. இல்லாவிட்டால் அந்தக் கண்டக்டர் முதலில் ஏறிய என்னைக் கீழே இறங்கு என்று சொல்லிவிட்டு அந்த ஐந்து பெண்களையும் வண்டியில் ஏற்றிக்கொள்ளுவானா? நான் ஒரு பெண்ணுக்குக் கருணை காட்டியதில் பெருமையடைந்தேனே? அந்தக் கண்டக்டர் என்னைவிட நான்கு மடங்கு அதிகக் கருணையல்லவா காட்டிவிட்டான்?

அதற்குப் பிறகு குறைந்தது முக்கால் மணி நேரமாவது அங்கே நான் நின்றிருப்பேன். வெயிலின் கொடுமை தலைவெடித்து விடும்போலிருந்தது. தலையில் மேல் துண்டை உதறிப் போட்டுக்கொண்டு கிளம்பினேன். 'இந்த வெயிலில் நிற்பதைவிட நடந்தால் இடையிடையே சிறிது மர நிழலாவது இருக்கும். அதோடு மட்டுமல்ல; ஒன்றரை அணா காசை மிச்சம் பிடித்தோமென்ற

திருப்தியாவது இருக்கும்' என்ற எண்ணத்தில்தான் நடக்கலானேன்.

நான்கடி கூட நடந்திருக்கமாட்டேன்; எனக்குப் பின்னால் ஒரு பஸ் வருவதுபோல் தோன்றியது. திரும்பிப் பார்த்தேன். பதினைந்தாம் நம்பர் பஸ்தான். அதைப்பிடிக்கத் திரும்பி ஓடினேன். அதற்குள் பஸ் கிளம்பிவிட்டது. கிளம்பினால் என்ன? எனக்கிருந்த ஆத்திரத்தில் பாய்ந்தாவது பிடித்துவிடலாம் என்று தோன்றியது. மறுகணம் ஓடிப் பாய்ந்து கம்பியைப் பிடித்தேன். கம்பி கையில் பிடிபடாமல் வழுக்கியது. அதற்கப்புறம் அந்தப் பஸ்ஸிலேயேதான் என்னை ஆஸ்பத்திரிக்குக் கொண்டுவந்தார்களாம்!

தலையில் பலமான காயம். ஆஸ்பத்திரி கட்டிலில் படுத்திருக்கும் போதுதான் நடந்த நிகழ்ச்சிகளெல்லாம் ஞாபகத்திற்கு வந்தன.

எனக்கு சிச்ருஷை செய்து வந்த 'நர்ஸ்' என்னைப் பார்த்து, "இன்று மத்தியானம் ஒரு மணி சுமாருக்கு நீங்கள்தானே பதினைந்தாம் நம்பர் பஸ் ஸ்டாப்பிங்கில் காத்திருந்தீர்கள்?" என்றாள்.

நான் அந்தப் பெண்ணை உற்றுப்பார்த்தேன்; இரண்டாவதாக வந்த பஸ்ஸில் கண்டக்டரின் கருணைக்குப் பாத்திரமாகி இடம்பெற்ற ஐந்து பெண்களில் ஒருத்தி அவள் என்பது எளிதாக விளங்கியது. "ஆமாம். நான்தான் காத்திருந்தவன்" என்றேன்.

"ஐயோ பாவம்! ஏன் உங்களுக்கு இந்த ஆபத்து?" என்றாள் பரிதாபத்துடன்.

நான் ஒரு பெருமூச்சு விட்டுக்கொண்டே "உலகத்தில் கருணை காட்டிய மகான்களுக்கெல்லாம் இப்படிப்பட்ட கதிதான் ஏற்பட்டிருக்கிறது!" என்றேன்.

கருங்காலிகள்

கன்னிகா மில்லில் ஸ்ட்ரைக்; அதாவது தொழிலாளர்களின் வேலை நிறுத்தம். தலைவர்கள் தூண்டுதலினால் இரண்டு மூன்று தரம் வேலைநிறுத்தம் செய்து வெற்றியும் கண்ட தொழிலாளர்கள் தங்களுடைய வெற்றிக்குக் காரணமாயிருப்பது வேலை நிறுத்தம்தான் என்ற முடிவுக்கு வந்தனர். அந்த முடிவுதான் மேற்படி வேலை நிறுத்தத்துக்குக் காரணம்.

வேலை நிறுத்தம் ஒரு மாதம் தொடர்ந்து நடந்தது. மில் முதலாளிகள் வேறு தொழிலாளர்களை வேலைக்கு அமர்த்தி வேலை தொடங்க முயற்சி செய்தனர். எதிர்பாரா வண்ணம் ஓடுகிற பஸ்ஸிலும் டிராமிலும் கற்களும் கண்ணாடித் துண்டுகளும் சரமாரி யாக வந்து விழவே, கன்னிகா மில்லில் ஏற்பட்ட தொழிலாளர் வேலை நிறுத்தத்தின் வேகத்தைப் பொது ஜனங்களும் ஒருவாறு உணர்ந்து, தொழிலாளர்களிடம் ஒருவகையான அனுதாபம் கலந்த வெறுப்புகொள்ளலாயினர். போலீஸார் ஊரில் அமைதியை ஏற்படுத்திப் பொது ஜனங்களைக் கல்லடியிலிருந்து காப்பாற்றப் பிரயத்தனப்பட்டுக் கொண்டிருந்தனர். அரசாங்கத்தார் தொழிலாளர்களுக்கும் மில் முதலாளிகளுக்கும் சமரசம் செய்து வைக்க முயற்சி செய்தனர்.

கன்னிகா மில்லில் ஏற்பட்ட வேலை நிறுத்தம் பற்றிக் கந்தசாமியும் கேள்விப்பட்டான். கந்தசாமி வேலையில்லாமல் தவிக்கும் ஒரு தொழிலாளி. அவனுக்குத் தெரியாத தொழிலே இல்லையென்று

சொல்லிவிடலாம். ஏனென்றால் அவன் ஏற்கெனவே எவ்வளவோ மில்களிலும் கம்பெனிகளிலும் வேலைக்கு இருந்திருக்கிறான். பாவம். அவனுடைய ஜாதக விசேஷம் அவன் எந்த இடத்திற்கு வேலைக்குப் போகிறானோ, அந்தக் கம்பெனியோ மில்லோ இரண்டு மூன்று மாதத்திற்குள் திவாலாகி விடுவது சகஜமாயிருந்தது. இரண்டு மாதகாலமாக அவனுக்கு வேலை கிடையாது. வேலையைத் தேடி அவன் போகாத இடமும் இல்லை; முயற்சி செய்யாத வகையும் இல்லை. இரண்டுமாத காலமாக வீட்டில் சரியானபடி உலை பொங்கவில்லை. ஆரம்பத்தில் கால் பட்டினி அரைப் பட்டினியாக இருந்து ஐந்தாறு நாட்களாய் முழுப் பட்டினியின் நிலைக்கு வந்திருந்தது. இந்தச் சந்தர்ப்பத்தில்தான் கன்னிகா மில்லில் வேலை நிறுத்தம் ஏற்பட்டது. அவன் மெதுவாக உளவு விசாரித்ததில் கன்னிகா மில்லில் தினக் கூலிகளை வேலைக்கு எடுப்பதாயும், தகுந்த ஆசாமிகளாயிருந்தால் நிரந்தரமாக வைத்துக் கொள்வதாயும் கேள்விப்பட்டான். இதைக் கேள்விப்பட்டதும் அவன் மனதில் ஓர் எண்ணம் எழுந்தது.

காமாட்சி அப்பொழுதுதான் அடுத்த வீட்டிலிருந்து வாங்கி வந்த அரைப்படி அரிசி நொய்யிலுள்ள கற்களைப் பொறுக்கிக் கொண்டு உட்கார்ந்திருந்தாள். சரியான சாப்பாடு இல்லாத காரணத்தால் வாடி வதங்கியிருந்த அவளுடைய முகம் அந்த அரைப்படி நொய்யரிசியைக் கண்டதும் சிறிது மலர்ந்திருந்தது. இந்தச் சந்தர்ப்பத்தில் தன்னுடைய அபிப்பிராயத்தைத் தன் மனைவியிடம் தெரிவிக்க, கந்தசாமிக்கும் ஒரு தைரியம் ஏற்பட்டது. "கன்னிகா மில்லிலே ஸ்ட்ரைக்காம்; உனக்குத் தெரியுமா?" என்று ஆரம்பித்தான்.

அவள் தலைநிமிர்ந்து அவனைப் பார்த்தாள். சட்டென அவள் முகம் வாடிச் சுருங்கியது. "தெரியும்; வேலையிலிருந்து சம்பாதிக்கிறவங்க அது போதாதுன்னு முதலாளியோட போராடுறாங்க; வேலையே இல்லாம தினம் பட்டினியா கிடக்கிறவங்க எந்தத் தெய்வத்தோட போராடறது!" என்றாள் அவள் அடக்கமாட்டாத துக்கத்தோடு.

"எனக்கொரு யோசனை தோணுது...." என்று இழுத்தான் கந்தசாமி.

"உங்களுக்கு ஏதாவது யோசனை தோணிக்கிட்டேதானிருக்குது. ஆனா ஒரு யோசனையும் வயித்துப் பசியைப் போக்கல்லே!" என்றாள் காமாட்சி.

கந்தசாமி "கன்னிகா மில்லிலே தினக் கூலிக்கு ஆள் எடுக்கிறாங்களாம்; மனசுக்குப் பிடிச்ச ஆளாயிருந்தா நிரந்தரமா வேலைக்கு வைச்சுக்கிறாங்களாம்!" என்றான்.

இதைக் கேட்டதும் ஆவலோடு அவன் முகத்தைப் பார்த்தாள் காமாட்சி. அவள் உள்ளத்தில் மின்னல்போல் ஓர் ஆசை எழுந்தது. அந்த ஆசை கண நேரத்திற்குள்ளேயே உருத் தேய்ந்து அழிந்துவிட்டது. அடுத்த நிமிஷம் அவளுடைய முகத்தின் பிரகாசம் மறைந்து வாட்டம் கொடுத்தது. "வேலை நிறுத்தம் செய்தவங்க தெருவிலே சாதாரணமாப் போகிற வருகிறவங்களைக் கூடக் கல்லெறிஞ்சி வம்புக்கு இழுக்கிறாங்களாமே! அப்படி இருக்கும்போது நீங்க அவங்களுக்கு எதிரா மில்லிலே வேலைக்குப் போனா உங்களைச் சும்மா விட்டுவைப்பாங்களா?" என்றாள்.

"அவங்க மிரட்டலுக்கும் உருட்டலுக்கும் பயந்தா எதுவும் நடக்காது. நம்மைப்போல வேலையில்லாமே கஷ்டப்படறவங்களுக்கெல்லாம் இந்தச் சந்தர்ப்பத்தைவிட்டா வேறு வழியே கிடையாது. இப்பவே எத்தனையோ பேரை வேலைக்கு எடுத்துக்கிட்டிருக்காங்களாம். மில்லிலே புதிசா வேலைக்கு வரவங்களுக்குப் பாதுகாப்பா போலீசெல்லாமிருக்குது. நீ வீணா பயந்து சாகாதே! நான் போய்ப் பார்த்துட்டுத்தான் வரேனே!" என்று சொல்லிவிட்டு வெளியே போனான் கந்தசாமி.

காமாட்சியால் அவனைத் தடுக்க முடியவில்லை. அவன் பத்திரமாகத் திரும்பி வீடு வந்து சேரவேண்டுமே என்று நினைவிற்கு வந்த தெய்வத்தையெல்லாம் பிரார்த்திக்க ஆரம்பித்தாள்.

கன்னிகா மில்லுக்கு எதிரேயுள்ள மைதானத்தில் தொழிலாளர்கள் கூட்டம் போட்டிருந்தனர். தலைவர்கள் உலகத்தை ஆக்கவும் அழிக்கவும் தொழிலாளர்களால் முடியுமென்பதைப் பெருமைப்பட எடுத்துச் சொல்லிவிட்டு, கடைசி முடிவுரையாக வேலை நிறுத்தத்தை நீடித்து நடத்தும்படி ஆவேசமாகச் சொல்லி முடித்து விட்டு அமர்ந்தனர். "புரட்சி ஓங்குக; முதலாளித்துவம் ஒழிக!" என்ற கூச்சலோடு கூட்டமும் கலைந்தது.

மில்லுக்கு வேலை தேடி வந்த கந்தசாமியின் கவனத்தை இந்தக் கூட்டம் கவர்ந்ததால், அவன் அங்கு நின்று தலைவரின் பிரசங்கத்தையும் தொழிலாளர்களின் பெருத்த கோஷத்தையும்

கேட்டான். ஆயிரக்கணக்கான தொழிலாளர்களின் கூட்டமும், தலைவர் ஆதாரங்கள் காட்டி ஆவேசத்தோடு செய்த பிரசங்க மாரியும் அவன் நெஞ்சையும் கலக்கின. மில்லில் நுழைந்து வேலை கேட்கலாமா, வேண்டாமா என்ற குழப்பம் தலையெடுத்தது. அவன் தன் பசியைத் தீர்த்துக்கொள்ள-குடும்பத்தைக் காப்பாற்ற-மில்லில் வேலைக்கமருவது தொழிலாளர்களுக்குச் செய்யும் துரோகமாகுமா?- இந்த விஷயத்தைப் பற்றி யோசித்து அவன் ஒரு முடிவு செய்ய வேண்டியிருந்தது. தயங்கியபடியே ஒருபுறமாக நின்றுகொண்டிருந்தான்.

கூட்டம் கலைந்ததும் பேசிக்கொண்டு போன இரண்டு தொழிலாளர்களின் வார்த்தைகள் அவன் மனதில் ஒரு பிரகாசம் ஏற்பட வழிசெய்தது.

“ஏம்பா! இப்படியே ஸ்ட்ரைக்கை நீடித்து நடத்துங்கன்னு தலைவருக்கு எல்லாம் சொல்லுறாங்களே தவிர வேறு ஒரு வழியும் சொல்லலையே? இப்படியே பிடிவாதமாக இருந்தா நம்ம வீட்டு உலையிலே பூனைதான் படுத்து உறங்கணும். வயிரு பசிக்குமேப்பா! அதுக்கு ஒரு யோசனையும் சொல்லமாட்டேங்கிறாங்களே, இவங்க!” என்றான் ஒருவன்.

“நம்ம பசி பட்டினியைப் போக்கிக்க நாம்தான் வழிசெய்துக்கணும். தலைவரு என்ன செய்வாரப்பா? கட்சியைப் பலப்படுத்தத்தானே அவங்க பிரசாரம் செய்யறாங்க!” என்றான் மற்றொருவன்.

இந்த வார்த்தைகள் கந்தசாமியின் காதில் விழுந்தவுடன் ஓர் உண்மை புலப்பட்டது அவனுக்கு. அவரவர்களுடைய பசியைப் போக்கிக்கொள்ள அவரவர்கள்தான் வழிசெய்துகொள்ள வேண்டுமென்ற உண்மைதான் அது. அவன் அதிவேகமாக மில்லை நோக்கி நடந்தான்.

அன்றைய தினம் செய்த வேலைக்கான கூலி மூன்று ரூபாயை வாங்கிக்கொண்டு வெளியே வந்தான் கந்தசாமி. போலீஸ்காரர்கள் அவனைச் சிறிது தூரம் வரையில் கொண்டுவந்து விட்டுவிட்டுச் சென்றார்கள். அப்பொழுது அவன் மனதில் எதைப்பற்றியும் கவலை ஏற்படவில்லை. அன்று சம்பாதித்த மூன்று ரூபாயைக் கொண்டுபோய்த் தன் மனைவியிடம் கொடுப்பதில்தான் அவனுடைய ஆர்வம் இருந்தது. அவன் அதிவேகமாக வீட்டை

நோக்கி நடந்தான். நெடுநாட்களுக்குப் பிறகு காமாட்சியின் சிரித்த முகத்தைப் பார்ப்பதற்கு அவனது உள்ளம் துடியாய்த் துடித்தது.

தெருவிற்குச் சமீபமாக உள்ள சந்தின் திருப்பத்திற்கு அவன் வந்து கொண்டிருந்தான். ரஸ்தா விளக்கு சிறிது தூரத்திலிருந்ததால், அங்கே சிறிது இருள் சூழ்ந்திருந்தது. யாரோ ஒருவன் திடீரென்று கந்தசாமியின் முன்னால் தோன்றி அவன் முகத்தில் ஒரு குத்து விட்டான். கந்தசாமி சட்டென்று பாய்ந்து எதிரிலிருந்தவனைப் பிடித்துக் கொண்டான். அவனுடைய பிடியிலிருந்து உதறிக்கொண்டு ஓட யத்தனித்தான் எதிராளி. கந்தசாமி தன் பிடியை நழுவவிடாம, "தம்பி! ஓடப் பார்க்கிறாயா? தாராளமாக ஓடிப் போ! ஆனா முதல்லே நீ ஏன் என்னை அடிச்சேன்னு மாத்திரம் சொல்லிவிட்டு ஓடு! நான் உன்னைத் துரத்திப் பிடிக்க மாட்டேன்!" என்றான்.

"எதுக்காக அடிச்சேனா? நீ உண்மையான மனிசனாயிருந்தா ஆயிரக்கணக்கான பேரு வேலை நிறுத்தம் செய்திருக்கிற இடத்திலே போய் வேலை செய்ய ஒத்துக்குவாயா?" என்றான் அவன் கோபத்தோடும் பதட்டத்தோடும்.

கந்தசாமி அவனை ஏற இறங்க ஒரு தடவை பார்த்தான். அவன் கன்னிகா மில்லில் வேலை நிறுத்தம் செய்திருக்கும் தொழிலாளர்களில் ஒருவன் என்று அவனுக்குத் தெரிந்து விட்டது. தன் பிடியிலிருந்து அவனை விட்டுவிட்டு, "பதறாதே. தம்பி! உன்னைப்போல கொடுக்கிற கூலி போதாதுன்னு போராடறவங்களெல்லாம் என்னைப்போல் பசி பட்டினியிலே அடிபட்டு வேலை கிடைத்தா போதுமின்னு போறவங்களை அடிச்சுக் கொலை செய்யப் பார்க்கிறீங்க; ஆனால் என்னைப்போல் வறுமையிலே வேலை கிடைக்காமல் கஷ்டப்படுகிறவங்க யாரை அடிச்சுக் கொலை செய்யலாம்னுதான் புரியல்லே! நான் உனக்குத் துரோகம் செய்துட்டேன்னு சொல்லுறே! நான் என் பொண்டாட்டி, பிள்ளைகளெல்லாம் இந்த வயித்துக்குத் துரோகம் செய்யமுடியலையே, இதுக்கு என்ன யோசனை சொல்லுறே?" என்று கேட்டான்.

கந்தசாமியின் எதிரில் நின்ற வாலிபன் சிறிது நேரம் யோசித்தான். தேசத்தில் எவ்வளவு லட்சம் பேர் வேலை இல்லாமல் திண்டாடுகிறார்கள் - எத்தனை லட்சம் பேர் பட்டினி கிடக்கிறார்கள் - பிச்சை எடுக்கிறார்கள்

என்பதையெல்லாம் அவன் ஒருவாறு உணரமுடிந்தது. அவன் மனதில் இரக்கமும் பச்சாதாபமும் ஏற்பட்டன. திடீரென்று கந்தசாமியைத் தாக்கியதற்காக அவன் வெட்கப்பட்டான். தலைகுனிந்தபடியே நடக்கலானான்.

இருளில் அவன் தலைமறைவதற்கு முன்னால் கந்தசாமி அவன் காதில் விழும்படியாக, "தம்பி ! உங்க தலைவருங்ககிட்டே உங்களை வேலை நிறுத்தம் செய்யச் சொல்லுறதற்கு முன்னாலே தேசத்திலே வேலை இல்லாம பசி பட்டினியிலே சாகிறவங்களுக்கெல்லாம் வேலை தேடித் தர ஒரு யோசனை சொல்லச் சொல்லு!" என்று சொல்லிவிட்டுத் தன் வீட்டை நோக்கி நடந்தான்.

மறுநாள் கந்தசாமி வேலைக்கு வந்தபொழுது முதல் நாள் தன்னைத் தாக்கிய வாலிபனும் அவனைச் சேர்ந்த நண்பர்கள் ஐந்தாறு பேரும் வேலைக்கு வந்திருப்பதைப் பார்த்தான். சாயந்திரம் அவர்கள் வேலையை விட்டு வெளியே வந்ததும், மில் வாசலில் நின்றுகொண்டிருந்த தொழிலாளர்கள், "கருங்காலிகளே ஒழிக! துரோகிகளே ஒழிக!" என்று கோஷமிட்டனர்.

கந்தசாமி அவர்களுடைய கூச்சலைப் பொருட்படுத்தவில்லை. சில நாட்களுக்கெல்லாம் அவன் கன்னிகா மில்லில் நிரந்தரமாக வேலைக்கு அமர்த்தப்பட்டான். வேலை நிறுத்தத்தில் கலந்துகொண்ட தொழிலாளர்களில் சிலர் மனம் திரும்பி மறுபடியும் வேலைக்கு வந்து அமர்ந்தனர். பிடிவாதமான மனதோடு இருந்த அனேக தொழிலாளர்கள் வேறு எங்கும் வேலை அகப்படாமல் திண்டாடினர்.

வருடம் இரண்டு ஓடியது. கன்னிகா மில்லில் வேலைக்கு அமர்ந்தபொழுது வேலை செய்யும் விஷயத்திலும் சம்பள விஷயத்திலும் கந்தசாமிக்குத் திருப்தியாகத்தான் இருந்தது. ஆனால் ஒரு வருடம் சென்றபிறகு மறுபடியும் வெளியேயுள்ள தலைவர்கள் தொழிலாளர்களிடம் வந்து அவர்களுக்குள்ள அனேக குறைகளை எடுத்துக் காட்டினர். முதலாளிகளோடு போராடும்படி தூண்டினர். இரண்டு வருடங்களுக்குப் பின் மறுபடியும் கன்னிகா மில்லில் வேலை நிறுத்தப் புயல் வீசியது. மற்ற தொழிலாளர்களைப் போல் கந்தசாமியும் தனக்குள்ள குறைகளை உணரவாரம்பித்தான் முதலாளிகள் தங்கள் உழைப்பில் கொழுப்பதாகவும், தொழிலாளர்கள் வறுமை நிலையில்

வாடுவதாகவும் அவனுக்கும் தோன்றியது. தலைவர்களின் பேச்சு அவனை உருக்கியது. வேலைநிறுத்தம் செய்த தொழிலாளர்களில் அவனும் ஒரு முக்கியமானவனாகிவிட்டான்.

கன்னிகா மில்லில் வேலை நிறுத்தம் ஆரம்பித்து ஒரு வாரமாகிவிட்டது. தொழிலாளர்களின் ஊர்வலம் கோஷம் முதலியவைகளெல்லாம் போலீஸ்காரர்களுக்கும் பொதுஜனங்களுக்கும் கவலை கொடுக்க ஆரம்பித்தன. வேலையே இல்லாமல் பசி பட்டினியால் வாடும் தொழிலாளர்களுக்குக் கன்னிகா மில் வேலை நிறுத்தம் ஒரு வழி காட்டியது. நூற்றுக்கணக்கான புதிய தொழிலாளர்கள் கன்னிகா மில்லில் பழைய தொழிலாளர்களின் ஸ்தானத்தில் வந்து அமர்ந்தனர். வேலை நிறுத்தம் செய்து கூட்டம் போட்டுக் கோஷமிடும் பழைய தொழிலாளர்கள் புதிதாக வேலைக்கமர்த்தப்பட்டவர்களைப் பார்த்து, “கருங்காலிகளே, ஒழிக! துரோகிகளே, ஒழிக!” என்று கோஷமிட்டனர்.

அவ்வாறு கோஷமிட்டவர்களின் முன்னணியில் நின்று கொண்டிருந்தவன் யார் என்கிறீர்கள்?- கந்தசாமிதான்!

காத்திருந்த கன்னி

காத்திருந்தாள் காத்திருந்தாள்
    கன்னி இவள் காத்திருந்தாள்
பார்த்திருந்தால் பார்த்திருந்தால்
    பாவை இவள் பார்த்திருந்தால்
அல்லும் பகலு மிங்கே
    ஆரணுங்கு காத்திருந்தாள்
மன்னன் வரும் வழியை
    மங்கை இவள் பார்த்திருந்தாள்
அன்ன உறக்கமின்றி
    அவன் வரவைப் பார்த்திருந்தால்
கல்லாய்ச் சமைந்தாலும்
    கண்ணிமைதான் மூடுவளோ.....!

எங்கள் ஊருக்குச் சமீபமாகத் 'துறவிக்காடு' என்ற ஓர் அழகான கிராமம் இருக்கிறது. இந்தக் காலத்தில் ஓர் அழகான கிராமமாகக் காட்சியளிக்கும் அந்த இடம் முன் காலத்தில் பெரிய காடாக இருந்தது. அது காடாக இருந்த காலத்திலும் அதில் அநேகர்

வசித்து வந்தனர். ‘துறவிக்காடு’ என்று அதற்கு ஆதியிலிருந்தே பெயர் இருந்தாலும் அங்கு வசித்தவர்களெல்லாம் துறவிகளல்ல. காட்டில் குடிசைகள் கட்டி மனைவி மக்களோடுதான் வாழ்ந்து வந்தனர். காத்திருந்த கன்னியும் அந்தக் காலத்தில் இருந்தவள்தான்.

காட்டிடையே ஒரு பெரிய ஆலமரம். அந்த அலமரத்தடியில்தான் செங்கண்ணனின் குடிசை இருந்தது. அந்தக் காட்டில் வசித்தவர்களிடையே செங்கண்ணன்தான் கொஞ்சம் விவேகி.

அந்தக் காட்டிலுள்ளவர்கள் பரம்பரையாக விறகு வெட்டிச் சுமந்து சென்று பக்கத்து ஊர்களில் விற்று ஜீவனம் செய்து வந்தார்கள். ஆனால் செங்கண்ணன்தான் காட்டுக் கோரைகளைப் பதமாக்கிப் பாய் பின்னி விற்கும் லாபகரமான தொழில் அவர்களுக்குக் கற்றுக் கொடுத்தான். இந்தப் பெருமை அவனை அந்தக் காட்டு மக்களுக்கே தலைவனாக்கிவிட்டது!

செங்கண்ணனின் மனைவி ஒருநாள் கோரையறுக்கப் போனபோது நாகப்பாம்பு தீண்டி இறந்துவிட்டாள். அவள் இறந்தபொழுது அவளுடைய ஒரே மகள் அங்கம்மாவுக்கு வயது பதினெட்டு. தாய்க்குப் பின் குடும்பப் பொறுப்பை அங்கம்மா ஏற்று நடத்தியது, துக்கப்பட்ட செங்கண்ணனுக்கு ஓரளவு மன ஆறுதலைக் கொடுத்து வந்தது.

அந்தக் காட்டில் அங்கம்மாவின் அழகுக்கு ஈடான அழகு வாய்ந்த வேறு பெண்களே இல்லை. அவள் வசீகர சக்தி வாய்ந்த ஒரு வன ராணியாக விளங்கினாள்.

துறவிகளுக்கு ஏற்ற சாந்தியும் அமைதியும் நிலவிய அந்தக் காடு. அழகின் உருவாக விளங்கிய அங்கம்மாவுக்கு உற்ற இடமல்ல என்று பலரும் கருதினர். குப்பையில் மாணிக்கம் கிடப்பது போலவும் சேற்றில் தாமரை முளைப்பது போலவும் அங்கு அங்கம்மா வந்து ஜனித்ததாக எண்ணியவர்களும் உண்டு.

அவளுக்கு அந்தக் காட்டைத் தவிர வேறு ஓரிடமும் தெரியாது. அதுதான் அவளுடைய உலகம். ஆனால் நாகரிக வளர்ச்சியடைந்த பிரதேசத்தைச் சேர்ந்த யாராயிருந்தாலும் அவளைப் பார்த்ததும் ‘ஒரு காட்டுப் பெண்தானே’ என்று அலட்சியமாகப் போய்விட முடியாது. அவளுடைய அழகு எவரையும் மயக்கக் கூடியதாய்த் தானிருந்தது.

அவளுடைய கட்டமைந்த அழகிய மேனியை ஒரே ஒரு பாவாடையும் ரவிக்கையும்தான் மறைத்துக்கொண்டிருந்தன. கழுத்தில் ஒரு பாசிமணி மாலை-கைகளில் அவளுடைய தகப்பனார் வாங்கிக்கொடுத்த வெள்ளி வளையல் - நீண்ட கேசத்தைப் பிறிபோல் சுற்றிக் கொண்டையிட்டுக் காட்டு மலர்களைத் தொடுத்துத் தவறாமல் அணிந்துகொள்வாள். அவளைப் பார்த்தவர்கள் அவளுக்கு அந்த அலங்காரத்தைத் தவிர வேறு அலங்காரம் எதுவும் பொருத்தமாயிராது என்றுதான் சொல்லுவார்கள். அவளுக்குச் செய்துகொள்ளத் தெரிந்த அலங்காரமும் அவ்வளவுதான்.

அந்தக் காட்டில் வசித்த ஆண் பெண் யாவருக்கும் அங்கம்மாவைப்போல் அழகி இந்த உலகத்திலேயே இருக்க மாட்டார்கள் என்ற அபிப்பிராயம். செங்கண்ணனும் தன் மகனின் அழகைக் குறித்துப் பெருமிதம் கொண்டிருந்தான். தன் மகள் ஒரு தெய்வீகப் பிறவி என்றும், அவளை ஒரு ராஜகுமாரனுக்குத்தான் விவாகம் செய்து கொடுக்கப் போவதாகவும் சொல்லி வந்தான். இதனால் அந்தக் காட்டிலுள்ள சில வாலிபர்கள் கூட அங்கம்மாவின் மீது ஆசை வைப்பது வீண் கனவாக முடியும் என்று கருதி விட்டுவிட்டனர்.

ஒருநாள் மாலை வேளை. செங்கண்ணன் கோரையறுப்பதற்காக எங்கேயோ சென்றிருந்தான். அங்கம்மா குடிசை வாசலில் உட்கார்ந்து கோரையினால் பாய் முடைந்துகொண்டிருந்தாள். அவளுக்குப் பக்கத்தில் ஒரு ஆட்டுக்குட்டி படுத்து அசைபோட்டுக் கொண்டிருந்தது. ஓழிந்த நேரங்களில் பாய் பின்னுவதுதான் அவளுக்குப் பிரியமான வேலை. பக்கத்தில் போர்போல் குவிந்திருந்த கோரைகளை ஒவ்வொன்றாக எடுத்துப் பின்னிக்கொண்டே தாழ்ந்த குரலில் ஏதோ பாடிக்கொண்டிருந்தாள்.

அப்பொழுது அவள் பாடிக்கொண்டிருந்த பாட்டு எது! அது என்ன பாஷை! அந்தப் பாட்டை அவளுக்குச் சொல்லிக் கொடுத்தது யார்! அது எந்தப் புத்தகத்திலிருக்கிறது! என்பதை யெல்லாம் ஒருவராலும் அறிந்துகொள்ள முடியாது. ஆனால் அவள் குரல் மிகவும் இனிமையாகவும் கவர்ச்சியுள்ளதாகவும் இருந்தது. அந்தப் பாட்டு அவளுக்காகவும் அவள் குரலுக்காகவுமே அமைந்தது போல் தோன்றியது.

ஏதோ சலசலவென்று சப்தம் கேட்டது. அங்கம்மா பாய் பின்னுவதைச் சட்டென்று நிறுத்திவிட்டுச் சுற்றிலும் தன் பார்வையைச் செலுத்தினாள்.

அந்தக் காட்டிற்கு வேட்டையாடுவதற்காக அடிக்கடி நகர்ப் புறங்களிலிருந்து சிலர் வருவது வழக்கம். அவர்களையெல்லாம் பார்த்தாலே அங்கம்மாவுக்கு வினோதமாய் இருக்கும். அவர்களுடைய விதவிதமான உடை, ஆயுதம், பேச்சு எல்லாமே அவளுக்கொரு அதிசயமாகத்தான் தோன்றும். அவர்களிடம் அவளுக்கு அர்த்தமில்லாத சம்சயமும் பயமும் ஏற்படும். அவர்களில் சிலர் தன்னை வெறிக்கப் பார்ப்பதைக் கண்டு அவள் வெறுப்படைவாள்.

'சல சல' வென்று சப்தத்துடன் குதிரையின் குளம்படிச் சப்தமும் கேட்கவே, அவளுக்கு அப்பொழுது வேட்டையாட வருகிறவர்களின் ஞாபகம்தான் வந்தது. அடர்ந்த மரங்களிடையே அவளுடைய பார்வை ஊடுருவிப் பாய்ந்தது. யாரோ குதிரை மீது வருவது அவளுக்குத் தெளிவாகத் தெரிந்தது.

ஒரு வாலிப வீரன் குதிரை மீது கம்பீரமாக உட்கார்ந்து குதிரையைச் செலுத்தி வந்தான். அவனுடைய உடையும், அவன் அணிந்திருந்த ஆபரணங்களும் அவனைச் சாதாரண மனிதனாக நினைப்பதற்கு இடம் கொடுக்கவில்லை. அவன் ஒரு ராஜகுமாரன் என்றே தோன்றியது.

குடிசைக்குச் சமீபமாக வந்ததும் இளைஞன் கடிவாளத்தைப் பிடித்திழுத்துக் குதிரையை நிறுத்தினான்.

அங்கம்மா பரபரப்போடு எழுந்து நின்று அவனை விழியசையாமல் பார்த்துக்கொண்டு நின்றாள். இதற்குமுன் அங்கம்மா யாரையும் அவ்விதம் கூர்ந்து பார்த்ததில்லை. அந்த இளைஞனைப் பார்த்ததுமே அங்கம்மா இதுவரையில் தான் காண்டறியாத உணர்ச்சிவசப்பட்டாள்.

அவன் சட்டென்று குதிரையிலிருந்து கீழே குதித்து, "இந்தக் காட்டில்கூட என்னை வசீகரிப்பதற்கு ஒன்று இருக்கிறதே!" என்றான். அங்கம்மாவைப் பார்த்துக் குறும்பாகச் சிரித்துக் கொண்டே.

அங்கம்மாவுக்கு அவன் வார்த்தையின் கருத்து விளங்கவில்லை.

ஆனால், அப்பொழுது அவளுக்கு அவன் முகத்தை நிமிர்ந்து பார்க்கவே வெட்கமாயிருந்தது. வெட்கமென்பது இன்னதென்று தெரியாத காட்டுப் பெண்ணுக்கு இப்பொழுதுதான் புதுமையாக இந்த உணர்ச்சி திடீரென்று ஏற்பட்டது!

குதிரையின் கடிவாளத்தைக் கையில் பிடித்துக்கொண்டே, வெட்கத்தினால் சிவந்திருந்த அவளுடைய கன்னங்களையும், பூமியை நோக்கும் அழகிய நீண்ட விழிகளையும் இமை அசையாமல் பார்த்துக் கொண்டிருந்தான் அந்த வீர வாலிபன். 'அவள் உண்மையில் மானிடப் பெண்ணா! அமர உலகிலிருந்து குதித்து வந்த அழகு உருவா!' என்ற வியப்பில் அழ்ந்துவிட்டவன்போல் தோன்றியது அவனுடைய ஆவல் நிறைந்த பார்வை.

அவன் அவளுக்குச் சமீபமாக வந்து, "காட்டைச் சுற்றி வேட்டையாடியதில் மிகவும் களைப்பாய் இருக்கிறது. கொஞ்சம் தண்ணீர் தருகிறாயா!" என்றான்.

அவள் பதில் எதுவும் சொல்லாமல், சட்டென்று உள்ளே சென்று ஒரு மண் பாண்டத்தில் தண்ணீர் எடுத்துக்கொண்டு வந்து அவனிடம் கொடுத்தாள்.

அவன் கொஞ்சம் கொஞ்சமாகத் தண்ணீரைப் பருகினான். தண்ணீர் பருகுவதில் அவனுக்கிருந்த சிரத்தையைவிட அவளுடைய அழகைப் பருகுவதில்தான் அவனுடைய முழு கவனமும் சென்றது.

அவன் தண்ணீர் பருகியவுடன் அந்த இடத்தை விட்டுப் போய் விடவில்லை. அவளைப் பார்த்தவண்ணமே சிலைபோல் நின்றான். அவளும் அவனைப் பார்ப்பதும், புன்முறுவல் செய்வதும், வெட்கத்தால் தலைகுனிந்து கொள்வதுமாக இருந்தாள். இருவரும் இன்ப உணர்ச்சிவசப்பட்டுத் தங்களையே மறந்தனர்.

கடைசியாக, இந்த மௌன நாடகத்துக்கு ஒரு முடிவு ஏற்பட்டது. அவன் திடீரென்று சுய உணர்வு பெற்றவன்போல், "இந்தக் காட்டில் புகுந்துவிட்டால் வழியே தெரியாதா! சிற்றம்பலத்துக்குப் போகிற வழி எது! நானும் காலையிலிருந்து சுற்றிச் சுற்றி வருகிறேன். வழியே புலப்படவில்லை," என்றான்.

அவள் சிரித்துக்கொண்டே, "அதோ, அதுதான்" என்று தென் திசையை நோக்கிக் கையைக் காட்டினாள்.

அவள் காட்டிய திசையில் மரங்களும் புதர்களும் மண்டியிருந்தனவே யன்றி ஒரு பாதை இருப்பதாகத் தெரியவேயில்லை. அவன் புருவத்தில் கையை வைத்து எட்டிய வரையில் உற்றுப் பார்த்துவிட்டு, "எனக்குப் பாதை தெரியவில்லையே......! நீ என்னோடு சிறிது தூரம் வந்து வழி காண்பித்தால் மிகவும் உதவியாக இருக்கும்" என்றான்.

அப்போது அவளுக்கு என்ன பதில் சொல்லுவதென்றே தெரியவில்லை. கடைசியாக அவன் கோரிய விதமே செய்வதாய்த் தலையை அசைத்தாள்.

அவன் குதிரையின் கடிவாளத்தைப் பிடித்த வண்ணம் நடந்து சென்றான். அவள் ஆட்டுக்குட்டியை கையால் வாரி எடுத்து மார்போடு அணைத்துக் கொண்டாள்; அவன் பக்கத்தில் நாணத்துடன் நடந்து சென்றாள்.

சிறிது நேரம் மௌனமாக நடந்த பின் அவன் அவளைப் பார்த்து, "நீ குதிரைச் சவாரி செய்திருக்கிறாயா!" என்றான்.

அவள் வெட்கத்துடன் அவனைப் பார்த்துக்கொண்டே 'இல்லை' என்பதற்கு அடையாளமாகத் தலையை அசைத்தாள். அவள் முகக் குறியிலிருந்து அவளுக்குக் குதிரைச் சவாரி செய்ய வேண்டுமென்ற ஆவல் இருக்கிறது என்பதை அந்த வாலிபன் உணர்ந்துகொண்டான்.

"உனக்குக் குதிரைச் சவாரி செய்ய வேண்டுமென்று ஆசையாக இருக்கிறது. இல்லையா.....!" என்றான் அவளைக் குறும்பாகப் பார்த்துச் சிரித்துக்கொண்டே.

அவள் அதற்கு எந்தவிதமான பதிலும் கூறவில்லை. அவளுக் கேற்பட்ட நாணத்தோடு ஒரு ஆவலும் கலந்திருப்பதை அவன் உணர்ந்துகொண்டான்.

"ஏன் நடந்து போக வேண்டும்! நான் உன்னை குதிரை மீது ஏற்றிக் கொள்கிறேன். போகலாம் வா" என்று சொல்லிக் குதிரைமீது பாய்ந்து உட்கார்ந்து அவளையும் கைகொடுத்து லாகவமாகத் தூக்கித் தனக்கு முன்னால் அமர்த்திக்கொண்டான்.

அவளுடைய கையணைப்பிலிருந்த அட்டுக்குட்டிக்கும் குதிரைச் சவாரி செய்யும் யோகம் இருந்தது. அவனுடைய கர

ஸ்பரிசமும் தேக ஸ்பரிசமும் அவளுக்கு என்று மில்லாத ஒரு உணர்ச்சியை உண்டாக்கின. காட்டில் வசிக்கும் பெண்தானே அவள்! வினையறியாத உள்ளம். வானத்திலிருந்து குதித்த தேவ புருஷன்போல் திடிரென்று வந்து தோன்றிய அவனிடம் தன் உள்ளத்தையே பறிகொடுத்து விட்டாள் அவள்.

"இந்த ஆட்டுக் குட்டி உன்னோடு கூடப் பிறந்ததா!" என்றான் அவன் சிரித்துக்கொண்டே.

அவள் மெதுவாக அவன் முகத்தைத் திரும்பிப் பார்த்துவிட்டுக் கூச்சத்தோடு, "இல்லை. இதை நான் பிரியப்பட்டு வளர்க்கிறேன்" என்றாள்.

குதிரை, மரங்கள் அடர்ந்த காட்டைத் தாண்டி, மைதானம் போன்ற ஒரு இடத்திற்கு வந்து சேர்ந்தது. அங்கு சுமைதாங்கிபோல் ஒரு மேடையும், பெரிய எல்லைக் கல் ஒன்றும் இருந்தன. அந்த வீரன் எல்லைக்கல்லுக்குச் சமீபமாகத் தன் குதிரையை நிறுத்திக் கீழே குதித்து அவளையும் கைகொடுத்து இறக்கிவிட்டான்.

"நீ இல்லாவிட்டால் எனக்கு இந்தக் காட்டிலிருந்து மீண்டு வரப் பாதையே தெரிந்திருக்காது" என்றான் கண்ணைச் சிமிட்டிய வண்ணம்.

"அதிருக்கட்டும். உன் பெயரென்ன!" என்றான் தொடர்ந்து.

அவள் தயங்கியபடியே, "என் பெயரா, அங்கம்மா!" என்றாள்.

காதலர்கள் அர்த்தமில்லாமல் என்னவெல்லாமோ பேசிக் கொண்டிருந்தனர். நேரம் போவதே தெரியாமல் பேசிக் கொண்டிருந்தனர். வெகு நேரம் ஒருவரையொருவர் மௌனமாகப் பார்த்துக்கொண்டும் புன்முறுவல் செய்துகொண்டும் இருந்தனர்.

கடைசியில் ராஜகுமாரன். "என்னை நீ மறக்காமல் இருக்க வேண்டுமே! அதற்கு இதோ...." என்று சொல்லித் தன் விரலிலிருந்த மோதிரம் ஒன்றைக் கழற்றி அவளுடைய மெல்லிய கரத்தில் அன்புடன் அணிவித்தான்.

அவள் வைரம் பதித்த அந்த மோதிரத்தைப் பார்த்தவாறே, "உங்களை மறக்காமலிருக்க எனக்கு இந்த மோதிரம் வேண்டுமா! உங்களை நான் எப்படி மறக்க முடியும்........!" என்றாள் தழுதழுத்த குரலில்.

அவனிடம் தன் இருதயத்தையே பறிகொடுத்துவிட்டாள் அந்தப் பேதைப் பெண். அப்பொழுது அவள் கண்பார்வையில் பரிவு, பச்சாதாபம், அன்பு, வேதனை, ஆவல் எல்லாம் ஒருங்கே கலந்திருந்தன.

“நீங்கள் யார்! அதை எனக்குச் சொல்லவில்லையே!” என்று அங்கம்மா தடுமாறிக்கொண்டே கேட்டாள்.

அந்த வாலிபன் சிரித்த வண்ணம் குதிரை மீது தாவி அமர்ந்து, “நீதான் வனமோகினி. நான் சாதாரண மனிதன்தான். என் பெயர் ரகுவீர சுகுமார குலபூபதி, இந்தப் பெயர் உன் நினைவில் நிற்காது. நான் ஒரு இளவரசன் என்பதை மாத்திரம் நினைவில் வைத்துக்கொள், போதும். நான் போய் வருகிறேன்........ என்னை மறந்துவிடமாட்டாயே!” என்று குதிரையைத் தட்டிவிட்டான்.

அவன் ஒரு இளவரசன் என்பதைக் கேட்டதும் அங்கம்மாவுக்கு உலகம் சுற்றுவது போலிருந்தது. தோற்றத்தில் இளவரசனாகக் காணப்பட்ட அவன் உண்மையிலேயே இளவரசனாக இருப்பான் என்று அவள் கனவிலும் நினைக்கவில்லை. தலையை நிமிர்த்திக் கண நேரம் ஆவலோடு அவன் முகத்தைப் பார்த்துவிட்டு மறுபடியும் குனிந்து தரையை நோக்கினாள். காட்டில் வசிக்கும் ஒரு பெண்ணுக்கும் நாட்டை ஆளப்பிறந்த ஒரு இளவரசனுக்கும் எவ்வளவு தூரம்......! ஆனால் காதலோ காலம், தூரம், வேறுபாடு ஆகிய எல்லாவற்றையும் கடந்து அல்லவா நிற்கிறது!

நல்ல நிலவு. நாட்டை அடுத்துள்ள பெரிய மைதானம். அழகான மேடை. அதற்குப் பக்கத்தில் ஒரு எல்லைக் கல். சிலுசிலுவென்று தென்றல் வீசுகிறது. ஒரு வீர வாலிபன் உடையாலும், அழகாலும், ஆபரணங்களாலும், இளவரசனைப்போல் தோற்றமளிக்கிறான். அவன் அவள் கரங்களைப் பற்றி வருடிக்கொண்டே. ‘என் ஆசைக்குகந்த வன மோகினி! எவ்வளவு காலமாக இந்தச் சுபவேளையை எதிர்பார்த்து ஏங்கிக்கொண்டிருந்தேன். தெரியுமா! இனி நாம் பிரிந்திருக்கவேண்டிய அவசியமில்லை. நாம் இனி இருவரல்ல, ஒருவர்தான். நமது உடல் ஒன்று, உயிரும் ஒன்று! நாளைய தினம் இரவு இதே இடத்தில் எனக்காகக் காத்திரு. நான் வந்து உன்னை அழைத்துச் செல்லுகிறேன். மறந்துவிடாதே! என்கிறான். அவளும் தலையை அசைக்கிறாள். அவன் குதிரை

மீது பாய்ந்தேறி அவளிடம் பிரியா விடைபெற்றுக்கொண்டு செல்லுகிறான்.

அதுவரையில் இன்பக் கடலில் மூழ்கியிருந்த அங்கம்மா திடிரென்று சகிக்க முடியாத வேதனைக்கு உள்ளானாள். தன் உள்ளத்தைக் கொள்ளைகொண்ட இளவரசனைத் தற்காலிகமாகப் பிரிந்திருக்கவும் அவளால் முடியவில்லை.

அங்கம்மா சட்டென்று கண்விழித்து எழுந்திருந்தாள். அவள் கண்டது கனவா அல்லது உண்மைதானா என்று அவளுக்குக் குழப்பமாய் இருந்தது. கண்களைத் துடைத்துக்கொண்டு சுற்றிலும் பார்த்தாள்.

நடு நிசி. அது கனவுதான். ஆனால் அதை அவளால் நம்ப முடியவில்லையே! அந்த முகம் அப்பொழுதும் அவள் கண்ணெதிரிலேயே மறையாது நின்றது. வீரமும். அன்பும் நிறைந்த அந்த அழகான முகம் – அது கனவே அல்ல, உண்மை! கனவல்ல என்று அவள் மனது சொல்லியது. காற்றில் அசைந்து சலசலக்கும் இலைகளின் சப்தம் 'கனவுதான் என்று அவளுக்கு உணர்த்துவது போலிருந்தது.

அவள் அவனை மறந்துவிட முடியாது. அவன் மாத்திரம் அவளை மறந்துவிட முடியுமா! இதெல்லாம் கனவு என்றால் வாழ்க்கையே கனவுதான்! உலகம் முழுவதும் ஒரே கனவுதான்!

அவள் சட்டென்று எழுந்தாள். அவளுடைய தகப்பன் நன்றாகக் குறட்டைவிட்டுத் தூங்கிக்கொண்டிருந்தான். அவள் மெதுவாக எழுந்து குடிசைக் கதவைத் திறந்துகொண்டு வெளியே வந்தாள். அந்தக் காட்டில் மரங்களிடையே புகுந்து அந்த நடுநிசி வேளையில் எங்கேயோ அதிவேகமாக நடந்து செல்லலானாள்.

பூரண நிலவொளி இருந்தாலும் மரங்கள் கவிந்து நிற்கும் அந்தக் காட்டில் பயங்கரமான இருள்தான் சூழ்ந்திருந்தது. காட்டிடையே அந்த நீசி வேளையில் நடந்து செல்வது மிகவும் அபாயம்தான். ஆனால் அவள் அந்தப் பாதையில் குருட்டுத்தனமாக நடக்கத் தொடங்கினாள். அவள் காதுகளில் 'எனக்காகக் காத்திரு' என்ற சொற்கள் இடைவிடாது ரீங்காரமிட்டுக்கொண்டிருந்தன.

இது அசட்டுத்தனம். பெரிய பேதமை. ஒரு கனவை நிஜமென நம்பிக் காட்டில் கல்லிலும் முள்ளிலும் இடர்பட்டுக் குருட்டுத்தனமாக

ஓடுவார் உண்டா? ஆனால் அவளுடைய அசட்டுத்தனத்தை யார் கண்டார்கள்! அந்த வேளை அவளை நினைத்து அவளே சிரித்துக்கொள்ளலாமே தவிர. வேறு யார் பரிகாசம் செய்து சிரிக்க இருக்கிறார்கள்! குருட்டுத்தனமான நம்பிக்கை ஒன்று கல்மிஷமற்ற அவள் மனத்தில் சுழன்றுகொண்டிருந்தது.

காட்டுப் பாதையில் அங்குமிங்குமாக நரிகளும், முயல்களும் பாய்ந்தோடின. ஆந்தையும் கோட்டானும் பேய் போல மாறி மாறி அலறின. மற்றும் பலவித பயங்கரமான சப்தங்கள் அவள் செவிகளில் விழுந்தன. பகலில் கண்களுக்குக் குளிர்ச்சியாக இருக்கும் மரங்கள் இரவில் பல்வேறு உருவம் கொண்ட பிசாசுகள் போலத் தோன்றின. பூமியில் விழுந்திருந்த மரங்களின் நிழல்கள் பூதங்கள் படுத்து உறங்குவது போல் காட்சியளித்தன. எங்கேயோ நெடுந்தூரத்தில் நரிகளெல்லாம் ஒன்றுகூடி ஒரு குரலெடுத்து ஊளையிட்டன. மரத்தினிடையே உள்ள இடைவெளி வழியாய்த் திட்டாக விழுந்த நிலவொளியில் இரண்டு ஓநாய்கள் ஒன்றின் மீது ஒன்று பாய்ந்து கோரப் போர் நிகழ்த்திக்கொண்டிருந்தன.

என்ன பயங்கரம்! பகலில் அவள் கண்களுக்கு மிகவும் ரம்மியமாகத் தோன்றும் அந்தக் காடு தன்னுள் எவ்வளவு பயங்கரத்தையும் கோரக் காட்சிகளையும் ஒளித்து வைத்துக்கொண்டிருக்கிறது என்பதை அந்த இரவில்தான் அவளால் அறிந்துகொள்ள முடிந்தது.

ஆனால் அவள் எதையும் கண்டு பயப்படவேயில்லை. அதைப்பற்றிச் சிந்திக்கவுமில்லை. வெகு வேகமாக நடந்துகொண்டே இருந்தாள். கடைசியில் அவள் அந்த மைதானத்தை அடைந்தாள்.

சுமை தாங்கி போலிருக்கும் மேடை- அதற்குச் சமீபமாக நடப்பட்டிருக்கும் எல்லைக் கல்-அதே இடம்தான். ஒருநாள் மாலை அவள் கையில் ஒரு மோதிரத்தை அணிவித்து அவள் மனதில் காதலையும் ஆசையையும் அணையாத் தீயாக வளர்த்துவிட்டு அழகான வாலிபன் அவளிடம் விடை பெற்றுக் கொண்ட இடம் அதுதான். அவள் கனவில் தோன்றி அவளைப் பித்தாக்கி நடுநிசியில் பயங்கரமான காட்டைக் கடந்துவரச் செய்த இடம் அதுதான்.

அங்கு அவன் அவளுக்காகக் காத்திருந்தானா! இல்லை. அந்த எல்லைக் கல்லையும் மேடையையும் தவிர வேறு ஒருவரையும் அந்த இடத்தில் காணோம். ஆனால், அவள் ஏமாற்றமடைந்து

விடவில்லை. தளர்ச்சியடைந்து விடவில்லை. அவள் மனத்தில் ஒரு நம்பிக்கை - திடமான நம்பிக்கை அவன் வந்துவிடுவானென்று!

அவள் காத்திருந்தாள். அவன் வரும் வழியைப் பார்த்திருந்தாள். அவன் வரவில்லை. அவள் அந்த இடத்தைவிட்டு அசையவேயில்லை.

நிலவு பிரகாசித்துக் கொண்டிருந்தது. காற்று 'குளுகுளு' வென்று வீசிக்கொண்டிருந்தது. இரவு கொஞ்சம் கொஞ்சமாக நகர்ந்து கொண்டிருந்தது. ஆனால், அவள் மாத்திரம் அந்த இடத்தை விட்டு அசையவே இல்லை. கல்லாய்ச் சமைந்துவிட்டவள் போல் நின்றுகொண்டிருந்தாள்.

உண்மையாகவே அவள் - கல்லாகிவிட்டாள்! அவள் கல்லாகி விட்டாலும் கண்ணிமைகள் மாத்திரம் மூடவேயில்லை! தன் காதலனின் வரவை நோக்கிச் சிறிதும் நம்பிக்கை தளராமல் திறந்த வண்ணமே பார்த்துக்கொண்டிருந்தன அக்கல்லுருவின் கண்ணிமைகள்!

நெடு நாட்களுக்குப் பின் மன்னன் ஒருவன் தன் பரிவாரங்கள் சூழத் துறவிக் காட்டுக்கு வேட்டைக்கு வந்தான். காட்டிற்குள் நுழைவதற்கு முன்னால் எல்லைக் கல்லுக்குச் சமீபமாகக் கற்சிலை ஒன்று இருப்பதைக் கண்டு ஆச்சரியப்பட்டான். அதற்குமுன் அவன் அந்த இடத்தில் அத்தகைய சிலையைப் பார்த்ததில்லை. அது திடிரென்று பூமி வெடித்து வெளிக்கிளம்பியிருப்பதுபோல் தோன்றியது.

நெருங்கிப் போய்ப் பார்த்தான். அதைக் கண்டதும் திடுக்கிட்டான். 'அங்கம்மா...... வனமோகினி' என்று அலறினான். முன் ஒரு நாள் இரவு அங்கு நடந்த சம்பவங்கள் அவன் ஞாபகத்துக்கு வந்தன.

பாவம்! அவன் வரவை எதிர்நோக்கித்தானே அவள் இவ்வளவு நாளாக வெயில், மழை, நிலவு, பனி, காற்று ஒன்றையும் லட்சியம் செய்யாமல் அந்த இடத்திலேயே கண்ணிமை மூடாது நிற்கிறாள்!

ஆனால் அவள் கல்லாகி விட்டாளே! பித்துப் பிடித்தவன்போல் நின்ற மன்னனுக்கு ஒரு யோசனை தோன்றியது. அந்த வன மோகினிக்கு-இப்போது தன் எதிரில் சிலையாக நின்ற அவளுக்கு அந்த இடத்தில் ஓர் அழகான கோயில் கட்டும்படி உத்தரவிட்டான்!

மகா ஜோதி

உலகின் அஞ்ஞான இருள் அனைத்தையும் அழித்து ஞான ஒளியை வாரி எடுத்துப் பூச நினைப்பது போன்ற தேய்வு படாத முழு நிலவு! அந்த நிலவின் பேரொளியிலும் அங்கங்கு திட்டு திட்டாகக் கருத்த நிழல் வைராக்கிய சீலனாகக் கிளம்பிய மனிதனையும் தொடர்ந்து வரும் சம்சார பந்தம் போலப் பரந்துகிடந்தது.

'மனிதன் செய்த ஜென்ம ஜென்மாந்திரப் பாவங்களெல்லாம் நிழல்போல் அவனைத் தொடர்ந்து கொண்டிருக்கின்றன' என்று ராஜ சபையில் ஒரு பௌராணிகர் சொல்லியது சித்தார்த்தனின் நினைவில் மிதந்துகொண்டிருந்தது. ஏன், 'மனிதனையே பாவம் செய்யாதவனாகச் செய்துவிட்டால் நிழல் அவனை எப்படித் தொடரும்! சிறு குழந்தையின் பதட்டமான புத்தியில் தோன்றிய எண்ணம்போல் இது இருக்கலாம். ஆனால் இது மனித குலத்திலேயே புரட்சியை உண்டாக்க நினைக்கும் சிந்தனையல்லவா! ஒரு பொருளின் சாயலாக நிற்கிறது நிழல், மனிதனின் உள்ளே மறைந்திருக்கும் பாவத்தை வெளியே இழுத்துக் காட்டுவது போல. இந்த நிழல் உண்டாவது எப்படி! ஒளியினால்தான். ஒளி இல்லாவிடில் நிழல் ஏது! ஒவ்வொரு ஜீவனின், ஒவ்வொரு பொருளின் உள் அந்தரங்கத்தில் மறைந்து கிடக்கும் மாசுகளை ஒளி தன் சக்தியால் நிழலாக்கி வெளியே பிரதிபலிக்கச் செய்கிறது. ஒளியால்தான் மனிதன் பாவங்களை உணருகிறான். ஒளி இல்லாவிடில் மனிதன் தன் பாவத்தையே

உணரமுடியாது. மனிதனுக்கு ஒளிவேண்டும். ஆனால், பாவமென்கிற நிழல் வேண்டாம். மனிதனைப் பாவமெனும் நிழலற்ற ஜீவனாக எப்படிச் செய்யலாம்! இதுதான் சித்தார்த்தனின் சிந்தையில் கிளர்ச்சியை உண்டாக்கிக்கொண்டிருந்த விஷயம். இதற்கெல்லாம் காரணம் வானில் மிதந்து வந்த முழு மதிதான்.

'மனிதர்களைப்போல் தேவர்களுக்கு நிழல் இல்லையாம். ஏனென்றால் அவர்கள் பாவம் செய்யாதவர்களாம்' என்று அரண்மனைப் பெளராணிகர் சொன்னதும் சித்தார்த்தனின் நினைவுக்கு வந்தது. அவன் தனக்குள் சிரித்துக்கொண்டான். தேவர்கள் பாவம் செய்யாதவர்களென்று அவனால் நம்ப முடியவில்லை. மனிதனின் பாவம் தனியாகப் பிரிந்து நிழலாக விழுகிறது. ஆனால் தேவர்கள் செய்த பாவம் அவர்கள் உருவின் மேலேயே விழுந்து களங்கத்தைக் காட்டுகிறது. அதோ அந்தச் சந்திரனின் முழுவட்ட ஒளியிடையேயும் ஒரு களங்க நிழல், கண்ணாடிபோல் தெளிந்த நீருக்கு அடியில் கிடக்கும் பொருள் கண்ணுக்கு நன்றாகத் தெரிவது போல.

"மனிதன் பாவம் செய்யாதவனாகிவிட்டால் தேவர்களைவிட உயர்ந்தவனாகிவிடுகிறான். அவன் பாவம் செய்தாலல்லவா ஒளியால் அவன் பாவத்தை நிழலாக்கிக் காட்ட முடியும்! பாவம் செய்யாதபோது மனிதனே ஒளிப்பிழம்பாகிவிடுகிறான்....... ஒவ்வொரு மனிதனையும் பாவம் செய்யாதவனாகச் செய்துவிட வேண்டும். இது முடியுமா?....." அரண்மனையின் மேல் உப்பரிகை உல்லாசக் கூடத்தில் நிலவொளியில் உலாவிய வண்ணம் இவ்வளவும் சிந்தித்தான் சித்தார்த்தன். குளுகுளுவென்று வீசும் காற்று அரண்மனை நந்தவனத்திலிருக்கும் மலர்களின் நறுமணத்தை மோதிப் பிடித்துத் தள்ளிக்கொண்டு வந்தது. இந்த உல்லாசமான வேளையில் வேறு ஏதோ இன்பகரமான நினைவுகள் எழவேண்டிய யௌவன உள்ளத்தில் பெரிய தத்துவ விசாரங்களை எழுப்பி விட்டுச் சிந்தனை செய்ய வைத்தது எது! இந்த உலகம். அதில் சுற்றிச் சுழன்றுகொண்டிருக்கும் பல கோடி ஜீவன்கள்.

அதோ - சற்றுத் தூரத்தில் யாரோ நிழல்போல மெதுவாக நடந்து வருவதை அவன் பார்த்தான். ஆம்! நிழல் போலத்தான் அந்த உருவம் நடந்து வந்தது. நிழல் என்றால் பாவம் என்றல்லவா அவன் தீர்மானித்திருந்தான். யாரது.......!

யசோதரை-அவன் மனைவி. அவள்தான் அவனை நோக்கி வருகிறாள். நிழல்போல நடந்து வருகிறாள். அவள் பாவமா! அவள் பாவத்தின் உருவமா...! இதை நினைக்கவே அவன் மனம் கூசிச் சிலிர்த்தது.

அவள் என்ன பாவம் செய்தாள்! அவன் அறிந்த வரையில் ஒன்றும் இல்லை. அவளை ஏன் அப்படி நினைக்கவேண்டும் அவன்!

அவள் அவனுக்குச் சமீபமாக வந்துவிட்டாள். அவனுக்குச் சமீபமாக - அவனை ஒட்டினாற்போல் அவனுடைய நிழல்போல் நிற்கிறாள். ஆம்! அவனுடைய நிழல் என்றால் அவனுடைய பாவத்தின் பிரதிபலிப்புத்தானே! யசோதரையின் தேகஸ்பரிசம் சித்தார்த்தனின் சிந்தனையைக் கலைக்கவில்லை. அந்த நேரத்தில் அந்த அழகி தன்னுடைய சாகஸத்தாலும் இன்ப விளையாட்டுக்களாலும் அவனுடைய சிந்தனையைத் திருப்பி விட வேண்டுமென்ற நோக்கத்தில் வரவில்லை. தன் கணவனுக்குச் செய்ய வேண்டிய கடமைகள் ஏதேனுமிருக்குமானால் அதைச் செய்யும் நோக்கத்தோடுதான் அவள் வந்தாள்.

நிலைவையே பார்த்த வண்ணம் நின்றுகொண்டிருந்த சித்தார்த்தன் மெதுவாகத் திரும்பித் தன் மனைவியின் முகத்தைப் பார்த்தான். நிலவிலிருந்தது போன்ற களங்கத்தை யசோதரையின் முகத்தில் அவன் பார்க்கவில்லை.

“இரவு நெடுநேரமாகிவிட்டதே, இன்னும் நீ தூங்கவில்லையா...!” என்றான் சித்தார்த்தன்.

“நீங்கள் இந்தத் திறந்தவெளியில் நின்று ஏதோ சிந்தனை செய்கிறீர்கள். நான் அரண்மனை அந்தப்புரத்திலிருந்து கொண்டு ஏதோ சிந்தனை செய்துகொண்டிருந்தேன். நீங்கள் தூங்காதபோது....”

“நீ தூங்கக் கூடாது என்று ஏதாவது சட்டமா... யசோதரா! நீ என்னைப் பற்றிக் கவலைப்படாதே....!”

“அப்படிச் சொல்லாதீர்கள். கவலை என்பது உலகத்தில் எல்லோருக்குமே உள்ளது. ஒவ்வொருவருக்கு ஒவ்வொரு கவலை. இகலோகத்தை பற்றிச் சிலருக்குக் கவலை இருக்குமானால் பரலோகத்தைப் பற்றிச் சிலருக்குக் கவலை. இகலோக பந்தத்தை

அறுத்தவன் பரலோகத்தைப் பற்றிக் கவலைப்படுகிறான். பரலோகத்திலும் பந்தப்படாத ஒருவன் பரம்பொருளைப் பற்றிக் கவலைப்படுகிறான். கவலையற்றவர்களை உலகத்தில் காண்பது அரிது. எனக்கொரு கவலை. அது உங்களைப் பற்றியது. இந்தக் கவலை நான் படவேண்டியவள் என்பதைத் தர்மம் விதித்திருக்கிறது. அது ஸ்தீரி தர்மம்" என்றாள் யசோதரை.

ஊசிச்சரம் போல் பனி பெய்தது. உடம்பில் எவ்வித அங்கியும் அணிந்துகொள்ளாமல் திறந்த மார்போடு நின்றான் சித்தார்த்தன். அவன் போட்டுக் கொண்டிருந்த பட்டு உத்தரீயம் தரையில் கிடந்தது. யசோதரை அந்த உத்தரீயத்தை எடுத்து அவன் உடம்பில் போர்த்தினாள்.

"பனி பெய்கிறதென்றா...! இப்படி எவ்வளவு நாளைக்கு என் உடலை நீ போர்த்திக் காப்பாற்ற முடியும்!" என்றான் சித்தார்த்தன் அலட்சியமாகச் சிரித்துக்கொண்டே.

"எவ்வளவு நாளைக்கு என்றால்....... என்னுடைய கடமை என்று கருதும் வரையில் இதை நான் செய்வேன்..."

"எனக்கு இதிலெல்லாம் விருப்பம் இல்லை என்றால்..."

"உங்களுக்கு விருப்பமில்லாத காரியம் எதுவாயிருந்தாலும் அது என் கடமையுமல்ல..."

"இந்த அரண்மனையில் வசிப்பதே எனக்கு விருப்பமான காரியமல்ல" என்றான் சித்தார்த்தன் பெருமூச்சு விட்டுக் கொண்டே.

"உங்களை நான் தடுக்க முடியாது. ஏனென்றால் என்னுடைய ஸ்திரீ தர்மம் அவ்வளவு பலஹீனமானது. ஆனால் இந்த அன்பு..."

"ஆமாம்! அதனால் எதையும் தடுத்து நிறுத்தி விடலாம். யசோதரா! அந்த ஆயுதத்தை என் மீது பிரயோகிப்பாய்...."

"அதை நீங்கள் ஏதோ ஒரு ஆயுதமாகக் கருதி விட்டதுதான் விந்தை. அன்பை ஆயுதம் என்று காட்டி ஒருவரைப் பயமுறுத்துவதா? அது பலாத்காரமல்லவா! அதை நீங்கள் ஒப்புக்கொள்கிறீர்களா!" என்றாள் யசோதரை.

"இந்தச் சிக்கல் புரிபடவேண்டுமென்பதற்காகத்தான் அப்படிச்

சொன்னேன். பலவந்தமாக ஒருவர் மனத்தைத் திருப்புவது அன்பு வழியாகாது.

“சுவாமி, எனக்குத் தெரியும். நல்ல குலவிளக்காக விளங்க நினைக்கும் பெண்கள் அன்பை ஆயுதமாக்கிக்கொண்டு வாழ்வைத் தேட மாட்டார்கள். அன்பைச் சித்தத்தைத் தெளிய வைக்கும். அமுதம் போல ஊட்ட நினைப்பார்கள். அதை மதியை மயக்கக்கூடிய மதுவைப் போலாக்கிவிடமாட்டார்கள்.”

“ஓகோ! என் சித்தத்தைத் தெளிய வைக்கும் அமுதம் போல அன்பைப் பயன்படுத்திக்கொள்ளப் பார்க்கிறாயா!”

“சுவாமி! அன்பு இயற்கையாகப் பிறப்பது. அதன் காரியங்களும் இயற்கையானதுதான். உண்மையான அன்பு சுயநல நோக்கத்துக்கு அடிமையாகாது. இயற்கையாகவே அது ஒருவருடைய புத்தியை மாற்ற வல்லது.”

அரண்மனை அந்தப்புரத்திலிருந்து குழந்தை ராகுலன் அழும் குரல் கேட்டது.

“குழந்தை அழுகிறான். நான் போகட்டுமா!”

“சரி! போ.”

“நீங்கள்...!”

“நான் சிறிது நேரம் பொறுத்து வருகிறேன்.....” என்றான் சித்தார்த்தன். அவள் பெருமூச்சுடன் சென்றாள். அவன் சிந்தை இந்த உலகத்தில் ஒட்டாது எங்கோ நகர்ந்துகொண்டிருந்தது. யசோதரையின் அன்பு வழி அவனைக் கலங்க வைத்தது. உலக மெங்கும் அன்பு மார்க்கத்தைப் பரப்பி அதைச் சொர்க்கத்திலும் உயர்ந்ததாகச் செய்துவிட வேண்டும் என்று நினைக்கும் ஒருவன் தன்மீது ஒருவர் வைத்துள்ள பேரன்பைத் திரஸ்காரம் செய்வது என்பது தகுமா! யசோதரையின் அன்பு முகம், குழந்தை ராகுலனின் களங்கமற்ற முகம் இரண்டும் நீரோட்டத்திடையே மணல் வீடு கட்டினால் எப்படிக் கரைந்துவிடுமோ அப்படி அவன் சிந்தனையின் மூலம் திடமாக்கிக் கொண்டிருந்த மனப் பக்குவத்தைக் கரைத்துக்கொண்டிருந்தன.

சித்தார்த்தன் நிலவொளியில் அப்படியும் இப்படியுமாக உலாவினான். அவனுடைய சித்தமும் அப்படியேதான் எங்கோ

போய் மோதி மோதித் திரும்பிக்கொண்டிருந்தது. வலிய இழக்கும் ஓர் அன்பின் சக்தியில் தான் கட்டுப்படாது உலகம் முழுவதையும் அன்பின் ஆதிக்கத்தில் கட்டுப்படச் செய்துவிட வேண்டுமென்று அவன் நினைத்தான். எங்கிருந்தோ ஒரு காகம் கரைந்தது. இன்னும் சிறிது நேரத்தில் பொழுது விடியப் போகிறது என்பதற்கு அறிகுறியாக முழுமதி மேல் வானத்தில் இறங்கிக் கொண்டிருந்தது. கீழ்வானத்தில் வெள்ளி கண் சிமிட்டியது. சித்தார்த்தனின் தேகத்தில் போர்த்தப்பட்டிருந்த உத்தரீயம் முழுதும் பனியால் நனைந்திருந்தது. அரண்மனை அந்தப்புரத்தை நோக்கி நடந்தான். தெளிவுறாத சிந்தனையோடு.

யசோதரை பொன் கட்டிலில் படுத்து ஆழ்ந்த நித்திரையில் இருந்தாள். அவளுக்குப் பக்கத்தில் குழந்தை ராகுலனும் நித்திரையிலிருந்தான். கட்டிலுக்குப் பக்கத்தில் வைக்கப்பட்டிருந்த அலங்கார தீபத்தின் மங்கலான ஒளியில் களங்கமற்ற அந்த இரு முகங்களின் பிரகாசத்தையும் பார்த்தான். பந்த பாசத்தீயால் உருகித் தளர்ந்த தன் மனத்தைத் திடப்படுத்திக்கொண்டு எங்காவது போய் விடலாமா என்று அவன் யோசித்தான். அவன் பயந்ததெல்லாம் யசோதராவின், ஸ்திரீ தர்மம் என்று சொல்லும் கடமை உணர்ச்சிக்கும் அந்தக் கடமையுணர்ச்சியோடும், தர்மத்தோடும் கலந்து நிற்கும் பேரன்புக்குந்தான். அவள் அவனைத் தடுக்க மாட்டாள் என்று அவனுக்குத் தெரியும். ஆனால் அவளுடைய பேரன்பு அவனைத் தடுத்துவிடும் என்பதை அவன் நிச்சயம் அறிவான். யசோதரை நித்திரையிலிருக்கும் தருணம்தான் போவதற்குரிய தருணமாகப்பட்டது அவனுக்கு.

மஞ்சத்தில் படுத்திருந்த யசோதரை திடுக்கிட்டு எழுந்தாள். மிரள மிரள விழித்த வண்ணம் நான்குபுறமும் பார்த்தாள். வெளியே செல்வதற்குச் சித்தமாக இருந்த சித்தார்த்தன் யசோதரை திடீரென்று நித்திரை கலைந்து எழுந்ததைக் கண்டு திகைத்தான். சற்றுத் தூரத்தில் நிற்கும் தன் கணவனைக் கண்ட யசோதரை பரபரப்போடு எழுந்து வந்தாள். "நீங்கள் எப்பொழுது வந்தீர்கள்? இத்தனை நேரம் உங்களுக்காகக் கண்விழித்திருந்தேனே! இப்பொழுது ஏன் எனக்கு அந்த நித்திரை வரவேண்டும்! சுவாமி! உலகத்தில் எத்தனையோ மாயை. அதில் இந்த நித்திரையும் ஒரு மாயை. நல்ல வேளை இப்பொழுதாவது விழித்துக்கொண்டேனே! வாருங்கள், ஏன் நிற்கிறீர்கள்! உங்கள் உடம்பு பனியினால்

எவ்வளவு ஜில்லிட்டு இருக்கிறது! தூங்காததினால் உங்கள் கண்கள் எவ்வளவு சிவந்து இருக்கின்றன! முகம் எவ்வளவு வாடி இருக்கிறது! வாருங்கள். இனிமேலாவது கொஞ்சம் தூங்குங்கள்” என்றாள் யசோதரை அன்பும் பணிவும் நிறைந்த குரலில்.

“என்னைத் தூங்கச் சொல்கிறாயா! கொஞ்ச நேரத்துக்கு முன்னால் நித்திரை என்பதும் ஒரு மாயை என்று சொன்னாய்! அந்த மாயைக்கு என்னை அடிமையாகச் சொல்கிறாயா!” என்றான் சித்தார்த்தன்.

“நித்திரை என்பது என் விஷயத்தில் மாயையாக விளையாடுகிறது. அதனால் சொன்னேன்.”

“யசோதரா! நித்திரை மாத்திரமல்ல. விழிப்பும் மாயையாகத்தான் விளையாடுகிறது. ஆழ்ந்த நித்திரையிலிருந்த நீ திடீரென்று எப்படி விழித்து எழுந்தாய்?”

“ஒரு கனவு!”

“கனவா.... அது ஒரு பெரிய மாயை! என்ன கனவோ!”

“கொஞ்சம் பயங்கரமான கனவுதான். பயங்கரமான கானகம். இரவு நேரம். எங்கும் இருள் சூழ்ந்திருக்கிறது. ஒரு கணவனும் மனைவியும் வருகிறார்கள். மிகவும் களைப்போடு வந்த அவர்கள் இருவரும் ஒரு மரத்தடியில் படுத்துக்கொள்கின்றனர். மனைவி தூங்கிவிடுகிறாள். கணவன் எழுந்து உட்கார்ந்து சிறிது நேரம் யோசனை செய்தபின் ஆழ்ந்த நித்திரையிலிருக்கும் தன் மனைவியை விட்டுவிட்டு எங்கோ போய்விடுகிறான். மறு நாள் காலையில் நித்திரை கலைந்து எழுந்த அந்தப் பெண் பக்கத்தில் படுத்திருந்த தன் கணவனைக் காணாமல் அலறி அழுது கானகமெல்லாம் சுற்றி அலைந்து தேடுகிறாள்....... இதுதான் கனவு. என்ன பரிதாபம்! இரக்கமில்லாமல் இரவு வேளையில் பயங்கரமான கானகத்திடையே ஒருவர் தன் மனைவியை விட்டு விட்டு ஓடுவதென்றால் அது ஏதோ விதியாகத்தானே இருக்க முடியும்!” என்றாள்.

யசோதரை கண்ட கனவு இப்படிப்பட்டதாக இருக்குமென்று சித்தார்த்தன் நினைக்கவேயில்லை. அவன் ஒரு பெருமூச்சு விட்டுக்கொண்டே, “இதெல்லாம் சகஜம். இந்தக் கனவு நளன், தமயந்தியைப் பிரிந்த கட்டம் போலிருக்கிறது. நம்முடைய

பாரதப் பெண்கள் எவ்வளவு சோதனைகளுக்கெல்லாம் ஆளாகி இருக்கிறார்கள்! இதெல்லாம் உன்னைப்போன்ற பெண்களுக்கு வேண்டியதுதான். ஏதேனும் சோதனைகளுக்காளானால்......." என்று கூறினான்.

உண்மைதான். நான் அவர்களைப் போன்ற பக்குவநிலையை அடையவேண்டுமென்றுதான் ஆசைப்படுகிறேன். ஆனால் அவர்களைப் போன்ற பாக்கியவதியாவேனா.......!

"நீயும் அவர்களைப் போன்ற பாக்கியவதிதான். அவர்களுக்கெல்லாம் ஏற்பட்டது போன்ற பெரிய சோதனைகள் உனக்கு ஏற்பட்டால் சமாளிக்காமல் இருந்துவிடப் போகிறாயா? யசோதரா!" என்று சொல்லி யசோதரையின் முகத்தைப் பார்த்தான்.

யசோதரை தன் கணவரின் உள்ளத்தை அறிந்துகொண்டவள் போல், "நானும் என் நாயகரின் லட்சியங்கள் உயர்வடைய வேண்டுமென்பதற்காக எத்தகைய சோதனை ஏற்படுவதாயினும் சமாளிக்கத் தயாராகத்தானிருக்கிறேன். அதோடு என் கணவருக்கும் ராமன், அரிச்சந்திரன், இவர்களுக்கு ஏற்பட்டது போன்ற மனோதிடம் ஏற்பட வேண்டுமென்றும் பிரார்த்திக்கிறேன்....." என்று கூறினாள்.

தன் மனைவிக்குள்ள மனோதிடத்தை ஓரளவு புரிந்துகொண்டான் சித்தார்த்தன். அதை நினைத்தபோது, சீதை, தமயந்தி, தாரா, எல்லோரையும்விடத் தன் மனைவி உயர்ந்தவளாகத்தான் சித்தார்த்தனுக்குத் தோன்றியது. ஏனென்றால் சீதைக்கோ, தமயந்திக்கோ ஏற்பட்ட சோதனைகளெல்லாம் எதிர்பாராதவை. ஆனால் யசோதரை சோதனையை எதிர்பார்த்தே அதை வரவேற்கத் தயாராயிருக்கிறாளல்லவா! சீதைக்கோ, தமயந்திக்கோ ஏற்பட்ட சோதனைகள் அனைத்தும் அவர்கள் கணவர்களால் ஏற்பட்டதென்று சொல்ல முடியாது. கணவனுக்கு ஏற்பட்ட சோதனையைத் தாங்களும் பகிர்ந்துகொள்ள நினைத்தபோது பலவித இன்னல்களுக்குள்ளானார்கள். யசோதரைக்கு ஏற்படப் போகிற சோதனைக்கு முழுப் பொறுப்பாளி அவளுடைய கணவனாகிய நான்தானே! தாராவும், சீதையும், தமயந்தியும் பலவிதச் சோதனைகளுக்கு உள்ளானாலும் மறுபடியும் தங்கள் கணவரை அடையும் பாக்கியம் பெற்றார்கள் அல்லவா! ஆனால் இல்லறத்தை விட்டுத் துறவு மார்க்கத்தில் செல்ல நினைக்கும்

என்னை யசோதரைக்கு மறுபடியும் அடையும் பாக்கியம் உண்டா...! இதை நினைத்தால் சீதை, தமயந்தி, எல்லோரையும் விட உயர்ந்தவளாகத்தானே யசோதரா போற்றப்பட வேண்டியவள்...... என்று பெருமூச்சுவிட்டான் சித்தார்த்தன்.

"யசோதரா! தன் மனைவியை நடுக்காட்டில் விட்டுவிட்டு ஓடும் அவ்வளவு இரக்கமற்ற சுபாவமுள்ளவனாக நான் இருக்க மாட்டேன்" என்றான்.

யசோதரையின் முகத்தில் ஒரு கேலிச் சிரிப்பு நெளிந்தது. "கணவனால் துறக்கப்பட்ட மனைவி வீட்டிலிருந்தாலும் காட்டிலிருந்தாலும் ஒன்றுதான்" என்றாள் யசோதரை.

சித்தார்த்தன் ஒன்றும் பேசவில்லை. மௌனமாக நின்று கொண்டிருந்தான். யசோதரையின் அன்புள்ளத்தை விட அவளுடைய திட சித்தம்தான் அவன் மனத்தை உருக்கியது.

யசோதரை சித்தார்த்தனின் நீண்ட கரங்களை எடுத்துத் தன் கண்களில் ஒற்றிக்கொண்டு, "சுவாமி! நீங்கள் மிகவும் களைப்படைந்திருக்கிறீர்கள். கொஞ்சம் சயனித்துக்கொள்ளுங்கள்...." என்றாள்.

சித்தார்த்தன் சிலை போல் மௌனமாக நடந்து போய் மஞ்சத்தில் சாய்ந்தான். யசோதரை அவன் காலடியில் உட்கார்ந்து அவன் பாதங்களை வருடிக்கொண்டிருந்தாள்.

அன்று இரவு. மஞ்சத்தில் யசோதரைக்குப் பக்கத்தில் சித்தார்த்தன் படுத்து ஆழ்ந்த நித்திரையிலிருந்தான். திடிரென்று ஏதோ கனவு கண்டவன் விழித்தெழுந்தான். முதல் நாள் இரவு தோன்றிய தீர்மானம் மறுபடியும் அவன் மனத்தில் தலைதூக்கியது. அன்பொழுகும் யசோதரையின் முகத்தையும் களங்கமற்ற ராகுலனின் முகத்தையும் சற்று உற்றுப் பார்த்தால் கூட மனம் மாறிவிடுமோ என்ற பயத்தினால் சட்டென்று மஞ்சத்தைவிட்டு இறங்கி அதிவேகமாக நடந்தான் சித்தார்த்தன். சித்தத்தை அடக்கி ஞானோதயம் பெறும் இடம் எது என்று தேடிக்கொண்டு.

காலையில் கண் விழித்து எழுந்த யசோதரை கணவனைக் காணாது சிறிது மருண்டாள். மாளிகையெங்கும் தேடினாள். காணவில்லை. அவளுக்கு உண்மை விளங்கியது. சில நாட்களாக அவள் எதிர்பார்த்ததுதான் இப்பொழுது நடந்தது. அப்பொழுதுதான்

அவளுடைய அன்பின் பிணைப்பிலிருந்து தன்னை விடுவித்துக் கொள்ளும் அளவுக்குத் தன் கணவருக்கு மனப் பக்குவமும் திடசித்தமும் ஏற்பட்டன என்பதை அவள் உணர்ந்துகொண்டாள். அவள் ஆகாயத்தை நோக்கி இரு கரங்களையும் குவித்து, "பரம்பொருளே! அவருக்கு எவ்வித ஆபத்தும் ஏற்படாமல் காப்பாற்றும். அவரை லட்சியத்தில் சித்தியடைந்த உத்தமராகச் செய்யும்" என்று பிரார்த்தித்தாள். மூடியிருந்த அவளுடைய விழி ஓரத்தில் இரு சொட்டுக் கண்ணீர் தோன்றி மின்னியது.

இளவரசனைக் காணவில்லை என்று நகரெங்கும் செய்தி பரவிப் பரபரப்பை உண்டாக்கியது. அரசர் சித்தார்த்தனைத் தேடும்படி பல திசைக்கும் சேவகர்களை அனுப்பினார்.

மந்திரி அந்தப்புரத்துக்கு வந்து யசோதராவின் துக்கத்தை ஆற்ற நினைப்பவர் போல, "அம்மணி! இளவரசரைத் தேடப் பல திசைகளுக்கும் உளவாளிகளை அனுப்பி இருக்கிறோம். கவலைப்படாதீர்கள்" என்றார்.

யசோதரா அலட்சியமாகச் சிரித்து, "அவரை எதற்காகத் தேட வேண்டும்! அப்படி அவரைத் தேடிக் கண்டு பிடித்தாலும் அவர் திரும்பி வரமாட்டார்....." என்றாள்.

அவர் வியப்பு நிறைந்த குரலில், "தங்கள் கணவர் மறுபடியும் அரண்மனைக்குத் திரும்புவதில் தங்களுக்கு விருப்பமில்லையா.......!" என்று கேட்டார்.

"எனக்கு விருப்பம்தான். நான் அவருடைய மனைவி. அவருடைய விருப்பத்துக்கு அனுசரணையாக நடக்க வேண்டியதுதான் என் கடமை, தர்மம். அவருடைய லட்சியம் சித்தி பெறுவதற்காக நான் என் சுவாமியைத் துறக்கச் சித்தமாயிருக்கிறேன்" என்றாள்.

மந்திரி இவ்வார்த்தையைக் கேட்டுத் திகைப்படைந்தவராக யசோதரையின் முகத்தை உற்றுநோக்கினார். இளமையின் துடிப்பு நிறைந்த அவளுடைய அழகான நீண்ட கண்களிலே உலகையே துச்சமாகக் கருதித் தள்ளும் துறவின் அலட்சியம் மிகுந்திருப்பதைக் கண்டார். சில நாட்களுக்குப் பிறகு புத்தன் என்னும் மகா ஜோதியைக் காணப்போகும் அந்த மனிதர் அன்று யசோதரை என்னும் மகா ஜோதி ஒன்றைக் கண்டு உள்ளம் சிலிர்த்துக் கரம் குவித்தார்.

மந்திரி அய்யன்

இரண்டு மூன்று நாட்களாக ஊரில் ஒரு வதந்தி. ஊரிலுள்ள ராமர் கோவிலைப் புதுப்பித்துக் கல்யாண மண்டபம் கட்டிப் பிராகாரச் சுவரில் ராமாயணத்தைச் சித்திர ரூபமாக எழுதும்படி அச்சுத நாயக்கர் கட்டளையிட்டிருக்கிறார். அந்தப் பணியை நிறைவேற்றக் குடந்தைக்கு மந்திரி விஜயம் செய்திருக்கிறார் என்றும் கூறிக்கொண்டார்கள்.

சோழ வள நாட்டில் மக்களுக்கு எதிலும் எவ்விதக் குறையுமில்லை. மக்களுக்குள்ள குறைகளை நிவர்த்திப்பதற்காக ஏதாவது செய்ய வேண்டுமே என்ற கவலை அரசருக்கோ அமைச்சருக்கோ ஏற்பட்டதே இல்லை. காரணம், குறைவற்ற மனத்தோடு பெருவாழ்வு வாழ்ந்துகொண்டிருந்தார்கள் மக்கள். அவர்கள் பக்திப் பெருக்கினால் இறைவனுக்கு ஏதேனும் செய்ய வேண்டும் என்ற கருத்துடையவர்களாக இருந்தனர். மக்களின் மனத்தையே கொண்டிருந்தார்கள் அச்சுத நாயக்க மன்னரும் அமைச்சரும்.

தம் வீட்டில் பணிபுரிந்த ஒரு சிறுவனைச் சோழ நாட்டின் அதிபதியாக்கி, அவனிடமே தாம் மந்திரியாக அமைந்த மேதையை இரண்டாவது சாணக்கியன் என்று சொல்வதில் என்ன தவறு! அரசனையே சிருஷ்டித்து ஒரு நாட்டைத் திறம்பட நிர்வாகம் செய்யும் ஒரு மந்திரிக்கு நாட்டில் எவ்விதக் கௌரவம் இருக்கும் என்று நாம் சொல்ல வேண்டுமா! மந்திரி கோவிந்த தீக்ஷிதர்

நாட்டில் தெய்வமாகக் கொண்டாடப்பட்டார். அவர்தான் குலமந்திரி; அவர்தான் குலகுரு.

அரசர் அச்சுத நாயக்கர் தீவிர வைஷ்ணவர். அமைச்சர் கோவிந்த தீக்ஷிதரோ தீவிர சைவர். விஷ்ணு பக்தி கொண்ட அரசர் எங்கும் திருமாலுக்குக் கோயில் கட்டினார். சிவபக்தராகிய அமைச்சர் எங்கும் பரமேசுவரனுக்குக் கோயில் எழுப்பினார். அரசாங்க பொக்கிஷத்தில் இருந்து தம் இச்சையாக அமைச்சர் செல்வத்தை எடுத்துச் சிவாலயத் திருப்பணி செய்வதை மன்னர் தடுப்பதில்லை. அவரால் தடுக்கவும் முடியவில்லை. எப்படித் தடுக்க முடியும்! தம் குலத்தையே அரச குலமாக்கி வைத்த தெய்விக சக்தி நிறைந்த மகா புருஷருக்கு எதிராக என்ன செய்ய முடியும்! அரசரும் அமைச்சரும் மதக் கொள்கைகளில் வெவ்வேறாக இருந்தாலும் உயிர் ஒன்றாகத்தன் இருந்தனர். அரசரும் அமைச்சரும் எவ்வளவு ஒற்றுமையாக இருந்தார்களோ, அப்படித்தான் சோழவள நாட்டில் சைவமும் வைஷ்ணவமும் வளர்ந்தோங்கி தெய்விக மணத்தை ஏற்படுத்திக்கொண்டிருந்தன. கோயில் திருப்பணி மந்திரி கோவிந்த தீஷிதரின் மேற் பார்வையிலேயே நடக்க வேண்டுமென்பது அரசர் அச்சுத நாயக்கரின் ஆசை. மந்திரி தீவிர சிவபக்தரான பொழுதிலும், வடமொழியில் சிறந்த பாண்டித்தியமுடையவரானதால் வால்மீகி ராமாயணத்தைப் படித்துப் படித்து மனமுருகி ராமனிடம் எல்லையற்ற பக்தி கொண்டவர். அரசரைவிட அவருக்கு ராமனுக்குத் திருப்பணி செய்வதில் அதிக ஆர்வம் இருந்தது. அதனால் அவரே நேரில் திருக் குடந்தைக்கு விஜயம் செய்திருந்தார்.

அமைச்சரானவர் அரசரின் ஆசையை மட்டும் நிறைவேற்றிக் கொண்டு போனால் ஆயிற்றா! நகர மக்களின் அபிப்பிராயத்தையும் தெரிந்து கொள்ள வேண்டுமல்லவா! இறைவன் திருப்பணி விஷயத்தில் மக்கள் எவ்வித ஆட்சேபணையும் தெரிவித்ததில்லைதான். இருந்தாலும் அதற்காக அரசரும் அமைச்சருமாகச் சேர்ந்து எங்குமே கோயில்களாக நிர்மாணித்துக் கொண்டு போவதா! மக்களுக்கு வேறு ஏதேனும் குறை இருந்தால்! மந்திரி கோவிந்த தீக்ஷிதர் மக்கள் மனத்தை அறிந்துகொள்ளாமல் எக்காரியத்திலும் ஈடுபட மாட்டார். எனவே, குடந்தை வந்ததும் ஸ்ரீராமர் கோயில் திருப்பணியைப் பற்றி மக்களிடையே வதந்தியைக்

கிளப்பிவிட்டு உளவாளிகள் மூலம் மக்களின் மனத்தை நன்கு அறிந்து வரச் செய்தார்.

அரசரை விட மந்திரியிடம்தான் மக்கள் அதிக மரியாதையும் பக்தியும் செலுத்தினார்கள். தஞ்சை நாயக்கர் ராஜ சபையில் அரசருக்கும் அமைச்சருக்கும் ஒரே மாதிரியான சிம்மாசனம். அமைச்சர் அரசரை 'அய்யன்' என்ற மரியாதை நிறைந்த சொற்களால் அழைப்பார். அரசரும் மந்திரியை 'அய்யன்' என்றே அழைப்பார். மக்கள் அரசரையும் அமைச்சரையும் 'அய்யன்' என்றுதான் குறிப்பிடுவார்கள்.

அரசரிடமும் அமைச்சரிடமும் எல்லையற்ற பிரீதி வைத்திருந்த நாட்டு மக்கள் 'அய்யன் பேட்டை, அய்யன் தெரு, அய்யன் கடை, அய்யன் வாய்க்கால், அய்யன் குளம்' என்றெல்லாம் பெயர் வைத்தார்களானால் அது அரசரையும் அமைச்சரையும் குறிக்குமே தவிர ஒருவரை மாத்திரம் தனியாகக் குறிப்பதாகாது. இத்தகைய பெருமை பொருந்திய மந்திரி 'அய்யன்' குடந்தைக்கு வந்திருக்கும் செய்தியையும், காரியத்தையும் அறிந்த மக்கள் சிறிது பரபரப்பை அடைந்திருக்கமாட்டார்களா!

ராம கைங்கர்யத்தில் மக்கள் எல்லோருக்கும் ஆர்வமும், ஆசையும் இருந்ததே தவிர எவரும் எதிர்ப்புக் காட்டியதாகத் தெரியவில்லை. மந்திரி அய்யனின் மனமும் ஆறுதல் அடைந்தது. சந்தோஷத்தோடு திருப்பணிக்கு முன் ஏற்பாடுகள் செய்யத் தொடங்கினர்.

மாலை நேரம். சந்தியாவந்தனம் முதலிய நியமானுஷ்டானங்களைச் செய்து முடிப்பதற்காக மகாமகக் குளக்கரைக்கு ஒரு வைதீகப் பிராமணர் வந்தார். மகாமகக் குளம் புராதனமான புண்ணியதீர்த்தம். அதன் கரைகள் என்று கட்டப்பட்டதோ! நாலு புறமும் இடிந்து கேவலமான நிலையை அடைந்திருந்தது.

வயதான அந்தப் பிராமணர் மிகவும் ஜாக்கிரதையாகவே ஒவ்வொரு படியாகப் பிடித்துக்கொண்டு இறங்கினார். அவர் எவ்வளவுதான் ஜாக்கிரதையாக இறங்கினாலும் குளத்தின் கடைசிப் படி அவரை ஏமாற்றிவிட்டது. அந்தப் படியில் ஒரு சிறு கல் பெயர்ந்திருந்தது. அவர் கால் வைத்ததும், தண்ணீருக்குள் இருந்த அந்தக் கல் அவருடைய கால் நிலைக்காமல் சரிந்தது. நல்ல வேளை! அவர் சட்டென்று குனிந்து மேல் படியை கெட்டியாகப் பிடித்துக்

கொண்டு குளத்தில் விழாமல் தப்பினார். அந்தச் சமயத்தில் நடுத்தர வயதான பிராமணர் ஒருவர் சந்தியாவந்தனம் செய்வதற்காகப் படித்துறையில் அலட்சியமாக இறங்கிக் கொண்டிருந்தார்.

வயோதிகப் பிராமணர் அவரை நோக்கி எச்சரிக்கை செய்தார். "அப்பா, குழந்தை! ஜாக்கிரதை! நான் இப்பொழுதுதான் விழத் தெரிந்தேன்" என்றார்.

சற்று நேரம் அந்த வாலிபரை உற்றுப் பார்த்துவிட்டு மீண்டும் சொன்னார்: "உன்னைப் பார்த்தால் நல்ல தேஜஸாகவும், நல்ல குலத்தில் பிறந்து நிறையப் படித்தவனாகவும் தெரிகிறது. இந்தக் குளத்தின் நான்கு கரையையும் கொஞ்சம் பார். அடுத்த வருடம் மகாமகம் வேறு வரப் போகிறது. நாட்டிலே பிரஜைகளுக்கு எந்தக் குறையுமில்லை. தார்மீக மேதையுள்ள ராஜா, சமுத்திரமாகப் படித்த புத்திசாலி மந்திரி வேறு. ஜனங்களுக்கு ஏதாவது நல்லது செய்து கொண்டே இருக்க வேண்டுமென்ற கவலைதான் அவர்களுக்கு. ஆனால் என்ன செய்வது! அவர்களுக்கு உள்ள பக்தியிலும் ஆர்வத்திலும் எதை முன்னால் செய்யவேண்டும். எதைப் பின்னால் செய்ய வேண்டும் என்று யோசிக்காமல் செய்வதுதான் பெரிய குறை. ராம கைங்கரியத்தில் தீவிரமாக ஈடுபட்டிருக்கிறார்கள். ராமனுக்குக் கோயில் திருப்பணி செய்துவிட்டால் இது ராம ராஜ்யமாகிவிடுமா! அந்தத் தயாளமூர்த்தி ராமனையே கேட்டால் சொல்லுவான்: 'எனக்கு ஒரு குறையுமில்லை, ஜனங்களின் அவசியமான குறையை முதலில் நிவர்த்தி செய். அதுதான் எனக்கு சந்தோஷம்' என்று. மந்திரி 'அய்யன்' இந்த ஊருக்கு வந்திருக்கிறார் என்று கேள்வி. அந்த மகா புருசன் கண்ணில் இந்தக் குளம் படாததுதான் துரதிர்ஷ்டம்" என்று சொல்லிப் பெருமூச்சு விட்டுக்கொண்டே தமது நித்ய கர்மானுஷ்டானங்களைச் செய்யச் சித்தமானார்.

"அய்யன் கண்ணில் இது படாமல் இருக்காது. இந்தப் பெருங்குறையை அவர் அப்படியே விட்டு வைக்க மாட்டார். கவலைப்படாதீர்கள்" என்று கூறிவிட்டு அந்த நடுத்தர வயதையுடையவர் இறங்கிக் கர்மானுஷ்டானங்களில் ஈடுபட்டார்.

இந்த நடுத்தர வாலிபர்தான் மந்திரி 'அய்ய' னென்று கிழவருக்கு எங்கே தெரியப்போகிறது!

ஸ்ரீராமர் கோயில் திருப்பணிக்காக வந்த தளவாட சாமான்களெல்லாம், திடீரென்று பிறந்த மந்திரி ‘அய்ய’னின் அவசர உத்தரவு காரணமாக மகாமகக் குளக்கரைக்குத் திருப்பப் பட்டன. நகர ஜனங்களுக்கு இது பரபரப்பையும் வியப்பையும் உண்டாக்கியது. ராமர் கோயில் திருப்பணி செய்ய வந்த ‘அய்யன்’ திடீரென்று மகாமகக் குளக்கரையைக் கட்டத் தொடங்கியது எல்லோருக்கும் வியப்பைத்தானே உண்டாக்கும்! ஆனால் மகாமகக் குளம் இருந்த நிலையையும், அடுத்த வருடம் மகாமகம் வரப்போகிறது என்பதையும் உணர்ந்த ஜனங்கள் மந்திரி செய்த முடிவைத் தவறாகக் கருதவில்லை. அவருடைய சமயோசித புத்தியிலும், நல்ல எண்ணத்திலும் ஜனங்கள் வைத்திருந்த மதிப்புத்தான் அதிகமாகியது.

தஞ்சையிலிருந்த மன்னர் அச்சுத நாயக்கருக்கு இந்தச் செய்தி எட்டியது. ராமஸ்வாமி கோயில் திருப்பணி செய்வதற்காகக் குடந்தைக்குச் சென்ற மந்திரி தம்மைக் கேட்காமல் தம் உத்தரவை மீறி மகாமகக் குளத்துக்குக் கரையெழுப்பத் துணிந்தது சிறிது ஆத்திரத்தைத்தான் உண்டாக்கியது. அமைச்சர் தம்மை அவமதித்ததாக அரசர் கருதவில்லை. தமக்குள்ள ராம பக்தியையும் ராமனையுமே சைவராகிய மந்திரி கோவிந்த தீக்ஷிதர் அவமதித்து விட்டதாக எண்ணிக் குமுறினார்.

மூன்று மாதத்தில் சங்கு போன்ற வடிவமாய் அமைந்த மகாமகக் குளத்தின் நான்கு புறமும் படிகள் அமைக்கப்பட்டுக் கரைகள் கட்டப்பட்டன. மந்திரி ‘அய்ய’னுக்கு ஓர் ஆசை; குளத்தைச் சுற்றிலும் பதினாறு சிறு கோயில்களைக் கட்டி அதில் பதினாறு லிங்கங்களைப் பிரதிஷ்டை செய்ய வேண்டுமென்று. அவர் விருப்பம், அவர் ஆவல் நிறைவேற வேண்டுமானால் இன்னும் ஏராளமான திரவியம் வேண்டும். கையில் இருந்த பொருளெல்லாம் தீர்ந்துவிட்டது. மறுபடியும் தஞ்சை அரண்மனையிலிருந்து பொருள் கொண்டு வரும்படி ஒரு தூதனை அனுப்பி வைத்தார் மந்திரி.

தமது அபிப்பிராயத்தைக் கேட்காமல் மந்திரி அக்காரியத்தில் இறங்கியதே மன்னருக்குப் பிடிக்கவில்லை; மேலும் பணத்துக்காகத் தூதுவனை அனுப்பியது பெருங்கோபத்தை உண்டாக்கியது. மகாமகக் குளம் கட்டுவதற்குச் செப்பாலடித்த காசு கூடக் கிடையாது என்று சொல்லித் தூதுவனைத் திருப்பி அனுப்பி விட்டார்.

அரசர் கோபத்தில் 'பணம் இல்லை' என்று கூறித் தூதுவனை அனுப்பினாரே தவிர அவர் மனத்தில் சிறிதும் நிம்மதியில்லை. எப்படி இருக்கும்!

அச்சுத நாயக்கரின் தந்தையான சேவப்ப நாயக்கர் இறக்கும் தறுவாயில், "குல மந்திரியாகிய கோவிந்த தீக்ஷிதரின் அபிப்பிராயத்துக்கு விரோதமாக எதுவும் செய்யாதே, அவரை எப்பொழுதும் தெய்வமாகக் கருது!" என்று அச்சுத நாயக்கரிடம் சொன்னதோடு மட்டும் அல்ல; தமக்குப் பின் அரசனாகப் போகும் அச்சுதனை ரக்ஷிக்கும்படி மந்திரி 'அய்ய'னிடமும் வேண்டிக்கொண்டார்.

ஒரு பெரிய சாம்ராஜ்யத்தையே ஒரு நொடிப் பொழுதில் ஏற்படுத்தவும், அழித்து விடவும் சக்தியுள்ள மந்திரி 'அய்ய'னிடம் விரோதம் பாராட்டினால் என்ன நேருமோ என்ற பெரும் திகில் அரசரை வாட்டத் தொடங்கிவிட்டது. மனப் போராட்டத்தோடும் திகிலோடும் அரண்மனையில் அவரால் தரித்திருக்க முடியவில்லை. திடீரென்று தம் பரிவாரங்களோடு கும்பகோணத்துக்குக் கிளம்பினார்.

அரசரிடம் பணத்துக்காகச் சென்ற தூதன் திரும்பி வந்து அரசர் பணம் கொடுக்க இஷ்டப்படாததைச் சொன்னான். இதைக் கேட்டதும் மந்திரி 'அய்யன்' பரிகாசமாகச் சிரித்துக் கொண்டாரே தவிர, பதட்டம் அடையவில்லை. அவருடைய அமைதியான சிரிப்பு அரசரின் மனோநிலையை ஓரளவு அறிந்து கொண்டதற்கு அறிகுறியாகத் தோன்றியது. மறுநாள் காலையில் தாமே தஞ்சைக்குப் போகப் போவதாகச் சொல்லிப் பிரயாண ஏற்பாடுகளைச் செய்யச் சொன்னார்.

மந்திரி 'அய்யன்' தஞ்சைக்குப் புறப்பட்டுக்கொண்டிருக்கும்போது, ஒரு குதிரை வீரன் வந்து அரசர் மந்திரியைப் பார்ப்பதற்காகக் கும்பகோணம் வந்துகொண்டிருப்பதாகத் தகவல் கொடுத்தான்.

மந்திரி 'அய்யன்' குளக்கரைப் படிக்கட்டில் உட்கார்ந்திருந்தார். அரசர் வருவது கண்டு முகமலர்ச்சியோடு வரவேற்றார். அரசர் மந்திரிக்குச் சமீபமாக வந்து உட்கார்ந்திருந்தார். மந்திரி 'அய்யன்' பேச ஆரம்பித்தார். "அய்யனே! குளக்கரையெல்லாம் சரியாகத் தானே கட்டப்பட்டிருக்கிறது!" என்று அரசரிடம் கேட்டார்.

“எல்லாம் அழகாகத்தான் இருக்கிறது. உங்கள் மேற்பார்வையில் நடந்த காரியத்தில் பழுது சொல்ல முடியுமா! ஆனால் ராம கைங்கர்யத்துக்காகச் செலவிட வேண்டிய தனத்தை இக்காரியத்தில் செலவிட்டதுதான் தர்ம விரோதம் . அய்யனே! நீங்கள் ஏதோ செய்துவிட்டீர்கள். ஆனால் இந்த அபசாரம் என்னைத்தான் பாதிக்கும்....” என்றார்.

மந்திரி அய்யன் பரிகாசமாகச் சிரித்துக் கொண்டே, “அய்யனே! கவலைப்பட வேண்டாம். இதில் ராம அபசாரம் எதுவுமில்லை. ராமனுக்கு பிரீதி அவனுக்குக் கோயில் கட்டுவது மாத்திரம் தானா! மக்களுக்கு நன்மை என்று பட்டதைச் செய்வதுதான் ராமனைப்போல் ராஜ்யத்தை ஆள நினைக்கும் உங்களுக்கு அழகு. அரசராகிய நீங்கள் உங்கள் மனத்துக்கு விருப்பமானதைச் செய்ய ஆசைப்படுகிறீர்கள். ஆனால் மந்திரியின் பொறுப்பு அதைவிடக் கடினமானது. உண்மையான மந்திரி நாட்டின் நிலை அறிந்து மக்கள் மனம் அறிந்து செய்ய வேண்டிய கடமைகளைக் காலத்தில் உணர்ந்து செய்யாவிட்டால் தன் கடமையிலிருந்து தவறியவனாகிறான். அடுத்த வருடம் இந்தக் குளத்துக்கு ஸ்நானம் செய்யவரும் கோடிக்கணக்கான ஜனங்கள் இந்தக் குளத்தைப் பாழடைந்த நிலையிலேயே கண்டால் நம்முடைய ஆட்சியை எவ்வளவு குறைவாக மதிப்பிடுவார்கள்! அதனால்தான் இதைச் செய்யத் துணிந்தேன்” என்றார்.

‘மந்திரி செய்தது நியாயம்தான்’ என்று அரசரின் மனத்தில் பட்டது. இருந்தாலும் அவர் தம் சுயகௌரவத்தை விட்டுக்கொடுக்க விரும்பவில்லை. “அய்யனே! நீங்கள் ஏதோ செய்துவிட்டீர்கள். இதை நீங்கள் ஏதோ பொது மக்களுக்காகச் செய்ததாகச் சொன்னாலும் இதற்கு உங்கள் மனத்திலுள்ள சைவப் பற்றுதான் காரணம்” என்றார்.

எதிலும் ஆத்திரமோ கோபமோ அடையாத கோவிந்த தீக்ஷிதருக்கு அரசர் அப்பொழுது சொல்லிய வார்த்தைகள் சிறிது கோபத்தையும் ஆத்திரத்தையும் உண்டாக்கின. அரசருக்கும் தமக்கும் மதக் கொள்கையில் வேறுபாடுகள் இருப்பினும் அவர் தம் எதிரிலேயே இவ்வளவு வித்தியாசமாகப் பேசுவார் என்று நினைக்கவில்லை.

“அய்யனே! ஆத்திரத்தில் என்னை வித்தியாசமாகக் கருதிப் பேசிவிட்டீர்கள். மகாமகம் என்பது சைவர்கள் வைஷ்ணவர்

இருவரும் பொதுவாகக் கொண்டாடும் மகத்தான புண்ணிய தினம். கங்கை, யமுனை, கோதாவரி, காவிரி போன்ற புண்ணிய நதிகள் சைவனுக்கு மாத்திரம் சொந்தமல்ல. வைஷ்ணவர்களும் புண்ணிய தீர்த்தங்களாகக் கொண்டாடுகிறார்கள். புண்ணிய நதிகளாகிய கங்கை யமுனை முதலிய சப்த நதிகளும் வந்து கலக்கும் இந்தத் திருக்குளத்தில் மகாமகத்தன்று சைவர்களும் வைணவர்களும் வித்தியாசம் பாராட்டாமல் வந்து ஸ்நானம், செய்கிறார்கள். அப்படி இருக்கும்போது இதை நான் சைவர்களுக்காக மட்டும் செய்தேன் என்று எப்படி நீங்கள் கூறமுடியும்!" என்று கேட்டார் மந்திரி 'அய்யன்.'

"சரிதான். அப்படி இருக்கப் பதினாறு லிங்கங்களை இந்தக் குளத்தைச் சுற்றி நீங்கள் ஸ்தாபிக்க நினைப்பது ஏன்!"

"ஏற்கனவே இந்தக் குளக்கரையைச் சுற்றிலும் நந்திகள் வைக்கப்பட்டிருந்தன. இந்தக் குளத்தில் வந்து கலக்கும் சப்த நதிகளின் சிலைகள் கன்னிகா ரூபத்தில் இந்தக் குளத்துக்குச் சமீபத்திலுள்ள சிவாலயத்தில்தான் ஸ்தாபிக்கப்பட்டிருக்கின்றன. அதோடு சிவன் கோயில் ஸ்வாமிதான் சில புண்ணிய தினங்களில் இந்தக் குளத்துக்கு எழுந்தருளுவது வழக்கமாக இருக்கிறது. இத்தனை ஆதாரங்கள் இருப்பதால் இதை எவரும் ஆக்ஷேபிக்கமாட்டார்கள் என்றே செய்யத் துணிந்தேன்."

"நானே ஒரு வைஷ்ணவன். இதை ஆட்சேபிக்கிறேன்" என்றார் மன்னர்.

"ஆக்ஷேபிக்கிறேன் என்று கூறினால் மாத்திரம் போதாது. அதற்குச் சரியான காரணமும் ஆதாரமும் வேண்டும். நான் என்னுடைய ஆதாரங்களை முன்னதாகவே எடுத்துச் சொல்லிவிட்டேன்."

"அய்யனே! நீங்கள் பேசுவதிலும் வாதிப்பதிலும் கெட்டிக்காரர். படித்தவர். இன்னும் எத்தனையோ காரணமும் ஆதாரமும் காட்டுவீர்கள். நான் இதை எல்லாம் நம்ப மாட்டேன். உண்மையாக உங்கள் வார்த்தையே நியாயமாக இருக்குக்குமானால் இந்தக் குளத்திலிருந்து கங்கையே எழுந்து வரவேண்டும். அப்படி எழுந்து வந்தால் இந்தக் குளத்தைச் சுற்றிப் பதினாறு கோயில்கள் கட்டி லிங்கங்களைப் பிரதிஷ்டை செய்ய நான் தராசில் ஏறி நின்று அந்த எடைக்குப் பொன் தருகிறேன்" என்றார் அரசர்.

“இது மிகவும் கடுமையான சோதனை. நான் என்ன பகீரதனா! ஆனால் அதற்காக நான் பயப்படமாட்டேன். நான் தினமும் இரு வேளையும் செய்யும் அக்னிஹோத்திரம் பலிதமுள்ளதானால், கர்மானுஷ்டான ஆசாரங்களை விடாத உண்மையான அந்தணனானால், சரியாத அத்வைதியானால், ஈசுவர பக்தியுள்ளவனால், கங்காதேவி வந்து என்னை அனுக்கிரகிக்கட்டும். அவள் குளத்திலிருந்து எழுந்து வந்து என் கையில் பாய்ந்து அவளுக்குக் காணிக்கையாகச் சமர்ப்பிக்கும் இந்தப் பொற்காசை அங்கீகரிக்கட்டும்” என்று சொல்லித் திறந்த கரங்களில் ஒரு பொற்காசை வைத்துக்கொண்டு கண்ணைமூடி தியானத்தில் ஆழ்ந்தார்.

அமைதியாக இருந்த குளத்தில் நீர் பொங்கிக் குமிழி இட்டு எழும்பியது. கண்ணிமைப் பொழுதில் குளத்திலிருந்து எழுந்த நீர் மந்திரி அய்யனின் கையிலிருந்த பொற்காசை எடுத்துக் கொண்டு போய்க் குளத்தில் சேர்த்து அமைதி அடைந்தது.

அரசர் திகைப்பும் மகிழ்ச்சியும் அடைந்து மந்திரியை ஆலிங்கனம் செய்துகொண்டார். மன்னர் அச்சுத நாயக்கர் தராசில் ஏறி நின்று தம் எடைக்குச் சரியான பொன்னை மகாமகக் குளத் திருப்பணிக்காக அளித்தார். சில தினங்களில் குளத்தைச் சுற்றிலும் பதினாறு சிறு கோயில்கள் அமைக்கப்பட்டு லிங்கப் பிரதிஷ்டையும் செய்யப்பட்டது.

மகாமக சமயத்தில் மகா ஜனங்கள் மன்னரைப் புகழ்ந்தார்கள். மந்திரி ‘அய்யனை’க் கொண்டாடினார்கள்.

இதெல்லாம் கதைபோல் இருக்கலாம். மகாமகத்துக்காகக் குடந்தைக்கு விஜயம் செய்பவர்கள் மகாமகக் குளத்தில் பிரதான மண்டபத்தில் மன்னர் அச்சுத நாயக்கர் மந்திரி கோவிந்த தீக்ஷிதருக்கு மகாமகக் குளத் திருப்பணிக்காகத் தராசில் ஏறித் தம் எடைக்குச் சரியாகப் பொன் நிறுத்துக்கொடுக்கும் காட்சியையும், சிற்ப செளந்தர்யம் நிறைந்த ராம ஸ்வாமி கோவில் கல்யாண மண்டபத்தில் பிரதான்யமாக இருக்கும் தூணில் அச்சுத நாயக்கரின் கம்பீரமான உருவம் காட்சி அளிப்பதையும், கும்பேசுவரஸ்வாமி கோயிலில் கோவிந்த தீக்ஷிதர் லிங்க சொரூபமாக இருந்து காட்சி கொடுப்பதையும் பார்த்தால்; அவர்கள் பெருமையை உணர்ந்து இது கதை அல்ல என்றுதான் சொல்லுவார்கள்.

மரண தாகம்

கிணற்றங்கரைக்குச் சமீபத்தில் தரையோடு தரையாகப் பதிக்கப் பெற்றுள்ள கல் உரலின் மீது அவள் பதுமைபோல் அமர்ந்திருந்தாள். அவள் நெஞ்சம் உலர்ந்திருந்தது. கண்கள் ஒளியற்று மங்கியிருந்தன. அவளது உதடு வெளுத்து உலர்ந்து வறண்டிருந்தது. ரத்தம் சுண்டிய அவளது திரேகம் எலும்போடு ஒட்டிச் சோகை பிடித்ததுபோல் வெளுத்திருந்தது. சதா சூன்யம் குடிகொண்டிருந்த அவளது முகத்தைக் கண்டவர்கள் ஏதோ ஒன்றைக் கைநழுவ விட்டு விட்டு அதையே நினைத்து நினைத்துத் தன் அழகைக் கொஞ்சம் கொஞ்சமாக அழித்துக்கொண்டு மரணப் பாதையை நோக்கிச் செல்கிறாள் என்பதை எளிதில் யூகிக்கலாம். ஒரு யுவதி விரும்புவதற்கு எவ்வளவோ இருக்கிறது. ஆனால் அவள் விரும்பியது மரணம்.

அவன் ஆபீஸிற்குப் போயிருந்தான். அவளுக்கு வயது முப்பது. அவளது கணவனின் வயது நாற்பதுக்கு ஒன்றிரண்டு தாண்டியே இருக்கும். அவனது கருத்த சுருண்ட கிராப் தலையில் ஓரிரண்டு நரைமயிர்கூட ஓடியிருந்தது. அவர்களிருவருக்கும் விவாஹமாகிப் பன்னிரண்டு வருஷங்களாகிவிட்டன.

அவர்களும் உலகத்தில் கணவன் மனைவியெனச் சொல்லும்படி வாழ்க்கையை ஆரம்பித்து நடத்தியும் வந்தார்கள். நிர்மலா

அவளது கணவனுக்குச் செய்ய வேண்டிய கடமைகளொன்றையும் மறதியினால்கூடச் செய்யத் தவறியதில்லை. ஆனால் அங்கு கண்காணாத மனப் போரட்டத்தோடு கூடிய சூன்யம் ஒன்று வளர்ந்துகொண்டு வந்ததை யாரறிவார்கள்?

கணேசனுக்கு விவாஹம் ஆகும்பொழுது அவன் ஒரு சாதாரண குமாஸ்தா - சம்பளம் இருபத்தைந்து - இப்பொழுது கம்பெனியின் மானேஜர் - சம்பளம் நூற்றைம்பது. எது இருந்தால் என்ன? நிர்மலாவின் வாழ்க்கையே விழலுக்கிறைத்த நீராகிவிட்டது. கல்யாணமாகி இரண்டு வருஷங்கள் இன்பமாகக் கழிந்தது. அந்த சுகம்-குடும்ப வாழ்க்கையில் முதல் இரண்டு வருஷத்தில் நிகழ்ந்த இன்பம் - கடந்த பத்து வருஷங்களில் ஒரு நிமிஷம்கூடத் தலைகாட்டவில்லை. அந்த இருட்டடிப்பை நீக்க-அந்த மௌன சூன்யத்தைக் களைந்தெறிய அத்தம்பதிகள் இருவரில் ஒருவராவது முயற்சி செய்ததே கிடையாது.

கடிகாரத்தில் மணி நான்கு அடிக்கும். நிர்மலாவின் சூன்ய திருஷ்டி அதை நோக்கும். காலையிலிருந்து அக்கல்லுரல் மேல் சிலைபோல் அமர்ந்திருக்கும் அவளைக் கடிகாரத்தின் குறிப்போசை தான் எழுப்பியது. அவள் தன் கணவனுக்காகக் காபி தயார் செய்யச் சமையலறைக்குள் நுழைவாள். காலை பதினொரு மணியிலிருந்து, மாலை நான்கு மணிவரையில் அக்கல்லுரலின் மேல் உட்கார்ந்து சுற்றிலுமுள்ள உலகத்தைக் கவனியாமல் சூன்ய உலகில் நத்தையின் வேகத்தில் போவதுதான் நிர்மலாவின் தினசரி வேலை. அவள் வாழ்க்கை-அவள் மேனியின் அழகு- கண்களின் ஒளி, வாழ்க்கையின் இன்பம் எல்லாவற்றையும் குலைத்து, அந்தப் பிடிவாதமான மௌன சமாதிதான் அவளை மரணப் பாதையில் அழைத்துச் சென்று கொண்டிருந்தது.

கணேச சர்மா ஆபீஸிலிருந்து வருவார். மேலங்கியைக் கழற்றி மாட்டிவிட்டு “அப்பாடா” என்று நாற்காலியில் சாய்வார். நிர்மலா யந்திரம் போல் நடந்துவந்து, காபியை மேஜை மீது வைத்து விட்டு உள்ளே போய்விடுவாள். கணேசசர்மா காபியைக் குடித்துவிட்டு, காலில் செருப்பை மாட்டிக்கொண்டு வெளியே கிளம்பி விடுவார். சென்னையில் மாலையில் பொழுது போவதற்கு எவ்வளவு இடங்களில்லை! கடற்கரை, பாட்டுக்கச்சேரி, புத்தகசாலை, பிரசங்க சபை, டென்னிஸ் கிளப் இவைகளில் ஏதாவதொன்று அவருக்கு அகப்படாதா?

இரவு எட்டு மணிக்குத்தான் வீடு திரும்புவார். நிர்மலா அவருக்காகச் சமையல் தயார் செய்து வைத்திருப்பாள். அவர் துளிக்கூடத் தன் நேரத்தை வீணாக்க விரும்புவதில்லை. அவசர அவசரமாய்ச் சாப்பிட்டு விட்டு மறுபடியும் வெளியே கிளம்புவார். அவர் வெளியே சென்ற பிறகு, நிர்மலா அவளுடைய யதாஸ்தரனத்தில் வந்தமர்வாள். அவளை அவ்விடத்தில் ‘சாப்பிடு’ என்று கட்டாயப்படுத்த யாரிருக்கிறார்கள்? அவள் எவ்வளவோ தடவை வேளை தவறிச் சாப்பிட்டிருக்கிறாள். எவ்வளவோ தடவை சாப்பிடவில்லை. அவளுக்குப் பசியில்லை - அவள் பசி வேறு. அவள் தாகம் வேறு - அதுதான் மரணம். சமாதிபோலுள்ள அக்கல்லுரலின் மீது உட்கார்ந்து தினமும் மரணத்தைத்தான் வேண்டுகிறாள் போலிருக்கிறது.

கணேச சர்மா தினம் நித்திரை செய்வதற்கும், மிகுந்துள்ள இராப்பொழுதையும் இன்பமாகக் கழிப்பதற்கும் ஓரிடத்தையும், ஒருத்தியையும் கொண்டிருந்தார். அவள் பெயரென்ன? எங்கே இருக்கிறாள்? அவள் தன்னை விட ரூபவதியா? இவைகளில் ஒன்றுகூட நிர்மலாவிற்குத் தெரியாது. ஒரு தடவைக்கூட அவள் அறிந்து கொள்ளப் பிரியப்பட்டதில்லை. தனக்குத் தன் கணவனிழைக்கும் துரோகத்திற்காக அவள் அவரோடு தர்க்கமோ, சண்டையோ செய்யவில்லை. நான் அபாக்கியவதி, நான் யாருக்கு விருப்பமாக இருக்கவேண்டுமோ அவருக்கு நான் வெறுப்பாக இருக்கிறேன். அவருடைய பிரீதியை இழந்த எனக்கு உலகில் என்ன இருக்கிறது? அவர் மனதைக் கட்டுப்படுத்தி அதை என் பக்கமாகத் திருப்பி மயக்க நான் விரும்பவில்லை. அவரை ஒருநாளும் வழிமறிக்கமாட்டேன். அவரைத் தடுத்து-யதேச்சையாகச் செல்லும் அவர் மனதைத் திருப்பி அதனால் அடையும் இன்பம் எனக்கு வேண்டாம். அதை நான் விரும்பவில்லை. நான் ஒன்றை விரும்புகிறேன். அதுதான் மரணம்-சாவு-ஈசனே! எனக்கிதையளித்திடு-இதுதான் அவள் மௌன நிஷ்டையின் பிரார்த்தனை. கணவனால் தனக்கிழைக்கப்பட்ட இப்பெரும் பாதகத்திற்காகத் தன் முகத்தைச் சுளித்து அவருக்குச் செய்ய வேண்டிய கடமைகளை அவள் நிறுத்தவில்லை. அவள் தேகத்தையும் மனத்தையும் அர்ப்பணம் செய்திருந்தாள். அவள் மனோநிலை மாறிவிட்டது. ஆனால், அவளது தேகம் அவருக்காக உழைத்துழைத்து ஒடுங்கி, எலும்போடு ஒட்டி மரணத்தைச்

சமீபித்துக்கொண்டிருந்தது.. அவள் சம்சார இன்பத்திலிருந்து-யௌவனத்தின் விருப்பத்திலிருந்து-விலகிக் கண்காணாத பாதையொன்றில் போய்க்கொண்டிருந்தாள். அவள் தன் கணவனின் முகத்தை ஆசையோடு நோக்கி எவ்வளவோ காலமாகிவிட்டது. கரஸ்பரிசத்தினால் ஏற்படும் உணர்ச்சி மங்கிவிட்டது. ஓட்டின் நுனியில் தொங்கிக் காற்றிலசைந்தாடும் ஒரு துரும்பைப் போல் இருந்தாள் நிர்மலா. என்றோ ஒரு சண்டமாருதம்-சூறாவளி வீசிச் சக்தியற்ற நூலிழையில் தொங்கிக்கொண்டிருக்கும் அவள் ஜீவனைப் பிய்த்துக்கொண்டு போகப் போகிறது. அதுதான் அவள் பசி, தாகம், ஆசை எல்லாம். அதுதான் அவள் விரும்பிய சாந்தி.

காலை ஐந்து மணியிருக்கும். கணேச சர்மா வந்து கதவை இடித்து 'நிர்மலா' என்றார். அவள் எழுந்திருந்து கதவைத் திறந்தாள் இது தினசரி வழக்கம். அவருக்காகத் தாழ்வாரத்தில் ஓர் படுக்கை விரித்திருந்தது. அவர் மௌனமாகக் குடிகாரனைப் போல் அதில் வந்து படுத்துக்கொண்டார். நிர்மலாவின் காலைக் கடமைகள் ஆரம்பமாகியது.

காலை மணி பத்து. கணேச சர்மா அவசர அவசரமாக ஆபீஸிற்குக் கிளம்புமுன் சாப்பிடுவதற்கு முன் சமையலறையில் நுழைந்தார். நிர்மலா அவருக்காக மணையிட்டு இலை போட்டு அன்னம் பரிமாற ஆயத்தமானாள். சர்மா அவள் முகத்தைப் பார்த்தார். அவளது சோபையிழந்த முகம் என்றும் அவரை அவ்வளவு திடுக்கிடச் செய்ததில்லை. அந்த முகத்தில் முன்பிருந்த வசீகரம் இப்பொழுதில்லை. ஆனால் இன்று அவர் அவள் முகத்தை இமையசையாமல் பார்த்துக் கொண்டிருந்தார். அவள் அவரைக் கவனிக்கவேயில்லை. என்றுமில்லாமல் இன்று அவர் வாயிலிருந்து ஓர் அனுதாப வார்த்தை வெளிவந்தது. "நிர்மலா, வரவர நீ ஏன் இளைத்துப் போகிறாய்? இப்படி இருந்தால் உடம்பு கெட்டுவிடும். டாக்டரைப் பார்த்து நல்ல மருந்தாக வாங்கிச் சாப்பிடவேணும்." என்றார். அவள் அவர் முகத்தைப் பார்க்கவில்லை-ஒரு அசட்டுச் சிரிப்பு. அதில் எவ்வளவு விரக்தி-எவ்வளவு அலஷியம். அவள் அவருக்கு ஏதோ பதில் சொல்ல நினைத்தாள். ஆனால் அதை அடக்கிவிட்டாள். அதன் உட்பொருள் எல்லாம் வறண்ட புன்னகையில் பரிணமித்து நின்றது.

சர்மா மறுபடியும், "இப்படி அலஷியமாக இருப்பது பிசகு. நிர்மலா நீ தினமும் சரியாகச் சாப்பிடுகிறாயோ? என்னிடம் ஒன்றையும் ஒளிக்காதே" என்றார். அவளால் இதற்குப் பதில் சொல்லாமலிருக்க முடியவில்லை. அவரை இடித்துக் காட்டுவது போன்ற சொல் அவளுடைய கம்மிய, மிருதுவான தொண்டையிலிருந்து வெளிவந்தது. "உங்களிடம் நான் எதை ஒளிக்கவேண்டும்! இந்தப் பத்து வருஷ காலமாக உங்களிடம் நான் எதை ஒளித்தேன்? நமக்குள் ஒளிப்பதற்கு என்ன இருக்கிறது? ஒருவர் விரும்பும் எல்லாவற்றையும் அளிக்கும் சக்தி டாக்டருக்கோ, மருந்திற்கோ இருக்குமானால், நான் சாவை விரும்புகிறேன். அதை முதலில் செய்யச் சொல்லுங்கள்.

நிர்மலாவின் இச்சொற்களினால் அவர் கோபங்கொள்ளவிலை. வேறோரு சமயமாய் இருந்தால் அவள் சொன்ன இவ்வார்த்தையினால் என்ன நேர்ந்திருக்குமோ? ஹிருதயத்திலிருந்து பீறிட்டுக் கொண்டு வந்த அந்த உணர்ச்சிமிக்க வார்த்தையினால் முகத்தில் எவ்வித மாறுதலும் ஏற்படவில்லை. அவள் ஒன்றும் பேசவில்லை. அவளோடு பேசுவதற்கு அவருக்கு ஒரு பொருளும் அகப்படவில்லை போலிருக்கிறது. அவளது சுத்த சூன்யமான முகமும், வறண்ட பேச்சும் அவர் பத்து வருஷமாகப் பெறாத ஓர் உணர்ச்சியை உண்டாக்கின. இன்று அவரால் அவளுக்கிழைக்கப் பட்டுள்ள தீமையின் விளைவை அவளுடைய தேய்ந்த முகமும் உருக்குலைந்த தேகமும், அவருக்கு எடுத்துக்காட்டியது போலிருந்தது. தானாகச் சுமத்திகொண்ட பாபப் பெரும் சுமையை இறக்குவதற்கு ஏதாவது ஒரு இடத்தைத்தான் அவர் அலைபட்ட மனது தேடிக்கொண்டிருந்தது. பெண்மையின் பொறுமை எவ்வளவு வலிமையுடையது என்பதை அவர் மனைவியின் மூலமாக நன்குணர்ந்தார்.

அவர் அன்று கொஞ்சம் தாமதமாகவே ஆபீஸிற்கு வந்தார். என்றுமில்லாது இன்று அவர் வாழ்க்கையில் ஏற்பட்ட புதிய மாறுதல் இது. நிர்மலாவின் களங்கமற்ற வதனம் அவர் கண்ணெதிரில் தாண்டவமாடிக் கொண்டேயிருந்தது. இன்று அவள்மீது அவருக்கு திடீரெனப் பொங்கியெழுந்த அனுதாபம்-காதல் அவர் வாழ்க்கையில் ஒவ்வொரு வினாடியையும் ஒரு புரட்சிகரமான மறுதலுக்குக் கொண்டுவரச் சித்தமாயிருந்தது.

அவளுக்குத் தான் இழைத்த பெரும் பாதகத்திற்கு அதுதான் அவர் செய்யக்கூடிய பெரிய பிராயச்சித்தமாயிருந்தது. வண்டுபோல் துடிதுடிப்புடன் பிரகாசத்தோடு விளங்கும் கரிய கண்விழிகளும், ரோஜாவைப் போல் இளம் சிவப்பேறிய கன்னங்களும், அமிர்தத்தை வர்ஷித்துக்கொண்டிருக்கும் அதரங்களும், தளதளவென்று கடைசல் பிடித்தது போன்ற அவளுடைய அங்கங்களும் க்ஷீண தசையை அடைந்து சோர்வுற்றிருக்கும் பொழுது அவர் தலைமயிர் நரையோடியிருக்கும் இக்காலத்தில் திடீரென்று காதல் தீ சூழ்ந்து அவரை நிமிஷத்திற்கு நிமிஷம் சித்ரவதை செய்ய ஆரம்பித்தது. காட்டாற்று நீரைக் கைவிட்டு கானல் நீரைத் தேடும் மான்போல கடந்தகால யௌவனத்தையும் அழகையும் கை சோரவிட்டு, இளமை பங்கமடைந்த இப்பொழுது, அவள் வாழ்க்கையைக் காதலால் செப்பனிட நினைத்தார்.

ஆபீஸில் வேலையோடவில்லை. அவர் சித்தம் தடுமாற்றமடைந்திருந்தது. சாயங்காலம் அவர் சீக்கிரமாகவே வீடு திரும்பினார். அவர் வரும்பொழுது நிர்மலா அந்தக் கல்லுரலின் மீது அமர்ந்திருந்தாள். அவரைக் கண்டவுடன் தன் கடமைகளைத் தவறவிட்டுவிட்டோமோ என்ற பீதியால் கடிகாரத்தை நோக்கினாள். மணி மூன்று. சர்மா அவளை நோக்கி, “இன்று நான் சீக்கிரமாகவே வந்துவிட்டேன். நீ சிரமப்படாதே. இன்று ஹோட்டலிலிருந்து காபி வரவழைத்துவிடுவோம்” என்றார்.

அவள் மௌனமாகத் தரையை நோக்கியபடியே நின்றாள். சர்மா அவளை நோக்கி, ‘இதோ பார்த்தாயா,’ என்று சொல்லிக் கைப்பையிலிருந்த சில சாமான்களை எடுத்து மேஜைமீது வைத்தார். அவள் பார்வை மேஜை மீது சென்றது. ‘ஓவல்டின்’, ‘டானிக்’, ‘கிளாஸ்கோ பிஸ்கட்’ இவைகளெல்லாம் காட்சியளித்தன. “உன்னுடைய உடம்பு வரவர இளைத்துப் போகிறது. உன்னுடைய உடம்பை உடனே கவனிக்காவிட்டால் ரொம்பவும் கெடுதி. அதற்காகத்தான் இவைகளெல்லாம் வாங்கிவந்தேன்,” என்றார்.

அவள் ஒன்றும் வாய்திறக்கவேயில்லை.

ஹோட்டலிலிருந்து பையன் காபி-டிபன் கொண்டுவந்தான். சர்மாவின் தீவிரமான வற்புறுத்தலில் கொஞ்சம் சாப்பிட்டாள். இதோ அவள் தன் கணவனின் கைப்பொம்மையாக இருந்தாளே தவிர அவள் மனம் இவைகளிலொன்றையும் விரும்பவில்லை. சர்மா

மனதில், ஓர் அடக்க முடியாத ஆசை பொங்கிப் பிரவாகமெடுத்து ஓடிக்கொண்டிருந்தது. அதற்கு அவசர அவசரமாக அணை போட நினைத்தார்.

"நிர்மலா, எப்பொழுதும் நல்ல காற்றுதான் உடம்பிற்கு நல்லது. வா, கடற்கரை வரையில் போய்வருவோம்," என்று மெதுவாக அவளது துவண்டு தொங்கிய கரத்தைப் பற்றினார். அவர் எதிர்பாரா வண்ணம் அவள் தன் கரத்தை விடுவித்துக் கொண்டு ஒதுங்கி நின்றாள். அவளது வெறுப்புற்ற மனநிலையை அது பளிச்சென்று எடுத்துக்காட்டியது. சர்மா பெண்களுக்குள்ள சாதாரணப் பிணக்கென்று இதை நினைத்தார். அவருடைய முதல் முயற்சி பங்கமடைந்ததற்காக அவர் வருந்தவில்லை. தன் மன ஆவலைக் கடைசி வரையில் தீர்த்துக்கொள்ள நினைத்தார். அவள் தீயின்மேல் நடப்பதுபோல அவரோடு கடற்கரைக்கு நடந்து சென்றாள். போகும்பொழுதோ வரும்பொழுதோ அவள் வாய் திறக்கவில்லை. சர்மாதான் தான் செய்த பிசகு, இப்பொழுது அடைந்துள்ள மனமாற்றம் , இனிமேல் நடந்துகொள்ளப் போகும் ஒழுங்கு-இவைகளைப் பற்றிப் பேசித் தீர்த்தார். இந்த நீண்ட பிரசங்கம் அவள் காதில் எவ்வளவு தூரம் விழுந்தது. அவள் மன நிலை அப்பொழுது எப்படியிருந்தது என்பதைக் கண்டுபிடிப்பது கஷ்டமாயிருந்தது.

அவர் அன்று இரவு வீட்டில் தங்கினார். சோபாவில் சாய்ந்து கொண்டு தன் எதிரில் பதுமை போல் நிற்கும் நிர்மலாவையே கவனித்துக் கொண்டிருந்தார். எவ்வளவு நேரம் அவர் மனம் அந்த அமைதியைச் சகித்திருக்கக் கூடும். ஆவேசத்தோடு எழுந்து அவளது கைகளைப் பற்றினார். இப்பொழுது அவள் அப்பிடியிலிருந்து தன்னை விடுவித்துக்கொள்ள முயற்சிக்கவேயில்லை. அவள் தன் கணவனின் மனோநிலையை நன்குணர்ந்திருந்தாள். ஆனால் அதிலிருந்து அவள் தப்பமுடியாது. அவள் யந்திரப் பொம்மைபோல.

காலையில் நிர்மலா எழுந்திருப்பதற்கு முன்னால் சர்மா எழுந்துவிட்டார். அவருக்குப் பக்கத்தில் துவண்ட கொடிபோல் கிடந்தாள் நிர்மலா. அடங்காத ஆசையோடு அவள் முகத்தைப் பார்த்தார். ரத்தம் வற்றிச் சோர்ந்து போயிருந்த முகத்தில், கண்களை மூடியிருந்த இமை இந்த உலகையே திரஸ்கரித்து, சூன்யமான

இருண்ட ஓர் உலகத்தில் சஞ்சரித்துக் கொண்டிருந்ததுபோல் இருந்தது. மெதுவாக அவள் கரத்தைத் தொட்டார். கன்னத்தைத் தொட்டார். திடுக்கிட்டார். அவள் தேகம் அனலாகக் கொதித்துக் கொண்டிருந்தது. அவள் ஸ்மரணையற்றவள்போல் படுத்திருந்தாள். அவர் எழுந்து அவளுக்காக அவசர அவசரமாக 'ஓவல்டின்' தயார் செய்தார். மெதுவாக அவள் திரேகத்தைத் தொட்டு ஆட்டி, "நிர்மலா" என்றார். அவள் மெதுவாகக் கண்விழித்தாள். சர்மாவை உற்று நோக்கினாள். ஆம்! இன்றுதான் தன் கணவனை அப்படி உற்றுப் பார்க்கிறாள்.

"நிர்மலா, இந்தா. இந்த ஓவல்டினைச் சாப்பிடு. என்ன உனக்கு இப்படித் திடீரெனச் சுரம் வந்துவிட்டது!" என்று அவள் நெற்றியைத் தடவிக்கொண்டே கூறினார்.

நீங்கள் சாப்பிட்டீர்களா? உங்களை இன்று நான் சிரமப்படுத்தி விட்டேனே! நீங்கள் முதலில் சாப்பிடுங்கள்," என்றாள்.

"நான் சாப்பிட்டுவிட்டேன். நீ சிரமத்தோடு எழுந்து உட்கார வேண்டாம். கொஞ்சம் வாயைத் திற."

அவளால் எழுந்து உட்காரச் சக்தியில்லை. மெதுவாக வாயைத் திறந்தாள். சர்மா அந்தப் பானத்தை ஊற்றினார்.

அவள் அதரம் நனைந்தது. நெடுநாளாக வறண்டிருந்த உள்ளமும் நனைந்தது. அவள் கண்களில் திடீரென ஓர் பிரகாசம்-முகத்திலோர் குறுநகை. இந்த இன்பத்தை ஐந்து நிமிஷங்கள் வரையில்தான் சர்மா அனுபவிக்க முடிந்தது. அப்பொழுது சர்மாவின் திரேகத்தில் ஓடிக்கொண்டிருந்த ஒவ்வொரு சொட்டு ரத்தத்திலும் ஒவ்வொரு சொட்டு அமிர்தம் கலந்திருந்தது.

அவள் மெதுவாகக் கண்களை மூடிக்கொண்டாள். "நான் போய் டாக்டரை அழைத்து வருகிறேன்," என்று சர்மா சொன்னது அவள் காதில் விழுந்ததோ இல்லையோ?

கால் மணி நேரத்திற்குள் சர்மா டாக்டரோடு அந்த அறையில் நுழைந்தார். அவள் முன் போல் கண்களை மூடிக்கொண்டுதான் இருந்தாள். "நல்ல அசதி, ஸார்" என்று மெதுவாக டாக்டரிடம் சொன்னார் சர்மா.

'ஆம்' என்று ஆமோதிப்பவர்போல் தலையை ஆட்டிவிட்டு நிர்மலாவைக் கவனிக்க ஆரம்பித்தார் டாக்டர். வாடிய கொடிபோல் கிடந்த அவளது கரத்தைத் தூக்கினார். அது விரைத்துச் சில்லிட்டிருந்தது. அலஷியமாக அதைக் கீழே போட்டுவிட்டு எழுந்து நின்றார். சர்மா திடுக்கிட்டு அவர் முகத்தை நோக்கினார்.

"இந்தக் கேஸ் தீர்ந்து பதினைந்து நிமிஷமாகியிருக்கும், ஸார்," என்று சொல்லிக்கொண்டே டாக்டர் வெளியே போனார்.

முச்சந்தி

துதிக்கையர் எழுதுகிறார்;

முருகன் வந்தான். "என்ன அண்ணா! இப்படி சந்தியிலே நிற்கிறாய்?" என்றான்.

எனக்குக் கோபம் கோபமாக வந்தது. வந்த கோபத்தை ஒரு விதமாக அடக்கிக்கொண்டேன். என்ன இருந்தாலும் தம்பிதானே! விளையாட்டுப் பிள்ளை. குறும்புத்தனம் அவன் பிறவியோடு வந்த சுபாவம். "தம்பி! இப்படி நான் முச்சந்தியிலே நிற்காவிட்டால் என்ன விபரீதம் நடக்கும் தெரியுமா? அது உனக்குத் தெரியாது; அதனால்தான் கேலி செய்கிறாய்" என்றேன்.

"எனக்குத் தெரியும். அண்ணா! தெரியும். இந்த முச்சந்தியிலே நீ நிற்காவிட்டால் சாலையில் எதிர் எதிரே வரும் மோட்டார், சைக்கிள் முதலிய வாகனங்களெல்லாம் ஒன்றோடொன்று மோதிக்கொள்ளும்" என்றான் கேலியாகச் சிரித்துக்கொண்டே.

"அதற்காக நான் நிற்கவில்லை. அதோ பார்! ஒரு போலீஸ்காரன் நிற்கிறான். நான் எதற்காக நிற்கிறேன் தெரியுமா? இந்த உலகத்தில் அன்றன்று நடக்கும் அரசியல், சமூகம், பொருளாதாரம், இன்னும் துண்டு துக்கடா விஷயங்களையெல்லாம் சேகரித்து நல்லவை கெட்டவைகளைப் பிரித்து அலசி ஆராய்ந்தறியத்தான்" என்றேன்.

நீ மாத்திரம் அலசி ஆராய்ந்து அறிந்துவிட்டால் போதுமா, அண்ணா? மற்றவர்களும் தெரிந்துகொள்ள வேண்டாமா?" என்றான் முருகன்.

"கட்டாயம் அறிந்துகொள்ள வேண்டியதுதான். இதோ பார்......" என்று துதிக்கை இடுக்கில் மறைத்துவைத்திருந்த ஒரு கத்தை காகிதத்தையும் பேனாவையும் எடுத்துக் காட்டினேன்.

"சபாஷ், நன்றாக எழுது!" என்று சொல்லிக் குறும்பாகச் சிரித்து விட்டு முருகன் ஓடி மறைந்துவிட்டான்.

நான்கு வருடங்களுக்கு முன்பு ஒரு நாள் நான் ரயில் பிரயாணம் செய்ய வேண்டிய நிர்ப்பந்தம் ஏற்பட்டது. என்ன செய்வது, என் வாகனமாகிய மூஷிகனுக்குக் கொஞ்சம் கால் சுளுக்கு! அவனை ஒரு வாரம் ஓய்வு எடுத்துக்கொள்ளச் சொல்லிவிட்டு ரயில் மூலம் பிரயாணம் செய்ய உத்தேசித்தேன். நான் ரயிலில் பிரயாணம் செய்தேன் என்றால் ஏதாவது 'குட்ஸ்' வண்டியில்தான் வசதியாக இடம் கிடைத்திருக்கும் என்று நீங்கள் சகஜமாக நினைக்கக் கூடும். அப்படி நினைத்தாலும் நினைப்பதாயிருந்தாலும் தவறு. சாதாரண பிரயாணிகள் செல்லும் மூன்றாவது வகுப்பு வண்டியிலேயே என் பிரயாணத்தைத் தொடங்கினேன்.

நான் ஏறியிருந்த பெட்டியில் என்னைப் போலவே உடல் ஆகிருதியுள்ள வேறொரு மனிதர் நான்கு பேர் உட்காரும் இடத்தை ஆக்கிரமித்துக்கொண்டு உட்கார்ந்திருந்தார். வண்டியில் கூட்டம் அதிகமாய் இருந்ததால் அனேகம் பேர் நின்றுகொண்டே பிரயாணம் செய்ய நேர்ந்தது. அந்தப் பருத்த மனிதர் ஒருவரே நான்கு பிரயாணிகளின் இடத்தை அடைத்துக்கொண்டு உட்கார்ந்திருப்பது, கால் கடுக்க நின்று நெடுநேரமாகப் பிரயாணம் செய்து கொண்டு வந்த ஒருவருக்கு ஆத்திரத்தை உண்டாக்கியது. அவரை வம்புக்கு இழுக்க வேண்டுமென்ற நோக்கத்தில் "சார்! கொஞ்சம் நகர்ந்து நான் உட்கார இடம் தருகிறீர்களா?" என்று கேட்டார்.

அந்தப் பருமனான மனிதர் எந்தப் பக்கம் நகர்ந்து மற்றவருக்கு இடம் கொடுக்க முடியும் என்றுதான் எனக்கு விளங்கவில்லை. கொஞ்சம் அசைந்து கொடுத்தார். ஆனால் இடம்தான் ஏற்படவில்லை. "இங்கே இடம் சரியாக இருக்கிறதே; நான்

எங்கே எப்படி நகர்ந்து இடங்கொடுக்க முடியும்?” என்றார் அனுதாபத்தோடு.

“எங்கே நகருகிறதா? நல்ல நியாயம். நீயே நாலு பேர் உட்காருகிற இடத்தை அடைத்துக்கொண்டிருக்கிறாயே? இது என்ன உன் அப்பன் வீட்டு ரயிலா?” என்று கோபமாகக் கேட்டார் நின்று கொண்டிருந்த பிரயாணி.

தடித்த மனிதருக்கும் சிறிது கோபம் வந்தது. “எங்க அப்பன் வீட்டு ரயில் இல்லே! உங்க பாட்டன் வீட்டு ரயில்” என்று உறுமினார்.

இப்படியே வார்த்தை வளர்ந்தது. வாய் வீச்சு மீறி கைவீச்சுக்கு வருமோ என்று எல்லோரும் எதிர்பார்க்கும் நிலைமையில் வண்டி ஒரு ஸ்டேஷனில் நின்றது. நல்ல வேளை அந்தப் பருத்த மனிதர் இறங்க வேண்டிய இடம் அதுதான் போலிருக்கிறது. அவர் மெதுவாக இறங்கினார். அதனால் வண்டியில் நாலு பேருக்கு வசதியாக உட்கார இடம் கிடைத்தது. இந்தச் சண்டையிலிருந்து ஒரு விஷயம் தெளிவாக விளங்கியது. இந்த ரயில் யாரோ ஒரு அன்னிய தேசத்தவருடைய உடைமை. இந்தத் தேசத்து மக்களின் அப்பன் வீட்டு , தாத்தா வீட்டுச் சொத்து இல்லை என்பதுதான்.

ஆனால் நான்கு வருடங்களுக்குப் பிறகு, இப்பொழுது இந்த நாட்டுக்குச் சுதந்திரம் கிடைத்து குடியாட்சி ஏற்பட்ட பிறகு, இந்த நாட்டின் பொதுச் சொத்துக்கள் ஒவ்வொன்றையும் தங்கள் சொந்தச் சொத்தாக ஜனங்கள் பாவிக்கும் உணர்ச்சி ஏற்பட்டிருக்கிறது. ஆம். இந்த உரிமை உணர்ச்சி சிறிது எல்லை கடந்து விட்டது என்றும் சொல்லலாம். உதாரணமாக சமீபத்தில் டிக்கட் இல்லாமல் ரயிலில் பிரயாணம் செய்த ஒருவரை டிக்கட் பரிசோதகர் டிக்கட் கேட்டாராம். அதற்கு அந்தப் பிரயாணி ‘குடியரசு இந்தியாவில் எங்கள் ரயிலில் நாங்கள் போவதற்கு எதற்காக டிக்கட்?” என்றாராம்.

சுதந்திரக் குடியரசு நாட்டில் மக்கள் தங்களுக்குள்ள உரிமையை இவ்வளவு உணர்ந்து நடந்துகொள்வதில் சந்தோஷப்பட வேண்டியதுதான்.

சுதந்திரக் குடியரசு இந்தியாவில் ரயிலில் பிரயாணம் செய்ய ஒவ்வொருவருக்கும் தாராளமாக உரிமை உண்டு. அந்த உரிமையைத் தடுக்க எவருக்கும் உரிமை இல்லை. இடம்கொண்ட

வரையில் உட்காரலாம். சௌகர்யமாக இடவசதி இருந்தால் படுக்கலாம். மைல் கணக்காக நின்றும் பிரயாணம் செய்யலாம். ஆனால் ஒன்றை யாவரும் நினைவில் வைத்துக்கொள்ளவேண்டும். ரயிலில் பிரயாணம் செய்ய எப்படி ஒவ்வொருவருக்கும் உரிமை உண்டோ அதேபோல டிக்கட் வாங்கிக் கொண்டுதான் ரயிலில் பிரயாணம் செய்ய வேண்டுமென்பது கடமை. இதைத் தெரிந்து கொள்ளாதவர்களுக்குக் கற்றுக் கொடுக்க வேண்டிய நிர்ப்பந்தம் எற்பட்டால் அதற்காக கோடை விடுமுறைப் பள்ளிக்கூடம் ஒன்றை இந்த முச்சந்தியில் நடத்துவதற்கு நான் தயாராயிருக்கிறேன். அப்படி நடத்தினால் அந்தப் பள்ளிக்கூடத்தில் முதல் மாணவராக ஆந்திர கேசரி ஸ்ரீபிரகாசம் பந்தலுகாரு சேருவாரென்று எதிர்பார்க்கிறேன். ஏனென்றால் சில தினங்களாக அவர் சட்ட சபையில் இடம் மாறி உட்கார்ந்து உரிமை எது? கடமை எது? என்று தெரியாமல் தடுமாறுகிறார்.

சமீபத்தில் ஜோதிபுரி மகாராஜாவின் சகோதரிக்கும் பரோடா யுவராஜாவுக்கும் வெகு விமரிசையாக விவாகம் நடைபெற்றதாம். அதற்கு எனக்கு அழைப்பு வரவில்லை. அதற்காக நான் வருத்தப்படவில்லை. எந்தச் சுப காரியத்தைச் செய்ய ஆரம்பித்தாலும் முதலில் என்னை நினைத்துதானே தலையில் குட்டிக் கொண்டாக வேண்டும்?

"வரதட்சணை வாங்குவது அநியாயம். அதை எதிர்க்கவேண்டும். சட்டம் செய்யவேண்டும்" என்று கிளர்ச்சி செய்துகொண்டிருக்கும் இந்தக் காலத்தில் ஜோதிபுரி மகாராஜா பரோடா யுவராஜாவுக்கு பதினைந்து லட்ச ரூபாய் வரதட்சணை கொடுத்தாராம்! மேலும் நாற்பத்தேழு தோழிகள், ஒரு யானை, பதினேழு குதிரை, ஐந்து மோட்டார் இவைகளெல்லாம் இந்த வரதட்சணை ஜாபிதாவில் சேர்ந்தவைகளாம். போகட்டும். மகா ராஜாக்கள் விஷயம் என்று விட்டு விடலாம். ஆனால் இதைக் காதும் காதும் வைத்தாற்போல் செய்திருக்கக் கூடாதா? மாப்பிள்ளை ஊர்வலமாய் வரும்போது அவர் மீது பதினாயிரம் ரூபாயை ஆகாயத்திலிருந்து மழை போல் பொழிந்தார்களாம்! அதோடு நாற்பத்து ஏழு தோழிகள், ஒரு யானை, பதினேழு குதிரை, ஐந்து மோட்டார் ஆகியவற்றையும் மாப்பிள்ளையின் மீது ஆகாயத்திலிருந்து வர்ஷிக்காமல் விட்டார்களே என்பதற்காக நான் வருந்துகிறேன். போகட்டும்; அவர்கள் செய்யத் தவறிய இந்தக் காரியங்களைத் தமிழ் நாட்டு

மாமன்னர்களாவது தவறாமல் செய்வார்கள் என்று நம்புகிறேன். ஐந்து மூட்டை அரிசி, ஏழு மூட்டை சர்க்கரை, ஐம்பது மணு கற்கண்டு, ஆறு குண்டு விறகு, பத்து மூட்டை புளி இவைகளை ஊர்வலமாக வரும் மாப்பிள்ளைகள் மீது ஆகாயத்திலிருந்து வர்ஷித்தால் வரதட்சணை வாங்கப் பிரியப்படும் மாப்பிள்ளைகள் எல்லோரும் அளவற்ற ஆனந்தமும் திருப்தியும் அடைவார்கள் என்று நம்புகிறேன்.

துதிக்கையார் எழுதுகிறார்

"ஆண்டவனே! அபயம்! அபயம்! இரண்டு ஓட்டு! இரண்டே ஓட்டு! என்னைக் காப்பாற்றுங்கள்!" என்று பார்லிமெண்ட் சபையிலிருந்து அட்லிதுரை அபயமிட்டு அலறும் குரல் கேட்டு மூஷிகனின் முதுகில் ஏறி அமர்ந்து" போ! லண்டன் மாநகரம்" என்றேன். கண நேரத்தில் லண்டன் மாநகரம் வந்து பார்லிமெண்ட் சபையில் குதித்து "பக்தா! இரண்டு ஓட்டுக்கள்தானே பயப்படாதே. அபயம் அளித்தோம்" என்றேன்.

நல்ல வேளை! பிழைத்தார் அட்லிதுரை. அத்துடன் அவருடைய தொழிற்கட்சி மந்திரி சபையும் இந்தக் கண்டத்திலிருந்து தப்பி விட்டது. "அட்லிதுரையை ஆபத்திலிருந்து எந்த தெய்வம் தப்பவைத்தது?" என்று எண்ணி சர்ச்சில் துரை முணு முணுப்பது என் காதில் விழுந்தது. "இருக்கட்டும்; இவரைப் பின்னால் ஒரு சமயம் பேசிக்கொள்வோம்" என்று விட்டுவிட்டேன். ஆனால் அட்லிதுரை எப்பொழுது ஜாக்கிரதையாகவே இருக்கவேண்டும். ஆபத்து வரும் நேரத்திலெல்லாம் என்னை மறக்காமல் கூவியழைக்க வேண்டும்.

அட்லி துரையின் அபயக் குரல் என் காதில் விழுந்தாலும், அவரைக் காப்பாற்றுவதற்காக விழுந்தடித்துக்கொண்டு ஓட என் வாகனமாகிய மூஷிகன் எப்பொழுதும் தயாராய் இருக்க வேண்டும். ஏனென்றால் அவனுக்கு அடிக்கடி கால் சுளுக்கு ஏற்பட்டுவிடுகிறது. அப்படி ஏற்பட்டுவிட்டால் அட்லி துரை, பாடு கொஞ்சம் ஆபத்துத்தான்.

லண்டன் மாநகரிலிருந்து புறப்பட்டு வான வீதியில் பறந்து வந்து கொண்டிருந்தான் மூஷிகன். அவன் மாத்திரம் இல்லை. அவனுடைய முதுகில் நானும் அமர்ந்திருந்தேன். அதிவேகமாக

வந்துகொண்டிருந்தவன் ‘ஸடன் பிரேக்’ போட்டதுபோல் சட்டென்று நின்றுவிட்டான். நான் திகைப்படைந்து “ஏன் நின்று விட்டாய்? என்ன?” என்றேன்.

“கொஞ்சம் கீழே குனிந்து பூமியைப் பாருங்கள்” என்று சொன்னான்.

நான் உலகத்தில் எவ்வளவோ கடினமான காரியங்களையும் செய்யத் தயார். ஆனால் என்னை யாராவது ‘குனிந்து பார், வளைந்து நில்’ என்று சொன்னால் அசாத்ய கோபம் வந்துவிடும். இந்த மாதிரியான தேகாப்பியாசங்களெல்லாம் என்னால் எப்படிச் செய்ய முடியும்? மூஷிகனின் வார்த்தை எனக்குச் சிறிது கோபத்தை உண்டாக்கியது. இருந்தாலும் நான் வானத்தில் அவன் முதுகில் அமர்ந்திருக்கும் நிலைமையை எண்ணிக் கோபத்தை அடக்கிக் கொண்டு , “எனக்குக் குனிந்து பார்க்க முடியவில்லை. நீ தான் கீழே என்ன நடக்கிறது என்று பார்த்துச் சொல்” என்றேன்.

மூஷிகன் கவனித்துவிட்டு, “இது எந்த ஊர் என்று தெரியவில்லை. எங்கும் ஒரே கொண்டாட்டம். ஜனங்கள் குதூகலமாக இருக்கிறார்கள். எங்கும் தோரணங்களும், இந்திய தேசியக் கொடியும் அழகாகப் பறந்து கொண்டிருக்கின்றன. ஜே கோஷமும் வாத்திய கோஷமும் முழங்குகின்றன” என்றான்.

அது எந்த ஊர்? என்ன விசேஷம் அங்கு? என்று தெரிந்து கொள்ள எனக்கு ஆவல் ஏற்படவே மூஷிகனைக் கீழே இறங்கச் சொன்னேன்.

அந்த இடம் சந்திரநாகூர். அன்று மகத்தான சுபதினம். இவ்வளவு நாள் பிரெஞ்சு ஆதிக்கத்திலிருந்த அந்தப் பிரதேசம் இந்திய ராஜ்யத்தோடு ஐக்யமாகிவிட்ட திருநாள் அன்று. அமர வாழ்வு அடைந்துவிட்டவர்கள் போல் ஒவ்வொருவர் முகத்திலும் ஆனந்தம் தாண்டவமாடியது. ஓடுவதும், ஆடுவதும், பாடுவதுமாக இருந்தனர் மக்கள். சந்திர நாகூர் மக்களின் கரைகடந்த ஆனந்தத்தைப் பார்த்ததும் எனக்குப் புதுச்சேரியின் ஞாபகம் வந்தது. மூஷிகனின் முதுகில் ஏறி உட்கார்ந்து, “போ, உடனே புதுச்சேரி!” என்றேன். கண நேரத்தில் புதுச்சேரி கடற்கரை ஓரத்திற்கு வந்துவிட்டோம். புதுச்சேரியில் இன்று கொண்டாட்டமோ குதூகலமோ இல்லை. அதனால் என்ன? புதுச்சேரியும் ஒரு நாள் இந்திய யூனியனோடு சேரத்தான் போகிறது. சந்திரநாகூர் மக்களுக்கு எவ்வளவு சுதந்திரத்

துடிப்பு உண்டோ. அதற்குக் குறைவில்லை புதுச்சேரி, காரைக்கால் முதலிய பிரதேசங்களில் உள்ள பொது மக்களின் சுதந்திரத் துடிப்பு. பிரஞ்சு ஆதிக்கத்திலுள்ள எல்லாப் பிரதேசங்களிலும் ஒரே நாளில் இந்த விழாவை வைத்துக்கொண்டால் சோபிக்காதல்லவா? ஆகையால் கூடிய சீக்கிரம் ஒரு சுபயோக சுபதினத்தில் இந்திய ராஜ்யத்தோடு சேரும் விழாவைப் புதுச்சேரி மகா ஜனங்கள் சந்திரநாகூரில் கொண்டாடியதைவிட நூறு மடங்கு அதிகமாகக் கொண்டாடுவார்கள். அப்பொழுது நாமும் அந்த விழாவில் வந்து கலந்துகொண்டு அதற்கு மகிமையை உண்டாக்குவோம் என்று எண்ணிய வண்ணம் அவ்விடத்திலிருந்து மூஷிகனை அழைத்துக்கொண்டு புறப்பட்டேன்.

நாங்கள் எங்கள் இருப்பிடத்தை நோக்கி வந்துகொண்டிருக்கும் போது இரண்டு பேர் பெரிதாக ஒப்பாரி வைத்து அழுவதுபோல் குரல்கேட்டது. அந்தச் சப்தம் மிகவும் பயங்கரமாய் இருந்ததால் "மூஷிகா, என்ன அது கவனி" என்றேன் படபடப்புடன்.

கடற்கரை ஓரம் மனித நடமாட்டமே இல்லாத ஓர் இடம். அந்த இடத்தில் அந்த வேளையில் ஒப்பாரி வைத்து அப்படி அழுகிறவர்கள் யாரென்று துருவித் துருவித் தேடிப் பார்த்துக் கடைசியில் கண்டுபிடித்தோம். இரண்டு குண்டான உருவங்கள் ஒன்றை ஒன்று கட்டிக்கொண்டு ஒப்பாரி வைத்து அழுது கொண்டிருந்தன. அவைகளுக்குக் கையும் காலும் முளைத்திருந்தாலும் அவைகள் வெடிகுண்டுகள்தான் என்பது எளிதில் விளங்கியது. மூஷிகன் அவைகளுக்குச் சமீபமாக நெருங்கி அனுதாபத்தோடு "ஐயோ பாவம்! நீங்கள் யார்? உங்களுக்கு ஏற்பட்ட துயரம் என்ன? ஏன் அழுகிறீர்கள்?" என்றேன்.

அவைகளில் ஒன்று ஒரு தினுசாகத் தன் துயரை அடக்கிக் கொண்டு "என் பெயர் ஹைட்ரஜன் (ஜலவாயு) பாம். இவன் பெயர் ஆடம் (அணு) பாம். எங்கள் மதிப்பு கௌரவம் எல்லாம் மக்கி மறைந்துவிடும் போலிருக்கிறது. அந்தத் துயரம் தாங்காதுதான் இப்படி கட்டிக்கொண்டு அழுகிறோம்" என்றது.

"அடடா! உங்கள் மகிமைக்கும் மதிப்பிற்கும் அப்படி என்ன பங்கம் ஏற்பட்டுவிட்டது?" என்றேன்.

உடனே ஜலவாயு குண்டு அணுகுண்டைக் காட்டிச் சொல்லிற்று; - "இவன் ஒரு ஊரை அழித்து விட்டுத் தனக்கு நிகரில்லை என்று

பெருமையடித்துக் கொண்டிருந்தான். அந்தச் சமயத்தில் நான் வந்து இவனை விட ஐம்பது மடங்கு அழிக்கும் சக்தியுள்ளவன் என்று உலகத்தையே பயமுறுத்திக்கொண்டிருந்தேன். ஆனால் இப்பொழுது வியன்னாவில் ஒரு பௌதிக சாஸ்திரி கிளம்பி, 'ஒரு குத்து மணலால் இந்த உலகத்தையே அழித்துவிடலாம்' என்று ஆராய்ச்சி செய்து சொல்லுகிறார்....."

"அடடா! இதற்காகவா அழுகிறீர்கள். இதனால் உங்கள் பெருமைக்குச் சிறிது கூடக் குறைவு ஏற்படவில்லை. இந்த அழிவுச் சக்திக்கு வழிகாட்டிகள் நீங்கள்தான் என்ற பெருமை உங்களை விட்டுப் போய்விடுமா? இந்த உலகத்தில் இன்னும் எவ்வளவோ பௌதிக சாஸ்திரிகள், விஞ்ஞானிகள் இருக்கிறார்கள். நாளுக்கு நாள் போட்டிமேல் போட்டியாக இன்னும் எவ்வளவோ பயங்கரமான ஆயுதங்களை எல்லாம் அவர்கள் கண்டுபிடித்துக் கொண்டுபோவார்கள். என்னிடம் மிகுந்த பக்தி வைத்துள்ள ஒரு பெண்மணி அடிக்கடி எனக்குக் கொழுக்கட்டைகள் கொண்டு வந்து படைக்கிறாள். அவள் செய்த கொழுக்கட்டையை நான் சாப்பிட்டு ஜீரணிக்கும் போதெல்லாம் அவளுடைய கைப் பக்குவத்தை உணருகிறேன். அவள் ஒரு நாள் இந்த பௌதிக சாஸ்திரீகள் விஞ்ஞானிகள் எல்லாம் திகைப்படையும்படி பூமி ஆகாயம் எல்லாவற்றையும் கதிகலங்க வைக்கும் பயங்கர ஆயுத்தைக் கொழுக்கட்டை உருவத்திலேயே படைப்பாள் என்று எதிர்பார்க்கிறேன்" என்றேன்.

அப்படியென்றால் இந்த உலகத்தை அழிக்கும் பாக்கியம் எங்களுக்கில்லை என்று சொல்லுகிறீர்களா?" என்றது அணுகுண்டு.

"உங்களுக்கு மாத்திரம் கிடையாது என்பதல்ல. இந்த உலகத்தை அழிக்கும் பாக்கியம் எதற்குமே கிடையாது. போட்டி மேல் போட்டியாக ஆராய்ச்சி செய்து ஆயுதங்களைக் கண்டுபிடித்துக் கொண்டே வேண்டுமானால் போகலாம். ஆனால் இந்த உலகம் எல்லாவற்றையும் ஏமாற்றிவிட்டு ஒருநாள் தன்னைத் தானே அழித்துக்கொள்ளப்போகிறது. ஆகையால் நீங்கள் ஒப்பாரி வைத்து அழுவதினால் புண்ணியமில்லை" என்று சொல்லிவிட்டு மூஷிகனை அழைத்துக்கொண்டு கிளம்பினேன்.

நாங்கள் முச்சந்தி முனைக்கு வந்த பொழுது எனக்காக ஆயிரக்கணக்கான கடிதங்கள் வந்து குவிந்திருப்பதைப் பார்த்தேன்.

எனக்குப் பிரயாணம் செய்ததினால் சிறிது அலுப்பேற்பட்டதால் எல்லாக் கடிதங்களையும் மூஷிகனை விட்டுப் பார்க்கச் சொன்னேன்.

நான் கோடை விடுமுறையில் அரசியல் பள்ளிக்கூடம் நடத்துவதாகச் சொன்னதால் அகில உலகத்திலிருந்தும் அந்தப் பள்ளியில் சேர ஆயிரக் கணக்கான பேர்கள் விண்ணப்பித்துக் கொண்டிருந்தனர். மொத்தம் முப்பதாயிரம் விண்ணப்பங்களுக்கு மேல் வந்திருப்பதாக மூஷிகன் சொன்னான்.

“முப்பதாயிரம் பேரா? இந்த முச்சந்தியில் அவர்கள் நிற்கக்கூட இடமிருக்காதே! பள்ளிக்கூடம் நடத்தும் யோசனையைக் கைவிட வேண்டியதுதான்” என்று சொன்னேன்.

“கைவிட்டு விடலாம். ஆனால் அதற்கு எதேனும் ஒரு காரணம் சொல்ல வேண்டாமா?”

“காரணம் கண்டுபிடிப்பதா பிரமாதம்? சரி! இந்த விண்ணப்பங்களில் ஆந்திர கேசரி பிரகாசம் பந்தலுகாரு மாணவராகச் சேர்ந்து கொள்ளுவதாக விண்ணப்பித்துக் கொண்டிருக்கிறாரோ?”

மூஷிகன் எல்லாக் கடிதங்களையும் மறுபடியும் ஒரு தடவை பார்த்துவிட்டு “இல்லை. ஆர் பட்டேல் ஜவாஹர் இவர்களின் யோசனைக்கு அடங்கி நடப்பதாக வாக்குறுதி கொடுத்திருப்பதாகத் தெரிகிறது. ஆகையால் அவர் நம்முடைய அரசியல் பள்ளியில் எங்கே வந்து சேரப் போகிறார்!” என்றான்.

“சபாஷ்! நாம் பள்ளிக்கூடம் நடத்தாததற்குக் காரணம் இது ஒன்றே போதும்.”

ஸ்ரீமான் துதிக்கையார் அவர்கள் முச்சந்தி முனையில் ஆரம்பித்து நடத்துவதாயிருந்த கோடை அரசியல் பள்ளிக்கூடம் துரதிருஷ்டவசமாக ஸ்ரீபிரகாசம் பந்தலுகாரு மாணவராகச் சேர விண்ணப்பம் அனுப்பாததின் காரணமாக நடைபெறாது! என்று உடனே எல்லாப் பத்திரிகைகளுக்கும் அறிக்கை விடு என்றேன்.

துதிக்கையார் எழுதுகிறார்

‘ஐ. நா. சபை பொதுக் காரியதரிசி டிரிக்வீ லீ சிரித்தார்!’

“சிரித்தாரா?”

'ஏன் சிரித்தார்'

'எதற்காகச் சிரித்தார்?'

'எங்கே சிரித்தார்?'

'எப்பொழுது சிரித்தார்?'

'எப்படிச் சிரித்தார்?'

சாதாரணமாகப் புன்னகை புரிந்தாரா? வாய்விட்டுக் கடகடவென்று சிரித்தாரா?

விஷமமாகச் சிரித்தாரா? விளையாட்டாகச் சிரித்தாரா?

சிரிக்கும்போது அவர் முகம் தெளிவாக இருந்ததா? கடுமையாக இருந்ததா?

அச்சிரிப்பில் துக்கம் கலந்திருந்ததா, சந்தோஷம் கலந்திருந்ததா?

இவைகளெல்லாம் இப்பொழுது உலகமெங்கும் உள்ள அரசியல் வாதிகளுக்கும், பத்திரிகை நிருபர்களுக்கும், யுத்தம் வரவேண்டும் என்று பிரார்த்திப்பவர்களுக்கும், யுத்தம் வரக்கூடாது என்று பிரார்த்திப்பவர்களுக்கும் தலைபோகும் விஷயமாயிருக்கும்.

'டிரிக்வீ லீ எதற்காகச் சிரித்தார்?'

சென்ற இரண்டாவது உலக யுத்தம் முடிந்ததிலிருந்தே மறுபடியும் ஒரு யுத்தம் வரப்போகிறதென்ற குழப்பம் தக்க ஆதாரத்துடனோ ஆதாரமில்லாமலோ உலகைச் சூழ்ந்திருக்கிறது. இந்தக் குழப்பம் சமீபகாலத்தில் இன்னும் அதிகமாகி விட்டது. வல்லரசுகளின் ஆர்ப்பாட்டங்களினால் இதைப்பற்றிய ஜோசியம் ஹேஷ்யங்களெல்லாம் அசாத்யமாகிக் கொண்டு போகின்றன.

ஹேஷ்யங்கள் தொலையட்டும்; இந்த ஜோசியர்கள் படுத்துகிற பாடுதான் பிரமாதமாக இருக்கிறது. இதை நினைத்தால் டிரிக்வீ லீ மாத்திரமல்ல, நாமும் சிரிக்கத்தான் வேண்டும்.

உலகத்தில் எல்லோருக்கும் கொஞ்சம் சுதந்திரம் கிடைத்திருக்கிறது. பாவம், இந்த நவக்கிரகங்களுக்கு மாத்திரம் இன்னும் சுதந்திரம் கிடைக்கவில்லை. அவை இந்த ஜோதிடர்களின் கையில் அகப்பட்டுக்கொண்டு படாதபாடுபடுகின்றன. அவற்றைப் பார்த்தால் பரிதாபமாக இருக்கிறது. ஒன்றை ஒன்று பார்க்காமல்

பல கோணங்களில் நின்றுகொண்டிருந்த நவகிரகங்களும் இப்பொழுது ஒன்றையொன்று நேர்முகமாகவே பார்த்துத் தங்கள் விடுதலைப் போராட்டத்தைச் சாத்வீகமான முறையில் செய்வதா, பலாத்காரமான முறையில் செய்வதா என்று தீவிரமாக ஆலோசிப்பதாகத் தெரிகிறது.

சென்னைக் கார்ப்பரேஷன் கட்டிடத்திலிருந்து மூர்மார்க்கெட் கடைசி வரையிலுமுள்ள நடைபாதையில் ஒருநாள் மாலை வேளையில் போய்ப் பாருங்கள்; ஐந்தாறு குருவி ஜோசியர்கள், ஐந்தாறு கைரேகை ஜோசியர்கள், கிரக மண்டலப் படங்களையும், ஜோதிடப் புத்தகங்களையும் வைத்துக்கொண்டு ஆரூடம் சொல்லுகிறவர்கள், ஐந்தாறு பேர் ஆகப் பதினைந்து பேர்களுக்குக் குறைவில்லாமல் பார்க்கலாம். இந்த ஒரு இடத்திலேயே இப்படி என்றால் இன்னும் நகர் பூராவும் நாடு பூராவும் உலகம் பூராவும் எவ்வளவு ஜோதிடர்கள் இருப்பார்கள் என்று கணக்கிடுவது கடினம்.

இந்த ஜோதிட விஷயத்தில்கூட நம் நாட்டவர் கொஞ்சம் பிற்போக்கானவர்களாக இருக்கிறார்கள். தாராளமாகப் புளுகு மூட்டைகளை அவிழ்க்கப் பயப்படுகிறார்கள். இயற்கைக்கும், காலத்திற்கும், நடைமுறைக்கும் புறம்பாக ஒன்றைச் சொல்ல அஞ்சுகிறார்கள். ஆனால் மேல் நாட்டு ஜோதிடர்கள் அப்படி சிந்திக்காமல், கணக்கிடாமல், இயற்கைக்குப் புறம்பாகப் புளுகுவதில் அசகாய சூரர்கள்.

இதோ ஒரு மேல்நாட்டு ஜோதிட சிகாமணி சங்கராந்தி தேவதை பவனி வரப்போவதை பஞ்சாங்கத்தில் வர்ணிப்பது போல் யுத்தம் வரப் போகும் விதத்தைக் கொஞ்சமும் வாய்கூசாமல் வர்ணிக்கிறார் பாருங்கள்.

இவ் வருடம் இலையுதிர் காலத்தில் மழை பெய்யும் ஒரு இரவில், பெரும் படைகள் கிழக்குத் திக்கிலிருந்து மேற்குத் திக்கிற்குப் பாயும். இதிலிருந்து உலக யுத்தம் தீவிரமாக மூளும்!

இதோடு மட்டுமல்ல - ஆப்பிரிக்காவிலிருந்து சில விமானங்கள் புறப்பட்டு வருமாம். அவைகளில் ஒன்று 'கறுப்புப் பெட்டி' போன்ற ஒன்றைச் சுமந்து வந்து ரஷ்யக் கம்யூனிஸ்ட் காரியாலயத்தின் மீது போடுமாம். இதனால் அந்த இடத்தைச் சுற்றிப் பல மைல்கள்

பாலைவனமாக மாறிப் போய்விடுமாம்.

தங்கள் நாட்டைச் சிலர் வந்து பாலைவனமாக்கிய பின் ரஷ்யர்கள் பேசாமலிருப்பார்களா? அதையும் இதோ சொல்லுகிறார் நமது மேல்நாட்டு ஜோதிடர்.

ரஷ்யாவிலிருந்து ஒரே ஒரு விமானம் கிளம்பி இங்கிலாந்து மார்க்கெட்டில் கொண்டுபோய் ஒரு குண்டைப் போடுமாம். அதனால் தண்ணீர் கொந்தளித்து லண்டனையும் சுற்றிலுமுள்ள இதர நாடுகளையும் வெள்ளக் காட்டில் முழுக்கிவிடுமாம்.

ரஷ்யாவையும் இங்கிலாந்தையும் சந்திக்கிழுத்த ஜோதிடர் போப்பாண்டவரையும் விடவில்லை. ஒரு வேளை போப்பாண்டவரின் ஜாதகத்தையும் பார்த்தாரோ என்னவோ?

பிரான்ஸில் பெரிய புரட்சி ஏற்படுமாம். அந்தச் சமயத்தில் போப்பாண்டவர் ரோமை விட்டு வெளியேறி தலைமறைவாகச் சில காலம் எங்கோ வசிப்பாராம். கடைசியில் ரோமுக்கே திரும்பி வருவாராம்.

இவ்வளவையும் சொல்லிவிட்டுக் கடைசியில் மங்களகரமாகத் தன் கதையை முடிக்கிறார், அவர்.

'கடைசியில் ஆஸ்திரியா, ஹங்கேரி, பவேரியா மன்னர்களுக்கு போப்பாண்டவர் முடிசூட்டி வைப்பாராம்.'

இந்த ஜோதிடரிடம் எனக்கு ஒரே ஒரு குறை, ஆஸ்திரியா, ஹங்கேரியா, பவேரிய மன்னர்கள் முடிசூட்டிக் கொண்டபின் தங்கள் சமஸ்தான ஜோதிடராய் யாரை நியமிப்பார்கள் என்று சொல்லாமல் விட்டுவிட்டதுதான் பெரும் குறை.

டிரிக்வி லீ சிரித்தார் என்றால் ஏன் சிரிக்க மாட்டார்? பாவம். அந்த மனிதர் யுத்தம் வராமல் தடுக்கவோ. அல்லது யுத்ததை வரும்படி செய்யவோ, பசி உறக்கம் பாராமல் அமெரிக்காவிலிருந்து ரஷ்யாவிற்கும், ரஷ்யாவிலிருந்து பாரிசுக்கும், பாரிசிலிருந்து லண்டனுக்குமாக அலைகிறார். இந்த நிலையில் 'உலகில் யுத்தம் வரும், வராது' என்று புத்திலிருந்து ஈசல் கிளம்புவதுபோல் ஹேஷ்யங்களும் ஜோஸ்யங்களும் மூலைக்கு மூலை கிளம்பினால் ஏன் அந்த மனிதருக்குச் சிரிப்பு வராது? கட்டாயம் வரும். ஏன் அவர் மட்டும் சிரிக்க வேண்டும்? நாமும் சிரிப்போம்! யுத்தம்

வருவதாயிருந்தாலும் யுத்தம் வராமலே போவதாயிருந்தாலும் சிரிப்பதைக் கடமையாக எண்ணிச் சிரிப்போம். யுத்தம் வராமலிருந்தால் பலர் சொன்ன ஹேஷ்யங்களும் ஜோசியங்களும் பலிக்காமல் போய்விட்டதே என்று சிரிப்போம். யுத்தம் வந்து விட்டால் 'ஒரு யுத்தத்தினால் உலகம் பட்ட புண்ணின் தழும்பு மறையாதிருக்கும்போது மற்றொரு உலக மகா யுத்தத்தை வல்லரசுகள் துவங்கிவிட்டார்களே,' என்று எண்ணிச் சிரிப்போம்.

நல்ல சினேகிதம்

நடராஜன் லீலாவைக் காதலித்தான். பாஸ்கரனும் அவளையே காதலித்தான். ஆனால் லீலா இவ்விருவரையும் காதலிக்கவில்லை. எப்பொழுதாவது தப்பித் தவறி நடராஜனையோ பாஸ்கரனையோ பார்த்துவிட்டால் புலியைக் கண்ட மான் போலத் துள்ளிக் குதித்து வீட்டுக்குள்ளே ஓடி மறைந்து விடுவாள். தங்களைக் கண்டதும் அவள் பயந்து ஓடுகிறாள் என்று பாஸ்கரனும் நடராஜனும் நினைக்கவே இல்லை. தங்களைக் கண்டதும் ஒருவிதமான வெட்கமும் கூச்சமும்தான் ஏற்பட்டு அவள் மறைந்துவிடுகிறாள் என்று மனத்தைச் சாந்தி செய்து கொண்டனர். முகத்தைக் கண்டவுடனேயே வீட்டுக்குள் ஓடி ஒளிந்துகொள்கிறவளை அவர்களால் எப்படித் தடுத்து நிறுத்த முடியும்? எல்லாம் ஒரு காலத்தில் தெளிந்துவிடும் என்று அவர்கள் தங்கள் உள்ளத்தில் எழுந்த காதலைச் சிதறவிடாமல் பாதுகாத்து வளர்த்து வந்தனர்.

லீலா தங்களைக் காதலிக்கிறாளா இல்லையா என்பதைப் பற்றி நடராஜனோ பாஸ்கரனோ கவலையே கொள்ளவில்லை. தனக்கு எதிராக பாஸ்கரன் முளைத்துவிட்டானே என்றுதான் நடராஜனின் மன எரிச்சல். தனக்கு எதிராக நடராஜன் தோன்றி விட்டானே என்றுதான் பாஸ்கரனின் மனப் புகைச்சல். லீலாவின் மேல் கொண்ட காதல் எப்படி அவர்கள் இருவர் மனத்திலும் நாளுக்கு நாள் அடர்ந்து படர்ந்ததோ அப்படியேதான் அவர்களுக்குள் பகை உணர்ச்சியும் நாளுக்கு நாள் மண்டிப் பரவியது.

நடராஜன் எங்காவது தனிமையாக இருட்டில் வரும் போது நான்கு போக்கிரிகளை விட்டு நன்றாக அடிக்கச் சொல்லிக் குறைந்தது மூன்று நான்கு மாதங்களாவது அவனைப் படுக்கையில் கிடத்திவிட வேண்டும் என்பது பாஸ்கரனின் ஆவல். அப்படிச் செய்து விட்டால் வளரும் காதலுக்கு இடையூறு இருக்காதல்லவா என்று பாஸ்கரன் நினைத்தான். ஊரில் அடியாளுக்கா 'பஞ்சம்? அம்மன் கோயில் தெரு வட்டாரத்திலும் நல்ல முரடர்களாகப் பார்த்து நாலு பேரைச் சிநேகிதம் செய்து கொண்டான்.

நடராஜன் இதற்கெல்லாம் சளைத்தவனா? அவன் சின்னக் காளைப் பேட்டைத் தெருவிலுள்ள முரடர்கள் நாலு பேரைப் பாதுகாப்புக்காகச் சிநேகிதம் செய்து வைத்துக் கொண்டான். நடராஜனும் பாஸ்கரனும் வீட்டை விட்டுக் கிளம்பும்போதெல்லாம் நான்கு பாதுகாப்புக் காவலர்கள் இல்லாமல் வெளியே கிளம்புவதே இல்லை.

அவர்களுக்கு என்ன குறைச்சல்? மூத்தோர்கள் முன் ஜாக்கிரதையாகக் கொஞ்சம் ஐவேஜி வைத்திருந்தனர். தன் பாதுகாப்பாளர்களுக்காகத் தினமும் கொஞ்சம் பணம் செலவு செய்வதில் அவர்களுக்கு கொன்றும் குறைந்துவிடாது. நடராஜனுக்கும் பாஸ்கரனுக்கும் பகையே ஒழிய, அவர்களுக்குப் பக்க பலமாக வரும் ஆட்களுக்குள் பகையே கிடையாது. அவர்களெல்லாம் மிகவும் அந்தரங்கமான சினேகிதர்கள். அவர்களுக்குள் ஒரு கட்டுப்பாடு இருந்தது. அம்மன் கோயில் தெருவான் மேல் சின்னக் காளைப்பேட்டையான் கை வைக்கக் கூடாது. சின்னக் காளைப் பேட்டையான் மேல் அம்மன் கோயில் தெருவான் கை வைக்கக் கூடாது. இப்படி நெடுநாட்களாக ஓர் ஒப்பந்தம். தொழில் முறைக்காக அவர்கள் எவ்வளவு வேண்டுமானாலும் வாயால் மிரட்டிக்கொள்ளலாம். கையை மாத்திரம் ஓங்கிவிடக் கூடாது. தெருக் கட்டுப்பாட்டை மீறி அவர்கள் இந்த ஒப்பந்தத்தைச் சிதைப்பார்களா?

பாஸ்கரனை எங்கேயாவது நடராஜன் பார்த்தால் அவனைக் கண்டந்துண்டமாக வெட்டிவிடுவதுபோல் முறைத்துப் பார்ப்பான், தன் பின்னால் நாலு பேர்கள் வருகிறார்கள் என்ற தைரியத்தில். பாஸ்கரன் இதற்கெல்லாம் சளைத்தவனா? அவன் விழி கொட்டைப் பாக்கு விழி. அப்படியே நடராஜனைக் கசக்கிப் பிழிந்துவிடுவதுபோல் விழிகளை உருட்டிப் பார்ப்பான். அவன்

பக்கத்திலும்தான் நான்கு பலசாலிகள் நிற்கிறார்களே? எதற்காகப் பயப்பட வேண்டும்?

நடராஜனுக்குப் பக்கத்தில் நிற்கும் கதிரன் "எசமான்! பயப்படாதீங்க. நானும் எங்க ஆளும் இருக்கும் வரையில் உங்களை யாரும் எதுவும் செய்துக்க முடியாது" என்பான்.

பாஸ்கரனுக்குப் பக்கத்தில் நிற்கும் மருதை மீசையை முறுக்கிக் கொண்டே, "முதலாளி! அஞ்சாதீங்க . நான் இருக்கும் வரையில் எவனும் உங்களை அசைக்க முடியாது" என்பான் கதிரன்.

"எங்க முதலாளி மேலே மூச்சுக் காத்துப் பட்டாப் போதும். எலும்பை நொறிக்கிடுவேன்" என்பான் மருதை. இதற்கிடையே, பாதுகாப்பாக வந்த இரு கட்சி அடியாள்களும் தங்களுக்குள் வெற்றிலை பாக்கு பரிமாறிக்கொள்வார்கள்!

நடராஜனும் பாஸ்கரனும் நான்கைந்து முரட்டு ஆசாமிகளுடன் சதா சுற்றுவதைப் பார்த்த லீலா இன்னும் கொஞ்சம் பயந்தாள். எப்பொழுதாவது வீட்டு வாசலிலே நிற்கும் பழக்கத்தைக் கூட நிறுத்திக்கொண்டு வீட்டுக்குள்ளேயே இருக்கத் தலைப்பட்டாள். அவள் வீட்டுக்குள்ளேயே இருந்துவிட்டதினால் பாஸ்கரன் மனத்திலும் நடராஜனின் உள்ளத்திலும் புகைந்து எழும்பி மண்டியிருந்த காதல் தீ அவிந்துவிடுமா? அவர்கள் மனசு அந்தத் தீயிலேயே விழுந்த புழுவாகத்தான் துடித்து ஏங்கியது, என்று மறுபடியும் லீலாவின் முக தரிசனம் காண்போமென்று.

ஒருநாள் லீலாவின் வீட்டு வாசலில் அழகாகப் பந்தல் ஒன்று போடப்பட்டிருந்தது. நடராஜனும் பாஸ்கரனும் அதைப் பார்த்ததும் சந்தேகமும் குழப்பமும் ஏற்பட்டது. எதற்காக அந்தப் பந்தல் போடப்பட்டிருக்கிறது என்று தெரியாதவரையில் அவர்கள் மனத்தில் நிம்மதி ஏற்படுமா? யாரையோ விசாரித்தபோது மறுநாள் ஏதோ கல்யாணம் நடக்கப்போவதாகத் தெரிந்தது. யாருக்குக் கல்யாணம் என்று கேட்டபோது லீலாவுக்கு என்று பதில் வந்தது. இதை அறிந்ததும் நடராஜனின் உள்ளமும் பாஸ்கரனின் மனசும் எவ்வளவு முறிந்துபோயிருக்கும் என்று சொல்லவா வேண்டும்? போட்டி இல்லாமலும் போக்கிரிகளின் உதவி இல்லாமலும் லீலாவைக் கல்யாணம் செய்துகொள்ளப் போகும் பாக்கியசாலியை எண்ணி வயிறு எரிந்து வைத்தார்கள்.

மன ஆறுதலுக்காக. காரியம் மிஞ்சிவிட்டது. மறுநாள் லீலாவுக்குக் கல்யாணமும் நடந்துவிட்டது. இனிமேல் என்ன செய்ய முடியும்? காதலை வாபஸ் வாங்கிக்கொள்ள வேண்டியதுதானே?

இவ்வளவு நடந்த பின்பும் அவர்களுக்குப் போக்கிரிகளின் உறவும் உதவியும் வேண்டுமா? அதை விட்டு விட வேண்டியதுதானே? ஆனால் அவ்வளவு எளிதாக விட்டு விட முடியுமா அந்த நட்பை? அவன் தெரு நண்பர்கள் நடராஜனிடம் 'எசமான் எசமான்' என்று உயிரை விட்டனர். ஆனால் பாஸ்கரனிடம் அவன் அன்பர்கள் 'முதலாளி முதலாளி' என்று உயிரை விட்டனர். இப்படிப்பட்ட அன்பையும், நட்பையும் எப்படித் துறக்க முடியும்? இந்த நட்பை நடராஜனும் பாஸ்கரனும் துண்டித்துக் கொள்ள நினைத்தாலும் அம்மன் கோயில் தெரு அன்பர்களும் , சின்னக்காளைப் பேட்டை நண்பர்களும் விடாத வண்ணம் காப்பாற்றிக்கொள்ளத்தான் நினைத்தனர்.

சின்னக் காளைப்பேட்டை அன்பர்களும் அம்மன் கோயில் தெரு நண்பர்களும் தங்கள் தொழில் முறை விரோதத்தைச் சில மணி நேரங்களுக்குத் தற்காலிகமாக நிறுத்திவிட்டுப் பேச்சுவார்த்தை நடத்தி ஒரு முடிவுக்கு வந்தார்கள்.

மறுநாள் சின்னக் காளைப் பேட்டை அன்பர்கள் நடராஜனை அழைத்துக்கொண்டு அடுத்த தெரு வழியாக நடந்துபோனபோது ஒரு வீட்டு வாசலில் புஷ்பா நின்றுகொண்டிருந்தாள். புஷ்பா குடும்பம் அந்த ஊருக்குப் புதுக் குடி. அன்பர்கள் நடராஜனுக்கு அந்தப் பெண்ணைக் காட்டிக் கல்யாணமாகதவள் என்று சொல்லி வைத்தனர். நடராஜனின் மனம் புஷ்பாவிடம் லயித்தது.

அம்மன் கோயில் தெரு நண்பர்கள் பாஸ்கரனுடன் அதே தெருப் பக்கம் நடந்தார்கள். பாஸ்கரன் இதயம் புஷ்பாவிடம் ஈடுபட்டது. அவ்வளவுதான்.

பழையபடி நடராஜனுக்கும் பாஸ்கரனுக்குமிடையே மீண்டும் போட்டி ஏற்பட்டது.

புஷ்பா வீட்டு வாசலில் பந்தல் போடுகிறவரை இரு அன்பர்கள் கூட்டத்துக்கும் தங்கள் பிழைப்பைப் பற்றிக் கவலையில்லை யல்லவா?

நாலு பேர் யோசனை

கதிர்வேலுக் கொத்தனார் பெருமாள் கோயிலுக்குச் சொந்தமான பெரிய மனைக்கட்டு ஒன்றைக் குத்தகைக்கு எடுத்தார். அவ்வளவு பெரிய மனைக்கட்டை வைத்துக் கொண்டு என்ன செய்வதென்று அவருக்கு முதலில் புரியவில்லை. வேலங்குடியிலிருந்த அவருடைய மைத்துனன் அந்த ஊரில் ஒரு பெரிய சவுக்குத் தோப்பைக் குத்தகைக்கு எடுத்திருந்தான். 'ஏன் அங்கிருந்து சவுக்கு மரங்களை வெட்டிக் கொண்டு வந்து போட்டு உடைத்து விறகு வியாபாரம் செய்யக்கூடாது' என்று அவருக்குப் பட்டது. உடனே அவருக்கு மந்திரி போலிருந்த சிலரைக் கலந்து ஆலோசித்தார். எல்லோரும் மிகவும் தரமான யோசனை என்று ஊக்கமளித்தார்கள். கேட்கவேண்டுமா? சில நாளில் பெருமாள் கோயில் மனைக் கட்டில் விறகு வியாபாரம் ஆரம்பமாகிவிட்டது. ஐந்தாறு லாரிகளில் சவுக்கு விறகுகளைக் கொண்டு வந்து அடுக்கியும் அந்தப் பெரிய மனைக்கட்டில் ஏராளமான இடம் காலியாக இருந்தது. குறைந்த விலையில் காட்டு மரங்கள் வேறு கிடைத்ததால் அவைகளையும் வாங்கி அடுக்கினார். இவ்வளவு செய்தும் அந்த மனைக்கட்டில் இன்னும் ஏராளமான இடம் வீணாகக் கிடந்தது. விறகு வியாபாரத்தோடு வைக்கோல் வறட்டி முதலியவைகளையும் வாங்கி வைத்து ஏன் வியாபாரம் செய்யக் கூடாது என்று அவருக்குத் தோன்றியது. அவருக்கு மந்திரி போலிருந்தவர்களும் இதை முழு மனதோடு

ஆதரித்தார்கள். போர் போராக வைக்கோலை வாங்கிக் குவித்தார். மலை மலையாக வறட்டிகளை வாங்கி வந்து அடுக்கி வைத்தார்.

வியாபாரம் குறைவில்லாமல் நடந்து வந்தது. ஒரு நாள் அங்கு விறகு வாங்க வந்த கிழவி ஒருத்தி, "ஏன் கொத்தனாரே, நீங்க ஏன் மண்ணெண்ணெய் வியாபாரம் செய்யக் கூடாது? நாங்கள் மண்ணெண்ணெயை வாங்க நெடுந்தூரம் போக வேண்டியிருக்கிறதே?" என்றாள்.

கொத்தனாருக்கு இது மிகவும் அருமையான யோசனையாகப் பட்டது. உடனே தன் மந்திரிகளாகிய குஞ்சிதப் பத்தர், சோலைமலைப் பிள்ளை, சிவசாமிப் பண்டாரம் முதலியவர்களைக் கலந்து ஆலோசித்தார். எல்லோருக்கும் இது மிகவும் உத்தமமான காரியமாகவேபட்டது. 'இது தரமான காரியம். விறகுக்கும் மண்ணெண்ணெய்க்கும் தோதுதான். விறகு வாங்குகிறவர்கள் அவசியம் மண்ணெண்ணெய் வாங்காமல் போகமாட்டார்கள். அவசியம் செய்யுங்கள்' என்றார்கள். உடனே மண்ணெண்ணெய் வியாபாரமும் ஆரம்பமாகிவிட்டது.

ஒரு நாள் ஒரு பெண்மணி மண்ணெண்ணெய் வாங்குவதற்காகக் கையில் ஒரு புட்டியுடன் எங்கோ போய்க்கொண்டிருந்தாள். கடையில் உட்கார்ந்திருந்த கொத்தனார் அவளைக் கைதட்டி அழைத்து, "மண்ணெண்ணெய் வாங்கத்தானே போறே....? என்று கேட்டார்.

"ஆமாம்" என்றாள் அந்தப் பெண்.

"ஏன் நம்ம கடையிலேதான் மண்ணெண்ணெய் இருக்குதே! நெடுந்தூரம் ஏன் போகணும்!" என்றார்.

"உங்க கடையிலே மண்ணெண்ணெய் இருக்குதுன்னு தெரியும். ஆனால் தீப்பெட்டி இருக்குதா? இங்கே மண்ணெண்ணெய் வாங்கி விட்டுத் தீப்பெட்டிக்காக அங்கே ஓட முடியுமா?" என்றாள்.

இதற்குக் கொத்தனாரால் பதில் சொல்ல முடியவில்லை. "சரி, போ!" என்று அந்தப் பெண்ணைப் போகவிட்டார். தீப்பெட்டி வியாபாரம் இல்லாததால் மண்ணெண்ணெய் வியாபாரமும் குறைவதாக அவர் மனத்தில் பட்டது. உடனே தன் மந்திரிகளைக் கலந்து ஆலோசித்தார். வழக்கம்போல் எல்லோரும் கொத்தனாரின் யோசனைக்கு ஆதரவாகத்தானிருந்தார்கள். உடனே பத்து குரோஸ்

தீப்பெட்டிகளை வாங்கி மண்ணெண்ணெய் டின்களுக்குச் சமீபத்தில் பார்வையாக அடுக்கி வைத்து விட்டார்.

கடையில் ஒரே ஒரு வேலைக்காரன். ஒருவர் விறகு கேட்பார். விறகை நிறுத்துக் கொடுப்பான். மற்றொருவர் வந்து மண்ணெண்ணெயைக் கேட்பார். அதை அளந்து கொடுப்பான். ஒரு வண்டிக்காரன் வந்து ஒரு கட்டு வைக்கோல் கேட்பான். மண்ணெண்ணெய் எடுத்துக் கொடுத்த கையோடு வைக்கோலைக் கட்டிக்கொடுப்பான். உடனே தீப்பெட்டிக்காக ஒரு கிராக்கி நிற்கும். அதையும் எடுத்துக் கொடுப்பான். விறகு வைக்கோல், மண்ணெண்ணெய், தீப்பெட்டி எல்லாம் தொடர்ந்து வியாபாரம் ஆகிக்கொண்டுதானிருந்தன.

ஒருநாள் நடு நிசி வேளையில் திடீரென்று கதிர்வேலு கொத்தனாரின் கடை தீப்பிடித்து எரிய ஆரம்பித்தது. யாராவது கடையில் தீ வைத்தார்களா அல்லது தானாகவே தீப்பிடித்துக் கொண்டதா என்பது ஒருவருக்கும் தெரியவில்லை. எப்படியோ தீ வெகு வேகமாகப் பரவியது. தீயை அணைப்பதற்குரிய வசதிகள் இருந்தும் முடியவில்லை. நல்ல வேளை! சமீபத்தில் வேறு கட்டடங்கள் எதுவுமில்லை. கொத்தனார் குதித்தார்! அழுதார்! அலறினார்! என்ன செய்வது! அறுபது டன் விறகு, ஐம்பது காலன் மண்ணெண்ணெய், மூன்று போர் வைக்கோல், மூவாயிரம் வறட்டி, ஆறு குரோஸ் தீப்பெட்டி இவைகளெல்லாம் சாமான்யமா? தீயும் அதற்குத் தகுந்தாற்போல்தானே இருக்கும்?

வைக்கோல் பற்றி எரிவதைப் பார்த்த ஒருவர் "விறகு வியாபாரம் செய்ய நினைத்த மனிதர் வைக்கோல் வியாபாரத்தையும் வைத்துக் கொண்டதுதான் பெரிய பிசகு" என்றார்.

"வைக்கோல் வியாபாரம் செய்ததில் பிசகு ஒன்றுமில்லை. மண்ணெண்ணெய் வியாபாரம் எதற்காகச் செய்யத் தொடங்கினார்?" என்றார்.

"மண்ணெண்ணெய் வியாபாரம் செய்ததும் பிசகில்லை ஐயா. தீப்பெட்டி வியாபாரம் செய்ய ஆரம்பித்ததிலேதான் வந்தது ஆபத்து" என்றார் ஒருவர் தீர்மானமாக.

கொத்தனாரின் மந்திரி போன்ற நண்பர்களாகிய குஞ்சிதப் பத்தரும் சிவசாமிப் பண்டாரமும் வெகு தூரத்தில் நின்றுகொண்டு வேடிக்கை பார்த்த வண்ணம் பேசிக்கொண்டிருந்தனர்.

"நான் அப்பொழுதே சொன்னேன். 'விறகுக்குப் பக்கத்திலே மண்ணெண்ணெய் வைக்காதே ஐயான்னு......' சொன்னால் கேட்டாரா?" என்றார் குஞ்சிதப் பத்தர்.

"அதனால் கெடுதல் இல்லை. மண்ணெண்ணெய்க்குப் பக்கத்திலே தீப்பெட்டியைக் கொண்டுபோய் அடுக்கினார் பாருங்க. அதுதான் கெடுதலாய் முடிந்தது" என்றார் பண்டாரம்.

கொத்தனார் பதறிக்கொண்டே ஓடி வந்தார். "ஐயா! உங்க பேச்சை யெல்லாம் கேட்டு நான் மோசம் போனேனே?" என்று அலறினார்.

"உங்களுக்கு நாங்களாக யோசனை சொல்ல வரவில்லை. நீங்க யோசனை கேட்டீங்க, நாங்க சொன்னோம். அவ்வளவுதான்! செய்கிற வியாபாரத்தை ஜாக்கிரதையாய்ச் செய்திருந்தால் இவ்வளவு ஆபத்து ஏற்பட்டிருக்காது" என்றார் பத்தர்.

"இதிலே ஆரம்பமே பிசகு. இவரு ஏன் அனாவசியமாய்க் கோயில் மனையைப் போய்க் குத்தகைக்கு எடுத்தாரு? அதைக் குத்தகைக்கு எடுத்ததினால்தானே ஏதாவது வியாபாரம் செய்யலாம்னு எண்ணம் ஏற்பட்டது?" என்றார் பண்டாரம்.

"அதிலே ஒன்றும் பிசகில்லை. நான் தான் அவரைச் சும்மா இருக்கீங்களே அந்த மனைக்கட்டைக் குத்தகைக்கு எடுத்து வையுங்க ஏதாவது செய்யலாம்னு சொன்னேன். ஆனால் நீங்கதான் அவருக்கு விறகுக் கடை வைக்கும்படி யோசனை சொன்னீங்க" என்றார் அப்பொழுதுதான் அங்கு வந்த சோலைமலைப் பிள்ளை.

"நான் சொன்ன யோசனை சரியான யோசனைதான். பத்தருதான் அவரை வைக்கோல், வறட்டி இதெல்லாம் கொண்டு வந்து வைத்து வியாபாரம் செய்யச் சொன்னாரு" என்று பழியைப் பத்தர் மீது சுமத்தினார் பண்டாரம்.

"நான் சொல்லியதில் எவ்விதப் பிசகும் இல்லை. வைக்கோல் வறட்டி எல்லாம் விறகு வகையைச் சேர்ந்ததுதானே? அதனால் தீப்பிடிக்கக் காரணமே இல்லை. பிள்ளைவாள் தான் மண்ணெண்ணெய் வியாபாரத்தைத் தீவிரமாக ஆதரித்தார். நான் பிள்ளைவாள் அபிப்பிராயத்துக்கு எதிர்ப்பாக இருக்கக் கூடாதுன்னு 'செய்யலாம்' என்று சொல்லிவைத்தேன்" என்றார் குஞ்சிதப் பத்தர்.

மண்ணெண்ணெய் வியாபாரம் செய்ததினாலேயேயும் குடிமுழுகிப் போய்விடவில்லை. தீப்பெட்டி வியாபாரம் செய்யத் தொடங்கினார் பாருங்க. அதிலேதான் வந்தது மோசம். இந்த யோசனையைப் பண்டாரத்தய்யாதான் ரொம்பத் தீவிரமாய் ஆதரித்தார். நமக்கென்னன்னு நான் மையமாயிருந்துட்டேன்” என்றார் பிள்ளை.

“மையமாய் இருந்தீங்களோ ஆதரவாய் இருந்தீங்களோ, எல்லாம் இப்படி நாசமாய்ப் போகும்ன்னு நான் நினைக்கல்லே. இப்போ மேலே என்ன செய்வதென்றுதான் எனக்குப் புரியல்லே...” என்றார் கொத்தனார் சோகம் நிறைந்த குரலில்.

“கவலைப்படாதீங்கோ! ஏதாவது யோசனை செய்வோம்” என்றார் குஞ்சிதப் பத்தர்.

“இனிமேல் யோசனை செய்யறதுக்கு என்ன இருக்குது? இப்போ விறகெல்லாம் நல்லா எரிந்து கரியாகி இருக்கும். இப்போ அடுப்புக் கரிக்கு நல்ல கிராக்கி. கரி வியாபாரம் செய்தால் என்ன?” என்று கேட்டார் பிள்ளை.

“அடடே! மிகத் தரமான யோசனை. அதுதான் சரி. அப்படியே செய்துடுங்க கொத்தனாரே!” என்றார் பண்டாரம்.

மிகப் பயங்கரமான தீக்கு இரையாகிக்கொண்டிருக்கும் தன் கடையைப் பார்த்துக்கொண்டே கொத்தனார். “என்ன ஐயா அநியாயம்? எல்லாருமாகச் சேர்ந்து யோசனை கூறி என் காசையெல்லாம் இப்படிக் கரியாக்கி விட்டீங்களே!” என்றார் வருத்தத்தோடு.

“அதனால் என்ன கொத்தனாரே இப்போ இந்தக் கரியையெல்லாம் விற்றுக் காசாக்கிவிடுங்களேன்” என்று எல்லாருமாக அவருக்கு யோசனை கூறினார்கள்.

“வேறு வழியே இல்லை. இதுதான் சரியான வழி. இப்போ ஊரிலே கரி ரொம்பக் கிராக்கி. இப்போ ஏற்பட்ட நஷ்டத்தை அதிலே எடுத்துடலாம். மிக அருமையான தீர்மானம்” என்று கூறினார் குஞ்சிதப் பத்தர்!

நம்பிக்கை

நடேசன் ஒரு வினோதமான பிரகிருதி. உலகத்தில் எல்லாவற்றிலுமே அவன் நம்பிக்கை இழந்திருந்தான். வாழ்வில் ஏற்பட்ட சோகங்களும், சோதனைகளும் தான் அவன் மனத்தை அப்படியாக்கிவிட்டன. கடவுள் இல்லை; சாஸ்திரம், சம்பிரதாயம் எல்லாம் பொய்; எல்லாம் மோசக் கருத்தோடும், சுயநலத்தோடும் மனிதனை ஏமாற்றுவதற்காகச் சிருஷ்டிக்கப்பட்டவை - இதுதான் அவனுடைய திடமான முடிவு?

குடும்ப வாழ்க்கையில் ஏற்பட்ட சில சீர்கேடுகளினால் அனுபவ ரீதியாக அவன் மனத்துக்குப்பட்ட தீர்மானங்கள் இவை. உலகத்தில் காணும் எல்லாவற்றுக்குமே அவன் மனம் கோணல் வழியில் ஒரு விதண்டாவாதமான எதிர்ப்புச் சக்தியை வளர்த்துக்கொண்டு வந்தது.

அவனுக்கு ஏற்பட்ட மன வெறுப்பினால் அவன் முற்றும் துறந்த முழு யோகியாகி விடவில்லை. உலகத்தில் சாதாரண மனிதனாக வாழும் வசதிகளெல்லாம் அவனுக்கு வேண்டித்தானிருந்தன.

நடேசன் பெரிய குடும்பத்தில் பிறந்தவன்தான். ஆனால் அவன் குழந்தையாய் இருக்கும்போதே அந்தக் குடும்பம் பல வகையிலும் சின்னாபின்னமாகிவிட்டது. அவனுடைய பெற்றோர்கள் பக்தி மார்க்கத்திலும் வைதீக கர்மாக்களிலும் குடும்பச் செல்வத்தைச்

செயல் மீறிச் செலவு செய்து, இந்த உலகத்தை விட்டுச் சென்று விட்டனர். அவனுடைய மூத்த சகோதரன் போன இடமே தெரியாமல் எங்கேயோ போய்விட்டான்.

எனவே, அவன் மாத்திரம் தனியனாகித் தவித்தான். அவன் அதிகம் படித்தவனல்ல. ஆனால் கிராமபோன், கடிகாரம் முதலியவைகளைப் பழுது பார்ப்பதில் மிகவும் கெட்டிக்காரன். அதுவே அவனுடைய ஜீவனோபாயத்திற்கு அமைந்த தொழிலாகி விட்டது.

அவனுடைய குணமும் கொள்கையும் எப்படிப்பட்டதாக இருந்தாலும், தொழிலில் நிபுணனாகவும், ஒழுங்கானவனாகவும் இருந்ததால் பலருடைய நம்பிக்கைக்குப் பாத்திரமானவனாக விளங்கினான். தொழிலில் நல்ல வருமானம் கிடைத்து வந்தது. வருவாய்க்குத் தக்கபடி தாராளமாய்ச் செலவும் செய்து வந்தான்.

அவனுக்கு வயது முப்பதாகி விட்டது. அவனுக்கு எதில் நம்பிக்கை இல்லாவிட்டாலும், வாழ்க்கைக்குத் துணையாக ஒரு பெண் பக்கத்திலிருக்க வேண்டுவது அவசியம் என்பதில் நம்பிக்கை குறையவில்லை. இந்த விருப்பம் நாளுக்கு நாள் அதிகமாகி வந்தது. ஆனால் இந்த விருப்பத்தை வெளியே காட்டிக்கொள்ள வெட்கப்பட்டான். உலகத்தில் யவன ரம்பை போல் விளங்கும் யுவதிகளில் ஒருத்திதான் தனக்கு மனைவியாக வாய்க்க வேண்டும் என்பது அவன் விருப்பம்.

அவன் நிச்சயம் ஒரு பெண்ணைக் கல்யாணம் செய்து கொண்டுதானாக வேண்டும். ஆனால், அந்தப் பெண் அவனுடைய கொள்கைக்கு அனுசரணையானவளாக இருக்க வேண்டும்; அல்லது தனக்கு வாய்க்கும் மனைவி எல்லாப் பெண்களையும்போல் ஆன்மீக மனப்போக்கிலிருந்தால் அவளைத் திருத்தித் தன் வழிக்குக் கொண்டு வரவேண்டும். இதுதான் அவனுடைய கனவாக இருந்து வந்தது.

அன்று தீபாவளி. ஊர் முழுவதும் குதூகலமாக இருந்தது. ஆனால் அவனுக்கு மாத்திரம் எல்லாம் வெறுப்பாகவும் கசப்பாகவும் தோன்றியது. ஜனங்கள் எல்லாம் கண்மூடித்தனமாக இந்தப் பண்டிகையைக் கொண்டாடுகிறார்கள் என்பதுதான் அவனுடைய சித்தாந்தம்.

அவன் தெருவோடு போய்க்கொண்டிருந்தான். புத்தம்புது ஆடை அணிந்து அங்குமிங்குமாகப் போகும் பெண்களிடம் அவன் கண்கள் மாறி மாறிப் பாய்ந்தன.

திடீரென்று அவன்மீது ஒரு பட்டாசு வெடிச்சரம் விழுந்து சடசட வென்று வெடிக்கத் தொடங்கியது. அவன் துள்ளிக் குதித்தான். அதைக் கண்ட தெருவிலிருந்த சிறுவர்கள் கைதட்டிச் சிரித்தார்கள்.

யார் அவன் மீது அந்தப் பட்டாசுச் சரத்தைக் கொளுத்திப் போட்டது? கோபத்தோடும் புகைச்சலோடும் பார்த்தான். அவன் பார்வை சென்ற இடத்தில் பதினாறு பதினேழு வயதுள்ள ஒரு அழகிய யுவதி மிரண்ட பார்வையோடு நின்றுகொண்டிருந்தாள். அவள்தான் அந்தக் காரியத்தைச் செய்திருக்க வேண்டுமென்பதை அவன் எளிதில் ஊகித்து உணர்ந்துகொண்டான்.

அவளைக் கண்டதுதான் தாமதம், கோபப்புகை இருந்த இடம் தெரியாமல் கலைந்துவிட்டது. அவன் மனத்தில் என்றும் எற்படாத இரக்கம் ஏற்பட்டது. அவளுடைய தவறுக்காக அவன் மனம் அவளிடம் இரக்கம் காட்டியது. அந்தத் தவறை யார் செய்திருந்தாலும் அவன் மன்னித்திருக்க மாட்டான். ஆனால் அதைச் செய்தவள் ஒருபெண் - அழகான யுவதி. அந்த மிரண்ட விழிகளும் பயந்த பார்வையும் அவன் மனத்தை உருக்கிவிட்டன. அந்தப் பெண்ணை அவன் திரும்பிப் பார்த்ததும், அவள் மான் போலத் துள்ளி வீட்டிற்குள் ஓடிவிட்டாள்.

அவன் மெதுவாக நடந்தான். அவன் மனத்தில் அவளுடைய முக அழகு பதிந்துவிட்டது. பாவம்! அவன் மீது அவள் பட்டாசு வெடியைக் கொளுத்திப் போட்டது மட்டுமல்ல; அவளுடைய கண நேரப் பார்வை அவன் இருதயத்தையே வெடிவைத்துக் கலங்க வைத்துவிட்டதென்றுதான் சொல்ல வேண்டும்.

எப்பொழுதும் அவனுக்கு அவள் நினைவுதான். அவளை மறுபடியும் பார்க்க வேண்டுமென்ற துடிப்புத்தான் அவனுக்கு அதிகமாக இருந்தது. அடிக்கடி அந்தத் தெரு வழியாக அவளுடைய வீட்டையே உற்றுப் பார்த்துக்கொண்டு போவான், அந்த அழகு முகம் துளியாவது கண்ணில் படாதா என்று ஏங்கிய வண்ணம். ஆனால் அவளை மாத்திரம் அவனால் பார்க்க முடிவதேயில்லை.

ஒருநாள் அவளை அவன் கோயில் வாசலில் தற்செயலாகப் பார்த்துவிட்டான். அன்று வெள்ளிக்கிழமை. அவள் தன் தம்பியைத் துணைக்கு அழைத்துக்கொண்டு சுவாமி தரிசனம் செய்யப் போய்க் கொண்டிருந்தாள். அவளைப் பின்தொடர்ந்து செல்ல வேண்டுமென்ற ஆவல் அவனுக்கு எழுந்தது.

ஆனால் அவன் கோயிலுக்குச் செல்வதில்லை என்று நெடு நாட்களுக்கு முன்பே சபதம் செய்திருந்தான். அவன், தப்பித் தவறிக்கூடக் கோயில் வாசற்படியில் காலடி வைத்தவனல்ல. எனவே, அவன் சிறிது நேரம் யோசித்தான். நெடு நாட்களாகக் காப்பாற்றி வந்த லட்சியத்தைக் கைவிடுவதா என்று.

எனினும் நெடு நாட்களாக ஏங்கிக் காத்திருந்து கிடைத்த சந்தர்ப்பத்தைக் கை நழுவ விட்டுவிட முடியுமா? இதனால் தன் கொள்கையிலிருந்து சிறிது நழுவினால் பாதகமில்லை என்று அவனுக்குப்பட்டது. அவன் அதிக நேரம் தாமதிக்கவில்லை. அந்தப் பெண்ணைப் பின்தொடர்ந்து கோயிலுக்குள் போனான்.

சன்னிதானத்தில் அந்தப் பெண் நின்று கொண்டிருந்தாள். சிறிது ஜனக் கூட்டமிருந்தது. அவளுக்கு எதிர் வரிசையில் நடேசன் நின்று அவளையே விழி அசைக்காமல் பார்த்துக்கொண்டிருந்தான். அவள் அவனைப் பார்க்கவேயில்லை. கரம் குவிந்த வண்ணம் சுவாமியைத் தரிசித்துக்கொண்டிருந்தாள்.

அவளுடைய பார்வை சட்டென்று திரும்பியது. அப்பொழுது எதிர் வரிசையில் அவன் நிற்பதைக் கண்டு திடுக்கிட்டாள். அவள் தன்னைப் பார்க்கிறாள் என்பதைத் தெரிந்துகொண்டவுடனே, அவனையறியாமல் அவன் பார்வை சுவாமி சன்னிதானத்தை நோக்கித் திரும்பியது. யந்திரப் பொம்மை கைதூக்குவதுபோல் இரு கரங்களையும் குவித்து நமஸ்காரம் செய்தான். இதையெல்லாம் அவன் சுய நினைவோடு செய்யவில்லை.

குருக்கள் விபூதி குங்குமம் முதலிய பிரசாதங்களை வழங்கிக் கொண்டு வந்தார். அவர் கொடுக்கும்போது கைநீட்டி வாங்காமலிருக்க முடியுமா! மரியாதையோடு வாங்கிக் கொண்டான்.

அப்பொழுது அவனுடைய பார்வை மறுபடியும் அவள்மீது விழுந்தது. அப்பொழுது அவளும் அவனைப் பார்த்தாள். அவன் என்ன செய்கிறான் என்பதைப் பார்ப்பதுபோல், எல்லாவற்றையும்

கிரமமாகச் செய்கிறவன்போல் அவன் விபூதியையும் குங்குமத்தையும் ஒழுங்காக நெற்றியில் இட்டுக் கொண்டான்.

அந்தப் பெண் சன்னிதானத்தை விட்டுப் புறப்பட்டாள். அவளோடு ஒரு வார்த்தையாவது பேச வேண்டுமென்று அவனுக்குத் துடிப்பு. அவளைப் பின்தொடர்ந்து கோயிலுக்கு வெளியே வந்தான். அந்தப் பெண் அவன் தன்னைப் பின் தொடர்ந்து வருவதைக் கண்டு பயந்தவள் போல் வெகு வேகமாக நடக்கத் தொடங்கினாள்.

அவளைத் துரத்திக்கொண்டு போய் ஏதாவது பேசவேண்டுமென்று அவன் நினைத்தபொழுது, துரதிர்ஷ்டவசமாக அவனுடைய நண்பன் ஜம்பு எதிரில் வந்துகொண்டிருந்தான். எதிர்பாரா வண்ணம் ஏற்பட்ட இந்த இடையூறு அவனுக்கு மிகவும் வெறுப்பையும் எரிச்சலையும் உண்டாக்கியது. ஜம்புவைக் கண்டதும் மேல் அங்கவஸ்திரத்தினால் நெற்றி வியர்வையைத் துடைத்துக் கொள்கிறவன் போல் நெற்றியில் இட்டுக்கொண்டிருந்த குங்குமத்தையும் விபூதியையும் அவசரமாக அழித்துக் கொண்டான்.

நடேசன் கோயிலுக்குள்ளிருந்து வருவதைப் பார்த்த ஜம்புவுக்கு ஆச்சரியமாகப் போய்விட்டது. அவன் சிரித்துக்கொண்டே நடேசனைப் பார்த்து, “இனிமேல் எந்த வினாடியிலும் பிரளயம் வந்து இந்தக் கலியுகத்தைத் திரேதாயுகமாக்கிவிடலாம்.....” என்றான்.

அவன் ஜம்புவைக் கண்டு தயங்கி நின்றபோது, அந்தப் பெண் தன்னுடைய கண்பார்வையிலிருந்து மறைந்துவிட்டதைக் கவனித்தான். “ஏன் அப்படிச் சொல்கிறாய்....!” என்றான் தன் நினைவையே நழுவவிட்டவன்போல்.

உன்னைப்போல் நாஸ்திகனெல்லாம் கோயிலுக்கு வரத் தொடங்கினால்.....! என்றான் ஜம்புலிங்கம் கிண்டலாக.

நான் இங்கே சுவாமி தரிசனத்துக்காக வரவில்லை. தெரியுமா? ஒரு புண்யவான் கடிகாரம் ‘ரிப்பேர்’ செய்த பணம் பாக்கி கொடுக்க வேண்டும். அந்தப் பக்திமான் வழக்கமாய் வெள்ளிக்கிழமை தவறாமல் கோயிலுக்கு வருவார். அவரைப் பார்க்க வந்தேன் என்று தன் கொள்கையை விட்டுக்கொடுக்காதவன்போல் தடபுடலாகப் பேசினான்.

"எதற்காக இருந்தாலென்ன! உன்னைப் போன்றவனையும் கடவுள் தன் சன்னிதானத்திற்கு இழுத்தாரென்றால், அவருடைய மகிமையைப் பற்றி நாம் என்ன சொல்ல முடியும்!" என்றான் ஜம்பு கேலியாகச் சிரித்துக்கொண்டே.

நடேசன் இதற்குப் பதில் ஒன்றும் சொல்லவில்லை. அவன் நினைவு அப்பொழுது அவனிடமிருந்தால்தானே!

நடேசன் தன் அறையில் உட்கார்ந்து ஒரு கடிகாரத்தைப் பழுதுபார்த்துக்கொண்டிருந்தான். "ஸார்" என்று கூப்பிட்டுக் கொண்டே அந்த அறையில் ஒரு மனிதர் நுழைந்தார். அவரைக் கண்டதுமே அவர் யாரென்று நடேசன் தெரிந்துகொண்டான். அவன் மனத்தை எந்தப் பெண் கனவிலும் நினைவிலும் ஏங்க வைத்துக்கொண்டிருந்தாளோ, அவளை எந்த வீட்டில் முதன் முதலாகப் பார்த்தானோ, அதே வீட்டிலுள்ள மனிதர்தான் அவர் என்று அவனுக்குத் தெரியும். அவருடைய முகஜாடையிலிருந்து அவர் அவளுக்குத் தகப்பனாராகத்தானிருக்க வேண்டுமென்று முடிவு செய்திருந்தான்.

"வாருங்கள். உட்காருங்கள். என்ன சமாசாரம்!" என்றான் கொஞ்சம் விசேஷ உபசாரத்தோடு.

"ஒரு கடிகாரம்......!"

"ரிப்பேரா.....!" என்றான் அவர் முழுவதும் சொல்லுவதற்குள் துடிப்பாக.

"இல்லை. விலைக்கு வந்திருக்கிறது. அதை என்ன விலைக்கு வாங்கலாமென்று உங்களை மதிப்புக் கேட்க வந்தேன்" என்றார் ஒரு கைக்கடிகாரத்தை எடுத்து அவனிடம் காட்டி.

அவன் கடிகாரத்தை வாங்கிப் பார்த்துவிட்டு ஐம்பது ரூபாய்வரை தாராளமாகக் கொடுக்கலாம் என்றான்.

அந்த மனிதர் தயங்கியபடியே சிறிது நேரம் இருந்துவிட்டு, "இதை நீங்கள் எப்படியாவது விற்றுக்கொடுக்கிறீர்களா...?" மிகவும் பணிவோடு.

"இது உங்கள் கடிகாரமா? நீங்கள் வேறு யாரிடமிருந்தோ விலைக்கு வாங்கப் போவதாகச் சொன்னீர்களே! இதை எதற்காக விற்க வேண்டும்! இது நல்ல கடிகாரமாச்சே....!" என்றான்.

“ஏதோ கஷ்டம்தான். என்ன செய்வது! பணமுடை. நாளையதினம் என் தாயார் சிராத்தம். கையில் தம்பிடிகூட இல்லை!” என்று உள்ள நிலைமையை மறைக்காமல் அவனிடம் கூறிவிட்டார்.

நடேசன் அவரை அனுதாபத்தோடு பார்த்தான். “சிராத்தமா! மனிதன் வயிற்றுப்பாட்டுக்குத் திண்டாடும்போது, அவனுக்கு இந்த மாதிரித் தொல்லையெல்லாம் வேண்டாம், சார்...” என்றான்.

“அப்படிச் சொல்லாதீர்கள். நாம் நம்முடைய பெற்றோர்களை வருடத்தில் ஒரு நாளாவது நினைக்கவேண்டாமா! அவர்கள் இறந்துவிட்டாலும், அவர்களை நினைத்துஏதாவது செய்தால்தான் ஆத்மதிருப்தி ஏற்படுகிறது. ஜீவனத்திற்கே கஷ்டப்படுகிறோம் என்பது உண்மைதான். ஆனால் எனக்குத் தாயாரின் சிராத்தத்தை விடக் கடிகாரம் கட்டிக்கொள்வது முக்கியமாகப்படவில்லை.....” என்றார்.

“ஹூம்..... சரி. இந்தக் கடிகாரத்தை நீங்கள் வாங்கப் போகிறீர்கள் என்று சொன்னதால் ஐம்பது ரூபாய் கொடுக்கலாமென்று சொன்னேன். இது உங்கள் கடிகாரமாக இருந்து விற்பதாயிருந்தால் எண்பது ரூபாய் வரை நானே விற்றுத் தருவேன். அதற்கு மனிதர் இருக்கிறார். கடிகாரத்தை என்னிடம் கொடுத்துவிட்டுப்போனால், நாளையதினம் நான் பணம் வாங்கி வைக்கிறேன்” என்றான்.

அவர் கடிகாரத்தை அவனிடம் கொடுத்துவிட்டுச் சென்றார்.

மறுநாள் அவருடைய கடிகாரத்தை ஒருவரிடம் எண்பது ரூபாய்க்கு விற்றுவிட்டு அவரிடம் பணத்தைக் கொடுத்தான் நடேசன். நாளடைவில் அவர்களிருவருக்கும் நெருங்கிய நட்பு ஏற்பட்டது.

அவர் பெயர் சீதாராமய்யர். அவருடைய பெண்தான் ஜானகி. சில மாதங்களாக அவருக்கு உத்தியோகம் இல்லாததால் குடும்பம் ஏழ்மை நிலையில் உழன்று வந்தது. அவருடன் நடேசனுக்கு நெருங்கிய பழக்கமேற்பட்டதால் அவருடைய குடும்ப நிலவரங்களையெல்லாம் தெரிந்துகொண்டான். அடிக்கடி அவருடைய வீட்டிற்குப் போகக்கூடிய சந்தர்ப்பமேற்பட்டதினால், அவனுக்கு ஜானகியிடம் ஏற்பட்ட காதல் அதிகமாகியது. அவனுடைய மனப்போக்கிலும் பழக்க வழக்கங்களிலும் சிறிது மாறுதல் காணப்பட்டது.

எப்படியாவது சீதாராமய்யரிடமோ, ஜானகியிடமோ தன் மனத்திலுள்ளதைச் சொல்லவேண்டுமென்று நினைத்தான். ஆனால் அதற்கேற்ற சந்தர்ப்பம் அவனுக்குக் கிடைக்கவில்லை.

ஒருநாள் சீதாராமய்யர் அவனிடம் தன் குடும்பக் கஷ்ட நிலையைச் சொல்லிக்கொண்டிருந்தார்.

"நீங்கள் இவ்வளவு கஷ்டப்படுகிறீர்களே! இந்தக் கஷ்டத்தில் உங்கள் பெண் ஜானகிக்கு எப்படிக் கல்யாணம் செய்யப் போகிறீர்கள்!" என்றான் மிகவும் பரிவும் விசாரமும் உள்ளவன் போல்.

அவரும் அவன் இப்படி ஏதாவது கேட்க மாட்டானா என்று எதிர் பார்த்தவர் போல். "அதற்கு, உங்களைப் போன்றவர்களுக்கெல்லாம் தயவு பிறந்து விட்டால் கஷ்டமே இருக்காது..." என்றார்.

"இதில் என்னால் ஆகக் கூடியது எதுவானாலும் செய்யச் சித்தமாய் இருக்கிறேன்..." என்றான்.

"இப்படி யார் சொல்லப் போகிறார்கள்! சரி, நீங்கள் உங்கள் ஜாதகத்தைக் கொடுங்கள் போதும்" என்றார் அவர்.

நடேசனுக்கு அவர் சொல்லிய வார்த்தையின் பொருள் விளங்கினாலும், தெளிவாகத் தெரிந்துகொள்ள முடியாதவன் போல் அவர் முகத்தைப் பார்த்தான்.

"என் பெண் ஜானகியைக் கல்யாணம் செய்துகொள்ள உங்களுக்கு இஷ்டம்தானே.....!" என்றார். அவர் ஒருவிதமாகச் சிரித்துக் கொண்டே.

"எனக்கு இஷ்டம்தான்........ ஆனால் எனக்கு ஜாதகம் பார்க்கிற விஷயத்திலெல்லாம் நம்பிக்கை இல்லையே......" என்றான் தன் கொள்கைகளை விட்டுக் கொடுக்க இஷ்டப்படாதவன் போல்.

"உங்களுக்கு நம்பிக்கை இல்லாத விஷயங்களெல்லாம் எனக்குத் தெரியும். இருந்தாலும் கல்யாணப் பேச்சை ஆரம்பிப்பதற்கு வியாஜமாக இப்படி ஏதாவது செய்ய வேண்டியிருக்கிறது. ஜாதகமில்லாவிட்டால் பாதகமில்லை. சகுனப் பொருத்தமாவது பார்த்துச் செய்தால்தான் எங்கள் மனத்துக்குத் திருப்தி ஏற்படும்..." என்று அவர் சொல்லிக் கொண்டிருக்கும்போது, அங்கு பழுது பார்ப்பதற்காக வந்திருக்கும் சுவர்க் கடிகாரம் ஒன்று மணியடிக்கத் தொடங்கியது.

“அடடே! மணியடிக்கிறது பேஷான சகுனம். இனிமேல் எதைப் பற்றியுமே யோசிக்க வேண்டியதில்லை. நாள் பார்க்கவேண்டியதுதான்...” என்றார் சீதாராமய்யர் உற்சாகத்தோடு.

அப்பொழுது அவனுக்குக் கூட ஒரு அசட்டு நம்பிக்கை ஏற்பட்டது. அந்தக் கடிகாரம் அன்று நல்ல வகையில் அவனுக்கு உதவி செய்தது. அந்த மனிதர் வேறு வகையில் சகுனம் பார்க்கப் போய் அது நேர்மாறாக முடிந்தாலும் முடியலாமல்லவா! அப்படி நேர்ந்தால் அவனுடைய ஆசையெல்லாம் வீணாகிவிடுமல்லவா! இதற்காக அவன் கடவுளை வாழ்த்தாவிட்டாலும், நல்ல சமயத்தில் சகுனம் கொடுத்த அந்தக் கடிகாரத்தை வணங்குவதற்குத் தயாராயிருந்தான்!

வெகு சீக்கிரத்தில் நடேசனுக்கும் ஜானகிக்கும் விவாகம் நடந்தது. இதனால் அவனுடைய வாழ்க்கையில் ஒரு மாறுதல் ஏற்பட்டது என்று சொல்வதைவிட, ஒரு மலர்ச்சி ஏற்பட்டது என்று சொல்வது மிகவும் பொருத்தமாயிருக்கும்.

ஜானகி துளசி மாடத்தைச் சுற்றி நமஸ்காரம் செய்தாள். அவளையே கண்கொட்டாமல் பார்த்துக்கொண்டிருந்த நடேசன் சிரித்துக் கொண்டே, “இதெல்லாம் எதற்காக ஜானு! உன்னைப்போன்ற விஷயம் தெரிந்த பெண்களைக்கூட இந்தப் பைத்தியக்காரத்தன மெல்லாம் விடவில்லையே.....” என்றான்.

“நான் பைத்தியக்காரியாக இருந்தால் இருந்துவிட்டுப் போகிறேன். நீங்கள் நல்ல சித்தத்துடன் இருந்தால் போதும். நீங்கள் நன்றாக இருந்தால் எனக்குத்தானே நல்லது. அதற்காகத்தான் இதெல்லாம் செய்கிறேன்....” என்றாள் சிரித்துக்கொண்டே.

அவள் சிரித்துக்கொண்டே சொல்லிய வார்த்தை அவனுடைய சிந்தனையை வெகுவாகக் கிளறிவிட்டது.

மூட பக்தியாக இருக்கலாம்; அர்த்தமற்ற பழக்க வழக்கங்களாக இருக்கலாம். ஆனால் அவைகளெல்லாம் மனிதனின் நலனுக்காகத்தான் செய்யப்படுகின்றன. அதில் ஒரு நம்பிக்கை வளருகிறது. அதில்தான் அன்பு, பாசம், கடமை, காதல், இன்பம் எல்லாம் வளர்ந்து பெருகி வாழ்வை வாழ்வாக்குகின்றன. இவைக ளெல்லாம் இல்லாவிட்டால், உலகில் துளிக்கூடச் சந்தோஷமும் இன்பமும் இல்லாமல் வறண்டு போனாலும் போய்விடலாம்.

தீய எண்ணங்கள் மாய்ந்து மனத் தூய்மை ஏற்படுவதற்கு, கோவிலுக்குச் செல்லுவது, இறைவனை வணங்குவது, பூஜை செய்வது இவையெல்லாம் சாதனங்களாக இருக்கலாம் அல்லவா! அவற்றில் நம்பிக்கை இல்லையென்று சொல்லக் கூடிய யோக்கியதை தனக்கு இருக்கிறதா?

இந்த உண்மையெல்லாம் அவன் சிந்தனையில் சுழன்று சுழன்று வந்தன.

பகையும் பாசமும்

“நான் வளர்த்த பெண்ணா இப்படிப் பேசுவது? என் வயிற்றிலே பிறந்த பெண்ணா இப்படி என் வார்த்தையை மீறிப் பேசுவது? பத்து மாசம் சுமந்து பெற்று அருமையும் பெருமையுமா வளர்த்த தாய் வார்த்தையைத் தட்டி நடந்தா எந்தத் தெய்வமும் பொறுக்காது.....!” என்று மீனாட்சி கோபத்தோடு சொல்லிவிட்டு, அந்தப் படபடப்பில் ஏற்பட்ட சிரமத்தைப் போக்கிக்கொள்ளுவது போல் ஒரு பெருமூச்சு விட்டு விட்டு, “ஹூம்! நான் இதுக்கு ஒரு நாளும் சம்மதிக்க மாட்டேன்!” என்று தீர்மானமாகச் சொன்னாள்.

பரிதாபத்தோடு தாயின் முகத்தையே பார்த்துக்கொண்டிருந்த அகிலம், “ஏம்மா, இவ்வளவு கோபத்தோடு பேசுறே?” என்றாள் பயத்தோடும் நடுக்கத்தோடும். ஆனால் இந்த வார்த்தை மீனாட்சியின் அடங்கிய கோபத்தைக் கிளறிவிடுவதாய்த்தானிருந்தது. “ஏன் கோபமாப் பேசுறேன்னா கேட்கிறே? ஏன் கேட்க மாட்டே நீ? இப்போ உங்க அப்பாரு மாத்திரம் உசிரோடு இருந்தா கோபப்பட மாட்டாரு இதுக்கு? தன் கை அரிவாளாலே வெட்டித்தான் புதைச்சுடுவாரு, உன்னை!” என்றாள்.

“அப்பாருதான் இறந்துபோயிட்டாரு! அவரு வைச்சிருந்த அரிவாள் மாடத்திலேதானே கிடக்குது? நீதான் அதை எடுத்து என்னை வெட்டிப் புதைச்சுடேன்!”

“என்ன, அவ்வளவு துணிச்சலா வந்திருச்சு உனக்கு? அடி அரவக்காட்டு மரியாத்தா! நீ செய்ற கூத்தா இது! நான் இப்படி ‘ஹூம்’ ன்னா அப்படியே நடுங்கற குட்டி இப்போ என் தலையை மிதிக்கத் தயாராயிருக்காளே?....... நீ என்ன செய்வே, எல்லாம் அவன் போட்ட சொக்குப் பொடி! ஆளு வாட்ட சாட்டமா கட்டையும் குட்டையுமா இருக்கனில்லே, நீ மயங்கிட்டே!”

“அம்மா! கெட்டவங்கதான் சொக்குப்பொடி மிளகாய்ப் பொடியெல்லாம் போடுவாங்க; நல்லவங்களுக்கு இதெல்லாம் எதுக்கு? அவங்க குணமே மத்தவங்களை வசியப்படுத்திடுமே!”

“நல்ல குணமா! உனக்கு அவன் நல்ல குணந்தாண்டி தெரியும்: எனக்கு அவன் அப்பன், பாட்டன், அவன் குலத்திலே குடும்பத்திலே வந்தவங்க அத்தனை பேர் குணமும் தெரியும்!” என்று பரிகாசமும் ஏளனமும் கலந்தாற்போல் சொல்லிவிட்டு, “இதோ பார், அகிலம்! நீ மாத்திரம் அவனைக் கல்யாணம் கட்டிக்கிறதாயிருந்தா, அதுக்கு முந்தி என்னைத் தாயின்னு பார்க்காமே இரண்டு துண்டா வெட்டிப் போட்டுட்டுச் சந்தோசமா கல்யாணம் செய்துக்கோ! என் உசிரோட இந்தக் கண்ணாலே இதைப் பார்த்துக்கிட்டிருந்தா இந்த அரவக்காட்டு மாரியாத்தாளுக்கு அடுக்காது. உங்க பாட்டன் முப்பாட்டன் காலந்தொட்டு இந்தக் குடும்பத்துக்கு இருந்த பெருமையும் மதிப்பும் குலைந்துபோயிடும், ஆமாம்!” என்று சொல்லிவிட்டுச் சட்டென்று தோட்டத்தை நோக்கி நடந்தாள்.

அகிலம் நின்ற இடத்திலேயே பேயறைந்ததுபோல் கலங்கிப் போய் நின்றுகொண்டிருந்தாள். அவளுடைய மனது போராடிப் போராடி அலுப்படைந்திருந்தது. இன்று கடைசி முறையாகத் தன் தாயாரிடம் மன்றாடி எப்படியாவது அவளுடைய சம்மதத்தைப் பெற்று விடலாம் என்று நினைத்தாள். ஆனால் அவளுடைய தாயார் கொஞ்சம்கூட மனதிரங்கிப் பேசாதது அவளுக்குப் பெரிய ஏமாற்றமாயிருந்தது.

2

நடேசன் குடும்பத்திற்கும் நல்லமுத்துவின் குடும்பத்திற்கும் தலைமுறை தத்துவமாகத் தீராப் பகை. அவர்கள் பாட்டன் காலத்திலிருந்து இந்தப் பகையுணர்ச்சி வளர்ந்து வந்ததற்குக்

காரணம் அந்தச் சிறிய கிராமத்தில் இரண்டு நாட்டாண்மை ஏற்பட்டதுதான். நடேசன் குடும்பத்திலிருந்தவர்கள்தான் அவனுடைய பாட்டனார் காலத்திற்கு முன் ஊர் முழுவதற்கும் நாட்டாண்மைக்காரர்களாயிருந்தனர். அவனுடைய பாட்டன் காலத்தில் மாரியம்மன் திருவிழாவின் போது ஏற்பட்ட ஒரு சிறு சச்சரவு வளர்ந்து ஊருக்கு இரண்டு நாட்டாண்மை ஏற்பட்டு விட்டது. கீழத் தெருவிலுள்ளவர்கள் நல்லமுத்துவின் பாட்டனைத் தங்களுக்கு நாட்டாண்மைக்காரராக்கிக் கொண்டனர். மேலத் தெருவிலுள்ளவர்களுக்கு நடேசனின் பாட்டனே நாட்டாண்மைக்காரனாயிருந்தான். அதிலிருந்து வம்ச பரம்பரைக் கிராமத்தில் கீழத்தெருவிற்கு நல்லமுத்துவும் மேலத் தெருவுக்கு நடேசனும் நாட்டாண்மைக்காரர்களானார்கள். பாட்டன் காலத்திலிருந்து ஏற்பட்ட பகையும் சண்டையும் மாரியம்மன் திருவிழா காலத்தில் மட்டுமல்ல, நினைத்த போதெல்லாம் கிளம்பி ஊரில் கலகலப்பை உண்டாக்கிக் கொண்டிருந்தது.

நடேசன் அதிக நாட்கள் நாட்டாண்மைப் பதவி வகிக்கக் கொடுத்து வைக்கவில்லை. திடீரென்று ஒருநாள் இறந்துவிட்டான். அப்பொழுது அவன் மகள் அகிலத்திற்கு நான்கு வயது. நடேசனுக்கு வேறு ஆண் சந்ததியே கிடையாதாகையால் அவனுடைய எட்டிய உறவினன் ஒருவன் நாட்டாண்மைக்காரனானான்.

நடேசன் இறந்த இரண்டு வருஷத்திற்கெல்லாம் கீழத்தெரு நாட்டாண்மை நல்லமுத்துவும் இறந்துவிட்டான். அவன் மகன் செல்லப்பனுக்கு அப்பொழுது வயது பன்னிரண்டு. அவன் தஞ்சையில் தன் மாமன் வீட்டோடு இருந்து படித்துக் கொண்டிருந்தானாகையால், நாட்டாண்மைப் பதவியை வேறு யாரோ ஒருவன் பொறுப்போடு வகித்துச் சண்டை சச்சரவுகளுக்குக் குறைவில்லாமல் ஊரின் கௌரவத்தையும் மதிப்பையும் காப்பாற்றி வந்தான்.

படிப்பு முடிந்ததும் நல்லமுத்துவின் மகன் செல்லய்யன் கிராமத்திற்கு வர மனமில்லாதவனாய், தஞ்சையிலே தபாலாபீஸில் ஒரு குமாஸ்தா வேலையிலமர்ந்தான். அவனுடைய தாயாரும் சகோதரியும் கிராமத்திலேயே இருந்ததால் வருஷத்திற்கு ஓரிரண்டு முறை வந்து பத்து நாட்கள் இருந்துவிட்டுப் போவான்.

இந்தத் தடவை அவன் அரவக்காட்டிற்கு வந்தபொழுது நடேசனின் மகள் அகிலம் அவள் கண்ணில் பட்டுவிட்டதுதான் விபரீதமாகப் போய்விட்டது. பாவம்! அவன் என்ன செய்வான்? தன் குடும்பத்திற்கும் அவளுடைய குடும்பத்திற்கும் தீராப் பகையிருந்தாலும் அவனையறியாமல் அவன் மனது அவளிடம் பற்றுதல் கொண்டுவிட்டது.

வெள்ளை வேஷ்டியுடனும் சட்டையுடனும் செல்லய்யன் குளக்கரையில் நிற்பதைப் பார்த்ததும் 'யாரோ ஊருக்குப் புதிது' என்றுதான் அகிலம் நினைத்தாள். ஆனால் சமீபத்தில் நெருங்கிப் பார்த்ததும் திடுக்கிட்டுவிட்டாள். அவளுக்கு ஏற்பட்ட வெட்கத்தில் உடல் சிலிர்க்க அப்படியே நின்றுவிட்டாள். செல்லய்யன் மெதுவாகக் கனைத்துக்கொண்டு பேச ஆரம்பித்தான்.

“சிறு பெண்ணாயிருக்கும்போதுதான் உங்க அப்பாவுக்குப் பயந்து என்னைக் கண்டா ஒதுங்கி ஒதுங்கி ஓடுவே! இப்போ எதுக்காக அகிலம் அப்படிப் பயந்து நடுங்கிக்கிட்டு நிற்கிறே?” என்றான் செல்லய்யன் சிரித்துக்கொண்டே.

திடீரென்று அவன் இப்படிப் பேசத் துணிந்துவிடுவான் என்று அகிலம் நினைக்கவேயில்லை. ஆகவே, அவள் வெட்கத்தினால் தயங்கித் தயங்கி, “பயமில்லீங்க, நான் யாரோன்னு நினைச்சேன்! கிட்ட வரவே நீங்கன்னு கண்டு திடுக்கிட்டுப் போயிட்டேன்! நீங்க முந்திக்கு இப்போ ரொம்ப மாறிட்டீங்களே!” என்றாள்.

நீ கூடத்தான் எவ்வளவோ மாறிட்டே அகிலம்! என்றான் செல்லய்யன், அவளைக் குறும்பாகப் பார்த்துக்கொண்டே.

“நானா? நான் ஒண்ணும் மாறலீங்களே!” என்றாள் அகிலம்.

“ஹூம்! அது உனக்கா தெரியும்? என்னைப்போல் இருக்கிறவங்களுக்கில்லே தெரியும்? எங்கம்மாகூட ஏதோ சொல்லிச்சு 'அந்தப் பெண்ணைக் கட்டிக்க, இந்தப் பெண்ணைக் கட்டிக்க'ன்னு! நானும் எங்கெல்லாமோ தெரியாத்தனமா ஆசை வைக்க நினச்சேன். உன்னைப் பார்த்தப்புறம் அதெல்லாம் எனக்கு 'சே' ன்னு போயிடுச்சு!”

இதைக் கேட்டதும் அகிலத்திற்குச் 'சுரீ' ரென்றது. அவள்கூடத் தன்னையறியாமல் தன் மனதைக் கண நேரம் நழுவவிட்டிருந்தாள்.

ஆனால் செல்லய்யனைக் கல்யாணம் செய்துகொள்வதென்பது அவ்வளவு எளிதா? பரம்பரையாகப் படிந்திருக்கும் பகையுணர்ச்சியை அவ்வளவு எளிதாக மாற்றிவிட முடியுமா? அவள் அப்படியே மனங்குழம்பி நின்றாள்.

"என்ன யோசிக்கிறே, அகிலம்? ஊரு இப்படி ரெண்டுபட்டுக் கிடக்குதேன்னா! அது கெடக்குது, அகிலம்! நாம் ரெண்டு பேரும் திடமா இருந்துட்டா நம்மை அவங்கனாலே என்ன செய்ய முடியும்?"

"என்னமோ, எல்லாம் உங்க சாமர்த்தியம். எனக்குப் பயமாத்தா னிருக்குது!"

"என் சாமர்த்தியம் மாத்திரம் இல்லை. உன் சாமர்த்தியமும் இருக்குது. உன் மனசு திடமா இருக்கணும். பலர் பலது சொல்லுவாங்க; எதுக்கும் காது கொடுக்கக் கூடாது. ஏன், உன் தாயாரையே எடுத்துக்கலாம். ஏன்னா, பரம்பரையா வளர்த்து வந்த பகையை விடாமே பாராட்டறதுதானே குலத்துக்கும் குடும்பத்துக்கும் பெருமைன்னு உங்க தாயார் நினைக்கலாம். அப்போ நீ தாயாரைக் கூட விரோதிச்சுக்கும்படி இருக்கும்!"

அகிலம் 'சரி' என்பதுபோல் தலையை ஆட்டினாள். ஆனால் அவள் மனது மாத்திரம் தன் தாயாரிடம் இதைச் சொல்லவேண்டுமே என்று நினைக்கும்போது வெடவெடவென்று நடுங்கியது.

3

அகிலமும் செல்லய்யனும், ஒவ்வொரு நாளும் குளக்கரையில் சந்திப்பது சகஜமாகிவிட்டது. கீழத்தெருவிலும் மேலத்தெருவிலும் இதைப்பற்றி ஜாடைமாடையாகப் பேச்சும் கிளம்பியது. அகிலத்தின் மனதில் நாளுக்கு நாள் துணிவு ஏற்பட்டு வந்தது.

ஊரில் பரவிய வதந்தி மீனாட்சியின் காதுவரை எட்டாமலிருக்குமா? இதைக் கேட்டதும் அவள் எந்த நிலையிலிருந்தாள் என்றே சொல்ல முடியாது. தன் பெண்ணால் குடும்பத்தின் கௌரவமே குலைந்து விட்டதாக அவள் எண்ணினாள். தன் மகளைக் கூப்பிட்டு நயமாயும் பயமாயும் சொல்லிப் பார்த்தாள். ஆனால் அகிலம்

ஒரே பிடிவாதமாகச் செல்லய்யனைத்தான் கல்யாணம் செய்து கொள்ளப் போகிறேன் என்று சொல்லிவிட்டாள்.

எதிராளிக்குப் பெண்ணைக் கொடுப்பதுதான் கேவலம்; எதிராளியிடம் பெண்ணைக் கொள்வதென்றால் அது தங்கள் வீரத்தனத்திற்கும், கௌரவத்திற்கும் எடுத்துக்காட்டாகவே இருக்கும் என்று கருதினர் மேலத்தெருவாசிகள். ஆகவே செல்லய்யன் அகிலத்தைக் கல்யாணம் செய்துகொள்ளுவதில் அவர்களுக்குப் பூரண திருப்தி, அதோடு மட்டுமல்ல; இந்த விவாகத்தை எப்படியாவது முடித்துவைக்கவேண்டுமென்று கங்கணம் கட்டிக்கொண்டனர்.

கீழத் தெருவிலுள்ளவர்களுக்கு இது மிகவும் கோபத்தையும் ரோசத்தையும் உண்டாக்கியது. 'இந்தத் தெருப் பெண்ணை- அதுவும் நாட்டாண்மைக்காரன் மகளை ஒரு மேலத்தெருவான் கல்யாணம் செய்துக்கிறதுன்னா நடக்கிற கதையா? குத்து கொலைதான் விழும்!' என்று சளைக்காமல் வீராப்புப் பேசிக்கொண்டிருந்தனர்.

தன் பெண்ணால் தன் குடும்பத்திற்கு மாத்திரமல்ல, கீழத் தெருவிற்கே அவமானம் ஏற்படுவதை மீனாட்சியால் எப்படிச் சகித்துக்கொள்ள முடியும்? ஆகவே அவள் மிகவும் மனக் கொதிப்படைந்தாள். அகிலம் வீட்டுக்கு வெளியே தட்டுத் தவறிக்கூடத் தலை நீட்டக் கூடாது, கொல்லைக் கிணற்றுக்குப் போய்க்கூடத் தண்ணீர் கொண்டுவரக் கூடாது, வீட்டிற்குள்ளேயே அடைந்து கிடக்கவேண்டும் என்றெல்லாம் கட்டுப்பாடுகள் செய்தாள்.

அகிலமும் தன் தாயாரின் அடக்கு முறைக்கெல்லாம் எதிர்ப்புக் காட்டாமல் பணிந்து வந்தாள். ஆனால் அவள் மனதிற்குள் ஏதோ திட்டமிட்டுக் கொண்டிருந்தாள். ஏதோவொரு நாளை அவள் எதிர்பார்த்துக் கொண்டிருந்தாள். தன் மகள் தன்னுடைய கட்டுப்பாட்டிற்கு அடங்கிவிட்டாள் என்று மீனாட்சியும் கொஞ்சம் தன் சிரத்தையை நாளுக்கு நாள் தளர்த்திவிட்டுக் கொண்டு வந்தாள். அகிலத்தை முன்போல் அவள் அதிகமாகக் கண்காணிப்பதில்லை.

ஒரு நாள் நடு நிசி; மீனாட்சி நல்ல நித்திரையிலிருந்தாள். ஊரும் ஆழ்ந்த நித்திரையில் இருந்தது. நெடுநேரம் வரை புரண்டு புரண்டு

படுத்துக்கொண்டிருந்த அகிலம், சந்தடி செய்யாமல் எழுந்து உட்கார்ந்து சுற்றிலும் பார்த்தாள். மாடத்தில் தணிவாக ஒரு விளக்கு எரிந்துகொண்டிருந்தது. அதன் வெளிச்சத்தில் எல்லாவற்றையும் சரியாகப் பார்த்துத் தெரிந்துகொள்ள வசதியாக இருந்தது. அகிலம் மெதுவாக எழுந்து நின்று விரலைச் சொடுக்கினாள். அந்த சோதனையில் தன் தாயார் ஆழ்ந்த நித்திரையில்தானிருக்கிறாள் என்பதைத் தெரிந்துகொண்டாள். அவளுடைய ஹிருதயம் படபடவென்று அடித்துக்கொண்டது. அவள் தேகமெங்கும் புழுக்கத்தில் நிற்பது போல் சூடேறி வியர்த்தது. சத்தம் செய்யாமல் அடிமேல் அடியாக எடுத்து வைத்துவிட்டுக் கொல்லைப்புறம் வந்தாள். அவளுடைய பயம் நடையை உந்திவிட்டது. கால்கள் பின்னலிட ஆற்றங்கரையை நோக்கி அதிவேகமாய் நடந்தாள்.

ஆற்றங்கரைப் படுகையில் அவளுக்காகக் காத்திருந்தான் செல்லய்யன். அவளைக் கண்டதும் அவன் நெருங்கி வந்து, “வா! பயப்படாதே! நீ எங்கே வராம இருந்துடறயோன்னு இத்தனை நேரம் கலங்கிக்கிட்டிருந்தேன். வா, போவோம்!” என்று சொல்லி, ஆற்றங்கரையோரமாக நடக்கலானான்.

அகிலமும் அவனைப் பின்தொடர்ந்தாள்.

அகிலமும் செல்லய்யனும் இரவோடு இரவாக ஊரை விட்டுச் சென்ற ரகசியம் இரண்டு தெருவாரில் ஒருவருக்காவது தெரியாது. இரண்டு கட்சியினருக்கும் இது ஒரு திடுக்கிடும் செய்தியாகத்தானிருந்தது. கீழத் தெருவிலுள்ளவர்கள் இது மேலத் தெருவிலுள்ளவர்கள் செய்த சூழ்ச்சிதான் என்று சுலபமாக முடிவு செய்துவிட்டனர். ஏமாந்து போனதில் அவர்களுக்கு ஒருபுறம் வெட்கமாகவும் இன்னொருபுறம் ரோசமாகவுமிருந்தது. கீழத் தெருவிலுள்ளவர்களையெல்லாம் சொல்லிக் காட்டிப் பரிகாசம் செய்ய மேலத் தெருவிலுள்ளவர்களுக்கு ஒரு விஷயம் அகப்பட்டது. ஊரில் இதனால் கலவரம் ஒன்றும் ஏற்படாவிட்டாலும் நாளைக்கு ஒன்றிரண்டு சண்டைகள் ஏற்படுவது சகஜமாகிவிட்டது.

செல்லய்யன் நண்பர்கள் புடை சூழ அகிலத்தைக் கலியபெருமாள் கோயிலுக்கு அழைத்துக் கொண்டுபோய் ஒரு நல்ல முகூர்த்தத்தில் தாலி கட்டிவிட்டான். இந்தச் செய்தி தபால் மூலமோ மனிதர்கள் மூலமோ அரவக்காட்டிற்கு வந்து உண்மைதானென்று ஊர்ஜிதமும் செய்யப்பட்டுவிட்டது.

அகிலம் தனக்குத் தெரியாமல் செல்லய்யனோடு சென்றுவிட்டது மீனாட்சிக்குப் பெரிய அதிர்ச்சியாகத்தானிருந்தது. அவள் பித்துப் பிடித்தவள் போலாகிவிட்டாள். வீட்டிற்கு வெளியே தலை நீட்டுவதே அவளுக்கு வெட்கமாயிருந்ததால் வீட்டிற்குள்ளேயே நடைப்பிணம் போல, உலவி வந்தாள். அகிலம் எவ்வளவுதான் தன்னோடு எதிர்த்து வாயாடினாலும் இவ்வளவு துணிவான காரியத்தைச் செய்துவிடுவாள் என்று அவள் எதிர்பார்க்கவே இல்லை. அகிலத்தின் மீது அவள் அளவற்ற கோபமும் வெறுப்பும் கொண்டாள். அவள் தன் வயிற்றில் பிறந்த பெண்ணில்லை என்றே உதறிவிட்டாள். செல்லய்யனுக்கும் அகிலத்திற்கும் அவள் இட்ட சாபத்தில் ஒன்றாவது பலிக்கவேண்டும் என்று அரவங்காட்டு மாரியை வேண்டிக்கொண்டாள்.

தஞ்சையில் அகிலம் செல்லய்யனோடு சந்தோஷமாகக் குடித்தனம் நடத்தி வந்தாள். ஆனால் அடிக்கடி தன் தாயாரை நினைத்துத் துக்கப்படாமலிருக்க அவளால் முடியவில்லை. நடந்ததை யெல்லாம் மறந்து தன்னை மன்னிக்கும்படி இரண்டு மூன்று கடிதங்கள் எழுதினாள். ஆனால் மீனாட்சி அந்தக் கடிதங்களை லட்சியம் செய்யவேயில்லை.

4

வருஷங்கள் இரண்டு ஓடிவிட்டன. மீனாட்சி நடைப்பிணமாகத்தானிருந்தாள். மேலத் தெரு, கீழத் தெரு சண்டை சச்சரவுகளும் வழக்கத்துக்கு மாறுபடாமல் நடந்து வந்தன. ஒரு நாள் எதிர் வீட்டு அஞ்சலை அலறியடித்துக்கொண்டு மீனாட்சிக்கு ஒரு நல்ல செய்தி கொண்டு வந்தாள். "மீனாட்சி அக்கா! இதைக் கேட்டியா? உன் மக ஆறு மாசம் தலைமுழுவாம இருக்காளாமே?" என்று ஆச்சரியமும் வியப்பும் தாங்காமல் சொல்லிக் கையை அடித்துத் தாடையில் வைத்துக் கொண்டாள்.

இதைக் கேட்டதும், "என்ன?" என்று சீறி எழுந்தாள் மீனாட்சி.

நல்ல விஷயத்தைப் பெருமையோடு சொல்ல வந்த அஞ்சலை நடுங்கிவிட்டாள். பின்னர் தயங்கித் தயங்கி, "உன் மகளுக்குப் பிள்ளையுண்டாகி இருக்குதாம்; ஆறு மாசமாம்!" என்றாள்.

மீனாட்சிக்கு இதைக் கேட்டதும் ஆத்திரம் பொங்கிக்கொண்டு வந்தது. "எந்த சனியன் எப்படிப் போனா என்ன? அதை ஏன் என் காதிலே போடறே? நான்தான் அதுக்காக ஓடற தண்ணிலே எப்பவோ ஒரு முழுக்குப் போட்டுட்டேனே!" என்றாள் படபடப்போடு.

எவ்வளவுதான் விரோதமிருந்தாலும் தாயாருக்கும் மகளுக்கும் விட்டுப் போகுமா? தன்னுடைய பெண் கர்ப்பமாயிருக்கிறாள் என்பதைக் கேட்டால் மீனாட்சி கொஞ்சமாவது சந்தோஷப்படுவாள் என்றுதான் அஞ்சலை நினைத்தாள். ஆனால் அவள் சீறி விழவே அஞ்சலை வந்த வழியே திரும்பிவிட்டாள்.

ஆனால் அஞ்சலைக்கு இந்த அதிசயத்தை ஊரில் பெண்ணாய்ப் பிறந்தவர்களிடமெல்லாம் சொல்லாமலிருக்க முடியவில்லை. பெற்ற பெண்ணிடம் ஒரு தாயார் இவ்வளவு பகைமை பாராட்டுவது ஒவ்வொரு ஸ்திரீக்கும் ஆச்சரியமாய்த்தானிருந்தது. மீனாட்சி தன் மனச் சம்மதத்தோடு அகிலத்தைச் செல்லய்யனுக்குக் கொடுத்தால் ஊரில் யார் யார் பழிசொல்லுவார்கள் என்று நினைத்தாளோ, அவர்களே இப்பொழுது அவளைப் பழி கூறிப் பரிகாசம் செய்யத் தலைப்பட்டனர்.

மாதங்கள் நான்கு ஓடின. ஒருநாள் எதிர்வீட்டு அஞ்சலை ஆவேசங்கொண்டவள் போல் மீனாட்சியின் எதிரில் வந்து நின்றாள். "இந்தா அக்கா! உன் மனசு கல்லா, இரும்பா? நீயும் எங்களையெல்லாம் போலப் பெண்பிள்ளைதானே? உலகத்திலே தாயும் மகளும் சண்டை போட்டுக்கிறது உண்டுதான். ஆனா இப்படி ஈவு இரக்கமில்லாத ஒருத்தியை இப்போதான் கண்டேன். இதோ பாரு! உன் மக முகவிழியாவது கிடைக்கணும்னா இப்பவே தஞ்சாவுருக்கு ஓடு. இல்லாட்டி இந்த ஊரே உன்னைத் திட்டிக் கொட்டும்!" என்றாள் படபடப்போடு.

மீனாட்சி அஞ்சலை இருந்த நிலையைக் கண்டு நடுங்கிவிட்டாள். "என்ன சொல்றே? அதை விபரமாகத்தான் சொல்லேன்!" என்றாள் பயத்துடன்.

"உன் பொண்ணு இப்போ தஞ்சாவூரு ஆசுபத்திரியிலே இருக்காளாம். வீட்டிலே பிரசவத்துக்குக் கஷ்டமாயிருக்கவே அந்தப் பாவிமகன் ஆசுபத்திரியிலே கொண்டுபோய் விட்டு விட்டானாம். வயிற்றிலே

என்னமோ கோளாறாம். இரண்டு நாளாப் பிரசவிக்க மாட்டாமே ரொம்ப வேதனைப்படுதாம். மருத்துவச்சிங்க எல்லாம் அவ பெத்துப் பிழைக்கிறதே கஷ்டம்ன்னு சொல்லுறாங்களாம்!"

இதற்கு மேல் மீனாட்சியால் நின்று பேச முடியவில்லை; பொத்தென்று கீழே விழுந்து விட்டாள்.

தஞ்சாவூர் ஆஸ்பத்திரி வெளித் தாழ்வாரத்தில், ஜனங்கள் காத்திருக்கும் இடத்தில் செல்லய்யன் களையிழந்த முகத்தோடு உட்கார்ந்திருந்தான். நர்ஸ் வெளியே வந்து எப்படிப்பட்ட பதிலைச் சொல்லுகிறாளோ என்ற திகிலுடன் முதல் நாள் இரவு முழுவதும் அவன் தூங்கவேயில்லை. தன் மனைவி நல்லபடியாகப் பிரசவித்து உயிர்தப்ப வேண்டுமே என்று அவன் நினைவிற்குத் தோன்றிய தெய்வங்களையெல்லாம் பிரார்த்தித்துக் கொண்டிருந்தான். மீனாட்சி தன் பெண்ணைப் பார்க்கவேண்டுமென்று துடிதுடித்துக் கொண்டுதான் ஆஸ்பத்திரிக்கு வந்தாள். ஆனால் நர்ஸ் அப்பொழுது அவளைப் பார்க்க அனுமதிக்கவில்லை. ஆகவே, செல்லய்யன் உட்கார்ந்திருந்த இடத்திற்கே அவளும் வந்தாள்.

செல்லய்யனைப் பார்க்கப் பார்க்க மீனாட்சிக்குக் கோபமும் ஆத்திரமும் பொங்கிக்கொண்டு வந்தது. "எத்தனை நாளா வஞ்சம் வைத்திருந்தானோ. பாவி! சூது வாது தெரியாத என் மகளைக் கெடுத்து இப்படி எமன் கையிலே கொடுக்கணும்ன்னு! அடி, அரவக்காட்டு மாரியாத்தா! இந்தப் பாவி மகனை நீதான் கேட்கணும்!" என்று கண்களில் நீர் கலங்கப் படபடப்போடு சொல்லிவிட்டு வெடுக்கென்று முகத்தைத் திருப்பிக்கொண்டு ஓர் இடத்தில் உட்கார்ந்தாள்.

அவள் மனதில் பொங்கிய கோபமும் ஆத்திரமும் தணியவில்லை என்பதைச் செல்லய்யன் அறியாமலில்லை. அவள் வந்தவுடன் சொல்லிய வார்த்தைகள் அவன் காதில் விழாமலுமில்லை. ஆயினும் அந்தச் சமயத்தில் அவன் தன்னைத்தானே நொந்து கொள்ளாமல் வேறு என்ன செய்ய முடியும்?

அரைமணி நேரம் கழித்து ஒரு நர்ஸ் வெளியே வந்தாள். அவள் முகத்தில் தெளிவிருந்தது. அவன் நேராகச் செல்லய்யனிடம் வந்து, "அகிலம் பிழைத்துவிட்டாள்; ஆண் குழந்தை பிறந்திருக்கிறது!" என்றாள்.

செல்லய்யனுக்கு இது தெய்வமே வந்து நேரில் சொல்லுவது போலிருந்தது. அவனை விட்டுப் பிரிந்துபோன உயிரே வந்து விட்டது போலிருந்தது.

நர்ஸ் உள்ளே சென்றவுடன் செல்லய்யனின் முகத்தைக் கவனித்தாள் மீனாட்சி. அவள் மனதிலும் திடீரென்று இரக்கம் ஏற்பட்டது. அனுதாபம் பொங்க அவள் செல்லய்யனைப் பார்த்து, "ஐயோ, பாவம்! நீ இரண்டு நாளா சரியான சோறு தண்ணி கூடச் சாப்பிடாம ஆசுபத்திரியிலேயே குந்தியிருந்தாயாமே? உன் முகந்தான் எப்படி வாடி வதங்கிப் போச்சு? நான் போய்க் கொஞ்சம் காப்பித் தண்ணி வாங்கி வரேன் குடி!" என்றாள்.

"இல்லை மாமி! எனக்கு இப்போ ஒண்ணும் வேண்டாம்!" என்றான் செல்லய்யன்.

ஆனால் அவள் அதைக் காதில் வாங்கிக்கொள்ளாமல் ஆசுபத்திரிக்கு வெளியே இருந்த காப்பி ஹோட்டலை நோக்கிப் போனாள்.

தன் மகளுக்கும் தனக்கும் உள்ள உறவைத் தானே துண்டித்துவிட்டதாகத்தான் மீனாட்சி நினைத்துக்கொண்டிருந்தாள். ஆனால் அந்த உறவை மறுபடியும் பிணைத்து வைக்கப் பிறக்கும் போதே வழிசெய்து விட்டான் பேரன்.

ரஞ்சிதமும் குஞ்சிதமும்

அது ஒரு நாடக கோஷ்டி! ஆடம்பரமான விளம்பரங்களோ காட்சி ஜோடனைகளோ அவர்களுக்குக் கிடையாது. வேஷம் போட்டுக்கொள்வதற்கு மாத்திரம் சில ஆடைகளும் போலி ஆபரணங்களும் உண்டு. நாடகம் நடத்துவதற்குப் பெரிய பட்டினங்களையோ பெரிய கொட்டகைகளையோ அவர்கள் தேடுவதில்லை. சிறிய கிராமங்கள்தான் அவர்களுக்குச் சரியான இடம். அங்குதான் அவர்கள் நாடகத்தைக் கண்டு ரசிக்கும் மனிதர்கள் உண்டு. அங்கேதான் பெருமையும் மதிப்பும் அவர்களுக்குக் கிடைக்கும்.

சின்னக் கண்ணுதான் அந்த நாடகக் குழுவின் தலைவன்; அந்த நாடகக் குழுவிலுள்ளவர்கள் அவனை வாத்தியார் ஐயா என்று கூப்பிடுவார்கள். கதை - வசனம் - பாட்டு - கற்றுக்கொடுப்பது எல்லாம் அவனே. சின்னக் கண்ணுவுக்கு அடுத்தபடியாக அந்த கோஷ்டியில் மதிப்புள்ளவன் அரைகுறையாக ஆர்மோனியம் வாசிக்கத் தெரிந்தவன் வடிவேலு. அவனுக்குப் பின்வரிசைக் கிரமமாக மத்தளக்கார சுப்பையா, ராஜபார்ட் சோமு, பபூன் குப்புசாமி முதலியோர். இவர்களைத் தவிர முக்கியமாக இரண்டு ஸ்திரீ நடிகர்களும் உண்டு. ஒருத்தி பெயர் ரஞ்சிதம்; மற்றொருத்தி பெயர் குஞ்சிதம். ஒவ்வொரு கிராமத்திலும் ஏற்படும் மதிப்புக்கும் மரியாதைக்கும் தக்கபடி பத்துப் பன்னிரெண்டு நாடகங்களுக்கு மேல் நடத்துவார்கள். சத்தியவான் சாவித்திரியிலிருந்து சம்பூரண ராமாயணம் வரையில் சின்னக்கண்ணு இந்த ஐந்தாறு

நடிகர்களையும் இரண்டு பக்க மேளக்காரர்களையும் வைத்து நடத்திக் காட்டி நல்ல பெயர் எடுத்துவிடுவான். காட்டு சீன், கடல் சீன், மாளிகை சீன் ஒன்றுமில்லாமல் தோப்பிலோ திறந்த வெளியிலோ நாடகமாடி ஜனங்களைப் பிரமிக்க வைக்கும் ஆற்றல் சின்னக்கண்ணு ஒருவனுக்குத்தான் உரித்தானது.

ராஜபார்ட் போட்டுக்கொள்ளும்படி நடிகரைத் தவிர சின்னக் கண்ணுவின் நாடகக் கோஷ்டியில் மற்ற எல்லோரும் நிரந்தர மானவர்கள்தான். இதற்குக் காரணம் பிரதான வேடம் தரித்து நடிக்கும் அந்த ராஜபார்ட் ஆசாமி நாடகத்தில் மாத்திரமல்ல, இயற்கையாகச் சாதாரண நேரங்களில் கூட ரஞ்சிதத்தின் பேரிலோ குஞ்சிதத்தின் பேரிலோ காதல் கொண்டு விடுவதுதான். சின்னக் கண்ணுவுக்கு இந்தக் காதல் விஷயம் கட்டோடு பிடிப்பதில்லை. வாலிப வயதில் அப்படித்தானிருக்கும் என்று லேசாக விட்டுப் பிடிக்கும் சுபாவம் அவனுக்குக் கிடையாது. கண்டிப்புத்தான் - அவன் சிறிது சந்தேகப்பட்டால் கூடப் போதும். ராஜபார்ட் நடிகருக்குச் சீட்டுத்தான். அவனுடைய துணிமணிகளைச் சுருட்டிக் கொடுத்து, செலவுக்கு இரண்டு ரூபாய் பணத்தையும் கொடுத்து, எங்காவது போய் நல்லபடியாகப் 'பிழை' என்று ஆசிர்வாதம் செய்து அனுப்பிவிடுவான். மறுபடியும் புதிய ராஜபார்ட் நடிகர் வருகிறவரையிலும் சின்னக் கண்ணுவே பிரதான பாத்திரமேற்று நடிப்பான். 'வயது அறுபதுக்கு மேலாகிறதே' என்று தயக்கமோ மயக்கமோ அவனுக்கு ஏற்படாது. பிரகலாதன் வேஷத்தைக் கூடத் தாங்கி வெற்றிகரமாக நடித்துக் காட்டுவதில் அவனுக்கு நிகர் அவனேதான்.

ரஞ்சிதத்தையும் குஞ்சிதத்தையும் சின்னக்கண்ணு தன் மகள்போல் வளர்த்து வந்தான். அவர்களிருவருக்கும் தங்கள் தாய் தகப்பன் யாரென்று தெரியாது. அவர்கள் நினைவுக்கு எட்டிய வரையில் சின்னக் கண்ணுதான் அவர்களுக்குத் தாயாகவும் தகப்பனாகவும் இருந்திருக்கிறான். அவன் அந்த இரண்டு பெண்களையும் அன்பாகவும் செல்வமாகவும்தான் வளர்த்து வந்தான். ஆனால் அந்த இரண்டு பெண்களுக்கும் அவனுடைய கடுமையான கட்டுப்பாடுகள்தான் பிடிக்கவில்லை. ரஞ்சிதத்துக்கு வயது இருபத்திரண்டு, குஞ்சிதம் அவளைவிட ஐந்தாறு வயது சிறியவள்.

அந்த வருஷம் பொங்கல் பண்டிகையின்போது அந்த நாடக கோஷ்டி பெருமாள் கோவில் கிராமத்துக்கு விஜயம் செய்து, கோவிலுக்குப் பக்கத்திலுள்ள பெரிய சத்திரத்து வாசலில் கட்டை வண்டியை நிறுத்தி ஆர்மோனியத்தையும் மத்தளத்தையும் கீழே இறக்கும்போதே ‘நாடகக்காரங்க வந்திருக்காங்க’ என்ற செய்தி ஊர் முழுவதும் பரவிவிட்டது. சிறியோர்களும் பெரியோர்களும் கூட்டம் கூட்டமாக வந்து வேடிக்கை பார்க்கலாயினர்.

அந்த ஊரில் கோயிலுக்கெதிரில் பத்து நாடகங்கள் போடுவதென்று தீர்மானித்தனர். நாடகம் அன்று இரவிலிருந்தே ஆரம்பமாகியது.

ஐந்து நாடகங்கள் நடந்துவிட்டன. ஆறாவது நாள் காலையில் அந்த நாடகக் கோஷ்டியில் ஒரு கலக்கமும் குழப்பமும் ஏற்பட்டது. சின்னக் கண்ணு சீரும் சிறப்புமாக வளர்த்து வந்த குஞ்சிதம் எங்கோ மாயமாக மறைந்துவிட்டதுதான் குழப்பத்துக்குக் காரணம். சின்னக்கண்ணு அவளை எங்கே போய்த் தேடுவான்? அந்தச் சிறிய கிராமத்தில் கூடுமானவரையில் தேடி அலுப்படைந்துவிட்டான். எல்லோரும் அவன் எதிரில் கையைப் பிசைந்துகொண்டு நின்றனர். அவனுக்கு ஒருபுறம் கோபமும் மறுபுறம் துக்கமும் பொங்கிப் புகைந்தது. அவன் மனதில் பலவிதமான சந்தேகங்க ளெல்லாம் எழுந்தன. ராஜபார்ட் சோமுதான் இதற்கெல்லாம் காரணமாயிருக்க வேண்டுமென்று அவன் புத்திக்குப் பட்டது. அவன்தான் ஏதாவது சூழ்ச்சி செய்து குஞ்சிதத்தை ஒளித்து வைத்திருப்பான் என்று நினைத்தான். அவனுடைய சந்தேகத்தை மதி மந்திரி போலிருக்கும் ஆர்மோனியம் வடிவேலுவிடம் சொன்னான். அவனும் அப்படித்தானிருக்க வேண்டும் என்று ஆமோதித்தான். இந்தச் சந்தேகமும் குழப்பமும் நெடுநேரம் வரையில் மனதை உறுத்திக்கொண்டிருக்கவில்லை. உடனே விசாரணையும் ஆரம்பமாகிவிட்டது. “ஏய் சோமு! இங்கே வா!” என்று கூப்பிட்டான் அதிகார தோரணையில். சோமு பணிவோடு அவன் எதிரில் வந்து நின்றான். குஞ்சிதம் எங்கே இருக்கான்னு உனக்கு நிச்சயமாகத் தெரியாதா? என்று சோமுவைப் பார்த்துச் சந்தேகப் பார்வையுடன் கேட்டான்.

“எனக்குத் தெரியாது. நேற்று ராத்திரி நாடகம் முடிந்தவுடனே திண்ணையிலே வந்து படுத்தேன். அவ்வளவுதான் தெரியும். நல்லாத் தூங்கிட்டேன்.”

“காலையிலே நீ எங்கே போயிருந்தாய்? நெடுநேரம் வரையில் காணோமே?”

“பல் துலக்கி முகம் கழுவலாம் என்று வழக்கம்போல ஆற்றங்கரைக்குப் போயிருந்தேன்.”

“பொய் சொல்லாதே! உனக்குத் தெரியாமல் குஞ்சிதம் எங்கேயும் போயிருக்க முடியாது. நீதான் அவளை எங்கேயோ ஒளித்து வைத்திருக்கிறாய்!”

இதைக் கேட்டதும் சோமு திடுக்கிட்டான். அவனுக்கு இடி விழுந்தாற்போலிருந்தது. அவன் பதறிப்போய், “அட தெய்வமே! கலியப் பெருமாள் ஆணையா எனக்குத் தெரியாது” என்றான்.

“இந்த ஆணை, சத்தியம் எல்லாம் உனக்கு நாடகத்திலே சொல்லுகிறப் போலே ரொம்ப சகஜம். இப்போதான் தெரியுது உன் முழு யோக்கியதை. நீயும் நெடுநாளா அந்தக் குட்டி மேலே கண்ணு வச்சிருக்காப்பிலே இருக்குது. இதுக்குத்தானே ராஜபார்ட் போட்டுக்கிற பயல்களை நான் அடிக்கடி துணியைச் சுருட்டிக் கையிலே கொடுத்து விரட்டிவிடறேன்! நீ மத்தவங்க செய்ததையெல்லாம் விடப் பெரிய வேலை செய்துட்டே! உன்னை நான் லேசிலே விட்டுட மாட்டேன்” என்று சீறினான் சின்னக் கண்ணு.

“இப்பவே இவனை இந்த ஊரு பஞ்சாயத்தாரு முன்னாலே கொண்டு போய் நிறுத்தி விசாரித்தால்தான் உண்மை வெளிவரும்” என்றான் சின்னக்கண்ணுவுக்குத் தூபம் போடுவதுபோல் ஆர்மோனியம் வடிவேலு.

“அதுதான் சரியான வழி” என்றான் மத்தளக்காரச் சுப்பையாவும்.

“அப்படித்தான் செய்யணும்” என்றான் பபூன் குப்புசாமி.

ரஞ்சிதம் இவைகளையெல்லாம் தூணுக்குப் பக்கத்தில் உட்கார்ந்தபடியே கவனித்து வந்தாள். குஞ்சிதம் எதிர்பாராத வண்ணம் திடீரென்று மறைந்துவிட்டது ரஞ்சிதத்துக்கு மனவருத்தத்தைத்தான் கொடுத்தது. கூடப் பிறந்த தங்கையைப் போல் பழகிய குஞ்சிதம், ரஞ்சிதத்துக்குக் கூடத் தெரியாமல் எங்கே மாயமாய் மறைந்திருக்கக்கூடும்? சோமு அவளைக் கடத்திச் செல்ல நினைத்து எங்கேயோ ஒளித்து வைத்திருக்கிறானென்பது அவளால் நம்பமுடியாத கதையாக இருந்தது. அவன் மீது

பழி சுமத்துவது அபாண்டம் என்று அவளுக்குப் பட்டது. ஏனென்றால் சோமுவின் குணம் அவளுக்கு நன்றாகத் தெரியும். அதையும் தவிர சோமுவுக்குக் குஞ்சிதத்தின் பேரில் துளிக்கூட ஆசையும் பற்றுதலும் கிடையாதென்ற ரகசியம் அவளுக்குத்தான் தெரியும். அவனுடைய ஆசையெல்லாம் தன் பேரில்தான் என்பதையும் ரஞ்சிதம் தெரிந்து வைத்துக் கொண்டிருந்தாள். அவளுக்கும் அவன் மீது ஆழ்ந்த பற்றுதல் இருந்தது. இது அந்த நாடகக் குழுவில் மற்றவர்களுக்குத் தெரியாமல் இரண்டு உள்ளங்கள் அறிந்த அந்தரங்கம். என்றைக்காவது ஒருநாள் ஒருவருக்கும் தெரியாமல் அவர்களிருவரும் எங்காவது போய்விடுவது என்று தீர்மானித்திருந்தனர். ஆனால் அதற்குமுன் குஞ்சிதம் எங்கோ மறைந்து விட்டது அவர்களுக்கு ஆச்சர்யமாயிருந்தது. சின்னக் கண்ணு கடுமையாகச் சோமுவைப் பார்த்துக் கேட்ட வார்த்தைகளை ரஞ்சிதத்தால் பொறுக்க முடியவில்லை. அவள் சட்டென எழுந்து வந்து “அவருக்கு ஒரு பாவமும் தெரியாது. அவருக்குத் துளிக்கூடக் குஞ்சிதத்தின் பேரில் ஆசையில்லை” என்றாள் நயமான குரலில் சோமுவைப் பரிதாபமாகப் பார்த்துக்கொண்டே.

இவ்வளவு துணிவோடு ரஞ்சிதம் சோமுவுக்காகப் பரிந்து பேச வருவாள் என்று சின்னக்கண்ணு நினைக்கவே இல்லை. அதையும் தவிர அவள் சோமுவைப் பார்த்த பார்வை சின்னக் கண்ணுவின் மன எரிச்சலை அதிகமாக்கியது. ரஞ்சிதம், குஞ்சிதம், சோமு மூவருமே சேர்ந்து ஏதோ சூழ்ச்சி செய்வதாக அவனுக்குத் தோன்றியது. “ஓகோ! அவனுக்குக் குஞ்சிதத்தின் பேரில் ஆசை இல்லையா? தெரியுது உன் மேலேதான் அவனுக்கு ரொம்ப ஆசைன்னு. நீங்க மூணு பேருமே சேர்ந்து ஏதோ சூழ்ச்சி செய்யறாப் போலதான் எனக்குப் படுது. நாடோடியா வந்த பயங்கதான் மனதிலே தீவினை வைச்சு துரோகம் செய்யறான்னா நான் எடுத்து வளர்த்த பெண்களும் இப்படித் துரோகம் செய்யுதே?” என்றான்.

“சேர்மான தோஷத்திலே எல்லாம் நடக்கும் வாத்தியாரே!” என்றான் ஆர்மோனியம் வடிவேலு.

“அதுதானே குடியைக் கெடுக்குது!” என்றான் மத்தளக்கார சுப்பய்யா.

சின்னக் கண்ணுவின் உடல் பதறியது. நெஞ்சிலிருந்து ஆத்திரமும் கோபமும் குமுறி வந்தது. "பிழைக்க வகை தேடி ஓட்ட வந்த பசங்களுக்கு இவ்வளவு திமிரு இருந்தா நமக்கு எவ்வளவு இருக்காது? உண்ட வீட்டுக்கு ரெண்டகம் செய்யற பசங்களைக் கொலை செய்தாலும் தேவலையே?" என்று சொல்லியபடியே சோமுவை நெருங்கி "ஏய்! உன்னை நான் லேசிலே விட்டுட மாட்டேன். ஒழுங்கா நடந்துக்கிறவன் மாதிரி இருந்து குடியைக் கெடுத்திட்டயே? பேஷ்! சாமர்த்தியக்காரன்தான். குஞ்சிதத்தை ஒளிச்சு வைச்சது மன்னியிலே ரஞ்சிதத்தை வேறே உனக்கு ஒத்துப்பாடத் தயார் செய்திருக்கயே? நீ இங்கிருந்து தப்பி ஓடிட முடியாது. குஞ்சிதம் வராத வரையிலே உன்னை நான் விட மாட்டேன்!" என்றான்.

இதுவரையில் அமைதியோடும் பொறுமையோடும் இருந்த சோமுவுக்கு எல்லை மீறிய கோபம் வந்தது. நாடகபாணியில் அழகாக நறுக்கிவிடப்பட்ட அவனுடைய மீசை துடியாகத் துடித்தது. கண்கள் கோவைப் பழமாகச் சிவந்தன. "மரியாதையாய்த் தூர நின்று பேசு. உன் குஞ்சிதம் எவனோடு ஓடிப்போனாளோ? நீ வேணுமானால் நல்லதங்காவைத் தேடுகிற மாதிரி ஊரூராய்ப் போய்த் தேடு. என்னைப் பிடிக்கலேன்னா நான் வேணுமானால் இந்தக் கூட்டத்திலே இருந்து விலகிக்கிறேன். அதுக்கு மேலே வீணாய் எங்கிட்டே ஏதாவது பேசினா கெட்டுப்போயிடுவீங்க!" என்று கையை மடக்கி முஷ்டியைக் காட்டினான்.

அவ்வளவுதான். சின்னக் கண்ணு அவன் மீது பாய்ந்து பிடரியைப் பிடித்துத் தள்ளினான். கீழே விழுந்த சோமு சின்னக் கண்ணுவைக் குத்துவதற்காகக் கையைத் தூக்கிக்கொண்டு வேகமாக ஓடி வந்தான். ரஞ்சிதம் ஓடி வந்து இருவருக்கும் குறுக்கே நின்றாள்.

இந்தச் சமயத்தில் அந்த ஊர் பட்டா மணியக்காரர் இரண்டு மூன்று பேர்களுடன் உள்ளே நுழைந்தார். அவர்களைக் கண்டதும் எல்லோரும் பிரமிப்படைந்து நின்றனர்.

"என்னய்யா , நாடக வாத்தியாரே! இங்கே ஏதேனும் கலாட்டாவா?" என்றார் பட்டாமணியக்காரர்.

"இந்தப் பயல் என் பெண் குஞ்சிதத்தை எங்கேயோ அழைத்துக் கொண்டு போய் ஒளித்து வைத்திருக்கிறான்!" என்றான்

சின்னக்கண்ணு பதட்டத்துடன் சோமுவை அவருக்குக் காட்டியபடி.

“ஏன் பதட்டப்படுறீங்க-அவனுக்கு ஒரு பாவமும் தெரியாதபோது அவனைப் போய் நீ என் பெண்ணை ஒளிச்சு வச்சிருக்கயான்னு கேட்டா அவனுக்குக் கோபம் வராமல் என்ன செய்யும்?” என்றார் பட்டாமணியக்காரர் சிரித்துக்கொண்டே.

“இல்லீங்க - இவன்தான் அவளை ஒளிச்சு வைத்திருக்கணும். இந்த ராஜபார்ட்டு போட்டுக்கிற பசங்களே இப்படித்தான் நான் பார்த்துட்டேன் அவங்களுக்கு எப்போதும் பெண்கள் மேலயே குறி-” என்றான் துடியாய்த் துடித்துக்கொண்டே சின்னக் கண்ணு.

“அடடே! கொஞ்சம் பதட்டப் படாமே கேளுமய்யா அந்தப் பெண் குஞ்சிதத்தை இவன் ஒளிச்சுவைக்கல்லே. அவள் ஓரிடத்திலே பத்திரமாகத்தானிருக்காள் அவளை நேற்று ராத்திரி வேறொருத்தன் அழைச்சுக்கிட்டுப் போய்த் தன் வீட்டிலே வைத்திருக்கான்!” என்றார் அமைதி குலையாமல் பட்டாமணியக்காரர்.

“வேறொருத்தனா? யாரவன்?” என்றான் குதித்துக்கொண்டே சின்னக்கண்ணு. இது அங்கிருந்த எல்லோருக்குமே மிகுந்த ஆச்சர்யத்தை உண்டாக்கியது.

“அவனும் உரிமையோடுதான் வீட்டிலே அழைச்சுக்கிட்டுப் போய் வைத்திருக்கான் அது சரி! அந்தப் பெண் உன் பெண்தானா!” என்றார்.

“ஆமாம்!” என்றான் சின்னக் கண்ணு.

“எப்படி? உன் சொந்தப் பொண்ணா?”

“இல்லை நான் வளர்த்த பெண். ரஞ்சிதத்தையும் குஞ்சிதத்தையும் நான் எடுத்து வளர்த்தேன்.”

“எடுத்து வளர்த்த பெண்ணா? அது சரி. குஞ்சிதம் உனக்கு எப்படி கிடைத்தாள்?”

“போன மகாமகத்தும்போது கும்பகோணத்திலே யாரோ ஒரு குழந்தையைக் கூட்டத்திலே தவறவிட்டுட்டாங்க. அந்தக் குழந்தையை ஒப்படைக்கலாம்ன்னு உரியவங்களைத் தேடினேன். அகப்படவில்லை. அதிலேயிருந்து அந்தக் குழந்தைய நானே

வளர்த்துக்கிட்டு வரேன். அந்தக் குழந்தைக்குத்தான் குஞ்சிதம்ன்னு பேரு!"

"இந்த ரஞ்சிதம்......?"

"இவளை மதுரையிலே ஒரு ஏழைப் பிச்சைக்காரி விட்டுட்டுச் செத்துப் போயிட்டாங்க. இவளையும் நான் எடுத்து வளர்த்து வந்தேனுங்க."

"நீ வளர்த்த வரையில் சரிதான். நீ வளர்த்ததற்குப் பலன் உன் நாடகத் தொழிலுக்கு உதவியாக இருந்தாங்க இத்தனை நாள். இப்போ அவங்களுக்கு வயசாச்சு பாரு! அவங்களை யாருக்காவது கல்யாணம் செய்து வைத்துக் குடியும் குடித்தனமுமா பார்க்கிறதுதான் உனக்கு அழகு, இல்லாட்டி மாடு தும்பை அறுத்துக்கிட்டுப் போறாப்பிலேதான் போவாங்க. தெரிஞ்சுதா? அது போகட்டும். அதோ நிற்கிறான் பாரு. கந்தசாமி! அவன் குஞ்சிதத்துக்கு அத்தை மகன்; உரிமைக்காரன். அவன் வீட்டிலேதான் அவள் இருக்கா" என்று எதிரில் நின்ற ஒரு வாலிபனைக் காட்டினார் பட்டா மணியக்காரர்.

சின்னக்கண்ணுவுக்கு இது வியப்பாகவும் ஆத்திரமாகவும் இருந்தது. "அத்தை மகனா? ஒரு பெண்ணை இரவோடு இரவா கடத்திக் கிட்டுப் போயி வீட்டிலே வைத்துக்கிட்டு 'அத்தை பெண்ணு, மாமன் மகள்'ன்னு ஏதேனும் சொன்னால் சரியாகப் போயிடுமா? இதென்ன விளையாட்டுக் கதையா?" என்றான்.

என்ன செய்யறது? விளையாட்டுக் கதை போலத்தானிருக்குது. அந்தக் கதையைத்தான் கொஞ்சம் கேளு. அந்தப் பெண்ணு குஞ்சிதம் இருக்காளே அவள் இந்த ஊருப் பெண்தான். நல்ல பணக்கார வீட்டுப் பெண்ணு. மாமாங்கத்துக்குக் கும்பகோணம் போனவங்க கூட்டத்திலே அவளைத் தவறவிட்டுட்டாங்க அப்போ அவளுக்கு வயசு ஐந்து. நீ இங்கே நாடகம் ஆரம்பிக்கும்போதே ஊரில் சில பேருக்குச் சந்தேகம் குஞ்சிதம் அவள் தாயாரைப் போலவே இருந்ததால் கந்தசாமி நிச்சயமாக அவள் தன் அத்தை மகள்தான்னு அபிப்பிராயப்பட்டுட்டான் உன்னிடம் நேரிலே கேட்டா ஏதாகிலும் கலாட்டா ஆயிடப்போகுதேன்னு குஞ்சிதத்துக்கிட்டேயே மெதுவாகப் பேசி உண்மையைச் சொல்லி முன் ஏற்பாடா நேற்று ராத்திரி நடுஜாமத்துக்கு மேலே வீட்டுக்கு

அழைத்துக்கிட்டுப் போயிட்டான். காலையிலே எனக்குத் தகவல் கிடைத்தது. நானே போய் அவன் வீட்டிலே குஞ்சிதத்தைப் பார்த்தேன். அவள் தாயாருக்குப் பக்கத்திலே நின்றுகிட்டிருந்தா - அதைப் பார்த்ததும் என் சந்தேகமும் தெளிஞ்சுபோச்சு அரைகுறையான சந்தேகத்துக்கு உன்னையும் விசாரிக்கலாம்ன்னு வந்தேன். நீதான் அவள் மகாமகத்தும்போது கும்பகோணத்திலே தவறிக் கிடைத்த பெண்ணுன்னு ஆரம்பத்திலேயே சொல்லிட்டேயே...." என்றார்.

"நீங்க சொல்றது சரிதான். இவ்வளவு நாள் நான் தாய்க்குத் தாயாய் தகப்பனுக்குத் தகப்பனாய் வளர்த்தேனே?" என்றார் சின்னக் கண்ணு. அவன் குரல் தழுதழுத்தது. வளர்த்த பாசத்தினால் ஏற்பட்ட துக்கம் நெஞ்சைக் கலங்க வைத்தது. கண்களில் நீர் பெருகியது. பட்டாமணியக்காரர் பச்சாதாபத்தோடு அவனைப் பார்த்தார். அவனிடம் தாழ்வாகவும் சமாதானமாகவும், "நீ வளர்த்தது உண்மை. ஆனால், பெற்றவர்களுக்குள்ள பாத்தியம் போயிடுமா? நீ இவ்வளவு நாள் வளர்த்தும் அந்தப் பெண் தன்னை ஒரு அனாதை என்றுதானே நினைத்துக்கொண்டிருந்திருக்கிறா ள்? இல்லாவிட்டால் தனக்குத் தாயார் தகப்பனார் உறவினர் எல்லோரும் இருக்கிறார்கள் என்று தெரிந்துகொண்டதும் அந்தப் பெண் உன்னை விட்டுவிட்டு ஆசையோடு தன் குடும்பத்தாரோடு ஒட்டிக்கொள்வாளா?" என்றார்.

சின்னக் கண்ணு இதைக் கேட்டதும் ஒரு பெருமூச்சு விட்டு மனம் குழம்பியபடியே யோசனையிலாழ்ந்தான். பட்டா மணியக்காரர் கனைத்துக் கொண்டே, "அது போகட்டும் நீ இத்தனை நாள் அவளை வளர்த்ததற்கு எல்லோரும் சந்தோஷப்படுகிறார்கள். உனக்கு அவங்க என்ன உபகாரம் செய்தாலும் தகும். இந்த வயதான காலத்திலே நாடகத் தொழிலிலே ஈடுபட்டு நீ ஊரு ஊரா அலைய வேண்டாம். கந்தசாமி அந்தப் பெண்ணைக் கலியாணம் செய்துகிட்டு உன்னையும் காப்பாற்றுவான். நீ உன் சொந்த மகள் போலவே குஞ்சிதத்தை நினைச்சுக்கலாம்" என்றார்.

சின்னக் கண்ணு தலையை ஆட்டிய வண்ணம் "ஒருத்தரை எதிர் பார்த்து வயிறு வளர்க்கிற ஜீவன் இது இல்லேங்க. இத்தனை நாள் நாடோடியாய் இருந்துட்டேன் வயசாயிடுச்சு. இன்னும் கொஞ்ச நாள்-அதையும் அப்படியே போக்கிடுவேனுங்க.

அதுதான் கௌரவம். அவங்க புருசனும் பெண்சாதியும் சௌக்கியமாயிருந்தால் சரிதாங்க. நமஸ்காரம், நீங்க போய் வாருங்க" என்றான்.

பட்டா மணியக்காரர் சிறிது நேரம் தயங்கினார். அந்தச் சமயம் அவனைச் சமாதானம் செய்வது கடினமாகப்பட்டது அவருக்கு. "இப்போது உனக்கு மனசு சரியாயில்லை. பிறகு யோசித்துச் சொல்லு" என்று மற்றவர்களையும் அழைத்துக்கொண்டு சென்றார்.

சின்னக் கண்ணு மனக் குழப்பத்தோடு தூணில் சாய்ந்தபடியே உட்கார்ந்திருந்தான். ரஞ்சிதம் ஒருபுறமாக உட்கார்ந்திருந்தாள். ஆர்மோனியம் வடிவேலு , மத்தளக்கார சுப்பய்யா முதலியோர்கள் மூலைக்கு ஒருவராக நவகிரகம் போல் அவனைச் சுற்றி உட்கார்ந்திருந்தார்கள்.

நெடுநேரம் சென்றபின் சின்னக் கண்ணு ஒரு முடிவுக்கு வந்து விட்டவன் போல் தலைநிமிர்ந்து "ஏ ரஞ்சிதம்! இங்கே வா!" என்றான்.

ரஞ்சிதம் அவன் எதிரில் வந்து நின்றாள். அவன் தன் குரலைக் கடுமையாக்கிக்கொண்டு "உனக்கு அந்த சோமு மேலே ஆசை இல்லையா? உண்மையைச் சொல்லு" என்றான்.

அவள் தயங்கியபடியே நின்றாள். நெஞ்சிலுள்ளதைத் துணிந்து வெளியே சொல்ல முடியாதவள் போல். அவன் அந்த அதிகார தொனியிலேயே "ஏய் சோமு! இங்கே வா!" என்று அழைத்தான்.

சோமு அவன் எதிரில் வந்து நின்றான். உனக்கு ரஞ்சிதத்தின் பேரில் ஆசைதானே?

சோமு, "ஆமாம்" என்றான் மெதுவான குரலில்.

"சரி! அப்படின்னா நீ அவளைக் கல்யாணம் செய்துக்கப் போறே. இல்லையா?" என்றான்.

"ஆமாம்."

"அப்படின்னா நீ அவளைக் கல்யாணம் செய்துகிட்டு புருஷனும் பெண்ஜாதியுமா ஊரூராகச் சுற்றி நாடகமாடிச் சம்பாதிக்கலாம்ன்னு உத்தேசம்?"

“அப்படியெல்லாம் யோசனை இல்லை. எங்க ஊரிலே எனக்குக் கொஞ்சம் நிலபுலன் இருக்குது. அதை உழுது பயிரிட்டுக் குடும்பம் நடத்தலாம்ன்னு இருக்கேன். ஏதோ ஆசையாலேதான் நான் நாடகத்திலே சேர்ந்தேன். அந்த ஆசை ஒழிஞ்சுபோச்சு...” என்றான் சோமு.

சின்னக் கண்ணுவின் முகத்தில் சிறிது தெளிவு ஏற்பட்டது. இருந்தாலும் அவன் முகத்தில் சூழ்ந்திருந்த சோகக்களை மறையவில்லை. “அதுதான் சரி! எனக்கு ஏன் தெரியுமா இந்த ராஜபார்ட் போட்டுக்கிறவங்களைக் கண்டா பிடிக்கல்லே? இப்படி நல்ல பெண்களையெல்லாம் ஆசைகாட்டி அழைத்துக்கிட்டுப் போய்க் கெடுத்துச் சந்தியிலே நிறுத்திப்பிடுறாங்க அதனாலேதான். நீ இப்போதே இவளை அழைச்சிக்கிட்டு ஊரை நோக்கிக் கிளம்பு. நீங்க எங்கேயாவது சௌக்கியமாய் இருந்தால் சரிதான். ஆனால் இதோடே நாடக ஆசையை மறந்துடுங்க. மறுபடியும் நாடகமாடலாம்ன்னு கனவுகூட. காணாதீங்க. ஹூம், உன் துணிமணிகளை எல்லாம் எடுத்துக்கிட்டு இப்பவே கிளம்பிடு, ரஞ்சிதம்! உன்னையும்தான்! நீயும் கிளம்பு” என்றான்.

ரஞ்சிதம் கண்கள் கலங்கி நீர்பெருக “நீங்க....?” என்றாள் தழுதழுத்த குரலில்.

“நானா.....!” என்று சொல்லி ஏளனமாகச் சிரித்துவிட்டு “முருகன் இருக்கான்.... இத்தனை நாளா என்னை யாராவது பாதுகாத்துக் கிட்டு இருந்தாங்களா!” என்றான்.

ரஞ்சிதம் ஒன்றும் பதில் பேசவில்லை. கண்களைத் துடைத்துக் கொண்டே புடவை துணிமணிகளை எடுத்து வைத்துவிட்டு அவனை நமஸ்கரம் செய்தாள்.

“போய் வா! இரண்டு பேரும் அன்யோன்னியமா இருங்க” என்றான் சோகம் தோய்ந்த குரலில் கலங்கிய கண்களுடன். பந்தம் விலகினாலும் வளர்த்த பாசம் விலகவில்லையே?

சோமுவின் பின்னால் கையில் ஒரு துணி மூட்டையுடன் ரஞ்சிதம் நடந்தாள். நெடுநேரம் வரையில் அவர்கள் சென்ற திசையையே பார்த்துக்கொண்டிருந்துவிட்டு உலக பந்தம் எல்லாவற்றிலிருந்தும் விடுதலையடைந்துவிட்டவன்போல் ஒரு பெருமூச்சு விட்டான் சின்னக்கண்ணு.

ஆர்மோனியம் வடிவேலு அவனுக்குப் பக்கத்திலே வந்து நின்று "எல்லாத்தையும் தீர்த்துக்கட்டிட்டீங்க... மேலே என்ன செய்யலாம்னு உத்தேசம். வாத்தியாரய்யா?" என்றான்.

சின்னக்கண்ணு அலட்சியமாகச் சிரித்துக்கொண்டே "எனக்கும் வயசாயிடுச்சு - உனக்கும் வயசாயிடுச்சு - இனிமேல் இந்த நாடகப் பிழைப்பு நமக்குச் சரிப்பட்டு வராது - நீ கொஞ்சம் ஆர்மோனியம் வாசிப்பே - நான் கொஞ்சம் பாடுவேன். நம்ம சுப்பய்யா ஏதோ கொஞ்சம் மத்தளம் தட்டுவான். நாம் இப்படியே பஜனை செய்துகிட்டு ஒவ்வொரு க்ஷேத்திரமாகத் தரிசனம் செய்துகிட்டு வருவோமே!" என்றான்.

"அதுதான் சரி! அந்த யோசனைதான் எனக்கும்பட்டது" என்றான் வடிவேலு.

"ஆமாம் ஆமாம் - அதுதான் சரி" என்று மத்தளக்காரச் சுப்பையாவும் ஒத்துத் தாளம் போட்டான்.

சாண் வயிறு

அந்த வாலிபன் நவீன காலத்துச் சிற்பி; அவன் பெயர் மாதவன். அவனைப் பற்றி என் நண்பர் ஒருவர் புகழ்ச்சியாகச் சொல்லக் கேட்டு, ஒரு நாள் அவனுடைய சிற்பக் கூடத்தை பார்வையிடப் போனேன். அந்த வாலிபன் உன்னதமான கைத்திறனும் மனோ சக்தியும் உள்ளவன் என்று அங்குள்ள சிலைகள் நிரூபித்தன. விவேகானந்தர், ராமகிருஷ்ணர் முதலிய பெரியோர்களின் உருவங்களைச் சலவைக் கற்களினாலும் வெண்ணிறச் சுண்ணாம்புக் கற்களினாலும் செய்து அழகுபட வைத்திருந்தான். எல்லாவற்றையும் ஆவலுடன் கூர்ந்து கவனித்துக்கொண்டே வந்தேன். ஆறு அங்குலமுள்ள ஒரு கண்ணனின் சிலை பார்க்கக் கவர்ச்சிகரமாயிருந்தது. அதை மெதுவாகத் தொட்டுப் பார்த்தேன். அது சாதாரண சுண்ணாம்புக் கற்களினால் செய்ததுதான். விலையும் மலிவாகத்தான் இருக்கும் என்று எனக்குப்பட்டது. அதை விலை கொடுத்து வாங்கி என் மேஜைமீது வைத்தால் மிகவும் சோபையாக இருக்குமென்று தோன்றியது. நான் அந்தச் சிலையின் பக்கத்தில் நின்றபடியே வாலிபனைப் பார்த்தேன். அவன் கன்னத்தில் கையை ஊன்றிய வண்ணம் ஆழ்ந்த யோசனையோடு உட்கார்ந்திருந்தான். அவனுக்குப் பக்கத்தில் சுமார் இருபது வயது மதிப்பிடக்கூடிய ஒரு யுவதி நின்றுகொண்டிருந்தாள். அவள் அவனுடைய மனைவி போலிருக்கிறது. அவள் ஆடம்பரமான ஆடை ஆபரணங்களை அணிந்திராவிட்டாலும் பிறரை வசீகரிக்கும் தனி அழகு அவளிடம் இருந்தது. அவள்தான் அவனுடைய

மனக்குழப்பத்திற்குக் காரணமான புதிரைக் கிளப்பிவிட்டுவிட்டு அவனிடமிருந்து பதிலை எதிர்நோக்கி நிற்கிறாள் என்பது எளிதில் விளங்கியது.

“இந்தக் கண்ணனின் சிலை என்ன விலை?” என்றேன் நான் அவனைப் பார்த்து.

சிந்தனா சமுத்திரத்தின் அடிமட்டத்திலிருந்த அவனுக்கு என்னுடைய கேள்வி காதில் ஏறவில்லை போலிருக்கிறது. அந்தப் பெண் அவனை உசுப்பிவிட்டு, “இதோ பாரு! அவங்க ஏதோ விலை விசாரிக்கிறாங்க, சொல்லு?” என்றாள். உடனே அவன் என்னைப் பார்த்து, “என்னங்க?” என்றான்.

“இந்தச் சிலை என்ன விலை?” என்றேன்.

“அதுவா, அறுபது ரூபாய்!” என்று அலட்சியமாகப் பதில் சொல்லிவிட்டு அலுப்படைந்தவன் போல் அவன் முகத்தைச் சுளித்துக்கொண்டு மறுபடியும் சிந்தனையிலாழ்ந்தான்.

“அறுபது ரூபாயா!” என்று நான் பிரமிப்படைந்து நின்றேன். அரையடி உயரமுள்ள அந்தச் சிலை அறுபது ரூபாய் விலை மதிப்புள்ளதாயிருக்குமென்று நான் நினைக்கவில்லை. அவனுடைய வித்தையும் கைத்திறனும் எவ்வளவோ சிறந்ததா இருக்கலாம். கலைத்திறனுக்காக ஒரு பொருளுக்கு எவ்வளவு பவுன் வேண்டுமானாலும் கொட்டிக் கொடுக்கலாம். ஆனால் உன்னதமான கலையை உணரும் இருதயம் இந்நாட்டிலில்லையே! அப்படி இருந்தாலும் கலைக்காக நூற்றுக்கணக்கில் பணத்தை அள்ளி வீசும் சக்தி ஒவ்வொருவருக்கும் இல்லையே! என்று எனக்குள் வருந்தினேன். அதற்குமேல் பேரம் பேசுவது என்னுடைய மதிப்புக்கும் அவனுடைய மதிப்புக்கும் குறைவாகப்பட்டதால் மனதில் வைத்த ஆசையை அடக்கிக்கொண்டு அந்த இடத்தை விட்டுக் கிளம்ப எண்ணினேன்.

பாவம், அவனுடைய மனைவிக்கு வந்த கிராக்கியை விட்டுவிட மனமில்லை போலிருக்கிறது. அவள் என்னைப் பார்த்து “நீங்க என்னதான் கொடுக்கிறீங்க?” என்றாள். நான் சிறிது தயங்கி நின்றேன்.

அந்த வாலிபன் அவன் மனைவியை அலட்சியமாகப் பார்த்துச் சிரித்துவிட்டு, “பைத்தியமே , இதென்ன? கத்தரிக்காய்க் கடையா,

பேரம் பேச!" என்றான். அவனுடைய குத்தலான வார்த்தையில் சிறிது கோபமும் கலந்திருந்தது.

அந்தப் பெண்ணின் முகத்திலும் சிறிது ஆத்திரக் குறி தென்பட்டது. "இப்படிச் சிலை சிலையாகச் செய்து வீட்டிலே கொலு வைச்சிட்டு நூறு ஆயிரம்ன்னு ஏராளமாக விலை செல்லிக்கிட்டிருந்தா எப்படி உயிர் வாழறது?" என்றாள்.

"எல்லாம் ஒரு காலம் வரும். அதன் அருமை தெரிந்து கேட்ட விலையைக் கொடுத்துவிட்டு வாங்கிக்கொண்டு போக ஒரு மனிதன் வருவான்" என்றான் அவன் கர்வமும் சுய அகங்காரமும் குலையாத குரலில்.

"மனிதர்கள் வரமாட்டார்கள். தேவர்கள்தான் வருவார்கள். நீங்க கேட்ட விலையைக் கொட்டிக் கொடுத்துவிட்டு இந்தச் சிலைகளை எல்லாம் வாங்கிட்டுப் போக!" என்றாள் அலுப்பும் ஏளனமும் கலந்த குரலில்.

மாதவனும் சளைக்காமல் பதில் சொன்னான்; "ஏன் தேவலோகத்திலிருந்து இந்தச் சிலைகளை எல்லாம் வாங்கிக்கொண்டு போக ஒருவன் வரக்கூடாது? கட்டாயம் வருவான்!" என்றான் அவன் மனோதிடமும் நம்பிக்கையும் உள்ளவன்போல.

அந்தப் பெண் ஒரு பெருமூச்சுவிட்டாள். நெஞ்சில் பொங்கி எழும் அடக்கமாட்டாத துக்கத்தினால் அவள் முகம் வாட்டமடைந்தது. "ஹூம்! தேவலோகத்திலிருந்து இவைகளை எல்லாம் யாரோ விலை கொடுத்து வாங்கப் போறாங்கன்னு மனக்கோட்டை கட்டிக்கிட்டு வயிற்றைக் காயப் போட்டுவிட்டுச் சாவையும் எதிர்பார்த்துக் கிட்டிருக்க வேண்டியதுதான்!" என்று முணுமுணுத்தாள்.

மாதவன் அவ்வளவு முன்கோபமுள்ளவனாக இருப்பானென்று நான் நினைக்கவில்லை. கண நேரத்தில் அவன் ருத்ராவேசம் கொண்டவன்போல் எழுந்து அந்தப் பெண்ணின் கன்னத்தில் பளீரென்று இரண்டு கொடுத்துக் கழுத்தைப் பிடித்துத் தள்ளினான். "நாயே! உனக்கு ஏன் இதையெல்லாம் பற்றிக் கவலை? வீட்டிலே சோறு இருந்தா சாப்பிடு. இல்லாவிட்டால் பட்டினி கிடந்து செத்துப்போ! ஒருவர் எதிரே வந்து என் மதிப்பையும் மானத்தையும் குலைக்காதே!" என்று கத்தினான். அவன் கழுத்தைப் பிடித்துத் தள்ளியதால் கீழே விழுந்த அவள் மெதுவாக எழுந்து உள்ளே

போனாள். அவள் உள்ளே விக்கி விக்கி அழும் குரல் என் காதில் விழுந்தது.

அந்தச் சிறிது நேரச் சம்பாஷணையிலிருந்தும். தகராறிலிருந்தும் எனக்கு அவர்களுடைய குடும்ப நிலை எப்படி இருக்கிறது என்பது தெளிவாக விளங்கியது. மாதவனுடைய உன்னதமான கலையுள்ளம் எப்படி எனக்கு விளங்கியதோ, அப்படியே சில வினாடிகளில் அவனுடைய வறுமையும், வறுமையினால் ஏற்பட்ட குணமாறுதலும், தாம்பத்தியச் சிக்கலும் தெளிவாக விளங்கின. இந்த தர்மசங்கடமான நிலையில் என்னால் மேலும் அங்கே நிற்க முடியவில்லை. உண்மையான கலையுள்ளம் படைத்தவர்களுக்குத் தன் மதிப்பும் சுய அகங்காரமும் இயற்கையாக அமைந்த குணம் என்பதை நான் உணர்ந்து கொண்டேன். இத்தகைய வறுமை நிலையிலும் கூட, ஒரு வேளை ஆகாரத்திற்கும் வழி இல்லாதபோதுகூட, தன் பொருளை மதிப்புக் குறைவான விலைக்குக் கொடுக்க இணங்காத ஒரு கலைஞனின் கர்வமும் தன்னம்பிக்கையும் மெச்சக் கூடியதாயிருந்தாலும், ஒரு வகையில் பச்சாதாபப் படக் கூடியதாகவும் இருந்தது. என்னிடம் அப்பொழுது அறுபது ரூபாய் இருந்திருந்தால் அந்தக் கண்ணனின் சிலையை விலை கொடுத்து வாங்கி இருப்பேன். அது அவனுடைய வறுமையைச் சிறிது போக்கும்; அவனுடைய கலைக்கும் ஒரு பெருமை அளித்ததாக இருக்கும். அவனுடைய கலைப் பொருளுக்குக் கேட்ட விலையைக் கொடுப்பதற்காகத் தேவலோகத்திலிருந்து ஒருவரும் வரவேண்டாம். இந்த உலகத்திலேயே மனிதர்கள் உண்டு என்று நிரூபித்து நானும் பெருமையடையலாம். அந்தச் சமயம் என் பொருளாதார நிலையில் பலமில்லையே என்று வருந்திய வண்ணம் அந்தச் சிற்பக் கூடத்தை விட்டு வெளியே நடந்தேன்.

மறுநாள் மாலை வேளை. பொழுதுபோக்குக்காகச் சிறிது உலாவிவிட்டு வரலாம் என்று நான் வீட்டைவிட்டு வெளியே கிளம்பினேன்.. வாசற்படிக்கட்டில் ஒரு பெண் நின்று கொண்டிருந்தாள். அவளைப் பார்த்ததும் நான் திடுக்கிட்டேன். நேற்று பார்த்த உருவத்தை அதற்குள் மறந்துவிடமுடியுமா? அவள் சிற்பி மாதவனின் மனைவி. ஆம், அவளே தான் என் வீட்டு வாசற்படியில் நின்று கொண்டிருந்தாள். அவளைக் கண்டதும் நான் பிரமிப்படைந்து நின்றுவிட்டேன். அவள் பயத்தோடும் பரிதாபத்தோடும் என் முகத்தைப் பார்த்துக்கொண்டே, ‘நேற்று

வந்து கண்ணன் சிலையைப் பார்த்தீர்களே! அதை விற்று விட்டுப்போகலாமென்று வந்தேன்" என்று சொல்லியபடியே புடவைத் தலைப்பில் மூடி மறைத்து வைத்திருந்த சிலையை எடுத்துத் திண்ணை மீது வைத்தாள்.

அந்தப் பெண் எப்படி என்னுடைய வீட்டைக் கண்டுபிடித்தாள் என்பது எனக்கு வியப்பாக இருந்தது . "என் வீடு உனக்கு எப்படித் தெரிந்தது?" என்றேன்.

"நான் எதிர்வீட்டில் வேலை செய்கிறேன். உங்களை அடிக்கடி இந்த வீட்டில் பார்த்திருக்கிறேன்!" என்றாள்.

என்னுடைய திகைப்பும் வியப்பும் இன்னும் அதிகமாயிற்று. "என்ன! எதிர்வீட்டில் வேலை செய்கிறாயா!" என்றேன் .

"ஆமாம், வயிற்றுப் பிழைப்புக்காக வீடு கூட்டி, பாத்திரம் பண்டம் சுத்தம் செய்கிறேன். மாதம் மூன்று ரூபாய் கொடுக்கிறார்கள். வீட்டில் புருஷனுக்குக் குடும்ப கவலை இல்லை; பணம் சம்பாதித்தால்தான் வயிறு நிறையும் என்று தெரியவில்லை!" என்றாள் அவள் விம்மும் குரலில்.

நான் ஒரு பெருமூச்சு விட்டுவிட்டு மௌனமாக நின்றேன். தன் மனைவி பிறர் வீட்டில் வேலை செய்து மதிப்பை இழந்தாலும் பாதகமில்லை. தன் சுயமதிப்பையும் கர்வத்தையும் சிறிதுகூடத் தளரவிடக்கூடாது என்று நினைக்கும் ஒரு கலைஞன் சாஷாத் அரிச்சந்திரனுக்கு நேர் வாரிசாகத்தானிருக்க வேண்டும் என்று எனக்குப்பட்டது. "ஹூம், இந்தச் சிலையை அறுபது ரூபாய் கொடுத்து வாங்கும் சக்தி எனக்கு இல்லையே!" என்றேன்.

"அறுபது ரூபாய் வேண்டாம். உங்களுக்கு நியாயமாகப்பட்டதைக் கொடுங்கள்" என்றாள். அந்தப் பெண் என்னைப் பரிதாபமாகப் பார்த்துக்கொண்டே.

"சரி, இந்தச் சிலையை உன் கணவனின் சம்மதத்தைக் கேட்டுத்தானே எடுத்து வந்தாய்?"

அவள் சிறிது தயங்கினாள். "இல்லை, தெரியாமல்தான் எடுத்து வந்தேன். என்ன செய்வது? அவருடைய பிடிவாதத்திற்கு இணங்கினால் குடித்தனம் எப்படி நடக்கும்? புருஷனைப் பட்டினி போட்டுப் பார்க்க எந்தப் பெண்ணுக்குத்தான் மனம் வரும்? இன்று உலையில் போட அரிசி வேண்டுமே!"

நான் சிறிது நேரம் யோசித்தேன். என் மனம் இரங்கிற்று. ஆனால் அந்த இரக்கம் தவறான காரியத்தைச் செய்ய என்னைத் தூண்டவில்லை. "உன் கணவனின் சம்மதம் இல்லாமல் இதை நீ விலைக்கு விற்க வந்தது பிசகு; இதை நான் வாங்குவது அதைவிடப் பிசகு. இதனால் உனக்கு ஏதேனும் கெடுதல் நேரும். பாவம், நேற்று என்னால்தான் உனக்கு அடி விழுந்தது. ஆனால் உன் நிலைமையைக் கேட்க எனக்குச் சங்கடமாக இருக்கிறது. ஒரு ஐந்து ரூபாய் தருகிறேன்; எடுத்துக்கொண்டு போய் இன்றைய காரியத்தைப் பார். இந்தச் சிலை எனக்கு வேண்டாம். இதை நீ வித்தியாசமாக எடுத்துக்கொள்ளாதே!" என்று சொல்லிப் பையிலிருந்து ஒரு ஐந்து ரூபாய் நோட்டை எடுத்தேன்.

அந்தப் பெண் பணத்தை வாங்க மறுத்தாள். "இந்தச் சிலையை நான் அன்னியர் வீட்டிலிருந்து திருடிக்கொண்டு வந்து உங்களிடம் விற்கவில்லை. இது என் புருஷனின் சொத்து. என் புருஷனின் சுக துக்கம் என்னைச் சேர்ந்ததல்லவா? என்னுடைய நகைகளை எல்லாம் விற்று அவருக்கு வேண்டியதை நான் செய்திருக்கிறேன். அதைப்போல் அவருடைய பொருளை அவரது நன்மைக்காக விற்க எனக்கு உரிமை இல்லையா?"

நேற்று அந்தப் பெண் அவனிடம் குடும்பக் கஷ்டம் பொறுக்க முடியாமல் சொல்லிய இரண்டு வார்த்தைகளுக்காக வாங்கிய அடியை என்னால் மறந்துவிட முடியுமா? அதற்கே அப்படிப்பட்ட தண்டனை என்றால் அவனுக்குத் தெரியாமல் இந்தச் சிலையைக் கொண்டுவந்து விற்பதினால் அவள் எப்படிப்பட்ட தண்டனையை அனுபவிக்க நேரிடும்?

"புருஷனுக்குள்ள உரிமை மனைவிக்கும் உண்டு என்பதை ஒப்புக் கொள்கிறேன். ஆனால் அதற்காக அவன் உன்னை அடித்து இம்சித்தால்....."

"அடிப்பார்; அதனால் பாதகமில்லை. இந்த அடிக்குப் பயந்தால் குடித்தனம் நடக்காது. அவர் அப்படி இருக்கிறாரே என்று நானும் பேசாதிருந்தால் இருவரும் பட்டினிகிடந்து சாகவேண்டியதுதான். புருஷனென்று வாய்த்த பிறகு, குடும்பப் பொறுப்பு தலைமீது விழுந்த பிறகு, அடியோ உதையோ நம்முடைய பாக்கியம் என்று ஏற்றுக்கொள்ள வேண்டியதுதானே!"

இது திரேதா யுகமோ, துவாபார யுகமோ அல்ல. ஆனால் இந்த யுகத்திலும் இப்படிப்பட்ட பெண்கள் இருப்பதுதான் கடல் பொங்கிப் பூமியை ஆக்கிரமிக்காமலிருப்பதற்கும், வானம் இடிந்து விழாமலிருப்பதற்கும் காரணம் என்று எனக்கு அப்பொழுது பட்டது. "நீ வீணாக அவனிடம் துன்புறுவானேன்? நான் கொடுக்கும் பணத்தை வாங்கிக்கொண்டு போ; வித்தியாசமாக நினைக்காதே!" என்றேன் மீண்டும்.

அந்தப் பெண் மறுத்துவிட்டாள். "இதை வாங்கிக்கொண்டு பணம் கொடுப்பதாய் இருந்தால் கொடுங்கள். இல்லாவிட்டால் வேண்டாம். அவருடைய முன் கோபத்தில் நான் இரண்டடி வாங்குவேன் பின்னால் மனங் குளிர நல்ல ஆகாரம் செய்து போட்டால் அவர் எல்லாவற்றையும் மறந்துவிடுவார். நான் பட்ட அடியும் அத்துடன் மறந்துவிடும்" என்றாள்.

அந்தப் பெண்ணுடன் அதற்கு மேல் விவாதிப்பது எனக்குச் சங்கடமாகப்பட்டது. அவளை வெறுங்கையுடன் அனுப்புவதைவிட அந்தச் சிலையை வாங்கிக்கொண்டு ஏதேனும் பணம் கொடுத்து அனுப்புவதுதான் எனக்குச் சரியானதாகப்பட்டது. இதனால் ஏதேனும் தகராறு ஏற்படுவதாயினும் சமாளித்துக்கொள்ளலாம் என்று எனக்குத் தைரியம் ஏற்பட்டது. திண்ணையிலிருந்த அந்தச் சிலையைக் கையில் எடுத்து வைத்துக்கொண்டு, "இதற்கு என்ன வேண்டும்?" என்று கேட்டேன்.

"நியாயமாக உங்கள் மனதிற்குப்பட்டதைக் கொடுங்கள்" என்றாள். அந்தச் சிலையின் விலையைச் சரியானபடி மதிப்பிடுவது எனக்குச் சிறிது கடினமாகத்தானிருந்தது. என் சக்திக்கு மீறியதாக இருந்தாலும் முப்பது ரூபாய் கொடுக்கலாம் என்று தீர்மானித்துக் கொண்டு, மூன்று பத்து ரூபாய் நோட்டுக்களை எடுத்து அந்தப் பெண்ணிடம் கொடுத்தேன். பணத்தைக் கையில் வாங்கியதும் அவள் கண்கள் மகிழ்ச்சியினால் அகல விரிந்தன. அவள் முகத்தில் ஒரு பிரகாசம் தோன்றியது. இதைக் கண்டதும் எனக்கும் ஒரு ஆத்ம திருப்தி ஏற்பட்டது. அவள் நன்றி உணர்ச்சியுடன் "நமஸ்காரம்" என்று சொல்லி, என்னிடம் விடைபெற்றுக் கொண்டாள். அவள் பெயரைக் கேட்டுத் தெரிந்துகொள்ளாதது எனக்கு ஒரு குறையாகப் பட்டது. "உன் பெயர் என்ன அம்மா?" என்றேன்.

“என் பெயரா? சாந்தி!” என்று அவள் சொல்லிவிட்டுப் போனாள். பொருத்தமான பெயர்தான்! ஹிம்சைக்கிடையேதானே சாந்தி ஒளி வீசமுடியும்?

நாட்களல்ல, மாதங்களல்ல; முழுசாக மூன்று வருடங்கள் ஓடிவிட்டன. நானும் ஒவ்வொரு பேட்டையாகக் குடித்தனத்தை மாற்றி, நகரின் தெற்கெல்லையிலிருந்து வடக்கெல்லைக்குக் கடைசியாக வந்து சேர்ந்தேன்.

ஒருநாள் வீட்டு வாசற்பக்கத்து அறை ஒன்றில் உட்கார்ந்து ஏதோ ஒரு புத்தகத்தைப் படித்துக்கொண்டிருந்தேன். வாசற்படிக்கு வெளியே இருந்து ஐயா!” என்று யாரோ கூப்பிடும் குரல் கேட்டது. “யாரது?” என்றேன் புத்தகத்திலிருந்த என் கவனத்தைத் திருப்பி. ஓர் உருவம் மெதுவாக வாசற்படிக்கு உட்புறம் தலையை நீட்டியது. முதலில் அந்த உருவத்தை நான் அடையாளம் கண்டு கொள்ளவில்லை. “யாரது? என்ன வேண்டும்?” என்றேன்

“பொம்மை வேணுங்களா?” என்றான். அவன் பிச்சை கேட்பது போன்ற தாழ்மையான குரலில்.

அந்தக் குரலை இதற்கு முன் எங்கோ கேட்டது போலிருந்தது. உற்று நோக்கினேன். திடுக்கிட்டேன். அந்த வாலிபச் சிற்பி மாதவனேதான் அவன்!

“இப்படி உள்ளே வா!” என்றேன் நெஞ்சில் எழுந்த பதட்டத்தை அடக்கிக்கொண்டு அவன் உள்ளே வந்தான். இரண்டு கைகளிலும் இரண்டு சிறிய சிலைகள் இருந்தன. ஒன்று புத்தரின் சிலை; மற்றொன்று விவேகானந்தரின் உருவம். அவன் முகத்தை உற்று நோக்கினேன். நான் முன்பு பார்த்த மாதவன் இல்லை அவன்; அவன் உருவமே முற்றிலும் மாறியிருந்தது. அந்த வாலிப வயதில் அவன் உடல் வாடி முதுமை அடைந்தது போலிருந்தது. அழுக்கேறிய கந்தல் உடையும், பஞ்சடைந்து சோகம் நிறைந்த கண்களும் ஒரு வாலிபச் சோம்பேறிப் பிச்சைக்காரனைத்தான் என் கண்ணெதிரில் கொண்டு வந்து காட்டியது. அவன் என்னை அடையாளம் கண்டுகொண்டதாகத் தெரியவில்லை. அவன் இரண்டு கைகளிலும் இரண்டு சிலைகளை ஏந்திக்கொண்டு திசை தெரியாத ஏதோ ஒரு உலகிற்கு வந்து விட்டவன்போல் நான்கு புறமும் மிரள மிரள விழித்துக்கொண்டு நின்றான்.

"அப்படி உட்காரு!" என்று சொல்லி அவனுக்கு ஒரு ஆசனத்தைக் காட்டினேன். "இல்லை; நான் உட்காரவில்லை. உங்களுக்குப் பொம்மை வேண்டுமா, வேண்டாமா?" என்றான் கண்டிப்பான குரலில்.

"வேண்டுமப்பா, வேண்டும். அந்தப் பொம்மைகள் என்ன விலை?" என்றேன்.

"இதை இப்படியே ஜோடியாய் வாங்கிக் கொள்கிற தென்றால் ஒன்றரை ரூபாய்; தனியாக ஒன்று மட்டும் வாங்கினால் ஒரு ரூபாய்.....!"

"சரிதான், ரொம்ப மலிவாக இருக்கிறதே! ஒன்று ஐம்பது, அறுபது ரூபாயாவது விலை சொல்லுவாய் என்று நினைத்தேன்" என்றேன் பரிகாசமாகச் சிரித்துக்கொண்டே.

"இதற்கெல்லாம் ஐம்பது, அறுபது கொடுக்க இந்த உலகத்திலே புண்ணியவான்கள் இல்லை" என்றான் அலுத்துக் கொண்டே.

"இந்த உலகத்தில் இருக்க வேண்டாம். வேறு உலகத்திலிருந்து யாராவது வரமாட்டார்களா? கொஞ்சம் காத்திருந்தால் வருவார்கள். அதற்குள் அவசரப்பட்டுக் கொண்டு இந்தக் கலைச் செல்வங்களை மதிப்புக்குறைவாக ஏன் விற்க வேண்டும்!" என்றேன்.

"வேறு உலகத்திலிருந்து ஒருவர் வருவார் என்று எனக்கு நம்பிக்கை இல்லை. அப்படியே இருந்தாலும் அதுவரையில் பசிக் கொடுமை தாங்காதே! ஏன் வீண் பேச்சு? உங்களுக்கு இந்தச் சிலைகள் வேண்டுமானால் எடுத்துக்கொள்ளுங்கள். இல்லாவிட்டால் என்னை விடுங்கள்!" என்றான்.

"சரி, இவைகளை நான் நீ சொல்லிய விலைக்கே எடுத்துக் கொள்கிறேன். அதோ! அந்த மேஜைமீது கொண்டு போய் வை!" என்று சொல்லி, மேஜையைச் சுட்டிக் காட்டினேன். மேஜைமீது வைத்திருந்த கண்ணனின் சிலையைக் கண்டதும் அவன் நெருப்பை மிதித்தவன் போல், "ஹா!" என்று கதறியபடியே துள்ளிக் குதித்து நின்றான். அவன் தேகம் நடுங்கியது. அவன் கைகள் 'வெடவெட' வென்று நடுங்கியது. அவன் கைகளில் வைத்திருந்த இரண்டு சிலைகளும் நழுவிக் கீழே விழுந்துவிடும் போலிருந்தன. நான் எழுந்து அவனுக்குச் சமீபமாகப் போய் அவன்

கைகளிலிருந்த சிலைகளை வாங்கி மேஜை மீது வைத்துவிட்டு அவன் முகத்தைப் பார்த்தேன். அவன் நடுங்கும் கரங்களைக் குவித்தான். அவன் விழிகளிலிருந்து தாரை தாரையாகக் கண்ணீர் பெருகிக்கொண்டிருந்தது. அவன் விம்மும் குரலில், “இந்தச் சிலையை அவள்தானே கொண்டு வந்து உங்களிடம் விற்றாள்?” என்றான்.

“ஆம். அவள் உன் மனைவிதானே? அவள் பெயர்.......?’

“சாந்தி! ஆமாம். இதற்கு நீங்கள் முப்பது ரூபாய் கொடுத்தீர்களல்லவா?”

“ஏன், முப்பது ரூபாய் இந்தச் சிலைக்கு மிகவும் குறைந்த விலை இல்லையா?” என்றேன்.

“குறைவான விலையா! இல்லை. இப்பொழுது இந்தச் சிலையை முக்கால் ரூபாய்க்குக் கூட யாரும் வாங்க மாட்டேன் என்கிறார்கள். அவளால்தான் இதை முப்பது ரூபாய்க்கு விற்க முடிந்தது. அதற்காக நான் அவளை அடித்துக் கொன்று........”

அவன் நெஞ்சிலிருந்து மேலும் வார்த்தைகள் எழும்பவில்லை. முகம் சிவக்க விம்மினான்.

நான் அவன் வார்த்தைகளைக் கேட்டுத் திடுக்கிட்டேன்.

“என்ன, அவளை அடித்துத் துரத்திக் கொன்று .....”

“ஆமாம். அடித்தேன்; துரத்தினேன்; கடைசியில், கொன்றும் விட்டேன்! எல்லாம் என் கண் மூடித்தனமான என் கர்வத்தினால் வந்த வினை. என் கலைக்கும் கைத்திறனுக்கும் அளவு மிஞ்சிய மதிப்பு இருப்பதாக நானே எண்ணி அகங்காரம் கொண்டதினால் உலகைச் சரிவர உணர முடியாத குருடனாகி விட்டேன். பெண்பாவம் பொல்லாதது. அதனால்தான் நான் இப்பொழுது ஒரு சாண் வயிற்றின் பசியைப் போக்க இப்படிச் சிலைகளைக் கையில் சுமந்துகொண்டு வெயில். மழை என்று பாராது ‘ஜோடி ஒன்றரை ரூபாய்க்காவது விற்காதா?’ என்று தெருத் தெருவாய் அலைகிறேன்!”

“ஐயோ பாவம்! அந்தப் பெண் இறந்துவிட்டாளா?” என்றேன் நான் பச்சாதாபத்துடன்.

“ஆமாம், நான் அவளைக் கொன்றுவிட்டேன். அவள் இருக்கும் வரையில் நான் இந்த வயிற்றுப்பாட்டைப் பற்றிக் கவலைப் பட்டதே இல்லை. எனக்குப் பசி என்பது எப்படி இருக்கும் என்றே தெரியாது. அவள் என்னை ஆசையோடும் காதலோடும் கல்யாணம் செய்து கொண்டாள். நான் சிலைகள் செய்யும் பொழுதெல்லாம் என் பக்கத்திலேயே உட்கார்ந்து ஆவலுடன் பார்த்துக் கொண்டிருப்பாள். அவளுடைய அழகான முகமும், சிரிப்பும், கலகலப்பான பேச்சும் என் கலையை வளர்த்தன; கைத்திறனைச் சோபிக்கச் செய்தன. ஆயிரக்கணக்கான சிலைகளை அழகழகாகச் செய்து குவித்தேன். உடலில் சோம்பல் தோன்றவில்லை. உள்ளத்தில் அலுப்பு ஏற்படவில்லை. அவள் என்னிடம் கொண்டிருந்த அன்புக்கும், பக்திக்கும், கடமை உணர்ச்சிக்கும் நான் அவளுக்குச் செய்த பிரதி உபகாரம் அவளை அடித்து விரட்டிக் கொலை செய்ததுதான்!”

நான் திகைப்படைந்து அவனையே பார்த்துக்கொண்டு நின்றேன். அவன் கண்ணீரைத் துடைத்துக்கொண்டு ஒரு பெருமூச்சு விட்டபடியே மறுபடியும் பேசலானான்.

“இப்படிச் சிலைகளைச் செய்து குவித்துக்கொண்டிருக்கத்தான் எனக்குத் தெரிந்தது. இந்த உலகத்தைத் தெரிந்துகொள்ளவில்லை. குடும்பத்தையும் பொறுப்பையும் உணர்ந்துகொள்ளவில்லை. வரட்டு மதிப்பில் காதல், அன்பு, கடமை இவைகளை மறந்து விட்டேன். அவள் இருந்த போது ஒருவேளையாவது நான் ஆகாரத்தைப் பற்றிக் கவலைப்படவில்லை. அது எங்கிருந்தோ எனக்கு கிடைக்கும். இந்தச் சிலையை எனக்குத் தெரியாமல் உங்களிடம் கொண்டு வந்து அவள் விற்றுவிட்டதாகக் கோபம் கொண்டு அடித்து வீட்டை விட்டு வெளியே துரத்திவிட்டேன். இப்படி எவ்வளவோ தடவை நான் அவளை அடித்திருக்கிறேன். ஆனால் அன்று என்னுடைய கோபம் அதிகமாகி என்னை மிருகத்திலும் கேவலமாக்கிவிட்டது. அன்று அவளால் அதை பொறுக்க முடியவில்லை. பிறந்த வீட்டிற்குப் போய்விட்டாள். அவள் சென்ற மறுநாளே அவள் இறந்து விட்டதாக எனக்குத் தந்தி வந்தது.....”

அதற்கு மேல் அவனால் பேச முடியவில்லை. அவன் கண்கள் கலங்கின. அவன் தன்னை ஒருவிதமாகச் சமாளித்துக்கொண்டு மறுபடியும் பேசலானான்.

"அவள் போனதிலிருந்து ஒவ்வொரு வேளையும் நான் 'பசி, பசி' என்று துடிக்கிறேன். என் பசிக்கு பரிந்து ஆகாரம் கொடுக்கும் ஒரு ஜீவன் இந்த உலகத்தில் இல்லை என்பதை இப்பொழுதுதான் நான் உணர்கிறேன். தினசரி ஆகாரத்திற்காக இப்படிச் சிலைகளைக் கையில் தூக்கிக்கொண்டு தெருத் தெருவாய் அலைகிறேன். ஆயினும், இவைகளை முக்கால் ரூபாய்க்குக்கூட வாங்குவாரில்லை. பெண் பாவம் பொல்லாதது என்பதை இப்பொழுதுதான் நான் அனுபவிக்கிறேன்; நன்றாக அனுபவிக்கிறேன்."

அவன் கதையைக் கேட்க எனக்குப் பரிதாபமாய் இருந்தது. அவனுக்கு ஏதேனும் சமாதானம் சொல்லவேண்டுமென்று என் மனம் துடித்தது. ஆனால் எந்த வகையில் அவனைச் சமாதானம் செய்வது என்றுதான் எனக்குத் தெரியவில்லை. அதற்குள் அவன் திடீரென்று கனவு கலைந்து விழித்தெழுந்தவன்போல், "நமஸ்காரம்; நான் போகவேண்டும். பசிக்கிறது, ஏதேனும் சாப்பிட வேண்டும். இந்தச் சிலைகளை விலைக்கு எடுத்துக்கொண்டு விட்டீர்களல்லவா? எடுங்கள் பணத்தை! நான் போகவேண்டும்" என்று துடித்தான்.

ஐந்து ரூபாய் நோட்டு ஒன்றை எடுத்து அவன் கையில் கொடுத்தேன்.

"ஐந்து ரூபாய்க்கு என்னிடம் சில்லறை ஏது?" என்றான்.

"சில்லறை வேண்டாம்: ஐந்து ரூபாயையும் நீயே எடுத்துக் கொள்!" என்றேன்.

அவன் 'கட கட' வென்று ஒரு பைத்தியக்காரச் சிரிப்புச் சிரித்தான்.

"ஐந்து ரூபாயா! பாதகமில்லை; சந்தோஷம். எனக்கு மூன்று நாளைக்குக் கவலை இல்லை. நீங்கள் கலையின் பெருமைக்காக இந்த ஐந்து ரூபாயைக் கொடுக்கவில்லை. எனக்குத் தெரியும், பசியின் கொடுமைக்காகத்தான் கொடுத்தீர்கள். எல்லாம் சாண் வயிறு. அவ்வளவுதான்; நமஸ்காரம்" என்று சொல்லி மறுபடியும் 'கட கட'வென்று ஒரு பைத்தியக்காரச் சிரிப்புச் சிரித்துவிட்டு வெளியே போனான்.

சண்பகத்தின் சகோதரன்

"சண்பகம்! உன் புருசன் தீவாளிக்கு வரானா?' என்றான் மாணிக்கம் ஓலைக் கீற்றை முடைந்துகொண்டே.

குளத்திற்குத் தண்ணீர் எடுக்கச் சென்ற சண்பகம் நெளிந்து கொண்டே நின்று 'வருகிறார்!' என்று வாயால் சொல்ல வெட்கமடைந்தவள் போல் தலையை ஆட்டினாள். அப்பொழுது அவள் சிரித்த சிரிப்பு உள்ளத்தில் பொங்கும் மகிழ்ச்சியை வெளியே எடுத்துக் காட்டியது.

"ஏதோ, நீங்க சந்தோசமா இருந்தாச் சரி! அவன் சிறு பிள்ளை; தவறு இருக்கலாம். ஊராரும் மேலே சண்டை போட்டுக்கிட்டே போனா முடிவு வேண்டாமா? பாலைப் பார்க்கிறதா, பானையைப் பார்க்கிறதா?' என்று சொல்லிவிட்டு ஓலை பின்னுவதில் கவனம் செலுத்தினான் மாணிக்கம்.

சண்பகம் பதில் சொல்லாமல் சிரித்துக்கொண்டே நடந்தாள். அவள் போன சிறிது நேரத்துக்கெல்லாம் "அண்ணே! பொகையிலை நறுக்கு இருக்குதா? கொஞ்சம் கொடு!" என்று கேட்டுக்கொண்டே வந்தான் மாமுண்டி.

"பொழுது விடிஞ்சு பொழுது போனா ஓசிப் பொகையிலை வாங்கிப் போடத்தான் சரியா இருக்கு இந்த ஊர்ப் பசங்களுக்கு! அதோடு கொஞ்சம் மானம் ரோசம் இருந்தா நல்லா இருக்கும்!" என்றான் மாணிக்கம் ஆத்திரத்துடன் மாமுண்டியைப் பார்த்து.

"என்ன அண்ணே, உனக்கு இவ்வளவு கோபம் வந்திருச்சு?" என்று கேட்டுக் கொண்டே அவன் பக்கத்தில் உட்கார்ந்தான் மாமுண்டி.

"ஊருலே நடக்கிற கதை தெரியுதா, உங்களுக்கு!" வெத்திலையும் பொகையிலையும் ஓசிவாங்கத்தானே அலையுறீங்க? அந்தப் பயல் தீவாளிக்கு வரப் போறானாம்."

"எந்தப் பயல்....?"

"அதான், அந்தத் திருவோணத்தான் நடேசன் மகன் சம்பகத்தின் புருசன்!" என்றான் மாணிக்கம் வெறுப்போடு.

மாமுண்டி துள்ளி எழுந்தான். உதடு துடிக்கக் கருகருவென்று வளர்ந்திருந்த மீசையை அழுத்தமாக ஒரு தடவை உருவி விட்டான். பிறகு "அண்ணே! அந்தப் பயலுக்கு இந்த ஊரு எல்லையிலே கால் வைக்கத் தைரியம் வந்துடுமா? அப்படியே வந்துட்டான்னாலும் தீவாளி யன்னிக்கு இந்த ஊரிலே கொலை குத்துத்தான் நடக்கும்!" என்றான் அவன் படபடப்போடு.

மாணிக்கம் அவனைச் சமாதானப்படுத்தி உட்கார வைத்து வெற்றிலைப் பையிலிருந்து புகையிலைத் தழையை எடுத்துக் கிள்ளிக் கொடுத்தான். "தம்பி! இது அவன் மேலே பிசகில்லை. இந்த நடேசன் திமிரு! தன் பொண்ணு புருசனோடு வாழணும்னு நினைச்சிருந்தா அவளை புருசன் வீட்டுக்குன்னா அனுப்பணும்? இந்த ஊரிலே இருக்கிறவனை யெல்லாம் ஏமாளிப் பசங்கன்னு நினைச்சவனைத் தன் வீட்டுக்கு வரவழைக்கிறதுன்னா, அவனுக்கு என்ன தைரியம் இருக்கணும்?"

"ஹூம், அவரு என்ன செய்வாரு. போன வருசம் நடந்த கதையை மறந்து போயிருப்பாரு!" என்று சொல்லிக் கொண்டே மாணிக்கம் கொடுத்த புகையிலையைக் கிள்ளி வாயில் போட்டுக்கொண்டான் மாமுண்டி.

வாசற் பக்கத்தில் நடந்த சம்பாஷணையை உள்ளேயிருந்து கேட்டுக் கொண்டிருந்த மாணிக்கத்தின் மகன் முருகன் சட்டென்று எழுந்து, வீட்டின் பின்புற வழியாகக் குளக்கரையை நோக்கி நடந்தான்.

சண்பகம் அப்போதுதான் குடத்தில் நீரை நிரப்பிக்கொண்டு கரை ஏறினாள். முருகன் குளக்கரையில் வேறு யாரேனும் இருக்கிறார்களா என்று நான்கு புறமும் பார்த்துவிட்டு, வழி மறித்தாற்போல்

சண்பகத்தின் எதிரில் வந்து நின்றான. சண்பகத்துக்கு இது 'திக்' கென்றிருந்தது.

"சண்பகம் உன் புருசன் தீவாளிக்கு வரப்போறானா?" என்றான் முருகன்.

"ஆமாம்" என்றாள் அவள்.

"அவன் இந்த ஊருக்கு வந்தா காலைக் கழுத்தை வெட்டிப்பிடுவானுங்க. தீவாளிக்குப் புருசனோடு சந்தோஷமா யிருக்கணும்னா நீ புருசன் வீட்டுக்குப் போ!"

"நான் எப்படிப் போக முடியும்? அங்கேதான் எனக்கு முன்னாலே இருக்காளே....." என்றாள் சண்பகம் நெஞ்சில் குமுறி எழும் சோகத்தோடு.

அவன் வேறொருத்தியைக் கட்டிக்கிட்டிருந்தால் என்ன? நீ கிரமமா அவனோடு போய் வாழ வேண்டியதுதானே?"

"அப்பாவுக்கு என்னை அங்கே அனுப்ப மனசில்லேயே..."

"உங்க அப்பா சொன்னதையே சொல்லிக்கிட்டிருப்பாரு; நீ புருஷன் வீட்டுக்குப் போறேன்னு சொல்லிவிட்டுக் கிளம்பினா உங்க அப்பாவாலே தடுத்திட முடியுமா?" என்று கேட்டான் முருகன்.

"நான் தனியாப் போயிட முடியுமா?" என்று கேட்டாள் சண்பகம் கண்ணீரைத் துடைத்துக்கொண்டே.

"தனியாகப் போக முடியாதுதான். அதுக்கு நான் ஒரு யோசனை செல்லுறேன். தீவாளிக்கு முதல் நாள் காலை நீ என்னோடு கிளம்பு. நான் உனக்குப் புதுப் புடவை, உன் புருசனுக்குப் புது வேட்டி எல்லாம் எடுத்துக்கிட்டு உன்னையும் கொண்டு போய் விட்டுட்டு வந்துடறேன்..."

"ஐயோ, நீங்களா...? வேண்டாம்; அவரு ஏதாச்சும் சந்தேகப்படுவாரு!" என்றாள் நடுங்கும் குரலில்.

"ஏன் சந்தேகப்படுவான்...?"

"நீங்க என்னை முதல்லே கல்யாணம் செய்துக்க ஆசைப்பட்டீங்கன்னு அவருக்குத் தெரியும்."

"நான் முதலில் உன்னைக் கல்யாணம் செய்துக்க ஆசைப்பட்டது உண்மைதான். எனக்காக ஊராரெல்லாம் பரிந்து பேசினதும் உண்மைதான். ஆனால் உனக்குக் கல்யாணமான பிறகு வேறு ஏதாவது கெட்ட ஆசை நான் மனசிலே வைச்சிருப்பேனா? அப்படி அவன் ஏதாச்சும் சந்தேகப்பட்டான்னா அவனுக்குச் சரியான புத்தி கற்பிக்கிறேன். நீ பயப்படாதே. ஒரு பெண்டாட்டி இருக்கும்போது இன்னொரு பெண்ணைக் கல்யாணம் செய்துக்கிட்டானே, அதைப்போல கீழான புத்தி எனக்கும் இருக்கும்னு அவன் நினைச்சுப்பிட முடியுமா?"

சண்பகம் மௌனமாக நின்றுகொண்டிருந்தாள்.

"என் மேலே உனக்கு ஏதாவது சந்தேகமா? உன் தகப்பனாரு வார்த்தை தவறி நடந்ததிலே என் தகப்பனாருக்கு அசாத்தியக் கோபம். ஆனா, நீ திருவோணத்தானைக் கல்யாணம் செய்துகிட்டதிலே எனக்கு வருத்தமோ கோபமோ இல்லை. உன்னைக் கல்யாணம் செய்துக்கணும்னு எனக்கு ஆசை இருந்தது. எப்போ பணக்காரன் ஏழைங்கிற பேதம் கிளம்பிச்சோ அப்பவே அந்த ஆசையை விட்டுட்டேன். உனக்கொரு அண்ணன்னு இருந்தா அவனுக்கு உன்னைப் புருசன் வீட்டிலே கொண்டுபோய் விடணும்னு கவலை இருக்காதா? அப்படித்தான் இப்போ எனக்கும் கவலை ஏற்பட்டிருக்கு!" என்றான் முருகன்.

"நான் உங்களைப் பற்றி ஒன்றுமே வித்தியாசமா நினைக்கல்லை. ஆனால் உங்க நல்ல பேருக்கு என்னால் இழுக்கு வந்துடுமோன்னுதான் கவலைப்படுறேன்."

"சண்பகம்! எனக்குக் கெட்ட பேரு வந்தா பாதகமில்லை. நான் ஆண் பிள்ளை. ஆனால் உனக்குக் கெட்ட பேரு வந்தா உன் வாழ்க்கையே கெட்டு போயிடும். நான் சொல்லுகிறபடி கேளு. புதன்கிழமை தீவாளி. அதற்கு முதல்நாள் செவ்வாய்க்கிழமை காலையிலே நான் மதகடி கிட்டே காத்திருப்பேன்; நீ வந்து சேரு. உன் புருசன் இங்கே வரத்துக்கு முன்னாலேயே நாம் அங்கே போய்ச் சேரணும்."

சண்பகம் சிறிது நேரம் யோசித்து, "சரி" என்று சொல்லிவிட்டு நடக்கலானாள்.

பூதங்குடியில் சாதாரண விவசாயிகளுக்குள்ளே பணத்தெம்பு

உள்ளவன் சண்பகத்தின் தகப்பன் நடேசன். முருகனின் தகப்பன் மாணிக்கம் ஏழையாயினும் நடேசனுக்கு அந்தரங்க நண்பனாயிருந்தான். நெடுநாட்களாய் மாணிக்கத்தின் மகன் முருகனுக்குத் தன் மகளைக் கல்யாணம் செய்து வைக்கப் போவதாய் நடேசன் சொல்லிக்கொண்டு வந்தது ஊரில் எல்லோருக்கும் தெரிந்த சங்கதி. ஆனால் நாளடைவில் நடேசனின் மனம் மாறிக்கொண்டு வந்தது. திடீரென்று ஒரு நாள் நடேசன் தன் மகளைத் திருவோணத்திலிருந்து வந்த அருணாசலம் என்பவனுக்குக் கல்யாணம் செய்து கொடுக்கப்போகிறான் என்பதைக் கேட்டதும் ஊரிலுள்ளவர்கள் ஆச்சரியமடைந்தனர். இதைக்கேட்ட மாணிக்கத்திற்கு ஆத்திரமும் கோபமும் வந்தது. ஊராரும் மாணிக்கத்தின் சார்பாகவே பேசினார்கள். ஆனால் நடேசன் ஊரிலுள்ளவர்களின் பேச்சை மதிக்காமல் அருணாசலத்திற்கே தன் மகளைக் கல்யாணம் செய்து கொடுத்தான். அருணாசலத்திற்கு முதலில் ஒரு மனைவி இருக்கிறாள் என்ற செய்தி நடேசனுக்குப் பின்னால்தான் தெரிந்தது. ஊரிலுள்ளவர்கள் அருணாசலம் பொய் சொல்லி ஒரு பெண்ணை இரண்டாந்தாரமாக மணந்துகொண்டதற்காக அவன் மீது ஆத்திரமும் கோபமும் அடைந்து அவனை அடித்துக் கொன்றுவிடுவது என்ற தீர்மானத்துடனிருந்தனர். இந்த விஷயம் தெரிந்ததும் அருணாசலம் உயிரைக் காப்பாற்றிக்கொண்டு ஓடி விட்டான். நடேசன் அவமானத்தால் குன்றிப்போனான்.

அருணாசலம் திருவோணத்தில் மூத்த சம்சாரத்தோடு குடித்தனம் நடத்துவதாகக் கேள்விப்பட்டதும் தன் மகளை அவனிடம் அனுப்ப நடேசனுக்கு விருப்பமில்லை. ஆனால் நாளுக்கு நாள் தன் மகளைப் பார்க்கப் பார்க்க அவனுக்குத் துக்கமும் பரிதாபமும் ஏற்பட்டது. அவளைப் புருஷனோடு சேர்த்து வைப்பதுதான் நல்ல தென்றும் அவனுக்குத் தோன்ற வாரம் பித்தது. தீபாவளிக்கு வருமாறு மருமகனுக்கு அழைப்பு அனுப்பினான். அவனும் வருவதாகப் பதில் எழுதினான். ஒரு வருடத்திற்குப் பிறகு ஊரிலுள்ளவர்களின் கோபம் தணிந்திருக்குமென்பது நடேசனின் அபிப்பிராயம். ஆனால் மாணிக்கமோ எவ்வளவு நாட்களானாலும் நடேசனை வஞ்சம் தீர்க்க வேண்டுமென்று இருந்தான். இந்த எண்ணம் மனதிலிருந்தாலும் பழைய நட்பை விடாதவன்போல் அவன் நடேசனுடன் பழகி வந்தான். தகப்பனின் வஞ்சக எண்ணம்

முருகனுக்குப் பிடிக்கவில்லை. அவன் தன் தந்தையின் சூழ்ச்சியைப் பாழாக்க நினைத்தான்.

முருகன் குறிப்பிட்டிருந்தபடி சண்பகம் வாய்க்கால் மதகடிக்கு வந்தாள். அவனும் அவளுக்காக அங்கே காத்திருந்தான். இருவரும் அங்கிருந்து கிளம்பி கும்பகோணம் வந்தார்கள். சேலை, வேஷ்டி, வெத்திலை, பாக்கு, பழம் எல்லாம் வாங்கிக்கொண்டு திருவோணம் வந்து சேர்ந்தார்கள்.

முருகனும் சண்பகமும் அருணாசலத்தின் வீட்டிற்குள் நுழைந்தபோது அவர்கள் கண்ட காட்சி வியப்பை யளிக்கக் கூடியதாய் இருந்தது. வீட்டுத் தாழ்வாரத்தில் நோய்வாய்ப்பட்ட பெண் ஒருத்தி படுத்திருந்தாள்.

முருகன் "அருணாசலம்!" என்று கூப்பிட்டான்.

படுக்கையில் படித்திருந்த பெண் ஈனஸ்வரத்தில் "யாரு நீங்க" என்றாள்.

"பூதங்குடி......" என்றான் முருகன்.

"பூதங்குடியா....! யாரு?" என்று கேட்டபடி அந்தப் பெண் சிரமத்தோடு எழுந்து உட்கார்ந்தாள்.

"இவ அவன் சம்சாரம். தீபாவளிக்கு இவளைப் புருஷன் வீட்டிலே கொண்டுவந்து விட நான் வந்திருக்கேன் "என்றான் முருகன்.

"தீபாவளிக்கு மாமனார் வீட்டுக்குப் போகப் போவதாகச் சொல்லிக்கிட்டு இருந்தாரே! நல்ல வேளை, நீயே வந்துட்டயா? அங்கே போனா என்ன நடக்குமோன்னு நான் பயந்து கிட்டிருந்தேன்.... தங்கச்சி வா! இப்படி உட்காரு. இது உன் வீடுதான்!" என்று அன்போடும் ஆர்வத்தோடும் சண்பகத்தை அழைத்தாள் அவள்.

அந்தப் பெண் அருணாசலத்தின் முதல் மனைவியான துளசியாய்த்தான் இருக்கவேண்டும் என்று முருகனும் சண்பகமும் நினைத்தார்கள். ஆனால், அவள் ஒரு நோயாளிப் பெண்ணாயிருப்பாளென்று அவர்கள் கொஞ்சமும் எதிர்பார்க்கவில்லை.

துளசி ஒரு பெருமூச்சுவிட்டுவிட்டுப் பேசத் தொடங்கினாள்;

“நான்தான் உனக்குச் சக்களத்தி. என்னைக் கல்யாணம் செய்துக் கிட்டத்திலிருந்து இவர் ஒரு சுகமும் காணவில்லை. ஆகவே நான் தான் அவரை வேறு கல்யாணம் செய்துகொள்ளும்படி வற்புறுத்தினேன். நான் பூமிக்குப் பாரமாயிருந்தாலும் அவருக்குச் சம்சாரம் என்ற முறை போயிடுமா? பெண் மேலே பெண் கொடுக்க ஒருவரும் மனம் ஒப்பல்லே. அதாலே பொய் சொல்லித்தான் உன்னைக் கட்டிக்கிட்டாரு. அப்புறம் இவ்வளவு தகராறு வரும்னு அவர் நினைக்கல்லே. அவருக்கும் கஷ்டத்துக்கு மேலே கஷ்டத்தைக் கொடுத்து, உன்னைப் போல ஒரு பெண்ணையும் வீணாகக் கொடுத்தோமென்று நான் உருகிக்கிட்டிருந்தேன். உங்க அப்பாரு தீவாளிக்கு அவரை வரச்சொல்லி எழுதினது என் மனதிலே பாலை வார்த்தாபோலே இருந்தது. உங்க ஊருக்கு வரதிலே அவருக்கு இஷ்டமில்லை. நான் தான் வற்புறுத்தினேன். அவர் ஒரு நாளாவது சந்தோசமா இருக்கிறதைப் பார்த்துட்டுச் செத்தால்தான் என் மனசு ஆறுதலடையும் போலிருக்குது. என் அதிருஷ்டம்தான் நீயே புருசன் வீடுதேடி வந்துட்டே. இந்த வருசம் தீவாளிதான் என் ஆயுசிலேயே தீவாளி!”

இதைச் சிரமத்தோடு சொல்லி முடித்ததும் ஒளியிழந்திருந்த அவள் கண்களிலிருந்து கண்ணீர் பெருக்கெடுத்து வழிந்தது.

முருகன் பையிலிருந்து புடவை, வேஷ்டி முதலியவைகளை எடுத்து விசுப் பலகையின் மேல் வைத்துவிட்டு, “சரி, நான் வந்த காரியம் நல்லபடியா முடிஞ்சுடுத்து; வாரேன்!” என்றான்.

“நீங்க யாருன்னுகூடச் சொல்லல்லையே? அதுக்குள்ளே புறப்பட்டுட்டீங்களே” என்றாள் துளசி. சண்பகம் “இவரு எங்க அண்ணன்!” என்றாள்.

“ஆமாம்; சொந்த அண்ணன் இல்லை அவளுடைய பெரியப்பா மகன்!” என்றான் முருகன்.

“வந்தவங்க ஒருநாள்கூட தங்காமல் போகலாமா? மங்களகரமா தங்கச்சியைக் கொண்டுவந்து விட்டுட்டு ஒரு நாள் விருந்து கூடச் சாப்பிடாமல்...”

“விருந்துக்கென்ன? ஒருநாள் வாரேன். விடிஞ்சா தீவாளி; ஊருலே தலைக்குமேலே வேலை கிடக்குது” என்று சொல்லிவிட்டு, “போய் வரட்டுமா, தங்கச்சி?” என்றான் சண்பகத்தைப் பார்த்து.

சண்பகம் தலையை ஆட்டினாள். அவள் கண்களிலிருந்து முத்து முத்தாகக் கண்ணீர் வழிந்துகொண்டிருந்தது.

கடை வீதிக்குப் போய்விட்டு அப்பொழுதுதான் வந்த அருணாசலத்திற்கு அவன் எதிர்பாரா வண்ணம் சண்பகம் வந்திருந்தது ஆச்சரியத்தை அளித்தது. துளசி அவனிடம் நடந்தவற்றைச் சொன்னாள்.

"அண்ணனா! அவன் யாரு? இவளுக்கு அண்ணன் ஒருத்தன் இருக்கான்னு நான் கேள்விப்பட்டதே இல்லையே!" என்றான் அருணாசலம்.

"அதான், பெரியப்பாரு மகனாம்!" என்றாள் துளசி.

"பெரியப்பாரு மகனா?"

"ஆமாம், முருகன் என்றாள் சண்பகம். மெதுவான குரலில். முருகன் என்ற வார்த்தையைக் கேட்டதும் அருணாசலம் துள்ளிக் குதித்து, "முருகனா! அவன் தானே முதலில் உன்னைக் கல்யாணம் செய்துக்க ஆசைப்பட்டவன்?" என்று கேட்டான்.

"ஆமாம். என்னைத்தான் நீங்க கல்யாணம் செய்துக்கிட்டீங்களே! அதற்கப்புறம் எனக்கு அண்ணன் இல்லேங்கிற குறையை அவரு நீக்கிட்டாரு!" என்றாள். சண்பகம் சிரித்துக்கொண்டே.

"ரொம்ப நல்ல குணம்; தங்கமான மனுசன். தெய்வம்போல் நம் வீட்டைத் தேடி வந்தவனுக்கு விருந்து செய்யாமல் அனுப்பினோமேன்னு எனக்கு வருத்தமாயிருக்குது!" என்றாள் துளசி.

"நம்ம விருந்திலேயிருந்து அவன் தப்பிடுவானா? அடுத்த வருசம் பாரு - என் தங்கச்சி மீனாச்சியை எப்படியாச்சும் அவன் கழுத்திலே கட்டித் தீவாளிக்குக் கூட்டிக்கிட்டு வந்து மாப்பிள்ளை விருந்து வைச்சுடுறேன்!" என்றான் அருணாசலம்.

சிலையின் நாட்டியம்

அலை எழுந்தாடும் நீலக் கடல். அக்கடலில் நிழல்போல் கரை நோக்கி மிதந்து வரும் ஒரு சிறு படகு. கண்ணுக்கு எட்டிய வரையில் திரை விரித்தாற்போல் கருநீல நிற வானம். வைரத்தை வாரி இறைத்தாற்போல் தனியாகவும் கூட்டமாகவும் சிதறிக்கிடந்து மின்னும் நட்சத்திரங்கள். பூரணத் தன்மைபெற்ற மகிழ்ச்சியோடு ஒளிவீசித் திகழும் முழு நிலவு. இவ்வளவும் கண்ணுக்கு நேரே காணும் உண்மையான காட்சிகள்தானா! இல்லை. அந்த அரங்கில் கட்டப்பட்டிருந்த திரைச் சீலையில் திகழும் வர்ண விசித்திர வேலைப்பாடுகள் அமைந்த சித்திரம்தான் அது.

அலைமோதும் கடற்கரையில் ஒரு சிலை. பார்வைக்கு அது ஒரு தெய்வச் சிலையாகத் தோன்றவில்லை. ஓர் அழகான பெண்ணின் அங்க அடையாளங்களோடுதான் அச்சிலை காட்சி அளித்தது. ஒரு காலை மடக்கி ஊன்றி இரு கைகளையும் மார்புக்கு நேராகச் சேர்த்து மலர்ந்த கமலத்தைக் காட்டும் நாட்டிய முத்திரையோடு விளங்கியது அச்சிலை. அந்தச் சிலையை அந்த நிலையில் பார்ப்பவர்கள் ஒவ்வொருவருக்கும் அந்த நாடக அரங்கில் வர்ணப் படுதாவுக்கு முன் வைக்கப்பட்டிருக்கும் அழகிய சிலை என்றுதான் தோன்றும். வானத்தைத் தழுவி நிற்கும் அலை வீசும் நீலக் கடல் இயற்கையின் அழகு குறையாமல் எழுதப்பட்டிருந்தாலும், அது ஒரு வர்ண சித்திரம்தான் என்று சிறிது மனம் மயங்கி நிற்பவரும் கூடச் சிறிது நேரம் ஊன்றிக் கவனித்தால் உணர்ந்து கொண்டுவிடுவார்கள். ஆனால், அங்கு நிறுத்தப்பட்டிருக்கும்

சிலை உண்மையில் சிலை இல்லை என்று எவராலும் மறுத்துக் கூறவே முடியாது.

பின்னணி வாத்தியங்களின் இசை ஏதோ சோகச் சூழ்நிலையை உணர்த்துவது போலிருந்தது. கடற்கரையில் நின்றுகொண்டிருந்த சிலை மெதுவாகத் தன் உடலை அசைத்தது. கமலம் போல் குவிந்திருந்த கைவிரல்களில் சிறிது அசைவு ஏற்பட்டது. அதை முதன் முதலில் பார்ப்பவர்களுக்குச் 'சிலைக்குக்கூட உயிர் உண்டா! இப்படி அசைகிறதே!' என்ற பிரமிப்பும் திகைப்பும் கட்டாயம் உண்டாகும்.

திடீரென்று ஒரு கடுமையான குரல் எழுந்தது. "ஆஹாஹா! போச்சு. எல்லாம் குட்டிச் சுவராகப் போச்சு. வேதா! உனக்கு எவ்வளவு தடவை சொல்லுவது! ஒரு ஐந்து நிமிஷ நேரம் அசையாமல் சிலை போல் உன்னால் நிற்க முடியாதா? உன்னால் என் நாடகமே வீணாகிவிடும்போலிருக்கிறதே! ஹூஹூம். இதற்கு உன்னை வைத்துச் சமாளிக்க முடியாது...." என்று பின்னணி வாத்தியக்காரர்களிடையே உட்கார்ந்திருந்த வாலிபன் வெறுப்பும் அலுப்பும் அடைந்தவன் போல் சொல்லிவிட்டு ஏதோ பெரிய சிக்கலில் மாட்டிக்கொண்டவன்போல் முகத்தை வைத்துக்கொண்டு வேறெங்கோ பார்வையைச் செலுத்தினான். அரங்கத்தின் நடுவே சிலைபோல் நின்றுகொண்டிருந்த பெண் மெதுவாகத் திரும்பிப் பயத்தோடு அவன் முகத்தைப் பார்த்து விட்டு மறுபடியும் அங்கங்களை முன்பு இருந்த நிலையிலேயே வைத்துக்கொண்டு சிலைபோல் நின்றாள். ஆனால், அவள் முகத்தில் முன்பிருந்த தெளிவும் சாந்தியும் இல்லை. பயமும் சோகமும்தான் குடி புகுந்திருந்தன. ராமநாதனின் கடுமையான வார்த்தைகளில் பயந்து தங்கள் வாத்திய இசையை நிறுத்திக் கொண்ட பின்னணி இசைக்காரர்கள் ஒருவர் முகத்தை ஒருவர் பார்த்துக்கொண்டனர். மன வெறுப்போடு கூடிய சிந்தனையில் ஆழ்ந்திருந்த ராமநாதன் ஒரு பெருமூச்சுவிட்ட வண்ணமே, "சரி! மறுபடியும் முதலிலிருந்தே ஆரம்பியுங்கள். இன்று இது சரியாக வராத வரையில் நான் விடப்போவதில்லை" என்றான். மறுபடியும் வாத்திய இசைகள் முன்போலவே முழங்க ஆரம்பித்தன.

அது ஒரு நாடக ஒத்திகை. அது கடைசி நாள் ஒத்திகை. விளம்பரம் செய்திருந்தபடி மறுநாள் அந்த நாடகம் நடக்க வேண்டும்.

ஒத்திகை ஒருவிதமாக முடிந்தது. நாடக ஒத்திகை ஒரு முடிவான கட்டத்தை அடைந்ததே தவிர, ராமநாதனுக்கு அதில் சிரத்தையோ திருப்தியோ ஏற்பட்டதாகத் தெரியவில்லை. அவன் முகம் தெளிவில்லாமல் இருந்தது. அவன் மனக் கற்பனையில் எப்படி எப்படியெல்லாம் நாடகக் காட்சிகள் இருக்க வேண்டுமென்று நினைத்தானோ அப்படியெல்லாம் அது அமையவில்லை என்பது முகக்குறியிலிருந்தே தெளிவாகியது. 'மேலே என்ன செய்வது' என்றபோது வாத்தியக்காரர்களும் நடிகர்களும் அவன் முகத்தைப் பார்த்தனர். மறுபடியும் முதலிலிருந்து ஒத்திகைக்கு ஆரம்பியுங்கள் என்று அவன் சொல்லிவிடுவானோ என்ற திகில்தான் அவர்களுக்கு. அவன் ஒரு கேலிச் சிரிப்புச் சிரித்தான். "சரி! இத்துடன் எல்லாம் முடிந்துவிட்டது போலிருக்கிறது... ஆமாம்! எல்லாமே முடிந்துவிட்டது. இனிமேலும் ஏதோ நம்பிக்கையோடு இந்தக் கம்பெனியை நடத்துவது முட்டாள்தனம் இதைக் கலைத்துவிடுவதுதான் நல்ல முடிவு. இந்த நாடகத்தை வெற்றிகரமாக்க வேண்டுமென்று எவ்வளவு மனக் கோட்டை கட்டி இருப்பேன்! எவ்வளவு பாடுபட்டிருப்பேன்! எவ்வளவு பணம் செலவு செய்திருப்பேன்! எல்லாம் வீண். என் லட்சியமே பாழாய்ப் போய்விட்டது . நான் இன்று சாயந்திரமே விளம்பரம் செய்துவிடப் போகிறேன், முன்பு விளம்பரம் செய்திருந்தபடி நாடகம் கிடையாதென்று. நாளைய தினம் எல்லோருக்கும் சம்பளத்தைக் கணக்குத் தீர்த்துக் கொடுத்துவிடுகிறேன்...." என்று சொல்லி ஆசனத்தை விட்டு எழுந்து சென்றான்.

அங்கு கூடியிருந்தவர்களுக்கு ராமநாதன் விடுத்த செய்தி திகைப்பை அளித்தது. அவன் மனத்துக்கு அவ்வளவு வெறுப்பும் கசப்பும் ஏற்படும் வண்ணம் அன்று ஏதும் விபரீதமாக நடந்து விடவில்லை என்று தான் எல்லோருக்கும் தோன்றியது. அப்பொழுது நடந்த ஒத்திகையில் எல்லோரும் பணிவாகவும் ஒழுங்காகவும்தான் நடந்து கொண்டனர். ஆனால் வேதா...... அவளுடைய நடிப்புத்தான் அவன் மனத் திருப்தியைக் குலைத்திருக்க வேண்டும். அவள் சரியாக நடிக்காத குறைதான் அவனுக்குப் பெரிதாகப் பட்டிருக்க வேண்டும். அங்கு கூடியிருந்த எல்லோருடைய மனத்திலும் அந்த அபிப்பிராயம்தான் அப்பொழுது தோன்றியது. அவள் நாட்டியம் ஆடும்பொழுது ஒவ்வொரு நாளும் எவ்வளவு குறைகள் கண்டு ராமநாதன் அவற்றைத் திருத்திக் கொள்ளச் சொன்னான். அவள்

அவன் வார்த்தையைக் கேட்டாளா! உண்மையாக மனமிருந்தால் அவள் பிசகை உணர்ந்து திருத்திக்கொண்டு நடிக்க மாட்டாளா! அவன் சொல்லுகிறபடி தேக சிரமப்பட்டு ஆடவேண்டுமென்று அவளுக்குச் சிரத்தை இல்லை. அவளால்தான் எல்லாம் கெட்டுவிட்டது. எல்லோர் பிழைப்பிலும் மண் விழுந்துவிட்டது. அவள்மீது அவன் எந்த அளவுக்கு அன்பு வைத்திருந்தானோ, அந்த அளவுக்கு நிச்சயமாக அவள் மீது அவனுக்கு வெறுப்பு ஏற்பட்டிருக்க வேண்டும். அவள்மீது அதிக அபிமானம் வைத்து மிகவும் சலுகை காட்டியதைக் கண்டு பொறாமை கொண்டிருந்த பலருக்கு இப்பொழுது மனத்தில் ஒரு அர்த்தமில்லாத மகிழ்ச்சி ஏற்பட்டது. ஆனால், இப்படி சந்தோஷமடைவதினால் ஏதாவது புண்ணியம் உண்டா? வேதா மீது ராமநாதன் கொண்ட மனவருத்தம் எல்லோருடைய பிழைப்புக்கு மல்லவா கேடு விளைவித்து விட்டது! அவள் ஒருத்தியிடம் கண்ட குறைக்காக ஒரு நாடகக் குழுவையே கலைப்பதென்றால் அது விவேகமான செய்கையா? அவளுக்கு அந்தப் பாத்திரத்தை நன்றாக நடிக்க யோக்கியதை இல்லாவிட்டால் வேறொரு நல்ல நடிகைக்குக் கொடுக்கலாம் அல்லவா! இதற்காக ஆயிரக்கணக்கான ரூபாய் செலவு செய்த பிறகு இந்த நாடகத்தைக் கைவிடுவதோடு அல்லாமல் கம்பெனியையே கலைத்துவிடுகிறேன் என்றால் அது புத்திசாலித்தனமா! இப்படித்தான் அங்குள்ள ஒவ்வொருவருடைய மனத்திலும் தோன்றியது. ஆனால், ராமநாதனிடம் தங்கள் மனத்திலுள்ளதைச் சொல்லும் துணிவு மாத்திரம் ஒருவருக்குமே உண்டாகவில்லை.

பிறவியிலிருந்தே கலைக்காகப் பாடுபடும் பிறவிகள் சிலர். அவர்கள் பொருளை லட்சியம் செய்வதில்லை. உடல்நலத்தைக் கவனிப்பதில்லை. எதிலும் லாப நஷ்டக் கணக்குப் பார்ப்பதில்லை. உற்றாரின் பழிச் சொற்களுக்கோ செவி சாய்ப்பதில்லை. இத்தகைய பிறவிதான் ராமநாதன். அவன் தகப்பனார் பெரிய வியாபாரியாக இருந்து லட்சக்கணக்கான ரூபாய் சம்பாதித்தார். தகப்பனார் சேர்த்து வைத்த பணத்தைக் கொண்டு இவனும் வியாபாரத் துறையில் இறங்கிப் பணத்தை இன்னும் பன்மடங்காகக் குவித்திருக்கலாம். ஆனால் அவனுக்குப் புத்தி அதில் செல்லவில்லை. வாலிபத்திலிருந்தே நாடகப் பித்துப் பிடித்து அலைந்தான். பள்ளியில் பயிலும் காலத்திலிருந்தே அவன் ஒரு சிறந்த நடிகன்.

அது மட்டுமல்ல; அவனுக்குக் கொஞ்சம் கவிப் பித்தும் உண்டு. அது அவனைச் சும்மா விடவில்லை. சிறு பிராயத்திலேயே அவன் பல நாடகங்களை எழுத ஆரம்பித்துவிட்டான். அந்த நாடகங்களுக்கு உலகத்தில் எத்தகைய வரவேற்பு இருக்கும் என்று அவனுக்குத் தெரியாது. ஆனால், அவற்றை அரங்கேற்ற வேண்டும் என்ற துடிப்பு மாத்திரம் அவனுக்கு இருந்தது. கையில் பணமில்லாதவன் இத்தகைய கனவு கண்டால் அது பலனளிக்காமல் போனாலும் போகலாம். ராமநாதனுக்கு என்ன குறை! அவன் தகப்பனார் தான் ஏராளமாகச் சேர்த்துவைத்திருக்கிறாரே! லாபம் சம்பாதிக்க வேண்டும் என்ற நோக்கத்துடன் அவன் நாடகக் கலைக்குப் பணி செய்ய இறங்கவில்லை. கட்டுக்கடங்காத ஆசைதான் அவனை அந்த வழியில் திருப்பியது. அவனுடைய உறவினர்களுக்கும் நண்பர்களுக்கும் அவனுடைய செய்கை பிடிக்கவில்லை. அத்தொழிலில் வீண் நஷ்டம் ஏற்படுமென்று எச்சரித்தனர். அவன் அதையெல்லாம் காதில் வாங்கவேயில்லை. அவன் பணத்தை விரயமாக்குவதாகவும் துர்நடத்தை உள்ளவனென்றும் ஊரில் உள்ளவர்கள் சொல்லித் திரிந்தனர்.

அவன் எவருடைய வார்த்தைகளையும் லட்சியம் செய்யாமல் ஒரு நாடகக் கம்பெனியை ஆரம்பித்தான். சொந்தமாகவே ஒரு நாடகக் கம்பெனியை 'ஆரம்பித்துவிட்ட பொழுது அதில் தான் சொந்தமாக எழுதிய நாடகங்களைப் போட்டுக்கொள்வதென்றால் யார் ஆட்சேபிக்கப் போகிறார்கள்? 'நொண்டிப் பெண்' 'புதரில் ரோஜா' 'அவளும் இவனும்' முதலிய நாடகங்களெல்லாம் ஒன்றன் பின் ஒன்றாக அரங்கமேறின. எப்படியோ அவனால் நாற்பது ஐம்பது ஜீவன்கள் பிழைத்துவந்தன. 'ராமநாத கான சபா' என்னும் அக் கம்பெனி ஊர் ஊராகச் சென்று ராமநாதன் எழுதிய நாடகங்களையே திரும்பத் திரும்ப நடித்துக்கொண்டிருந்தது. தன்னுடைய நாடகங்களிலெல்லாம் ராமநாதனே முக்கியமான பாத்திரங்களை ஏற்று நடித்து வந்தான். அவன் எழுதிய நாடகங்கள் எப்படிப்பட்டவைகளோ! ஆனால், அவன் ஒரு நல்ல நடிகனாகவும் கலைக்காக வாழ்பவனாகவும் திகழ்ந்தான். நாடகக் கம்பெனி ஆரம்பித்து நான்கைந்து வருடங்கள் ஓடிவிட்டன. அவன் தன் சொந்த ஊரையும் உற்றார் உறவினர்களையும் மறந்து விட்டான். இந்த நாடகங்களுக்காக நாம் எத்தனை பணம் செலவு செய்திருக்கிறோம்! எவ்வளவு லாபம் அடைந்திருக்கிறோம்!

எவ்வளவு நஷ்டம் அடைந்திருக்கிறோம்! என்பதையெல்லாம் கணக்குப் பார்த்துத் தெரிந்துகொள்ளச் சக்தியற்றவனாகவே ஆகி விட்டான் அவன்.

இரவு பகல் கண்விழிப்பதினாலும், ஊர் ஊராகச் சென்று பல ரகமான சாப்பாடுகளைச் சாப்பிடுவதினாலும் தன் அழகான திடமான வாலிப தேகம் எவ்வளவு மெருகிழந்திருக்கிறது என்பதையும் அவன் கவனிக்கவில்லை. வசதிகள் இருந்தும் வாழ்க்கையில் நிம்மதியாகவும் சுகமாகவும் இருக்கும் வழியை மறந்திருந்தான். அவன் கடைசியாக எழுதிய நாடகம் 'சிலையின் நாட்டியம்' என்பது. இத்தகைய ஓர் அபூர்வமான நாடகத்தை எழுத அவனுக்குத் தூண்டுதலாக இருந்தவள் வேதா என்பது அனேகருக்குத் தெரியாது.

வேதா இரண்டு வருடங்களுக்கு முன்தான் அவனுடைய நாடக சபையில் சேர்ந்தாள். அவளுக்குத் தாயில்லை. அவளுடைய தகப்பனார் அவளை வைத்துப் போஷிக்கச் சக்தியற்றவராகி அந்த நாடகக் கம்பெனியில் சேர்த்துவிட்டுப் போனார். அவளுக்குச் சுமாராகப் பாடத் தெரியும். கொஞ்சம் நாட்டியமும் ஆடுவாள். பிரமாதமான அழகியல்ல அவள். இருந்தாலும் நாடகத்துக்கு வேண்டிய முகவெட்டும் நாட்டியத்துக்கு லாகவமான கொடி போன்ற உடலமைப்பும் அவளுக்கு இருந்தது. அவளுக்கு வயது இருபதுதான் இருக்கும். அந்த நாடக சபையில் சேருவதற்கு முன்னால் அவள் மேடை ஏறி நடித்தவளல்ல. அவளை நடிப்பில் சிறந்தவள் என்றும் சொல்ல முடியாது. அவளுக்கு நாடகங்களில் பிரதான பாத்திரங்கள் எதுவும் கொடுக்க யோக்கியதை இல்லாவிட்டாலும் சபையில் நாட்டியமாடுவதற்கும் தோழி வேடம் போன்ற சில்லறை வேடங்களுக்கும் அவள் பயன்படுவாள் என்ற எண்ணத்தில்தான் அவளைத் தன் கான சபையில் சேர்த்துக் கொண்டான் ராமநாதன்.

அவள் அந்த நாடகக் குழுவில் சேர்ந்த இரண்டு மூன்று மாதங்களுக்குள் ராமநாதனின் அன்பிற்குப் பாத்திரமானாள். ராமநாதன் மற்றவர்கள் பொறாமை கொள்ளும் வண்ணம் அவளிடம் அன்பு செலுத்தலானான். அவள் தன் நாட்டியத்தினாலோ, பாட்டினாலோ, அழகினாலோ, நடிப்பினாலோ அவன் மனத்தைக் கவர்ந்துவிடவில்லை. அவளுடைய குணமும் நடத்தையும்தான்

அவன் மனத்தைக் கவர்ந்தன. அனாதையாக அவன் பொறுப்பில் விடப்பட்டதனால் அந்த இளம் பெண்ணிடம் அனுதாபமும் பச்சாதாபமும் அவனுக்கு நாளுக்கு நாள் அதிகமாகிக் கொண்டிருந்தன. அந்த நாடகக் குழுவிலிருந்த நடிகர்களும் மற்றவர்களும் 'அவனிடம் அவனுக்குக் காதல்' என்றுகூட ரகசியமாகப் பேசிக்கொண்டனர். ஆனால் உண்மையாக வேதாவிடம் ராமநாதன் வைத்த அன்பு இயற்கையான வாலிப உள்ளத்தில் எழும் காதல் உணர்ச்சிதானா என்று ஒருவராலும் கண்டுபிடிக்க முடியாமலிருந்தது. அவளுக்காக அவன் காட்டும் அனுதாபமும் சலுகையும் அதிகமாகவே இருந்தனவே தவிர, அவனுடைய நடத்தையிலோ, பேச்சிலோ வித்தியாசம் காணும்படியாக எதுவுமே நிகழ்ந்ததில்லை. வேதாவின் இளம் உள்ளம் வாழ்க்கையில் அன்பையும் பரிவையும் அதுவரையில் கண்டிராதது. எனவே, ராமநாதனின் அன்பிலும் ஆதரவிலும் மயங்கியது. அவனிடம் பாய்ந்தோடும் இருதயத்தை அவளால் கட்டுப்படுத்த முடியவில்லை.

அதன் பலனாக அந்தப் பேதைப் பெண்ணின் உள்ளம் அவனுக்கு அடிமையாகியது. மற்றவர்களெல்லாம் ரகசியமாகவும் ஜாடையாகவும் பரிகாசமாகவும் பேசிக்கொள்வதுபோல் ராமநாதன் உண்மையாகத் தன் மீது காதல் கொண்டிருப்பானோ என்ற சிந்தனையில் அவள் உள்ளம் சிக்கிச் சுழன்றது. ராமநாதன் அவள்மீது காதல் கொண்டிருந்தானோ இல்லையோ, தெரியாது. வேதா அவன் மீது அளவற்ற காதல் கொண்டிருந்தாள். தன் மனக் காதலை - தன் மன ஆவலை அவனிடம் எப்படியாவது சொல்ல வேண்டும் என்று அவளுக்குத் துடிப்பு ஏற்பட்டது. ஆனால் அந்த அளவுக்குத் துணிவு உண்டாகவில்லை. அவன் அவளிடம் செலுத்தும் அன்பை, ஆதரவைக் காதலென்றோ மோகமென்றோ அவள் எப்படி எடுத்துக்கொள்ள முடியும்! அதற்கு ஆதாரம்! அவனிடம் எப்படித் துணிந்து தன் மனத்திலுள்ள காதலைச் சொல்லுவது! அவன் அதை வித்தியாசமாக எடுத்துக்கொண்டு விட்டால்.......? அது ஏதேனும் விபரீதமாக முடிந்துவிட்டால்.....? பலஹீனமடைந்த பெண் உள்ளம் தன் துடிக்கும் ஆவலை அடக்கிக் கொண்டது. மனக் கனவிலேயே மயங்கித் தடுமாறியது. என்றோ ஒரு நாள் அவன் தன் மனத்திலுள்ள காதலை சொல்லித்தானே ஆகவேண்டும் என்று நம்பிக்கையோடு எதிர்பார்த்தது. அவன்

தன்னோடு பேசும் ஒவ்வொரு விநாடியிலும் தன் மனத்தைத் திறந்து ஏதாவது சொல்லமாட்டானா என்றே அவள் எதிர்பார்த்தாள். ஆனால் கலையையே வாழ்வின் லட்சியமாகக்கொண்டிருந்த ராமநாதனுக்கு அதற்கெல்லாம் பொழுது எங்கே இருந்தது!

ராமநாதன் வேதாவிடம் எவ்வளவோ அன்பாகவும் ஆதரவாகவும் தான் நடந்துகொண்டான். இருந்தாலும் அவனுடைய நாடகங்களில் வேதாவுக்கு எத்தகைய முக்கியப் பாத்திரமும் கொடுத்து நடிக்கச் செய்யாதது எல்லோருக்குமே ஆச்சர்யமாய்த்தானிருந்தது. ஆனால் ராமநாதன் பிறர் மனத்துக்கு வருத்தம் ஏற்படும் வண்ணம் பிறரை நீக்கி அந்த ஸ்தானத்தை வேதாவுக்குக் கொடுக்கவிரும்பவில்லை. ஒரு நாடகத்தில் வேதாவைப் பிரதான பாத்திரமாக்கி நடிக்கச் செய்ய வேண்டும் என்ற ஆவல் மட்டும் அவன் மனத்துள் இருந்தது. எனவே அவளுக்காக, அவளுக்குத் தகுந்தாற்போல் ஒரு புது நாடகத்தை சிருஷ்டிக்க விரும்பினான் ராமநாதன். அந்த ஆவலின் காரணமாக சிருஷ்டிக்கப்பட்டதுதான் 'சிலையின் நாட்டியம்' என்ற நாடகம். அந்த நாடகம் உருவானதற்குக் காரணமானவள் வேதா என்பதும், அது அவளுக்காகவே அவனால் எழுதப்பட்டது என்பதும் அவனுக்கு மாத்திரமே தெரிந்த ரகசியம். அதை வேதாவிடம் கூட அவன் தவறிப்போயும் சொன்னதில்லை.

வஜ்ர நாட்டைக் கேசவமாதவன் என்னும் அரசன் ஆண்டு வந்தான். அவன் மிகவும் கலை ஆர்வமுள்ளவன். அதிலும் நாட்டியக் கலை என்றால் அவனுக்கு அலாதி மோகம். உலகமெங்கும் அலசிச் சிறந்த முறையில் நாட்டியமாடக் கூடிய அனேக மங்கையர்களைத் தன் சமஸ்தான நாட்டிய நங்கைகளாக நியமித்திருந்தான். அவனுடைய நகரம் தேவலோகம் போலிருந்தது. அந்த நகரத்தில் அரம்பையர் போன்ற நாட்டிய நங்கையர்கள் உலவி வந்தனர். அரச சபையிலுள்ள மற்ற நாட்டிய நங்கையர்களை விடப் பத்மதிலகா என்பவளே மிகவும் சிறந்து விளங்கினாள். வானுலகிலிருந்து வந்து குதித்த மேனகையோ ரம்பையோ எனத் திகழ்ந்தாள் அவள். நாட்டியத்திலும் அழகிலும் உலகத்தில் அவளை வெற்றி கொள்பவர் ஒருவருமில்லை என்றே சொல்லிவிடலாம். அவள் நாட்டியமாடும்போது பொற்கொடி துவண்டு ஆடுவது போலிருக்கும். இயன்ற வண்ணமெல்லாம் மேனியை நெளித்து ஆடும் வகையில் அவளது உடலமைப்பைப் பிரும்மன் எப்படி சிருஷ்டித்தானோ என்று எல்லோரும் வியப்படையும்படி பத்ம

திலகா திகழ்ந்தாள். அவள் தன் சமஸ்தானத்தின் நடன அணங்காக இருப்பதில் அவனுக்குப் பெரு மகிழ்ச்சி. அதன் காரணமாகப் பல அரசர்களை யுத்தத்தில் வென்ற பெருமிதத்தைக் காட்டிலும் அதிகத் திருப்தியோடும் சந்தோஷத்தோடும் இருந்தான் கேசவ மாதவன்.

கேசவ மாதவனுக்கு ஒரு அருமைப் புதல்வனிருந்தான். அவன் பெயர் ஸ்ரீதர மாதவன். புலிக்குப் பிறந்தது பூனையாகுமா? நாட்டியக் கலையை ரசிப்பதிலும் நாட்டியமாடுகிறவர்களைப் போற்றிப் புகழ்வதிலும் தந்தையைவிட ஒரு படி ஏற்றமாகவே இருந்தான் ஸ்ரீதர மாதவன். சிறு குழந்தைப் பருவத்திலிருந்தே தன் புதல்வனுக்கு நாட்டியக் கலையில் பிரேமை ஏற்பட்டிருப்பதைக் கண்டு கேசவ மாதவன் பயந்தான். தன் மகன் நாட்டியக் கலையின் மேல் கொண்ட பித்துக் காரணமாக நாட்டிய மங்கையர்களிடம் மோகம் கொண்டு தன் வாழ்க்கையையே கெடுத்துக்கொண்டு விடுவானோ என்ற பயம் மன்னனுக்கு. அந்தப் பயத்தின் காரணமாக அவன் தன் மகனின் சுதந்திரத்தைப் பல வகையிலும் கட்டுப்படுத்தலானான். ஸ்ரீதர மாதவனை நாட்டியம் பார்க்க அனுமதிப்பதில்லை. சபை நடுவே பகிரங்கமாக நடக்கும் நாட்டியக் கச்சேரிகளையெல்லாம் நிறுத்தி அவைகளைத் தனியே அந்தப்புரங்களில் வைத்துக்கொண்டு தான் மட்டும் கண்டு ரசித்து வந்தான். எந்த நாட்டியப் பெண்களும் ஸ்ரீதர மாதவனின் கண்களில் படக்கூடாதென்று உத்தரவிட்டான். நாட்டியப் பெண்கள் மூடு பல்லக்கில் ரகசியமாக வந்து அந்தப்புரத்தில் நாட்டியமாடி விட்டுப் போவது வழக்கம். மற்ற பெண்கள் எல்லோரையும் விடப் பத்ம திலகாவைப் பார்த்த எவரும் நிச்சயமாக மயங்குவார்கள். அதிலும் அவளுடைய நாட்டியத்தைப் பார்த்த எவரும் நிச்சயம் அவளுக்கு அடிமையாகிவிடுவார்கள். பத்ம திலகா போன்ற ஒரு நாட்டியக்காரியினாலேயே எவ்வளவோ சாம்ராஜ்யங்களை அடிமைப்படுத்திவிடலாம் என்று எண்ணிப் பெருமைப்படும் மன்னனுக்கு இளைஞனும் நாட்டியக் கலையில் அதிக மோகம் கொண்டவனுமான தன் குமாரன் அவளைப் பார்த்துவிட்டால் எப்படியாகிவிடுவான் என்பது தெரியாதா!

பத்ம திலகாவின் நாட்டியத்தைப் பற்றியும், அவளுடைய அழகைப் பற்றியும் ஸ்ரீதர மாதவன் கேள்விப்பட்டிருந்தான். அவளை மட்டும் பார்த்ததில்லை. அவளைப் பார்க்கவேண்டும், அவள்

நாட்டியத்தைப் பார்த்து அனுபவிக்கவேண்டும் என்ற ஆவல் நாளுக்கு நாள் அவனை வாட்டி வந்தது. ஆனால் அரசனுடைய தடை உத்தரவு நாளுக்கு நாள் மிகவும் கடுமையானதாகிக் கொண்டிருந்தது. தகப்பனாரின் அடக்குமுறை அதிகமாக அதிகமாக அவனுடைய மன ஆவலும் ஆசையும் அதிகமாகிக் கொண்டே வந்தன. எந்த வகையிலாவது பத்மதிலகாவைப் பார்த்து விடுவது என்ற தீர்மானத்தோடு பலவிதமான முயற்சிகளில் இறங்கினான். அவன் முயற்சிகளெல்லாம் தோல்வியுற்றன. பலத்த பாதுகப்புடன் வரும் நூற்றுக்கணக்கான மூடு பல்லக்குகளில் எதில் பத்மதிலகா இருக்கிறாள் என்பது அவனுக்குத் தெரியவில்லை. எல்லாப் பல்லக்குகளும் ஒரே மாதிரியாக இருந்தன. ஒவ்வொரு பல்லக்கையும் சுற்றி உருவிய கத்தியுடன் மெய்காப்பாளர்கள் வந்து கொண்டிருந்தனர். யாரேனும் அந்தப் பல்லக்குக்குச் சமீபமாக வந்தால் அவர்களைக் கை வாளால் உடல் வேறு தலை வேறாக்கி விடும்படியாக மன்னன் உத்தரவிட்டிருந்தான். அரண்மனைக்கு வரும் மூடிய பல்லக்குகளை மாளிகையின் மேல் உப்பரிகையில் நின்ற வண்ணம் பார்த்துப் பெருமூச்செறிவான் ஸ்ரீதர மாதவன். உருவத்தைக் கூடப் பார்க்காமல் பத்மதிலகாவையே நினைத்து உருகும் அவனைப் பற்றிப் பத்ம திலகா எதற்கு நினைத்துப் பார்க்கப் போகிறாள்!

பத்ம திலகா இளவரசனைப் பற்றியும் அவனுக்குள்ள கலை ஆர்வத்தைப் பற்றியும் அவனுடைய அழகைப் பற்றியும் கேள்விப் பட்டிருந்தாள். அரசன் இளவரசனை எதற்காக நாட்டியங்களைக் கண்டு ரசிக்க விடாமல் தடைபோட்டிருக்கிறார் என்ற ரகசியம் மாத்திரம் அவளுக்கு விளங்கவில்லை. அரசகுமாரனைப் பார்க்க வேண்டுமென்ற ஆசையும் துடிப்பும் அவளுக்கு இருந்தன. ஒருதரமாவது அவன் எதிரில் நாட்டியமாடி ரசிகத் தன்மை நிறைந்த அவனிடமிருந்து ஆசிபெற வேண்டுமென்று துடித்தாள். துடிப்பும் ஆர்வமும் இருந்து பயனென்ன? அரசன் அவளுக்கும் மற்ற நாட்டிய நங்கையர்களுக்கும் இட்டுள்ள கடுமையான ஆக்ஞையிலிருந்து மாற முடியுமா? இளவரசனைப் பார்க்க வேண்டும். அவன் எதிரில் நாட்டிய மாடவேண்டும் என்ற துடிப்பும் ஏக்கமும் ஒருபுறமிருக்கட்டும். ஒவ்வொரு நாளும் அரசனுக்காக மாத்திரம் தனியே நாட்டியமாடுவது அவளுக்கு வெறுப்பையும் அலுப்பையும் கொடுத்து வந்தது. அதனால்

நாளுக்கு நாள் அவளுடைய நாட்டியச் சிறப்பு மங்கி வந்தது. தேக சௌந்தர்யம் ஒளி இழந்து வந்தது. மற்ற பெண்கள் நன்றாக நாட்டியமாடுவதுடன் சந்தோஷமாகவும் இருந்து வந்தனர். அதனால் அரசன் தன்னிடம் காட்டி வந்த அபிமானம் நாளுக்கு நாள் குறைவது போல் அவளுக்குத் தோன்றியது. எனவே, அவள் மனம் குன்றிப் போனாள். உள்ளம் சோரவே உடல் மெலிந்தது. ஒரு நாள் இரவு மனத்தில் எழுந்த தாபத்தைச் சற்றும் பொறுக்க மாட்டாமல் பத்ம திலகா இறந்துவிட்டாள்.

பத்மதிலகா திடீரென்று இறந்துவிட்டதைக் கேட்ட அரசன் தன் நாட்டையே இழந்துவிட்டவன்போல் துடித்தான். பாவம்! இந்தச் செய்தியைக் கேட்ட இளவரசன் எப்படி இருப்பான்! அவனுடைய ஆசை இனி எந்த விதத்தில் நிறைவேறப்போகிறது? இந்தப் பிறவியில் பத்ம திலகாவின் நாட்டியத்தைக் கண்டு மகிழாத துர்பாக்கியத்தைவிட வேறு ஏதேனும் துர்பாக்கியம் அவனுக்கு வேண்டுமா! அந்த அழகியை இனி அவன் எங்கே பார்க்கப் போகிறான்! இனி எங்கே அவளுடைய ஒயிலான நடனத்தைக் கண்டுகளிக்கப் போகிறான்! அவனுக்கு வாழ்க்கையிலேயே வெறுப்பு ஏற்பட்டுவிட்டது. நெருப்பில் விழுந்த புழுவெனத் துடித்தான்.

அரசன் அரசாங்க மரியாதைகளுடன் படாடோபத்தோடு பத்மதிலகாவின் சடலத்தைக் கடற்கரை ஓரமாக அடக்கம் செய்தான். அதோடு மட்டுமல்ல; கைதேர்ந்த சிற்பியைக் கொண்டு அவளைப் போன்ற அழகான ஒரு சிலையைச் செய்து அதை அலைவீசும் கடற்கரையில் அவளது ஞாபகார்த்தமாக நிலைநாட்டினான்.

அரசன் பத்மதிலகாவைப் போல் ஒரு சிலையைச் செய்து நிலை நாட்டியதில் இளவரசனுக்குச் சிறிது மன ஆறுதல் ஏற்பட்டது. பத்மதிலகாவை நேரில் பார்க்கக் கொடுத்து வைக்காவிட்டாலும் அவளுடைய சிலையையாவது அடிக்கடி பார்த்து மன ஆறுதல் அடையலாமல்லவா? அரசன் பத்மதிலகா இறந்த பிறகு இளவரசனுக்கு ஏற்படுத்தியிருந்த கட்டுப்பாடுகளைச் சிறிது சிறிதாகத் தளர்த்திவிட்டான். இளவரசன் தன்னிச்சையாக வெளியே உலவ முடிந்தது.

நடு இரவு; வளர்பிறைச் சந்திரனின் ஒளி உலகெல்லாம் பரவி

இருந்தது. சந்திரனின் பூரிப்பில் குதூகலமடைந்த கடல் 'ஓ' வென்ற நாதத்துடன் களிநடனம் புரிந்துகொண்டிருந்தது. கடல் மணலில் கால் பதிய மெதுவாக இளவரசன் ஸ்ரீதர மாதவன் பத்மதிலகாவின் சிலையை நோக்கி வந்து கொண்டிருந்தான். ஒவ்வொரு நாளும் அந்தச் சிலையை ஒரு முறையாவது வந்து பார்க்காவிட்டால் அவனுக்கு மன நிம்மதி ஏற்படாது. பத்மதிலகாவின் நாட்டியத்தைப் பார்க்கக் கொடுத்து வைக்காமற் போனோமே என்ற ஆற்றாமையில் புழுங்கும் அவன் உள்ளத்தில் பத்மதிலகாவின் சிலை உயிர்பெற்று வந்து நாட்டியமாடாதா என்ற நம்பிக்கையும் நப்பாசையும் தோன்றித் தோன்றி மறைந்து கொண்டிருந்தன. ஒவ்வொரு நாளும் அச் சிலையருகே வந்து அதன் முகத்தைப் பார்த்துப் பார்த்து, "பத்மதிலகா! கொஞ்சம் ஆடமாட்டாயா! எனக்காகக் கொஞ்சம் ஆடமாட்டாயா!" என்ற வார்த்தைகளையே திரும்பத் திரும்பப் பித்தம் தலைக்கேறியவனைப் போலச் சொல்லிச் சொல்லிக் கெஞ்சுவான். சிலை எங்காவது உயிர் பெற்று வந்து நடனம் ஆடுவதுண்டா!.......

ஆனால் ஆடியது! ஒரு நாள் இரவு அந்தச் சிலையும் பித்தனைப் போலாகிவிட்ட இளவரசனுக்கு இரங்கி உயிர்பெற்று வந்து நாட்டியம் ஆடியது! அன்று இரவு நெடு நேரம் வரையில் அச்சிலையின் அருகில் நின்று அவன் கதறினான். மெதுவாக அச்சிலையின் அழகிய விழிகள் திறந்தன. அங்கத்தில் அசைவு ஏற்பட்டது. ஒரு இனிய குரல், "நான் ஆட வேண்டுமா! உங்கள் எதிரில் ஆட வேண்டுமென்றுதானே எனக்கும் ஆவல்!" என்றது. அடுத்த கணம் நாட்டியம் ஆரம்பமாகியது. கடல் அலைகளின் பேரிகையோடு கால் சதங்கையின் 'கல் கல்' என்ற ஓசை இணைந்து ஒலித்தது. பூரண நிலவின் ஒளியில் பத்மதிலகாவின் பொன் மேனி ஒவ்வொரு அசைவிலும் நெளிவிலும் தகதகவென்று மின்னியது. காற்றில் துவண்டாலும் பொற்கொடிபோல்தான் அவள் ஆடினாள். ஸ்ரீதர மாதவன் பூவுலகிலிருந்து திடீரென்று அமரர் சபைக்கு வந்துவிட்டவன் போல் அந்தக் கடற்கரையின் மணற்பரப்பில் உட்கார்ந்து அவளுடைய அழகிய நடனத்தைக் கண்கொட்டாது பார்த்துக்கொண்டிருந்தான். அவளுடைய நாட்டியத்துக்கும் ஒரு முடிவு ஏற்பட்டது. மணலில் உட்கார்ந்திருந்த ஸ்ரீதர மாதவன் பாய்ந்தெழுந்து அவளுடைய கரத்தைப் பற்றிக் கொண்டு, "பத்மதிலகா! அற்புதம்! அற்புதம்!" என்று கூவினான்.

ஆனால் அங்கு பத்மதிலகா இல்லை. அவளுடைய அழகுச் சிலை மட்டும்தான் நின்று கொண்டிருந்தது.

ஸ்ரீதர மாதவன், "பத்மதிலகா! பத்மதிலகா! நீ மறுபடியும் சிலையாகி விட்டாயா! இன்னும் கொஞ்சம் ஆடு! இன்னும் கொஞ்சம் நடனமாடு!" என்று கதறினான்.

ஸ்ரீதர மாதவன் என்ன கதறி என்ன! அந்தச் சிலையின் நெஞ்சம் உருகினால்தானே! அது கல்லாகவேதான் நின்றது. ஸ்ரீதர மாதவன் நெடு நேரம் நின்று கதறியும் அது அசையாமற் போகவே, அவன் பித்துப் பிடித்தவன் போலானான். உண்மையில் அவனுக்குப் பைத்தியமே பிடித்துவிட்டது. அவன் கடற்கரையிலிருந்து நகரத்துக்குள் கூவிய வண்ணமே ஓடிவந்தான். இளவரசனுக்குப் பைத்தியம் பிடித்துவிட்டதை எண்ணி அரசன் மனமுடைந்து போனான். இளவரசனின் பைத்தியம் தீராத பைத்தியமாக இருந்தது. சில சமயம் அவன் அழுவான். சில சமயம் சிரிப்பான். சில சமயம் ஆடுவான். சில சமயம் பாடுவன். "பத்மதிலகா ஆடினாள். நான் பார்த்தேன். கடற்கரையிலிருந்து அவளுடைய சிலை உயிர் பெற்று வந்து நாட்டிய மாடியது. நான் பார்த்தேன். அடாடா! ஆஹா!" என்று எப்பொழுதும் பிதற்றிக்கொண்டே இருந்துவிட்டு ஒரு நாள் அந்தச் சிலைக்குச் சமீபமாகவே வந்து தன் உயிரை விட்டுவிட்டான்.

இதுதான் ராமநாதன் எழுதிய நாடகத்தின் கதை. வேதாவின் உருவத்தையும் அவளுடைய நாட்டியத்திலுள்ள அழகையும் கண்டு அவளுக்காகவே அவன் அந்த நாடகத்தை எழுதினான். அவள் தான் பத்மதிலகாவாக நடிக்க வேண்டியவள். அவன் நினைத்தபடி அந்த நாடகத்தில் வேதா நடித்தால் உலகத்தில் அவனுக்கு என்றுமே ஏற்படாத புகழ் ஏற்பட்டுவிடும். வாழ்க்கையில் வெற்றியின் சிகரத்தை எட்டிப்பிடிக்கும் கடைசி லட்சியமாக அந்த நாடகத்தைக் கருதினான். கடற்கரையில் சிலைபோல நின்று உயிர் பெற்றெழும் காட்சி இயற்கையாகவும் பிரமிப்பூட்டும் வண்ணமும் இருக்க வேண்டுமென்பது அவன் ஆவல். சிலை உயிர்பெற்று எழுந்து நாட்டியமாடும்போது உடம்பையே பாம்பு போல் வளைத்து வளைத்து ஆடும்படி மிகவும் கடுமையான நாட்டியம் ஒன்றைக் கொடுத்திருந்தான். அந்த நாட்டியத்தை வேதா சிறந்த முறையில் ஆடிக் காட்டுவாள் என்று அவன் நம்பினான். ஆனால் அவன்

நம்பிக்கை பாழாகிவிட்டது. நாடக ஒத்திகையில் நூறாயிரம் தரம் சொல்லியும் அவள் அதைப் புரிந்துகொள்ளவில்லை. அவள் புரிந்துகொள்ளாமல் இருந்திருக்க முடியாது. ஆனால், அவளுக்கு அவன் சொல்லியபடி நடிக்க இஷ்டமில்லை என்றுதான் முடிவு கட்ட வேண்டியிருந்தது. அதனால் அவனுக்கு ஏற்பட்ட மன வருத்தமும் வெறுப்பும் எல்லைக்கடங்காததாக இருந்தன.

அவன் ஆழ்ந்த சிந்தனையோடும் மனக் குழப்பத்தோடும் அந்த அறையில் உட்கார்ந்திருந்தான். தன் சொத்து சுதந்திரம் பெண்டு பிள்ளை எல்லாவற்றையும் கண்மூடித்தனமாகச் சூதில் வைத்து இழந்துவிட்டவனின் சோகமும் ஆத்திரமும் அவன் முகத்தில் பரவி இருந்தன. அப்பொழுது அவன் இருந்த நிலையில் யாரும் அந்த அறையில் நுழைந்து அவன் கண்ணெதிரில் படக்கூடப் பயப்படுவார்கள். நாளைய தினம் கம்பெனியைக் கலைத்துவிடப் போவதாக அவன் எல்லோரிடமும் சொல்லிவிட்டான். அப்படிச் செய்ய நினைப்பது சரியா தவறா என்பதைப் பற்றி எல்லாம் அவன் சிந்திக்கவே இல்லை. தன்னை அண்டிப் பிழைக்கிறவர்கள் எக்கதியாவார்கள் என்பது பற்றியும் அவன் கவலைப்படவில்லை. இவ்வளவு பொருள் செலவு செய்தும் இவ்வளவு நான் பாடு பட்டும் தன்முயற்சி வெற்றியளிக்கவில்லையே என்ற கவலைதான் அவனை வாட்டியது. தன்னுடைய லட்சியம் சித்தியடையாதபோது, தன் கனவு பாழாய்ப் போனபோது, உலகமே பிரளயத்தில் அழுந்தினாலும் ஒருவனுக்குப் பெருங்கவலை உண்டாகுமா!

அவன் எதிரில் வேதா வந்து நின்றாள். அறையில் அவன் தனிமையில் இருக்கும்போது எதிரில் வந்து நிற்க அவளுக்குத்தான் என்ன துணிவு? அவன் தலைநிமிர்ந்து பார்த்தான். கடுகடுப்பாய் இருந்த அவனுடைய முகத்தோற்றத்தில் வேதாவைப் பார்த்த பின் சிறு மாறுதல் கூட ஏற்படவில்லை. வேடனிடத்தில் தானாக வந்து சரணடையும் மான்குட்டிபோல வேதா பயத்தால் குன்றிப்போய் அவன் எதிரில் நின்றாள்.

அவன் எங்கோ பார்த்துக்கொண்டு, “என்ன!” என்று உறுமினான்.

அவள் துயரம் கலந்த குரலில், “எனக்காக கம்பெனியைக் கலைக்க வேண்டாம்” என்றாள்.

“உனக்காக கம்பெனியைக் கலைக்க வேண்டாமா? உனக்காகத்

தற்கொலை செய்துகொள்ளலாமா என்று யோசித்துக்கொண்டிருக்கும்போது கம்பெனியைக் கலைப்பதுதானா பிரமாதம்!"

ராமநாதன் சொல்லிய தற்கொலை என்ற வார்த்தை வேதாவின் உள்ளத்தை நடுங்க வைத்தது. அவன் இத்தகைய விபரீதமான முடிவுக்குவர என்ன நடந்துவிட்டது என்றுதான் அவளுக்குப் புரியவில்லை. அவளை அறியாமலேயே விழிகளில் நீர் பெருகியது. அவள் நெஞ்சம் விம்மிய வண்ணம், "நான் நன்றாக நடிக்கவில்லை என்று உங்கள் மனத்துக்குப்பட்டால் என்னை நீக்கிவிட்டு வேறு யாரையாவது போடுங்கள். அதற்காக இத்தகைய விபரீதமான முடிவுகளுக்கெல்லாம் வரவேண்டாம்" என்றாள்.

ராமநாதன் வேதாவைப் பார்த்து ஏளனமாகச் சிரித்துவிட்டு, "எனக்குத் தெரியும். உன்னைவிட நன்றாக நடிப்பவர்களை எனக்குத் தெரியும். அவர்களுக்கு அந்த வேடத்தைக் கொடுத்து நடிக்கச் சொல்லவும் தெரியும். ஆனால் அது அவர்களுக்காக எழுதிய நாடகமல்ல. உன்னைத் தவிர வேறு யார் அந்தப் பாத்திரத்தை ஏற்று நடித்தாலும் சோபிக்காது" என்றான்.

"நான் அப்படி நினைக்கவில்லை" என்றாள் வேதா மெதுவாகத் தாழ்ந்த குரலில்.

"உனக்குத் தெரியாது" என்றான் ராமநாதன் பளிச்சென்று.

வேதா ஒன்றும் பதில் பேசவே இல்லை. உண்மையாக அவன் இருதயத்தில் என்ன இருக்கிறது என்று அவளுக்குப் புரியவில்லை. அவள் தயங்கிய வண்ணமே அவன் எதிரில் நின்று கொண்டிருந்தாள். அவன் சிறிது நேரம் ஏதோ குழப்பத்தில் ஆழ்ந்திருப்பவன் போல் இருந்துவிட்டு, "இந்த நாடகம் யாருக்காக எழுதினேனென்று உனக்குத் தெரியுமா! உனக்காகத்தான் எழுதினேன். உனக்கு ஒரு நாடகத்தில் முக்கிய வேஷம் கொடுத்து நடிக்கச் செய்ய வேண்டுமென்பதற்காக உன்னையே மனத்தில் வைத்துக் கொண்டு உனக்காகவே எழுதிய நாடகம் இது. உன்னைத் தவிர பத்மதிலகாவின் பாத்திரத்தை ஏற்று நடிக்க வேறு யாரும் தகுதி இல்லை. ஒன்று நீ இதை உணர்ந்து நன்றாக நடிக்க வேண்டும், இல்லாவிட்டால் நான் எழுதி வைத்திருக்கும் இந்த நாடகத்தை நெருப்பில் போட்டுப் பொசுக்கிவிட வேண்டும்" என்றான் ஆவேசம் கொண்டவனைப் போல.

ராமநாதனின் ஆக்ரோஷமான பேச்சைக் கேட்டு வேதா பயந்து நடுங்கினாள். 'உனக்காகத்தான் நான் இந்த நாடகத்தை எழுதினேன்' என்ற வார்த்தையைக் கேட்டதும் அவள் உடம்பே சிலிர்த்தது. இந்த ரகசியத்தை அந்த வினாடி வரையில் அவள் அறிந்து கொள்ளச் சந்தர்ப்பம் இல்லாமல் போனது துரதிர்ஷ்டம்தான். அவள் குரல் தழுதழுத்தது. "எனக்காக நீங்கள் இவ்வளவு பாடு படுவீர்கள் என்று நம்பவேயில்லை..... உங்களுக்கு நான் மிகவும் கடமைப்பட்டிருக்கிறேன். என்னால் அந்த வேடத்தை ஏற்று எவ்வளவு தூரம் நடிக்க முடியுமோ, அவ்வளவுதானே முடியும்! என்னை மன்னித்துவிடுங்கள்" என்றாள் வேதா.

"பொய். உன்னால் அந்த வேடத்தை நடித்துக் காட்ட முடியும். உன்னால் செய்ய முடியாததை நான் செய்யச் சொல்லமாட்டேன். உனக்கு இஷ்டமில்லை. நன்றாக நடிக்கவேண்டுமென்ற சிரத்தையோ எண்ணமோ இல்லை" என்றான் கோபம் நிறைந்த குரலில். அவனுடைய வார்த்தையின் தொனியும் அழுத்தமும் அவளுடைய இருதய அந்தரங்கத்தை அறிந்துகொண்டது போலிருந்தது. அவள் திகைத்தாள். அவள் கண்கள் கலங்கின. அவள் நெஞ்சிலெழுந்த வேதனை ஒரு பெருமூச்சாக வெளிவந்தது. "நான் நன்றாக நடிப்பேன்; என்னால் நடிக்க முடியும். ஆனால் இது ஒத்திகைதானே என்று அலட்சியமாக இருந்துவிட்டேன். நாடகத்தில் நீங்கள் சந்தோஷப்படும்படியாக வெகு நன்றாக நடித்துவிடுவேன்" என்றாள் வேதா குரலில் நடுக்கத்தோடு.

அவன் ஏளனமாகச் சிரித்தான். "நாடகத்தில் நன்றாக நடித்து விடுவாயா! ஒத்திகையில் நன்றாக நடிக்காதவள் நாடகத்தில் எங்கே நன்றாக நடிக்கப் போகிறாய்!" என்றான்.

"இல்லை. நான் நன்றாக நடித்துவிடுவேன்!" என்றாள் பூரணமான நம்பிக்கையோடு அவனுக்கு வாக்குறுதி கொடுப்பவள்போல.

ராமநாதன் வியப்போடு வேதாவின் முகத்தைப் பார்த்தான். அவன் முகத்தில் அப்பொழுது சிறிது தெளிவு ஏற்பட்டது. ஆனால் அவனுடைய வார்த்தைகளிலுள்ள பதற்றம் அப்படியே இருந்தது. "நாடகத்தில் நன்றாக நடித்துவிடுவாயா! நன்றாக நடிக்காவிட்டால்......!" என்று கேட்டான் ராமநாதன்.

“நன்றாக நடிக்காவிட்டால் நீங்கள் என்ன சொன்னாலும் அதற்குக் கட்டுப்படுகிறேன்” என்றாள் வேதா.

“நீ நன்றாக நடிக்காவிட்டால் உனக்கு மாத்திரம் தண்டனை கொடுப்பது நியாயமில்லை. என்னையும் நான் தண்டித்துக்கொள்ள வேண்டும். இரண்டு பொட்டலம் சூரணம் அவ்வளவுதான். உனக்கு ஒரு பொட்டலம். எனக்கு ஒரு பொட்டலம் . அப்புறம் நீயோ நானோ இந்த உலகத்தில் வாழ்வதினால் புண்ணியமில்லை என்பது என் கருத்து. என் வாழ்க்கையிலேயே நான் எழுதிய நாடகங்களில் இந்தச் ‘சிலை நாட்டியம்’ தான் மிகச் சிறந்தது. இதில் பெயரெடுக்காவிட்டால் நான் மனிதனே இல்லை. இந்த நாடகம் சிறந்தோங்க வேண்டுமென்றால் அது உன்னால்தான் ஆகவேண்டும். ஏனென்றால் அது உனக்காகவே எழுதப்பட்டது” என்றான்.

அன்று மாலை ராமநாதனின் முகத்தில் தெளிவும் சந்தோஷமும் ஏற்பட்டதைக் கண்டு எல்லோருடைய மனத்திலும் ஓர் ஆறுதலும் நம்பிக்கையும் ஏற்பட்டன. அதுவும் அவன் மறுநாள் நாடகம் உண்டு என்று சொல்லி அதற்கு வேண்டிய ஏற்பாடுகளைக் கவனித்தபோது எல்லோருக்கும் போய்விட்ட உயிர் திரும்பி வந்ததுபோல் இருந்து. இதற்கெல்லாம் காரணம் வேதாதான் என்பதை எல்லோரும் ஊகித்துத் தெரிந்துகொண்டனர். அன்று மத்தியானம் அவன் அறையில் தனியாக இருந்தபோது வேதா அங்கு சென்றது எல்லோருக்கும் தெரியும். வேதாதான் அவன் மனத்தை மாற்றியிருக்கிறாள். ‘அவனுக்கும் அவளுக்கும் அந்தரங்கத்தில் ஏதோ இருக்கிறது’ என்றெல்லாம் பேசிக்கொண்டனர். எப்படியோ ராமநாதன் கம்பெனியைக் கலைப்பதென்று செய்த தீர்மானத்தைக் கைவிட்ட வரையில் எல்லோருக்கும் ஆறுதலாகத்தான் இருந்தது.

மறுநாள் நாடகத்துக்கு வேண்டிய ஏற்பாடுகள் மிக ஜரூராகவே நடந்தன. ஒரு மாத காலமாக மிகவும் விரிவான முறையில் எங்கும் விளம்பரம் செய்யப்பட்டிருந்ததால் எதிர்பார்த்த அளவுக்குக் கூட்டமும் வசூலும் ஆகி இருந்தது. கொட்டகை நிரம்பி ஆயிரக்கணக்கான பேர் டிக்கட் அகப்படாமல் திரும்பிச் செல்ல நேர்ந்தது. ராமநாதன் அதுவரை நடத்திய எந்த நாடகத்துக்கும் அவ்வளவு கூட்டம் வந்ததில்லை. கொட்டகையில் நிரம்பியிருந்த ஜன சமுத்திரத்தைப் பார்த்த பொழுது அவனுக்கே பிரமிப்பாக

இருந்தது. பதினாயிரக்கணக்கான பேர் கூடியிருந்தது அவனுக்குச் சந்தோஷத்தை அளித்தாலும் மனத்தில் ஒரு திகிலும் இருந்தது. இன்றைய தினம் நாடகம் திறம்பட நடிக்கப் பெற்று பெயரெடுக்க வேண்டுமே என்ற கவலைதான் அவனுக்கு வெற்றியோ தோல்வியோ இரண்டும் வேதாவின் கையில்தான் இருக்கிறது. அவள் நன்றாக நடிக்க வேண்டும் என்பதற்காக அடிக்கடி அவளை உற்சாகப்படுத்தி வந்தான். அவள் பக்கத்திலேயே இருந்து இப்படி அப்படி என்று நடிக்க வேண்டிய விதத்தைப் பற்றியெல்லாம் உபதேசம் செய்துகொண்டிருந்தான்.

அந்த நாடகத்தின் வெற்றி முழுதும் சிலை உயிர்பெற்று எழுந்து நாட்டியமாடும் கட்டத்தில்தானிருக்கிறது. மற்ற இடங்களில் வேதாவின் நடிப்பில் சிறிது குறைவு ஏற்பட்டாலும் பாதகமில்லை. நெடுநேரம் நின்று அரச குமாரன் கதறி முடிக்கும் வரையில் வேதா கையை காலை அசைக்காமல் கண்ணைக் கூட கொட்டாமல் சிலைபோல நிற்க வேண்டும். நாடகம் பார்ப்பவர்களெல்லாம் உண்மையில் சிலையே அரங்கத்தில் வைக்கப்பட்டிருப்பதாக எண்ணவேண்டும். திடீரென்று சிலை உயிர்பெற்று எழுந்து இளவரசனுடன் இனிய வார்த்தைகள் பேசி நாட்டியமாட வேண்டும். பதினைந்து நிமிஷம் அவள் ஆட வேண்டிய நாட்டியம்தான். எவ்வளவு சிரமசாத்தியமானது? மின்னல்போல் பளிச்சிட்டுப் பாயவேண்டும். கொடிபோல் துவளவேண்டும். எத்தகைய பெண்ணும் ராமநாதன் கற்பித்ததுபோல் ஆடுவது சிரமமே. நிச்சயம் வேதாவினால் அந்த நாட்டியத்தை ஆடிக் காட்ட முடியுமென்ற நம்பிக்கையினால்தான் சிரமம் மிகுந்த அந்த நாட்டியத்தை நாடகத்தினிடையே புகுத்தினான். அந்தக் காட்சிதான் முழு நாடகத்துக்கும் சிறப்பைக் கொடுக்கக்கூடிய அம்சமாக இருந்தது. சொடுக்கிவிடப்பட்ட பம்பரம்போல் பதினைந்து நிமிஷம் ஆடிவிட்டுத் திடீரென்று சிலைபோல நிற்க வேண்டும். ஆம்! முன்பு இருந்தநிலை மாறாமல் சிலைபோல் தோற்றமளிக்க வேண்டும். நாட்டியமாடிய களைப்பில் ஒரு பெரு மூச்சுக்கூடவிடக் கூடாது. இப்படி எந்தப் பெண்ணால்தான் செய்யமுடியும்! இது வேதாவால் முடியும் என்று ராமநாதன் கொண்டிருந்த நம்பிக்கையை எப்படி மதிப்பது!

அவனுடைய நம்பிக்கையை வீண்போனதாக்கவில்லை வேதா. உண்மையில் எல்லோரும் பிரமிப்படையும் வண்ணம் நாடகம்

பார்க்க வந்த ஜன சமுத்திரத்தின் முகத்தில் தேங்கி இருந்த உணர்ச்சியையும் பிரமிப்பையும் கண்டு ராமநாதன் அடைந்த பூரிப்பில் அவன் இருதயமே உப்பி வெடித்துவிடும் போலிருந்தது. அவன் மெய்சிலிர்த்து நின்றுவிட்டான். புகழ் என்னும் இமய மலையின் சிகரத்தை எட்டிப் பிடித்தவன்போல் ஆனந்த சாகரத்தில் அழுந்திவிட்டான்.

கடைசி காட்சி முடிந்துவிட்டது. திரையும் விழுந்தது. அரங்கில் நின்ற வேதா தள்ளாடிக்கொண்டே வந்தாள். ராமநாதன் ஆனந்தம் தாங்கமாட்டாதவனாக இரண்டு கைகளையும் அவளிடம் நீட்டினான். அவள் அவன் தோள்மீது சாய்ந்துவிட்டாள்.

“வேதா!” என்றான் ராமநாதன் உணர்ச்சிப் பரவசத்தோடு. ஆனால் அவன் தோளில் சாய்ந்திருந்த அவள் மூர்ச்சையுற்றிருந்தாள். அவள் உடல் துவண்டு சில்லிட்டிருந்தது.

நகர ஆஸ்பத்திரியில் வேதா ஒரு கட்டிலில் கிடத்தப்பட்டிருந்தாள். அவளருகில் உட்கார்ந்திருந்த ராமநாதன் மனப்பதற்றத்தோடு டாக்டரின் வரவை எதிர்நோக்கிக் கொண்டிருந்தான். கணத்துக்குக் கணம் வேதாவின் உயிர் எமலோகத்தை நோக்கி நகர்ந்துகொண்டிருப்பதுபோல்தான்பட்டது. நாடகத்தில் அவள் போட்டிருந்த வேஷத்துக்கு ஏற்ற ஆடை அலங்காரங்களெல்லாம் கலைக்கப்படாமல் அப்படியே இருந்தன. இப்படியெல்லாம் நேருமென்று அவன் நினைக்கவில்லை. நடனம் ஆடிய களைப்பினால் அவள் சிறிது நேரம் மூர்ச்சையுற்றிருப்பாள் என்றுதான் அவன் நினைத்திருந்தான். கஷ்டமான நடிப்பும் நாட்டியமும் அவள் தேகத்தைப் பாதித்துவிட்டது என்பதை அப்பொழுதுதான் அவன் உணர்ந்து மனம் புழுங்கினான். அவள் பிழைப்பாளோ மாட்டாளோ என்ற மனக் குழப்பமும் திகிலும் அவளைப் பார்க்கும்போதெல்லாம் அவனுக்கு ஏற்பட்டது. அவளுக்கு இவ்வளவு கஷ்டமான பணியைக் கொடுத்தது பற்றித் தன்னைத்தானே நொந்துகொண்டான். அவள் இந்தச் சிரமத்தைச் சமாளிப்பாள் என்று நம்பியது அறிவற்ற தனம் என்று எண்ணினான். “ஆஹா! அவள்தான் எவ்வளவு நன்றாக நடித்து விட்டாள்! போதும். போதும். இந்த ஒருநாள் நாடகமே போதும். அவள் அந்த ஒரு நாள் நடித்ததே போதும். அந்த ஒருநாள் நாடகத்திலேயே அவன் தன் வாழ்க்கையில் லட்சிய சித்தியை

அடைந்துவிட்டதாக எண்ணினான். அந்த ஒருநாள் நாடகமே அவன் கனவு கண்டுகொண்டிருந்த பெரும் புகழைக் கொடுத்து விட்டது. வேதாதான் அந்த எட்டாத பெரும் புகழை அவன் கைக்கு எட்ட வைத்தாள். அவள் பிழைத்தால் போதும். இனி அவளை எதிலும் நடிக்கச் சொல்லித் துன்பம் கொடுக்கமாட்டேன். அவள் என் மனத் தெய்வம். அவளை நான் கல்யாணம் செய்துகொண்டு இனிமேல் நிம்மதியாக, சௌக்கியமாக வாழ்க்கையை நடத்தப் போகிறேன்....” என்றெல்லாம் தனக்குள் பிரலாபித்துக்கொண்டு உட்கார்ந்திருந்தான் ராமநாதன்.

டாக்டர் உள்ளே வந்தார். ராமநாதன் எழுந்து நின்றான். டாக்டர் கட்டில் அருகில் வந்து பிரக்ஞையற்றுக் கிடந்த வேதாவை பார்த்துத் திகைப்படைந்தவராக “இந்தப் பெண்ணா...! இவள் உங்கள் கம்பெனியில்தான் இருக்கிறாளா?” என்று கேட்டார்.

“ஆமாம்!” என்றான் ராமநாதன் ஆச்சர்யத்தோடு டாக்டரைப் பார்த்த வண்ணம்.

டாக்டர் வேதாவின் உடம்பைப் பரீட்சை செய்துவிட்டு வாட்டமடைந்த முகத்துடன்.

“அசட்டுப்பெண்! இவளுக்கு நான் முன்பே எச்சரிக்கை செய்திருக்கிறேன். கடினமான காரியம் எதுவும் செய்யக் கூடாதென்று, நாடகத்தில் இவளுக்கு நீங்கள் கொடுத்த பாத்திரம் ரொம்பக் கஷ்டப்பட்டு நடிக்க வேண்டியதோ.....!” என்றார்.

“கொஞ்சம் சிரமமான பாகம்தான்” என்றான் ராமநாதன் மெதுவாக. “இவளுக்கு நீங்கள் எச்சரிக்கை செய்திருக்கிறீர்கள் என்று எனக்குத் தெரிந்திருந்தால் அந்தப் பாத்திரத்தை இவளுக்குக் கொடுத்திருக்க மாட்டேன்... இவள் உங்களை இதற்கு முன்னே சந்தித்திருக்கிறாளா! எப்போது?” என்று கேட்டான் ராமநாதன் வியப்போடு.

“எப்போதா! அது உங்களுக்குத் தெரிந்திருக்க நியாயமில்லை. இவள் உங்கள் கம்பெனியைச் சேர்ந்தவள் என்று தெரிந்திருந்தால் உங்களிடம் நான் சொல்லி இருப்பேன். ஆறு மாதத்துக்கு முன்பு நீங்கள் சீக்காகப் பத்துப் பதினைந்து நாள் இந்த ஆஸ்பத்திரியில் படுத்திருந்தீர்களல்லவா!”

“ஆமாம்...”

“அப்பொழுது உங்கள் உடம்பில் ரத்தக் குறைவு ஏற்பட்டது. வேறொருவரிடமிருந்து ரத்தம் எடுத்து உங்கள் உடலில் பாய்ச்ச வேண்டியிருந்தது. அப்பொழுது இவள்தான் உங்களுக்கு ரத்தத்தைக் கொடுத்து உதவினாள்...”

இதைக் கேட்டதும் ராமநாதன் திகைத்து நின்றான். ஐந்தாறு வருடங்களாக இடைவிடாது நாடகத் தொழிலில் உழைத்து வந்ததால் அவன் உடம்பு சீர்கேடடைந்து இருந்தது. அவன் உடம்பில் ரத்தம் வற்றிச் சோகைபோல் இருந்தான். இதை அவன் கவனியாமல் அலட்சியமாக விட்டு விட்டதனால் திடீரென்று அவன் படுத்த படுக்கையாக விழும்படியாகிவிட்டது. இது நடந்து ஆறு மாதங்கள் ஆகிவிட்டன. நாடகக் கம்பெனியிலுள்ள மற்றவர்கள் அவனை அந்த ஊர் ஆஸ்பத்திரியில் கொண்டு வந்து விட்டனர். பதினைந்து நாட்கள் வரை அவன் ஆஸ்பத்திரியில் சிகிச்சை பெற்ற பின் உடல் நலம் சுகம் பெற்று மறுபடியும் நாடகப் பணியில் தீவிரமாக இறங்கினான்.

இவற்றையெல்லாம் அவன் மறந்துவிட முடியுமா? எல்லாம் அவன் நினைவுக்கு வந்தன. அவன் உடம்பில் ஏற்பட்ட ரத்தக் குறைவினால் மறுபடியும் ரத்தம் பாய்ச்சப்பட்டது என்பதும் அவனுக்குத் தெரியும். ஆனால் அந்த ரத்தம் வேதாவின் உடம்பிலிருந்து எடுக்கப்பட்ட ரத்தம் என்று அவனுக்குத் தெரியாது. இதை வேதா அவனிடம் சொல்லி இருக்கலாம். ஆனால் அவள் சொல்லவில்லை. அவள் அதைச் சொல்லாமல் இருந்தது அவனுக்கு வியப்பை அளித்தது. ஏன் அவள் அவனிடம் சொல்லாமல் இருந்தாள் என்பதை அப்பொழுது அந்த நெருக்கடியான நிலைமையில் அவன் ஆராய்ந்து தெரிந்துகொள்ளும் நிலையில் இல்லை. “இது எப்படி நடந்தது? இதை இவள் என்னிடம் சொல்லவில்லையே!” என்றான் துடிப்புடன்.

“அதை உங்களிடம் சொல்லாததுதான் இவ்வளவு விபரீதத்தில் கொண்டு வந்து விட்டிருக்கிறது. நிங்கள் இங்கு ஆஸ்பத்திரியில் சிகிச்சைக்காக இருந்த பொழுது உங்கள் உடம்பில் ரத்தம் செலுத்த வேண்டுமென்பதற்காக உங்கள் கம்பெனி மானேஜரிடம் உங்கள் குழுவில் ரத்தம் கொடுக்கச் சம்மதித்தால் அனுப்புங்கள் என்று சொன்னேன். ஆனால் அதற்கவர் ஒருவரும் ரத்தம் கொடுக்கச் சம்மதிக்க மாட்டார்கள் என்று சொல்லி அனுப்பிவிட்டார்.

அன்று மத்தியானம் என் வேலைக்காரன் இந்தப் பெண்ணை அழைத்து வந்து இவள் ரத்தம் கொடுக்கத் தயாராய் இருப்பதாகச் சொன்னான். நான் இவள் யார் என்று ஊர் பெயர் விசாரித்தேன். அவள் ஏதோ அனாதையாக விடப்பட்ட பெண்போல் பதில் சொன்னாள். அந்தச் சமயத்தில் அவளை நான் அதிகம் கிளறிக் கேட்க விரும்பவில்லை. சில சமயங்களில் ரத்தம் கொடுப்பதற்காகக் கொடுக்கப்படும் வெகுமானத்தை எண்ணிச் சிலர் ஆஸ்பத்திரிக்கு வரக்கூடும். இவளும் அந்த வகையைச் சேர்ந்தவள் என்றுதான் நான் முடிவு செய்தேன். அவள் ரத்தத்தைப் பரிசோதனை செய்து, நல்ல ரத்தம் தான், உங்கள் உடலில் செலுத்தலாம் என்று கருதி அவள் உடம்பிலிருந்து ரத்தத்தை எடுத்து உங்கள் உடம்பில் செலுத்தினேன். அவள் உடலிலிருந்து ரத்தம் எடுத்த பிறகுதான் அவள் மிகவும் பலவீனமானவளாகிவிட்டாள் என்பதை நான் உணர்ந்தேன். அதற்காக அவளை ஒருவருடம் வரையில் எவ்விதமான கடின வேலையும் செய்யக் கூடாது என்று எச்சரித்தேன். அவள் ரத்தம் கொடுத்ததற்கு வெகுமானமாக ஆஸ்பத்திரியில் ஐந்து ரூபாய் கொடுக்கும்படி உத்தரவிட்டேன். ஆனால் அவள் அந்தப் பணத்தை வாங்கிக்கொள்ளாமல் போய்விட்டாள் என்ற செய்தி எனக்கு அப்புறம்தான் தெரிந்தது. அதற்கப்புறம் அந்தப் பெண்ணை இப்பொழுதுதான் இந்த நிலையில்தான் பார்க்கிறேன்" என்றார் டாக்டர்.

"இதெல்லாம் எனக்குத் தெரியாது, டாக்டர்! தெரிந்திருந்தால் இவளுக்கு இவ்வளவு கடினமான வேஷத்தைக் கொடுத்து நடிக்கச் சொல்லி இருக்க மாட்டேன். இவள் பிழைத்துவிடுவாளல்லவா!" என்றான் ராமநாதன் பதட்டத்தோடும் தடுமாற்றத்தோடும்.

பிரக்ஞையற்றுக் கிடக்கும் வேதாவுக்கு ஒரு இஞ்செக்ஷனைக் கொடுத்துவிட்டுச் சுவாரஸ்யமில்லாதவர் போல் முகத்தை வைத்துக் கொண்டு "எல்லாமே டாக்டர்கள் கையில் இல்லை. ஏதோ என்னால் கூடியவரையில் பார்க்கிறேன். அப்புறம் கடவுள் செயல்" என்று சொல்லிவிட்டுப் போனார்.

டாக்டரின் வார்த்தைகள் ராமநாதனுக்கு மன ஆறுதலைக் கொடுக்கவில்லை. பெருத்த திகிலைத்தான் ஏற்படுத்தின. அவன் பித்துப் பிடித்தவன் போல் வேதா கிடத்தப்பட்டிருந்த கட்டிலருகிலேயே உட்கார்ந்திருந்தான்.

அரை மணி நேரம் சென்றது. டாக்டர் ஊசி போட்டுவிட்டுச் சென்றதன் பலனோ என்னவோ வேதா மெதுவாகக் கண் விழித்தாள். அவள் உதடு அசைந்தது. பெருந் திகிலோடு கட்டிலருகே உட்கார்ந்திருந்த ராமநாதனின் மனத்தில் அளவுக்கு மீறிய ஆறுதல் ஏற்பட்டது. "வேதா!" என்றான் பதட்டத்துடன்.

மெதுவாக அசைத்த உதட்டிலிருந்து வார்த்தைகள் வெளிவந்தன. "நான் நன்றாக நடித்துவிட்டேனா!" என்று கேட்டாள் வேதா.

"மிகவும் நன்றாக நடித்து விட்டாய். அதை எல்லாம் பற்றி இனிமேல் கவலைப்படாதே. உன் உடல்நிலை இப்பொழுது நன்றாக இல்லை", "என்றான் நெஞ்சில் நிறைந்த துயரத்தின் திணறலோடு.

"உங்கள் மனத்துக்குத் திருப்தி ஏற்பட்டால் எனக்குச் சரிதான். ஒத்திகையில் சிரமப்பட்டு நடித்துவிட்டால் நாடகத்தில் நடிக்க முடியாது என்றுதான் நான் நடிக்கவில்லை. ஒத்திகையில் நடித்ததினால் என் உடம்பு கேவலமாகி இறந்துவிட்டால் நாடகத்தில் நடித்து உங்களுக்கு எப்படிப் புகழ் ஏற்படுத்திக் கொடுக்க முடியும்! அதனால்தான்....." என்று மேலே எதுவும் பேச முடியாமல் கண்களை மூடிக்கொண்டாள்.

அவன் கண்களில் கண்ணீர் நிரம்பி இருந்தது. நெஞ்சம் நெகிழ்ந்துருகியது. "வேதா" என்று தழுதழுத்த குரலோடு அவள் மெல்லிய கையைத் தொட்டான். அது சில்லிட்டுத் துவண்டிருந்தது.

திருஷ்டி தொலைந்தது

கோணல்

பிறர் கண்களுக்குப் பார்ப்பதற்கு அழகாகவும் ஆடம்பரமாகவும் இருக்க வேண்டும் என்பதை நான் உணர்ந்ததேயில்லை. அதை உணர வேண்டிய நிர்ப்பந்தம் ஏற்பட்டபொழுது எனக்கு மிகவும் சங்கடமாகவும் சிரமமாகவும்தானிருந்தது.

"இதோ பாருங்கோ! உங்களை என்னால் கண்கொண்டு பார்க்கச் சகிக்கல்லே; என்ன அவலட்சணம்! நீங்க இப்படியே இருந்தால் எனக்குத் துளிக்கூடப் பிடிக்காது" என்று அவள் வீட்டுக்கு வந்த முதல் நாளே சொல்லிவிட்டாள்!

'நான் அவலட்சணமா? இப்படியே இருந்தால் அவளுக்குத் துளிக்கூடப் பிடிக்காதாமே? அவளுக்குப் பிடிக்காவிட்டால் என்ன செய்வாளோ? பிறந்த வீட்டிற்கே திரும்பிப் போய்விடலாம்....... இல்லாவிட்டால் விவாகரத்து.......' இப்படியெல்லாம் நடப்பது பெருத்த பயங்கரமாகத்தான் எனக்குப் பட்டது. இருந்தாலும் அவளோடு விவாதித்து முடிவுக்கு வருவதுதான் சுத்த வீரனின் லட்சணமாகப் பட்டது. "இதோ பார் அலமு! என்னைத்தான் உனக்குப் பிடிக்கவில்லையே. ஏன் என்னைக் கல்யாணம் செய்து கொள்ள வேண்டும்?" என்றேன்.

"ஹூம்! என்ன செய்கிறது. பெண்ணாய்ப் பிறந்துட்டா யாரையாவது கல்யாணம் செய்துகொள்ளவேண்டுமென்று விதியிருக்கே" என்றாள் அலுத்துக்கொண்டே.

“அந்த விதிதான் ஆண் பிள்ளைகளுக்கும் இப்படித் தொல்லை கொடுக்கிறது. ஹூம், நான் இவ்வளவு அவலட்சணமின்னு நீ பார்த்துச் சொன்ன பிறகுதானே தெரிந்துகொள்ள வேண்டியிருக்கு...”

“நீங்க அவலட்சணமாக இருக்கிறீர்கள் என்று நான் சொல்ல வரல்லே. லட்சணமாக இருக்கிற உடம்பையும் முகத்தையும் ஏன் இப்படி அவலட்சணமாகச் செய்து கெடுத்துக்கொள்கிறீர்கள் என்றுதான் நான் கேட்கிறேன்.”

“இப்படி இருக்கிறதினாலே என் கௌரவம் யோக்யதை இதெல்லாம் குறைந்துபோயிடல்லே.”

“கௌரவம், யோக்யதையெல்லாம் குறைந்துபோயிடுத்துன்னா சொல்றேன். நீங்க ஒரு இடத்துக்குப் போனா உங்க உருவமும் முகமும் நாலுபேருக்குப் பார்க்கச் சகிக்க வேண்டாமா?”

“என்னைப் பார்க்கிறவா என் அழகிலே மயங்கி இனிமேல்தான் எனக்குப் பெண் கொடுக்கணுமா?”

“அப்படி ஒருவரும் உங்களைப் பார்த்தவுடனே மயங்கி ஓடிவந்து பெண் கொடுத்துடுவா என்று நான் பயப்படல்லே. இந்தப் புருஷனுக்கும் ஒரு பெண் வாழ்க்கைப்பட்டிருக்காளென்னு சிரிப்பா பாருங்கோ! அதுக்காகத்தான் வெட்கப்படுகிறேன்.”

இதற்குமேல் விவாதம் நீடித்துக் கொண்டே போனால் அது எங்கே போய் முடியும் என்று நிர்ணயிக்க முடியாததால், அதோடு ஒரு சமாதானத்துக்கு வர நினைத்தேன். “ஓஹோ, அப்படியா! இப்போ நீ என்னை என்னதான் செய்யச் சொல்கிறாய்?” என்றேன்.

“நான் என்ன சொல்கிறேன். காலா காலத்திலே க்ஷவரத்தைப் பண்ணிக்கொள்ளுங்கோ; தலையை நன்றாகப் படிய வாரிக் கொள்ளுங்கோ; நல்ல வேஷ்டியும் சட்டையுமா ‘பளிச்’ சின்னு வெளியே புறப்படுங்கோன்னுதான் சொல்கிறேன்” என்றாள் அவளும் ஒரு சமாதானத்திற்கு வந்தவள்போல்.

மறுநாளிலிருந்து என்னை நான் அலங்காரம் செய்துகொள்வதில் அதி தீவிரமாக முயன்றேன். நான்கு சில்க் ஷர்ட்டுகள் தைத்தேன். பெட்டியிலிருந்த ஜரிகை வேஷ்டிகளையெல்லாம் உபயோகத்திற்கு எடுத்தேன். சூரியன் உதயமாகிறனா இல்லையா என்று நான் கவனிப்பதே கிடையாது. தினம் படுக்கையை விட்டு எழுந்தது,

முக ஷவரம் செய்துகொள்வதுதான் முதல் வேலையாக இருந்தது. ஸ்னோ, கிரீம், பவுடர் இவைகளெல்லாம் பழக்கத்திற்கு வந்து மேஜைமேல் கொலுவீற்றிருந்தன. முகத்தின் லட்சணத்தை மூக்கு குறைத்துவிடுவதாக எண்ணியதால் மூக்கின் அவலட்சணத்தை மறைக்க ஒரு மூக்குக் கண்ணாடியை வாங்கி மாட்டிக்கொண்டேன். அடிக்கடி கலைந்துபோகும் தலையை வாரிக்கொள்ளவும், வியர்வை கசியும் முகத்தைத் துடைத்துக் கொள்ளவும் ஒரு சிறிய கண்ணாடி, சீப்பு இரண்டையும் கைக்குட்டையோடு சுருட்டி சட்டைப் பையோடு வைத்துக்கொண்டேன். கொஞ்ச நாளில் என்னோடு பழகும் சிநேகிதர்களுக்கெல்லாம் நான் முற்றிலும் புதியவனாகி விட்டேன். என்னைப் பார்க்கப் பார்க்க அலமுவின் ஆனந்தம் எல்லை கடந்துவிட்டது.

“நீங்க இவ்வளவு அழகாகவும் கம்பீரமாகவும் இருப்பீர்கள் என்று நான் சொப்பனங்கூடக் கண்டதில்லை” என்றாள் பெருமைதாங்க மாட்டாதவள்போல். நான் கூடக் கண்ணாடியைப் பார்த்துக் கொண்டே கல்யாணத்திற்கு முன்னால் இப்படியெல்லாம் இருந்திருந்தால் சில்லறை விஷயம்கூடக் கொஞ்சம் தாராளமாகக் கிடைத்திருக்குமே என்று மனதிற்குள் அங்கலாய்த்துக் கொண்டேன்.

என்னோடு சேர்ந்து நின்று பெரிதாக ஓர் போட்டோ எடுத்து வீட்டு வெளி வாசற்படிக்கு நேரே அழகாக மாட்டி வைக்க வேண்டுமென்று அவள் அடக்க மாட்டாத ஆசையோடு சொன்னாள். காரணமில்லாமல் புதிதாக மூக்குக் கண்ணாடி போட்டுக்கொண்டதால் எனக்கு அடிக்கடி தலைவலி ஏற்பட ஆரம்பித்தது. ஆனால் அது மூக்குக்கண்ணாடியால் ஏற்பட்டது என்று அலமு ஒப்புக்கொள்ளவேயில்லை. எனக்குத் தலைவலி ஏற்படும்போதெல்லாம் யாருடைய கண்திருஷ்டியோதான் பட்டிருக்கிறது என்று சொல்லி ஊரிலுள்ளவர்களையெல்லாம் திட்டிக் கொட்டி திருஷ்டி பரிகாரமாக மிளகாய் நெடியிலும் சாம்பிராணிப் புகை நடுவிலும் உட்காரவைத்து என்னைத் திணறவைத்துக்கொண்டிருந்தாள். இப்படி நாளொருமேனியும் பொழுதொரு வண்ணமுமாகவோ பொழுதொரு மேனியும் நாளொரு வண்ணமுமாகவோ என் ஆடம்பரம் - அழகு - அலமுவின் அடங்காத பெருமை, ஊரிலுள்ளவர்களின் கண்திருஷ்டி - அதற்கான பரிகாரம் - எல்லாம் தீவிரமாக வளர்ந்துகொண்டே வந்தன. அதோடு மட்டுமல்ல: ஒவ்வொரு

நாளும் நான் ஆபிஸிற்குப் போய்விட்டு வந்ததும் என் அழகில் மானேஜர் எப்படி மயங்கினார், பஸ் கண்டக்டர் என் வசீகரமான முகத்தைப் பார்த்ததும் டிக்கட்டிற்குக் காசு வாங்க மறுத்தது, பழக்கடைக்காரனை வசீகரித்து டஜன் மூன்று ரூபாய் சொன்ன சாத்துக்குடிப் பழத்தை முக்கால் ரூபாய்க்கு வாங்கியது முதலிய சுவாரஸ்யமான விஷயங்களைச் சொல்லுவது வழக்கமாகிவிட்டது. அவளுக்கும் அவற்றைக் கேட்பதில் தாங்க மாட்டாத ஆனந்தம் பொங்கி வழிந்தது.

ஒருநாள் இந்தப் பேச்சு ஓர் உன்னதமான கட்டத்தைப் போய்த் தொட்டது. "அலமு, இதைக் கேட்டாயா?" என்று ஆரம்பித்த பீடிகையிலேயே களைகட்டிவிட்டது. அவளும் "என்ன?" என்று அதிசயத்தோடு கேட்கத் தயாரானாள்.

"இந்தத் தெருவிற்குப் பக்கத்திலே ஒரு சந்து இருக்கும் பாரு! அதிலேயிருந்து இரண்டு பெண்கள் காலேஜுக்குப் போறா, தெரியுமா?'

"இதையெல்லாம் யார் கண்டா? எத்தனையோ பெண்கள் காலேஜிலே படிக்கிறதுகள்..."

"அதுதானிருக்கே! முக்கியமா இந்த இரண்டு பெண்களும் ரொம்ப நல்ல பெண்களென்று சொல்ல வந்தேன். ஒரு பெண் பெயர் நீலா; இன்னொரு பெண் பெயர் லோசனா."

"சரிதான்! நீலாவுக்கும் லோசனாவுக்கும் இப்போ என்ன?"

"ஒன்றுமில்லை - கொஞ்சம் ஆடம்பரமா 'டிரஸ்' பண்ணிக் கொண்டுபோனா யாரா இருந்தாலும் மயங்கத்தான் வேண்டியிருக்குன்னு சொல்ல வந்தேன்."

இதைக் கேட்டதும் அலமுவுக்கு ஏதோ தேவதையின் சான்னித்தியமே வந்துவிட்டதுபோல்தானிருந்தது. "அவளைக் கண்டு நீங்க மயங்கினீர்களா, உங்களைக் கண்டு அவ மயங்கினாளா?' என்றாள் படபடப்போடு. "ஹும்! நானா அவர்களைக் கண்டு மயங்குகிறவன்...?

"சரிதான் உங்களைக் கண்டதும் அந்த இரண்டு பெண்களும் அப்படியே மயங்கி......"

“மயங்கறதுன்னா அசல் மயக்கத்தைச் சொல்லவில்லை. என்ன இருந்தாலும் என்னைப்போல அழகாகவும் ஆடம்பரமாகவும் இருக்கிறவர்களைப் பார்த்தால் யாருக்குத்தான் நெருங்கிப் பழக ஆசை இருக்காது. சொல்லு....?”

“அவா இரண்டு பேரும் உங்களுக்கு ரொம்ப சினேகிதமாயிட்டாப் போலிருக்கிறது?”

“இன்னும் அவ்வளவு சினேகிதமாகல்லே. அவா ரெண்டு பேரு கண்ணும் பட்டிருக்கே. நீ எனக்கு ஏதாவது திருஷ்டி கழித்து.....”

“இதுக்கு ஒரு திருஷ்டியும் கழிக்க வேண்டாம். அது கிடக்கட்டும்; அவ இரண்டு பேரும் உங்களுக்கு எப்படிச் சினேகமானா?’

“அதுவா? நான் காலையில் எந்த பஸ்ஸில் ஆபீஸிற்குப் போவேனோ அதிலேயேதான் அவர்களும் வருவார்கள். நான் வருவதற்குக் கொஞ்சம் நாழிகையானாலும், பாவம்! பஸ் நிற்குமிடத்திலேயே இரண்டு பேரும் காத்திண்டிருப்பா. எங்கள் மூன்று பேருக்கும் எந்த பஸ்ஸிலே இடங் கிடைக்கிறதோ அதிலேதான் ஏறுவோம். இப்படியிருந்து...”

“கொஞ்சம் கொஞ்சமா சினேகமாயிடுத்தாக்கும். அதுகள் இரண்டும் கல்யாணமான பெண்கள்தானே?”

“கல்யாணமானதாகத் தெரியல்லே அப்படி ஒண்ணும் வயசானதாகவும் தெரியல்லே. இருபத்தி மூணு, இருபத்தி நாலு வயசுதானிருக்கும். இன்னும் பி.ஏ. பாஸ் பண்ணவில்லையாம்.”

“அது எப்படி வேணுமான்னு தொலையட்டும். உங்களுக்குக் கல்யாணமாயிட்டுதுன்னு அவாளுக்குத் தெரியுமோல்லியோ?”

“ஓ! தாராளமாகத் தெரியும். உங்க அகமுடையாள் ரொம்ப அழகா இருப்பாளோன்னு லோசனா கூடக் கேட்டாள்...”

“அதற்கு நீங்க என்ன பதில் சொன்னீர்கள்?”

“உங்களைப்போல அவ்வளவு அழகா இருக்கமாட்டா. ஏதோ சுமாரா இருப்பான்னு சொன்னேன்...”

“ஏன் அப்படிச் சொன்னீர்கள்?”

“உள்ளதைச் சொல்லித்தானேயாகணும்.”

“உள்ளதைச் சொன்னீர்களா? என்னைவிட அவாளெல்லாம் உங்களுக்கு அழகாய்ப் போயிட்டாளா?” என்று சீறினாள்.

“உன்னைவிட அவா ரொம்ப அழகுன்னு சொல்வதற்குக் காரணமாயிருந்ததே அந்த லோசனா ஒரு ஜாக்கட் போட்டுக் கொண்டிருந்ததுதான். அந்த ஜாக்கட் அவள் அழகை ரொம்ப ரொம்ப பிரகாசப் படுத்தியது....”

“ரொம்ப லஷணம் போதும். இதோ பாருங்கோ, நாளையிலே யிருந்து நீங்க பஸ்ஸிலே ஆபிஸுக்குப் போக வேண்டாம். டிராமிலே போயிட்டு வாங்கோ, கொஞ்சம் நடைக்குச் சோம்பாமல், அரையணா லாபமாகக்கூட இருக்கும். ஒரு பாஸ் வாங்கி வைத்துக் கொண்டால் கூட இன்னும் லாபமாயிருக்கும்” என்று முடிவாகவும் கண்டிப்பாகவும் சொல்லிவிட்டுச் சமையலறை பார்க்கப் போய்விட்டாள்.

மறுநாள் காலையில் ஆபீஸிற்குப் புறப்படும்போது சில்க் ஷர்ட்டையும் ஜரிகை வேஷ்டியையும் எடுத்தேன். சட்டென அதை என் கையில் இருந்து வாங்கி “இதோ பாருங்கோ! வெறும் நாளிலே எல்லாம் இதையெல்லாம் போட்டு ஏன் வீணாயடிக்கிறீர்கள்? தினசரி உபயோகத்துக்குச் சாதாரண வேஷ்டியும் சட்டையும் போறாதோ? சலவை பண்ணின துணி கூட அவ்வளவு சுகாதாரத்துக்கு ஒத்ததில்லையாம். தினம் தோய்த்துக் கட்டுகிறதுதான் நல்லதாம்” என்று சொல்லிச் சாதாரண வேஷ்டியையும் ஜிப்பாவையும் எடுத்துக் கொடுத்தாள்.

அவற்றை வாங்கி அணிந்துகொண்டு ‘கிரீமை’ எடுத்துத் தலையில் தடவிக்கொள்ளப்போனேன். அவள் அதையும் என் கையிலிருந்து வாங்கி மேஜைமீது வைத்துவிட்டு, “இதோ பாருங்கோ! இனிமேல் ‘கிரீ’மே தடவிக்க வேண்டாம். எங்க மாமா பிள்ளை மணி இப்படி கண்ட கிரீமையெல்லாம் தடவிக்கொண்டதனாலேதான் தலை முழுவதும் நரைத்துப்போயிடுத்து, முகத்துக்கு ஸ்னோவும் பவுடரும்கூடப் போட்டுக் கொள்ளாதீர்கள். எங்க அத்தைப் பெண் ராஜியின் முகம் பூராவும் சிரங்கும் பருவும் வந்ததற்குக் காரணம் இந்த ஸ்னோவும் பவுடரும்தான்” என்றாள்.

இப்படியாக எனக்கும் நீலா லோசனா இவர்களுக்கும் ஏற்பட்ட சினேகிதத்தை அலமுவிடம் சொல்லப்போக, நான் வாங்கி வைத்த

அழகு சாதனங்கள் எல்லாம் உபயோகமில்லாமல் போய்விட்டன. திடீரென்று நான் பூர்வாசிரமத்திற்குத் திரும்பி வந்தது எல்லோருக்கும் வியப்பாகத்தானிருந்தது. ஆனால் எனக்கு ஏதோ பெரிய தண்டனையிலிருந்து விடுதலையடைந்த உணர்ச்சிதான் ஏற்பட்டது. திருஷ்டி தோஷத்திற்குச் சாந்தியாக நான் என் மனைவியிடம் படும் அவஸ்தையிலிருந்து மீண்டதே எனக்குத் திருஷ்டி கழித்துவிட்டது மாதிரி இருக்காதா, சொல்லுங்கள்!

தீராத சண்டை

மாசி மாதம் பிறந்தது; சொக்கன் வீட்டு வாசலிலுள்ள மாமரத்தில் இலைகள் துளிர்விட்டு மின்னின. மாம்பழ நாள் நெருங்கிவிட்டதை அந்த மரம் ஊரில் ஒவ்வொருவருக்கும் நினைப்பூட்டியது.

எவ்வளவோ மரங்கள் அந்த ஊரில் உண்டு. இருப்பினும் சொக்கன் வீட்டு மாங்காய்க்கு உள்ள எடுப்பும் ருசியும் வேறு எந்த வீட்டு மாங்காய்க்கும் இருக்காது. மரத்தில் கொத்துக் கொத்தாகக் காய்த்துத் தொங்கும்போது பார்த்தால் திருடியாவது அதில் ஒரு மாங்காய் சாப்பிட மாட்டோமா என்று எல்லோருக்கும் சபலமேற்படும்.

தேவலோகம் போய் அமிர்தத்தைக் கூட ருசி பார்த்துவிடலாம். ஆனால் சொக்கன் வீட்டு வாசல் வேலியை நெருங்கிக் கீழே விழும் ஒரு பிஞ்சைக்கூட ஒருவரும் தொட்டுவிட முடியாது.

சொக்கனுக்கு வயது அறுபது. அவன் மனைவி பொன்னியும் அவனுக்கேற்ப வயதுள்ள கிழவிதான். ஒவ்வொரு வருஷமும் மாமரம் காய்த்துக் குலுங்கும் பருவம் நெருங்கியவுடன் சொக்கனும் அவன் மனைவியும் நாள் முழுதும் மாறி மாறிக் காவலிருப்பார்கள். இரவு வேளையில்கூடத் தடிக்கம்பு, அரிவாள் முதலிய ஆயுதங்களுடன் சொக்கன் மாமரத்தடியிலேயே படுத்துத் தூங்குவான். உள்ளே படுத்துத் தூங்கும் அவன் மனைவி ஒவ்வொரு நாளும் யாரோ ஐந்தாறு முரடர்கள் வந்து மரத்திலுள்ள மாங்காய்களையெல்லாம் கொள்ளையடித்துக் கொண்டுபோவது

போல் கனவு கண்டு எழுந்து மரத்தடியில் படுத்துறங்கும் தன் கணவனை எழுப்பிச் சொல்லுவாள். பாவம், சொக்கன் லாந்தர் வெளிச்சத்தைப் பெரிதாக்கிக் கொண்டு தடியையும் அரிவாளையும் எடுத்துக்கொண்டுபோய் நான்கு புறமும் பார்த்துவிட்டு, தன் மனைவி கண்டது வெறுங்கனவு என்ற முடிவுக்கு வருவான். சொக்கனும் அவன் மனைவியும் இவ்வளவு ஜாக்கிரதையா யிருந்தும் அந்த மாமரத்தில் தினம் இரண்டொரு காய்கள் திருட்டுப் போகாமலிருப்பதில்லை.

நான்கு பக்கமும் கிளைகளைப் பரப்பி நிற்கும் அந்த மரத்தில் எந்தப் பக்கத்துக் கிளையில் எந்தக் கொத்தில் எத்தனை காய்கள் இருக்கின்றன என்பதில் பொன்னிக்குக் கவனமுண்டு. அதேபோல் சொக்கனுக்கும் ஞாபகமிருக்கும். இதிலொரு விபரீதம் என வென்றால் அவர்களுடைய கவனம் அடிக்கடி தட்டுகெட்டுப் போய்விடும். இதனால் புருஷனின் காவலில் மனைவிக்கும் மனைவியின் காவலில் புருஷனுக்கும் சந்தேகம் ஏற்படும். “இந்தா! அந்த மேல் பக்கத்துக் கீழ்க் கிளையிலே வடக்குப் புறமா தொங்குகிற குலையிலே ஏழு காய்கள் இருந்ததே, இப்போ ஆறுதானே இருக்குது? ஒண்ணு எங்கே?” என்பாள் பொன்னி.

அந்தக் குலையில் ஆறுதானிருந்தது என்று சொக்கனுக்கு நன்றாய் ஞாபகமிருக்கும். அவன் தன் மனைவிக்கு மறுப்புக் கூறுவான். அவள் நம்பமாட்டாள். தர்க்கம் வலுத்துச் சண்டையில் வந்து முடியும். புருஷனும் மனைவியும் இப்படிச் சதா மாங்காய்த் திருட்டைப் பற்றியே சண்டைபோட்டுக்கொள்வது பக்கத்து வீட்டிலிருப்பவர்களுக்கெல்லாம் விநோதமாயிருக்கும். இப்படித் திருட்டுப் போகாத மாங்காய்களைப் பற்றிச் சண்டை நடக்குமே தவிர உண்மையாகத் திருட்டுப்போன மாங்காய்களைப் பற்றி அவர்கள் சண்டைபோட்டதே கிடையாது.

பங்குனி போய்ச் சித்திரையும் பிறந்தது. மரத்தில் சரம் சரமாகத் தொங்கிக்கொண்டிருந்த மாங்காய்களெல்லாம் பழுக்கக்கூடிய தருணம். காற்று சற்று அதிகமாக வீசியதால் இரண்டொரு காய்களும் கீழே உதிர்ந்து விழுந்தன. அன்று மாமரத்தடியில் சொக்கன் உட்கார்ந்து காவல் புரிந்து வந்தான். வெளியே வேலிக்கு அப்புறத்தில் இரண்டு குழந்தைகள் நின்று மாமரத்தையே அண்ணாந்து பார்த்துக்கொண்டிருந்தனர். அந்தக் குழந்தைகளைப்

பார்த்ததும் சொக்கனுக்கு அடக்க முடியாத கோபம் வந்துவிட்டது. "யாரது?" என்று அதட்டிக்கொண்டே அவன் கையில் தடியுடன் எழுந்து வந்தான்.

குழந்தைகள் இரண்டும் பயந்து நடுங்கின. ஒன்று ஆண் குழந்தை; மற்றது பெண். ஆண் குழந்தைக்கு வயது எட்டு இருக்கலாம்; மற்றவள் அவன் தங்கை போலிருக்கிறது. அந்தப் பெண்ணிற்கு ஆறு வயதிருக்கலாம். சொக்கனின் அதட்டலில் அந்தப் பெண் குழந்தை பயந்து தன் அண்ணனின் தோளைப் பிடித்துக்கொண்டாள். சாண் பிள்ளையானாலும் ஆண் பிள்ளை என்பதை அந்த இடத்தில் நிரூபிப்பவன் போல் அவன் சிறிதும் அஞ்சாமல் தைரியமாய்த் தான் இருந்தான்.

சொக்கனின் அதட்டலும், துடிக்கும் மீசையும், பயங்கரமான அரிவாளும் கைத்தடியும் அந்தப் பையனைக் கலக்கிவிடவில்லை. அவன் ஒரு கையால் தங்கையின் இடுப்பைச் சுற்றி அணைத்துக் கொண்டு மிகவும் சுவாதீனத்துடன் சொக்கனைப் பார்த்து, "ஆளுக்கொரு மாங்காய் கொடு, தாத்தா! ஒரே ஒரு காய் போதும்!" என்றான்.

"மாங்காயா, கிடையாது! போங்க, இங்கே நிக்காதீங்க! அப்புறம் அடிச்சுப் பிடுவேன்; ஓடிடுங்க!" என்று பயங்கரமாக எச்சரிக்கை செய்து பார்த்தான் சொக்கன்.

"மாமரத்திலே அவ்வளவு காய் இருக்குதே, தாத்தா! ஒரே ஒரு காய் கொடுங்க, தாத்தா!" என்று கெஞ்சினான் அந்தப் பையன். பெண் குழந்தை மரத்தையே அண்ணாந்து பார்த்துக்கொண்டு நின்றது.

"மரத்திலே அவ்வளவு காய் இருக்குதா! ஊரிலே இருக்கிறவங்க வைக்கிற திருஷ்டி போதாதுன்னு நீ வேறு வைக்கிறியா? ஹூஹூம்; இது தருமத்துக்கு வளர்ந்த மரமில்லை. போங்க, போங்க!" என்றான் சொக்கன்.

"தருமத்துக்கு இரண்டு காய் கொடுத்தா நல்லதுதான், தாத்தா! இவ்வளவு காயிலே இரண்டு கொடுத்தா குறைஞ்சு போயிடாது. தாத்தா!" என்று எட்டு வயதுச் சிறுவன் அறுபது வயதுக் கிழவனாகிய சொக்கனுக்கு தர்மத்தைப் பற்றிய உபதேசத்தைச் சுருக்கமாக எடுத்துச் சொன்னான்.

சொக்கன் அந்தக் குழந்தைகளை வேறு வகையில் சமாதானம் செய்து அனுப்பப் பிரயத்தனப்பட்டான். நயமான குரலில், "இதைக் கேளு, பேராண்டி! இந்த மரத்துக் காயெல்லாம் ஒரே புளிப்பு; பல்லுக்குக் கொட்டிப் போயிடும். உடம்புக்கு ஒத்துக்கிடாது போயிடுங்க!" என்று பரிவோடு முதுகில் தட்டிக்கொடுத்தான்.

"புளிப்பு மாங்காய்தான் எங்களுக்கு ரொம்பப் பிடிக்கும், தாத்தா!" என்றான் பையன். தங்கையும் அண்ணனுடைய வார்த்தைகளை ஆமோதிப்பவன் போல் சிரித்துக்கொண்டே தலையை ஆட்டினாள்.

"புளிப்பு மாங்காய்தான் உங்களுக்குப் பிடிக்குமா?" என்று கேட்டுக்கொண்டே சொக்கன் ஆச்சரியத்தோடு அந்தக் குழந்தைகளைப் பார்த்தான். அந்தச் சிறுமி தன் தமையனின் அணைப்பிலிருந்தபடியே அழகான அகன்ற பசலை விழிகளால் சொக்கனைக் கெஞ்சுவதுபோல் பார்த்த வண்ணம் நின்று கொண்டிருந்தாள்.

சிறிது நேரம் அந்தப் பெண் குழந்தையின் முகத்தைப் பார்த்த சொக்கன். அனல் வாடை பட்ட மெழுகாகிவிட்டது அவன் மனம். மெதுவாக அந்தப் பெண் குழந்தையை நெருங்கி அவள் கன்னத்தைத் தடவிக்கொடுத்துக்கொண்டே, "தலைக்கு ஒரு மாங்காய் கொடுத்து விடுகிறேன்; ஓடிப் போயிடுறீங்களா?" என்றான்.

இரண்டு குழந்தைகளும் "சரி" என்று தலையை ஆட்டின. சொக்கன் தன் மனைவிக்குப் பயந்து வீட்டிற்கு உட்புறம் தன் பார்வையைச் செலுத்திவிட்டு, அவசர அவசரமாகக் காற்றில் விழுந்திருந்த இரண்டு பெரிய மாங்காய்களை எடுத்து வந்து அந்தக் குழந்தைகளின் சிறிய கைகளில் வைத்துவிட்டு, "ஓடிப் போயிடுங்க! நான் மாங்காய் கொடுத்ததைப் பாட்டி கண்டுக்கிட்டா லேசில் விடமாட்டா! ஓடியே போயிடுங்க!" என்று பதட்டத்துடன் துரிதப்படுத்தினான்.

குழந்தைகள் இரண்டும் சிட்டாய்ப் பறந்துவிட்டன. சொக்கன் சுற்றிலும் ஒரு தடவை பார்த்துவிட்டுக் கட்டிலில் வந்து உட்கார்ந்தான். தன் ஆயுளில் ஒரு தடவை கூட, ஒரு மாங்காயைக் கூட, தானாக இரக்கப்பட்டு அவன் ஒருவருக்கும் கொடுத்ததில்லை. அதுவும் தன் மனைவிக்குத் தெரியாமல் அவன் அப்படிச்

செய்ததே கிடையாது. இந்தக் குழந்தைகள் அவன் மனதைக் கரைய வைத்ததற்கு ஏதோ காரணம் இருக்கத்தானே வேண்டும்?

குழந்தைகள் ஒரு நாள் ருசி கண்டால் போதாதா? ஒவ்வொரு நாளும் அவர்கள் காலை வேளையில் வந்து சொக்கனிடமிருந்து இரண்டு மாங்காய்கள் வாங்காமல் போவதில்லை.

முன்பெல்லாம் அவன் மனைவி அவன் சரியாகக் காவலிருப்பதில்லை யென்றும் அவன் ஊரில் உள்ளவர்களுக்கெல்லாம் மாங்காயைத் தூக்கிக் கொடுத்துவிடுகிறானென்றும் சந்தேகித்துச் சண்டை போடுவது அவனுக்கு அவ்வளவு மன வருத்தத்தைக் கொடுப்பதில்லை. இப்பொழுது அந்தக் குழந்தைகளுக்குத் தினம் இரண்டு மாங்காய்கள் அவளுக்குத் தெரியாமல் கொடுத்து வருவதால் வீட்டில் சண்டை நேரிடும் போதெல்லாம் அவனது மனசாட்சி அவனை மிகவும் வாதனை செய்யும். அதனால் அவன் அவளுக்கு எதிராக இப்பொழுது பேசுவதே கிடையாது.

ஒவ்வொரு நாளும் காலை வேளையில்தான் சொக்கன் மாமரத்தடியில் காவல் இருப்பது வழக்கம். சாயந்திர வேளையில் வயல்வெளிகளைச் சுற்றிப் பார்க்கப் போவான். அப்பொழுது அவன் மனைவி பொன்னி வீட்டுக் காரியங்களை முடித்துக் கொண்டு காவலுக்கு வருவாள்.

ஒருநாள் சொக்கன் வயலைச் சுற்றிப் பார்த்துவிட்டுச் சீக்கிரமாகவே வீடு திரும்பினான். அவன் தெருக்கோடியில் வரும்போது தன் வீட்டு வேலிப் பக்கத்திலிருந்து இரண்டு குழந்தைகள் மாங்காயுடன் ஓடுவது தெரிந்தது. அவன் மனைவி வெளியே வந்து அந்தக் குழந்தைகள் ஓடும் திசையைப் பார்த்துக்கொண்டிருந்தது, தெரிந்தது. அதே குழந்தைகள் சந்தேகமில்லை! தன்னிடம் தினம் காலையில் இரண்டு மாங்காய்களை வாங்கிக்கொண்டு ஓடும் அதே குழந்தைகள்! - அவனுக்குச் சிறிது ஆச்சரியமாகத்தானிருந்தது.

சொக்கன் ஆத்திரத்துடன் தன் மனைவியை நெருங்கி, "யார் அந்தக் குழந்தைகள்?" என்று கர்ஜித்தான்.

கிழவிக்கு அவன் இருந்த நிலையைப் பார்த்ததும் கொஞ்சம் அச்சமேற்பட்டது. ஏதோ களவு குற்றத்தைச் செய்துவிட்டவள்போல் தயக்கத்துடன், "அதுங்களா? ரொம்ப நல்ல குழந்தைகள்! பாவம், கெஞ்சிக் கேட்டுதுங்க; தலைக்கு ஒரு மாங்காய்

கொடுத்தனுப்பினேன்!" என்றாள்.

சொக்கனின் படப்படப்பு தணியவில்லை. "தினமும் கொடுக்கிறாயா, இன்னிக்கு மாத்திரம் கொடுத்தாயா?" என்று கேட்டான். பொன்னி பயத்தோடு, "தினமும் தான் கொடுப்பேன்! எனக்கு அந்தக் குழந்தைகளைப் பார்க்கும்பொழுது இரக்கமாயிருக்கும்!" என்றாள்.

"தினமும் கொடுக்கிறயா...?" என்று கேட்டுவிட்டுச் சிறிது நேரம் மௌனமாக நின்றான் சொக்கன். பிறகு ஒரு பெருமூச்சு விட்டான். அவன் முகத்தில் உடனே ஒரு தெளிவு ஏற்பட்டது. மனதிலும் புயல் ஓய்ந்ததுபோல் ஒரு சமாதானம் ஏற்பட்டது. "தினமும் காலையில் நான் கூட அந்தக் குழந்தைகளுக்கு இரண்டு மாங்காய் கொடுப்பது வழக்கம்" என்றான் அடங்கிய குரலில்.

"நீங்க கூட தினம் இரண்டு காய் கொடுப்பீங்களா? இதை ஏன் இத்தனை நாளா என்னிடம் சொல்லல்லே?' என்றாள் பொன்னி கோபம் கலந்த குரலில்.

"நீ ஏன் இதுவரை சொல்லல்லே?" என்று எதிர்க் கேள்வி போட்டான் சொக்கன்.

"நான் காரணமாகத்தான் சொல்லல்லே! அந்தப் பெண் குழந்தையைப் பார்த்தீங்களா? அதைப் பார்க்கும்போது நம்ம சின்னியின் முகஜாடையாயில்லே? அந்தக் குழந்தையை நீங்க பார்த்தீங்கன்னா அசாத்யமாகப் பிரியப்பட்டுக் கணக்கு வழக்கில்லாமல் மாங்காயை அள்ளிக்கொடுத்துடப் போறீங்களேன்னு நினைச்சுத்தான் உங்ககிட்டே சொல்லாம லிருந்தேன்!" என்றாள் பொன்னி.

"நீயும் அந்தக் குழந்தையைப் பார்த்ததும் சின்னியை ஞாபகப்படுத்திக்கிட்டு ஏகமா மாங்காயை அள்ளிவிட்டுடப் போறியேன்னுதான் நானும் உங்ககிட்ட சொல்லாமலிருந்தேன்!" என்றான் சொக்கன்.

பொன்னி மௌனமாக நின்றுகொண்டிருந்தாள். சொக்கனும் அவள் முகத்தைப் பார்த்துக்கொண்டே நின்றான். தங்களுக்குப் பிறந்த ஒரே ஒரு குழந்தை சின்னி அருமையாக வளர்ந்து ஆறுவயது வரையில் இருந்து, இறந்து போனது அவர்களுக்கு அறுபது வயதாகி விட்டாலும் மறந்துவிடுமா?

திருவாழி

நண்பனின் கல்யாணத்துக்காக இடக்காழி என்ற கிராமத்துக்குச் சென்றிருந்தேன். எனக்கென்னவோ 'இடக்காழி' என்ற அந்தக் கிராமத்தின் பெயரே வினோதமாயிருந்தது. கல்யாணத்துக்கு வந்து இரண்டு மூன்று நாட்கள் இருந்து நன்றாகச் சாப்பிட்டு விட்டு ஆனந்தமாக ஊர் திரும்ப வேண்டுமென்று என் நண்பர் களெல்லாம் விரும்பும்போது நான் ஒருவன் மாத்திரம் நேர்மாறாக 'இடக்காழி' என்று இந்த ஊருக்குப் பெயர் ஏற்பட்ட காரணம் என்ன? ஏன்! என்றெல்லாம் கவலைப்பட்டுக் கொண்டிருந்தது மற்றவர்களுக்குச் சிறிது பரிகாசமாகக் கூட இருந்தது.

அன்று இரவு சாப்பாடு ஊர்வலம் எல்லாம் முடிந்து பிறகு என் நண்பர்களெல்லாம் உட்கார்ந்து சீட்டு விளையாடிக் கொண்டிருந்தனர். எனக்குச் சீட்டு விளையாட வேண்டுமென்ற ஆர்வம் அப்பொழுது இல்லை. சந்தடி இல்லாத இடத்தில் போய்ப்படுத்துக்கொண்டு அந்த ஊரைப்பற்றி நானே தீவிரமாகச் சிந்தித்து ஒரு முடிவுக்கு வர நினைத்தேன். கல்யாண வீட்டுக்கு எதிர் வீட்டுத் திண்ணை அமைதியான இடமாகப்பட்டதால் மேல் உத்தரியத்தை உதறிப் போட்டுப் படுத்துக் கொண்டு சிந்திக்கலானேன். 'இடக்காழி... இடக்காழி' என்ற பெயர்தான் என் சிந்தனையில் சுழன்று சுழன்று விழுந்ததே தவிரத் தெளிவாகவும் ஆதாரமாகவும் எதுவுமே புலனாகவில்லை. நான் குழம்பிய

சிந்தனையோடு இருக்கும்போது யாரோ ஒருவர் வந்து அந்த வீட்டுத் திண்ணையில் அமர்ந்துகொண்டார்.

ஒருமுறை சுற்று முற்றும் பார்த்துவிட்டு "சர்வலோக சரண்யா, இடக்கை யாழியா, தீனபந்து..." என்று சொல்லி மேல் உத்தரியத்தை விரித்துப் போட்டுக்கொண்டு படுத்தார்.

அவர் 'இடக்கை யாழியா' என்று கூறியது எனக்குச் சுரீரென்று ஏதோ ஒளி காட்டியது போலிருந்தது. இனிமேல் நான் விட்டுவிடுவேனா! இருட்டில் படுத்துக்கொண்டிருந்த நான் சட்டென்று எழுந்து அவருக்குப் பக்கத்தில் வந்து உட்கார்ந்து கொண்டு, "சுவாமிக்கு எந்தத் திவ்ய தேசமோ...!" என்றேன்.

அவர் சட்டென்று எழுந்து உட்கார்ந்து, "அடியேனுக்கு இதே திவ்ய ஷேத்திரம்தான்" என்றார்.

"அப்படியா! ரொம்ப சந்தோஷம். இடக்காழின்னு இந்த திவ்ய ஷேத்திரத்துக்கு நாமதேயம் ஏற்பட்டது ஏன் என்று தேவரீருக்குத் தெரியுமோ!" என்று அவர் அருகில் இன்னும் நெருங்கிப் போய்க் கேட்டேன் மெதுவாக.

"எல்லாம் எம்பெருமானின் கல்யாண குணத்தைப் பொறுத்ததுதான். எம்பெருமான் இந்த திவ்யதேசத்தில் இடக் கரத்தில் சக்கரத்தைத் தாங்கி இருக்கிறார். அதனால் இந்த ஷேத்திரத்துக்கு இந்த நாமதேயம் விளங்கியது. பூர்விகத்திலே இந்த திவ்யதேசத்துக்கு ஏற்பட்ட நாமதேயம் 'இடக்கை திருவையாழி' என்று, கால தேசத்திலே அது 'இடக்கைவாழி' என்று மாறி இப்பொழுது 'இடக்காழி' என்று விளங்குகிறது. இன்னும் கொஞ்சம் நாள் சென்றால் என்னவாகுமோ!" என்றார்.

அந்தப் பெரியவர் சொல்லியதிலிருந்து அந்த ஊரில் ஏதோ கோயில் இருப்பதாகத் தெரிந்தது. நான் இரண்டு நாளாய் ஊரைச் சுற்றிப் பார்த்ததிலிருந்து அந்த ஊரில் கோவில் எதுவும் இருப்பதாகத் தெரியவில்லை. "இங்கே ஏதும் எம்பெருமான் கோயில் கொண்டு எழுந்தருளி இருப்பதாக அடியேனுக்குத் தெரியவில்லையே!" என்றேன்.

"இங்கேயிருந்து இரண்டு மைல் வடக்கே பெருமாள் எழுந்தருளி இருக்கிறார். இந்த ஊரும் அதைச் சேர்ந்ததுதான். ஆனால்

இப்பொழுது தனித் தனியாகப் போய்விட்டது. அதை இப்பொழுது 'வடக்கு இடக்காழி' ன்னு சொல்லுவா" என்றார் அவர்.

"எல்லா திவ்ய ஷேத்திரத்திலும் எம்பெருமான் வலக் கரத்தில் சக்கரத்தைத் தரித்திருக்கும்போது இந்த திவ்ய ஷேத்திரத்தில் மாத்திரம் இடது கரத்தில் சக்கரத்தை தரித்திருப்பதின் நோக்கம் என்னவோ...!" என்று மெதுவாகக் கிளறினேன்.

"எம்பெருமானின் கல்யாண குணங்களும் திருக்கோலங்களும் சொல்லில் அடங்காதவை. அவற்றில் இது ஒரு கல்யாண குணம். அடியேனுக்கு வயது எழுபத்திரண்டு ஆகிறது. இந்த திவ்ய ஷேத்திரத்தின் மகிமையை நான் என் பாட்டனாரிடமிருந்து கேட்டிருக்கிறேன். என் பாட்டனார் அவருக்குப் பாட்டனார் காலத்துக் கதையைக் கேட்டுத் தெரிந்துகொண்டிருந்தார். இன்று இந்த ஷேத்திரத்தில் இந்த ஷேத்திரத்தின் பெருமையை உள்ளபடி உணர்ந்தவன் நான்தான். ஏனென்றால் அடியேன் ஒருவன்தான் இந்த திவ்ய ஷேத்திரத்திலுள்ள பற்றுதலை ஒழிக்க முடியாதவனாய் இருக்கிறேன்" என்று கதையைச் சொல்லத் தொடங்கினார்;

"பூர்வ காலத்தில் இந்தச் சிறிய ஊர் பெரிய பட்டினமாக இருந்தது. அப்பொழுது இதற்கு வேறு ஏதோ பெயர் இருந்தது. அப்பொழுது இந்த நாட்டை வடபத்ரசேனன் என்னும் உத்தம குணம் படைத்த மன்னன் ஆண்டுவந்தானாம். அவன் சிறந்த வைஷ்ணவ பக்தன். ஆமாம்! குலசேகர ஆழ்வாரைப்போல் நனவிலும் கனவிலும் நாராயணனையே தியானித்து வந்தான். அரசனாகவும் சிறந்து வைஷ்ணவ பக்தனாகவும் இருந்த எந்த அரசர்கள் எம்பெருமானுக்குத் திருக்கோயில் எழுப்பாது இருந்தார்கள்! எம்பெருமானுக்காக இந்த திவ்யதேசத்தில் மிகுந்த பொருட்செலவில் ஓர் அழகான திருக்கோயிலை நிர்மாணிக்க விரும்பினான் வடபத்திரன்.

"அரசனிடம் மான்யம் பெற்று ஊழியம் செய்து வந்தான் துளசிங்கன் என்ற சிற்பி. சிறந்த சிற்பி அவன். அவனுடைய புகழ் நாடெங்கும் பரவி இருந்தது. சிற்ப சாஸ்திரம் படித்துத் தேர்ந்து அங்க லட்சணங்களோடு சாஸ்திரீகமான முறையில் விக்கிரகங்களைச் செய்வதில் அவன் நிபுணன். இப்படிப்பட்ட சிற்பியைத் தன் தேசத்தவனாகவும், தன் அரசாங்க ஊழியனாகவும் பெற்ற அரசனுக்கு என்ன குறை! எம்பெருமானுக்குக் கோயில்

கட்ட வேண்டுமென்று அரசன் எண்ணிய ஷணத்திலே சிற்பி துளசிங்கனை அழைத்து மூன்று மாதத்திற்குள் எம்பெருமானின் திருவுருவம் ஒன்றை அமைத்துத் தரும்படி உத்தரவிட்டான்...” என்று சொல்லி விட்டு அந்தப் பெரியவர் என்னைப் பார்த்து “அடியேன் சொல்லுகிற கதை புரிகிறதா!” என்று கேட்டார்.

எனக்கு உடனே அவர் கதையை முடித்து விட்டாரோ என்ற சம்சயமும் குழப்பமும் தான் ஏற்பட்டன. “நன்றாகப் புரிகிறது. கதை இன்னும் முடியவில்லையே...!” என்றேன்.

“அது எப்படி முடியும்? இனிமேல் தானே முக்கியமான விஷயங்கள் வரப்போகின்றன! பகவானின் லீலா வினோதம் எண்ணில் அடங்காதது. அதில் இதுவும் ஒன்று. ஆயிரக்கணக்கான திருவுருவங்களைச் சிருஷ்டித்து அனுபவமும் பிரசித்தியும் அடைந்திருக்கின்ற சிற்பி துளசிங்கனுக்கு அரசனின் உத்தரவுப்படி எம்பெருமானின் திருவுருவத்தை வெகு சுலபமாக சிருஷ்டித்து விடலாமென்ற அலட்சியம் இருந்தது. ‘சங்கு சக்ரதாரியார் எத்தனையோ திருவுருவங்களைச் சமைத்துள்ளோம். அதைப்போல இதுவும் ஒன்றுதானே. நம்முடைய அரசனின் கட்டளை என்பதற்காக இன்னும் சிறிது அழகோடும் விசேஷமாகவும் செய்யலாம். அவ்வளவுதானே!’ என்ற அலட்சியம். இந்த எண்ணம் உள்ளவனை பகவான் சோதிக்காமல் விடுவாரா!” என்று சொல்லிச் சிறிது நிறுத்தினார் கிழவர்.

“எப்படிச் சோதனை செய்யாமல் இருப்பார்! நிச்சயம் சோதனை செய்யத்தான் செய்வார்” என்றேன் நான்.

“அரசன் கோயில் கட்டுவதில் மிகவும் தீவிரமாக இருந்ததால் கோயில் திருப்பணி வெகு துரிதமாக நடந்து வந்தது. சிற்பிக்கு இதெல்லாம் தெரிந்திருந்தும் சிறிது அலட்சியமாகவே இருந்தான். அரசனுடைய சிப்பந்திகள் வந்து விசாரிக்கும் போதெல்லாம் ‘இதென்ன பிரமாதம்! ஒரு நாளில் செய்துவிடுவேன்’ என்று அலட்சியமாகச் சொல்லிவந்தான். கோயில் திருப்பணிகள் பூர்த்தியடையும் தருணத்தில் இருந்தன. விக்கிரகப் பிரதிஷ்டை செய்து கும்பாபிஷேகம் செய்ய இன்னும் பத்து நாட்களே இருந்தன. இந்தச் சமயத்தில் அரசனின் சிப்பந்திகள் சிற்பியின் வீட்டுக்கு வந்து அவனை மிகவும் துரிதப்படுத்தவே சிற்பி அந்தத் தொல்லையிலிருந்து மீள நினைப்பவன் போல் வேலையில் ஈடுபடத்

தொடங்கினான். அலுப்போடும் அலட்சியத்தோடும் தொழிலில் இறங்கியதால் அன்று அவன் வார்த்தெடுத்த விக்கிரகம் அங்க லட்சணக்குறைவாக இருந்தது. அதை அழித்துவிட்டு மறுநாள் வேறொரு விக்கிரகத்தை வார்த்தெடுத்தான். அந்த விக்கிரகத்தில் எல்லா அங்கங்களும் சரியாகத்தான் இருந்தன. ஆனால் முகத்தில் மாத்திரம் லட்சணம் இல்லை. அன்று பட்ட பிரயாசையெல்லாம் வீண் என்று எண்ணி மூன்றாவது நாள் வேறொரு விக்கிரகத்தை சிருஷ்டித்தான். அந்த விக்கிரகத்தில் அபய கரத்தில் ஒரு விரல் பின்னமடைந்திருப்பது கண்டு மனம் குழம்பியவனாக நான்காவது நாள் சரியான விக்கிரகம் ஒன்றை வார்த்தெடுக்கும் முயற்சியில் ஈடுபட்டான். பாவம்! நிஜமாகவே பகவான் அவன் கர்வத்தைக் குலைத்துவிட நினைத்தார். நான்காவது நாள் அவன் வார்த்தெடுத்த விக்கிரகத்திலும் ஏதோ குறை இருந்தது. ஐந்தாம் நாளும் அப்படியே. இப்படியே ஒன்பது நாட்களும் ஓடிவிட்டன. இப்படிக் காலம் தாழ்த்தும் சிற்பியைக் கண்டு அரசன் கோபமடையாமல் என்ன செய்வான்! மறுநாள் காலை எட்டு மணிக்குள் விக்கிரகத்தோடு கோயிலுக்கு வர வேண்டும். தவறினால் அரசனின் தண்டனை மிகக் கடுமையாக இருக்கும் என்று முதல் மந்திரியே சிற்பியின் வீட்டுக்கு வந்து அதிகாரத்தோடு எச்சரிக்கை செய்துவிட்டுப் போனார். பாவம் சிற்பி என்ன செய்வான்! துடியாகத் துடித்தான்.

பகவானைப் பிரார்த்தித்து அலறி அழுதான். என்ன செய்வான்? கடைசியாக அன்று இரவோடு இரவாக உட்கார்ந்து குறையில்லாத வகையில் ஒரு விக்கிரகத்தைச் செய்ய முனைந்தான்......”

“பகவானின் அருளால் அந்த விக்கிரகம் மிகவும் நன்றாக அமைந்து விட்டது போலிருக்கிறது......” என்றேன் நான் மெதுவாக.

“அந்தத் திருவுருவம் அவன் என்றும் செய்து அறியாத பேரெழிலோடுதான் விளங்கியது. ஆனால் அந்த இடத்திலும் ஒரு பெரிய பிசகு நேர்ந்து விட்டது. பகவானின் திருவுள்ளம் என்றேனே அதுதான். சாஸ்திர ரீதியாய் பகவானின் வலக் கரத்தில் இருக்க வேண்டிய சக்கரம் எப்படியோ இடக் கரத்தில் காட்சியளித்தது.

“சிற்பி துளசிங்கன் எம்பெருமானின் திருவுருவைச் செய்து முடித்தவுடன் அதன் அழகைக் கண்டு ஆனந்தமும் திருப்தியும் அடைந்தான். ஆனால் அவன் அந்தத் திருவுருவத்தை

அமைதியோடு அங்கம் அங்கமாகப் பரிசீலனை செய்துகொண்டு வரும்பொழுது வலக் கையில் இருக்கவேண்டிய சக்கரம் இடக் கையில் மாறியிருப்பதைக் கண்டு திகிலடைந்து விட்டான். இத்தனை நாளாய் செய்த பிசகுகள் எல்லாவற்றையும்விட இது பெரிய பிசகாக இருந்தது. சிறிது நேரத்துக்கு முன்னால் பூரிப்படைந்து பொங்கி நின்ற அவன் மனசு இடி விழுந்து சிதறி அழுந்திவிட்டது போலாகிவிட்டது. தான் ஏதோ பெரிய பாவம் செய்துவிட்டதனால்தான் பெருமான் இப்படித் தன்னைப் பெரும் சோதனையில் ஈடுபடுத்திவிட்டார் என்று பித்துக்கொண்டவன் போல் பிதற்றலானான். அந்தக் கடைசி நேரத்தில் அரச சமூகத்திற்கு அந்த விக்கிரகத்தை எடுத்துச் செல்வதைத் தவிர வேறு வழி ஏதும் அவனுக்குப் புலனாகவில்லை. அதை மாற்றிச் செய்யவும் அப்பொழுது நேரம் இல்லை. வலது கைச் சக்கரம் இடது கையில் மாறி இருந்தாலும் எம்பெருமானின் திரு உருவ அழகில் அரசன் மயங்கிவிடுவான் என்ற தைரியம் அவனுக்கு சிறிது இருந்தது. எப்படியோ உயிருக்கு ஆபத்து இல்லாமல் தப்பிவிடலாம். பகவான் காப்பாற்றுவார் என்ற தைரியம் அவனுக்குச் சிறிது இருந்தது. அரசன் ஒரு மூடபக்தனே தவிர சாஸ்திர ஞானமோ கலை ஞானமோ உள்ளவனல்ல. பகவானிடம் மிகுந்த பக்தியுடையவனாகவும் பகவானுக்கு இடது கையில் சக்கரம் இருக்க வேண்டுமா வலக்கரத்தில் சக்கரம் இருக்க வேண்டுமா என்பதெல்லாம் அவனுக்குத் தெரியாது. அங்கம் பழுதில்லாமல் அழகோடு இருந்தால் அவனுக்குப் போதும். அரசனுடைய மந்திரிகளும் அப்படித்தான். ஆனால் அரச சபையில் இன்னொருவன் இருக்கிறான். அவனை நினைத்த போதுதான் சிற்பியின் மனத்தில் திகில் ஏற்பட்டது. அவன் தான் கவி திருவாழகத்தான். தேர்ந்த சாஸ்திர ஞானமுள்ளவன். தர்க்க வாதம் செய்யக் கூடியவன். அரச சமூகத்தில் அவனுக்குள்ள மதிப்பு வேறு எவருக்கும் இல்லை. மந்திரிகளிடம் உள்ள மதிப்பைக் காட்டிலும் அரசன் கவி திருவாழகத்தானிடம் அதிகமாக வைத்திருந்தான். அவனுடைய ஆலோசனை இல்லாமல் அரசன் எதையும் செய்யமாட்டான். இந்நிலையில் கவிஞன் கண்ணில் படாமல் விக்கிரகத்தை மறைத்து வைத்துவிட முடியுமா! அவன் கண்டவுடனேயே எந்த இடத்தில் பிசகு என்பதை உணர்ந்து விடுவானே! அவன் அறிந்த விஷயத்தை அவன் அரசனிடம்

சொல்லாமலிருந்து விடுவானா? இதையெல்லாம் தெரிந்து சொல்லத்தானே அவன் அரச சபையில் இருக்கிறான்! இதை நினைத்த போதுதான் சிற்பி துளசிங்கனின் திகிலும் சஞ்சலமும் அதிகமாகின. பொழுது விடிந்தால் என்னவாகுமோ, எப்படி முடியுமோ என்ற திகிலில் அவன் தூங்கவே இல்லை.

“மறுநாள் விடியற்காலை அரசனின் பணியாளர்கள் விக்கிரகத்தோடு சிற்பியை அழைத்துக்கொண்டு செல்ல அவன் வீட்டுக்கு வந்து விட்டார்கள். அந்த நேரத்தில் அவன் என்ன செய்ய முடியும்! எல்லாம் பகவானின் அருளாகட்டும் என்று எண்ணி அந்த விக்கிரகத்தை ஒரு பட்டாடையில் சுற்றி எடுத்துக்கொண்டு கோயிலுக்குச் சென்றான். கோயில் வெளி மண்டபத்தில் சிற்பியின் வரவை ஆவலுடன் எதிர்பார்த்து அரசன் தன் பரிவாரங்கள் சூழக் கொலுவீற்றிருந்தான். கவி திருவாழகத்தானும் அரசனுக்குச் சமீபத்தில் அமர்ந்திருந்தான். சிற்பி என்ன நடக்குமோ என்ற திகிலோடு தான் இருந்தான். அவன் மனத்தில் அமைதியோ, முகத்தில் தெளிவோ இல்லை. அரசனுக்கு எதிரிலிருந்த பளிங்கு மேடையில் மெதுவாக விக்கிரகத்தை வைத்துவிட்டுச் சுற்றியிருந்த பட்டுத் துணியை எடுத்தான். பூரண அழகோடு விளங்கிய எம்பெருமானின் திருவுருவம் பார்த்தவுடனேயே அரசனின் மனத்தைக் கவர்ந்து விட்டது. அவன் உள்ளத்தில் எழுந்த பூரிப்பும் பெருமிதமும் அவனுடைய முகத்திலெழுந்த மலர்ச்சியினால் நன்கு விளங்கின. அரசனுடைய முகமலர்ச்சியைக் கண்ட பின்பும் சிற்பியின் திகிலும் குழப்பமும் தீரவில்லை. அவன் அரசனுக்குப் பக்கத்திலிருந்த கவி திருவாழகத்தானையே பார்த்துக்கொண்டிருந்தான். கவி திருவாழகத்தான் விக்கிரகத்தைக் கண்டதுமே மனத்தில் ஏதோ ‘சுரீ’ ரென்று தைத்ததுபோல் திகைப்படைந்து நின்றுகொண்டிருந்தான். திடீரென்று கவிஞனின் முகக்குறி மாறியதைக் கண்டதும் சிற்பிக்கு மூச்சே நின்றுவிடும் போலிருந்தது. குற்றவாளி மன்னிப்புக்கு மன்றாடுவது போல் கவிஞனைப் பார்த்தான் சிற்பி. ‘என்னைக் காட்டிக் கொடுத்து விடாதே . நானும் கலைஞன்; நீயும் கலைஞன்’ என்று திருவாழகத்தானைப் பார்த்துக் கெஞ்சுவது போலிருந்தது சிற்பியின் பார்வை.

“அரசன் கவிஞரைப் பார்த்து, ‘என்ன கவிஞரே! நம்முடைய சிற்பி துளசிங்கரின் கைத்திறனே அலாதிதான். பகவானின் திருவுருவத்தை

எவ்வளவு அழகாக சிருஷ்டித்துவிட்டார் பாருங்கள்...! என்று கூறினான்.

"அதிலென்ன சந்தேகம்! அவருடைய கைத் திறனே அலாதிதான் என்றான் திருவாழகத்தான், அரசனை ஒரு கண்ணாலும் சிற்பியை ஒரு கன்ணாலும் ஜாடையாகப் பார்த்துக்கொண்டே 'அவன் அலாதிதான்' என்று அழுத்தமாகச் சொல்லிய வார்த்தை அவன் எதையோ சுட்டிக் காட்டிப் பரிகாசம் செய்வது போல்தான் சிற்பிக்குப் பட்டது. அவன் நின்றுகொண்டிருந்தாலும் ஓங்கிய வாளுக்குக் கீழே தலையைத் தாழ்த்தி இருப்பது போன்ற நிலையில்தான் அப்பொழுது இருந்தான்.

"எனக்கு இருந்த பெருங் கவலை தீர்ந்துவிட்டது. சிற்பி விக்கிரகத்தை சிருஷ்டித்துக் கொண்டு வந்து கொடுத்தவுடனே. நாளையதினம் பிரதிஷ்டை செய்வதற்கு வேண்டிய ஏற்பாடுகளைக் கவனிக்க வேண்டும். அதுவரையில் விக்கிரகத்தை ஒரு நல்ல இடத்தில் வைத்துப் பாதுகாக்க ஏற்பாடு செய்யுங்கள்" என்று மந்திரியிடம் சொல்லி விட்டுச் சிற்பியைப் பார்த்து, 'எம்பெருமானின் திருவுருவத்தை இவ்வளவு அழகோடு சிருஷ்டித்ததற்காக நான் உங்களுக்கு என்ன கைமாறு செய்யப் போகிறேன்? உங்களுக்கு எத்தனை கொடுத்தாலும் தகும். உங்களை எத்தகைய முறையில் கௌரவித்தால் சிறப்பாக இருக்கும் என்று நான் யோசிக்க வேண்டியிருக்கிறது....." என்றான்.

"சிற்பி ஒன்றும் பேசவில்லை. மௌனமாக நின்றுகொண்டிருந்தான். தனக்கு எத்தகைய பரிசும் கொடுத்துக் கௌரவிக்க வேண்டாம். உயிரோடு விட்டு விட்டால் போதும் என்றுதான் அப்பொழுது பிரார்த்தித்துக் கொண்டிருந்தான்.

"என்ன கவிஞரே! நீங்கள் ஒன்றும் சொல்லவில்லையே! எம்பெருமான் எப்படி சேவை சாதிக்கிறார்!" என்றான் அரசன்.

"மிகவும் அழகாகவே சேவை சாதிக்கிறார். எம்பெருமானின் திருக்கோலங்களெல்லாம் எண்ணில் அடங்காதவை. அவைகளில் இதுவும் ஒரு திருக்கோலம்" என்றான் திருவாழகத்தான்.

"சிற்பிக்கு அங்கு நிற்பது ஒவ்வொரு கணமும் உயிர் கழுவிலேற்றப் பட்டிருக்கும் நிலையிலிருந்ததால் அரசரிடம் விடைபெற்றுக் கொண்டு வீட்டுக்குச் சென்றான்.

வீட்டுக்குச் சென்ற பின்பும் அவன் மனம் அமைதி பெறவில்லை. எதை எதையோ எண்ணி அவன் உள்ளம் திகிலடைந்து கொண்டிருந்தது. கவி திருவாழகத்தான் விக்கிரகத்தைப் பார்த்தவுடன் எந்த இடத்தில் பிசகு ஏற்பட்டுள்ளது என்பதை அறிந்து விட்டான். அதை அவனுடைய முகமாறுதலிலிருந்து மட்டும் சிற்பி உணரவில்லை. அவன் அரசனுக்குப் பதில் சொல்லிய வார்த்தைகளிலிருந்தும் நன்கு உணர்ந்துவிட்டான். அரசனுக்கு அந்தரங்க மந்திராலோசனைக்காரனாக இருக்கும் அவன் அரசனிடம் எதையுமே மறைத்து வைக்க மாட்டான். பலருடைய முன்னிலையில் விக்கிரகத்தில் கண்ட பெருங் குற்றத்தை அவன் அரசனிடம் தெரிவிக்காவிட்டாலும் தனிமையில் சொல்லாமலிருக்க மாட்டான் என்றுதான் சிற்பிக்குத் தோன்றியது. எந்தக் கணத்திலும் அரசனிடமிருந்து தனக்கு அழைப்பு வரலாம் என்று எண்ணினான் சிற்பி. அவனுக்கு அன்னம் தண்ணி ஒன்றுமே வேண்டியிருக்கவில்லை. கலங்கிய வண்ணம் உட்கார்ந்திருந்த அவன் மனத்தில் ஓர் எண்ணம் உதித்தது. 'போஜன வேளை; திருவாழகத்தான் அந்த வேளையில் தன் வீட்டில்தானிருப்பான். ஏன் இப்போழுதே அவனிடம் சென்று தெய்வாதீனமாக நேர்ந்து விட்ட குற்றத்தைச் சொல்லி அரசனிடம் தன்னைக் காட்டிக் கொடுக்காதிருக்கும்படி வேண்டிக்கொள்ளக்கூடாது! கவி திருவாழகத்தான் கலைஞர்களிடம் அபிமானமும் இரக்கமும் உள்ளவன். அவனிடம் போய் நம்முடைய தவறைச் சொல்லி வேண்டிக் கொண்டால் நிச்சயம் உதவி புரிவான் ' என்ற திடமான எண்ணம் சிற்பியின் மனத்தில் தோன்றவே அவன் சட்டென்று எழுந்து திருவாழகத்தானின் வீட்டை நோக்கி வேகமாக நடக்கத் தொடங்கினான்.

"அவன் தன் வீட்டைவிட்டுச் சிறிது தூரம் சென்றதுமே கவி திருவாழகத்தான் தன் எதிரே வருவதைப் பார்த்துத் திகைப்படைந்து விட்டான். அவன் நம்மைக் காணத்தான் வருகிறான். நம்முடைய குற்றத்தை அறிந்து அதை நமக்கு உணர்த்திக் காரணம் கேட்கத்தான் வருகிறான் என்று சிற்பி நினைத்து நடுங்கினான். வார்த்தைகள் குழற, கவிஞரே! எங்கே இப்படி..." என்றான்.

"கவிஞன் சிற்பியின் வார்த்தைகளைக் காதில் வாங்கிக் கொள்ளாதவன்போல் ஆவலோடு வந்து அவனைக் கட்டித்

தழுவிக்கொண்டான். அப்பொழுது அவனுடைய வார்த்தைகளும் தழுதழுத்தன. 'துளசிங்கரே! நீங்கள் எனக்கு உயிர்ப்பிச்சை அளித்தீர்கள்' என்றான். என்றுமில்லாத வண்ணம் கவிஞன் தன்னை வந்து இப்படி ஆலிங்கனம் செய்துகொண்டு ஏதோ சொல்லியது சிற்பிக்குச் சிறிது திகைப்பை உண்டாக்கியது. 'நீங்கள் எங்கே போகிறீர்கள்...! என்றான் மறுபடியும் மிகுந்த பயத்தோடும் நடுக்கத்தோடும்.

"உங்களைக் காணத்தான் வந்தேன்" என்றான் கவிஞன்.

"எதையுமே அப்பொழுது உணர்ந்துகொள்ள முடியாத தடுமாற்ற நிலையிலிருந்த சிற்பி 'நான் செய்த பெரிய பிழையை நீங்கள் அறிந்துகொண்டிருப்பீர்கள். நீங்கள் என்மீது தயை வைத்துக் காப்பாற்ற வேண்டும்..." என்றான் சிற்பி.

"கவிஞன் சிரித்தான். சிற்பியின் மனத்திலிருந்த பயத்தைச் சரியாக உணர்ந்துகொண்டுவிட்டவன்போல் 'துளசிங்கரே! நீங்கள் செய்தது பெரிய பிழையாக இருக்கலாம். ஆனால் எம்பெருமான் ஒரு கவிஞனின் மானத்தைக் காப்பாற்ற வேண்டுமென்று திருவுள்ளம் பற்றி இருக்கும்போது இது எப்படி நேராமலிருக்கும்! நீங்கள் செய்தது பிழையல்ல. எம்பெருமானின் திருவுள்ளம் இப்படி ஒரு திருக்கோலத்தில் காட்சியளிக்க வேண்டுமென்று இருக்கிறது. எத்தனையோ விக்கிரகங்களையெல்லாம் செய்து அவற்றில் ஏதேதோ சிறு பிழைகள் இருக்கக் கண்டு அவற்றை அழித்து விட்டீர்களே! இந்த விக்கிரகத்தில் பெரிய பிழை ஒன்று நேர்ந்துவிட்ட பொழுது இதை அழித்து வேறொன்று செய்ய உமக்கு அவகாசம் இருந்ததா? இதுதான் பகவானின் லீலாவினோதம். எப்படியோ என் கௌரவம் நிலைத்தது. பெருமை பிழைத்தது. இந்தக் கவிஞனின் மதிப்புக்குறைவு ஏற்படாமல் காப்பாற்றப்பட்டது. இந்தக் கவிஞனுக்கு உயிர்ப் பிச்சை அருளினார் எம்பெருமான் என்று உணர்ச்சியோடு கூறினான் திருவாழகத்தான்.

"சிற்பிக்கு ஒன்றுமே புரியவில்லை. எப்படியோ அவன் உயிர் தப்பி விட்டது என்ற மன ஆறுதலும் நிம்மதியும் ஏற்பட்டன. 'நீங்கள் சொல்லுவது எனக்கொன்றும் விளங்கவில்லையே!" என்றான் அவன் வியப்போடு.

"அது எப்படி உங்களுக்கு விளங்கும்! நேற்று இரவு அரசர்

எனக்கு உத்தரவிட்டிருக்கிறார். நாளைய தினம் கும்பாபிஷேகம் நடக்கும் சமயத்தில் இந்த ஷேத்திரத்தினர் மகிமையைப்பற்றியும், இந்த ஷேத்திரத்தில் எழுந்தருளப் போகும் எம்பெருமானின் மகிமைகளைப் பற்றியும் நான் ஒரு காவியம் எழுதி அரங்கேற்ற வேண்டுமென்று. புதிதாகச் சிருஷ்டிக்கப்பட்ட இந்தக் கோயிலைப் பற்றியும், அதில் இனிமேல்தான் எழுந்தருளப்போகிற பெருமானைப் பற்றியும் காவியம் எழுத விசேஷமாக என்ன இருக்கிறது? ஏதேனும் வேண்டாமா! எனக்கொன்றும் புலப்படவில்லை. நேற்று இரவில் ஏதேதோ சிந்தித்தேன். ஒரு பயனுமில்லை. அரசர் வைத்த கெடுவுக்குள் எதுவும் நடக்காது என்றுதான் எனக்குத் தோன்றியது. இவ்விஷயத்தில் நான் தோல்வி அடைந்துவிடுவேன் என்று முடிவு செய்து விட்டேன். இதனால் அரச சமூகத்தில் எனக்கு இருந்த மதிப்புக் குலைவதோடு அரசரின் கட்டளையை நிறைவேற்றத் தவறிய குற்றத்துக்காக எத்தகைய தண்டனை கிடைக்குமோ என்று அஞ்சிக்கொண்டிருந்தேன். பகவானின் திருவருள்தான். இன்று காலையில் நீங்கள் சிருஷ்டித்திருந்த எம்பெருமானின் மங்கள ஸ்வருபத்தைக் கண்டவுடன், எந்த ஷேத்திரத்திலும் காணாத அவருடைய திருக்கோலத்தைத் தரிசித்தவுடன் தான் எனக்கு உயிர் வந்தது. கவிதைக்குரிய பொருள் கிடைக்கும் வரையில் கவிஞன் உயிரற்றவன் போல் தானே! ஒரு பொருள் கிடைத்தது. எனக்கும் உயிர் வந்தது. இடக்கரத்தில் சக்கரத்தைத் தரித்திருக்கும்படியான ஒரு மூர்த்தியை எனக்குக் காட்டி இந்தக் கவிஞனுக்கும் அவன் கற்பனைக்கும் உயிர் அளித்த உங்களுக்கு நான் என்ன கைமாறு செய்யப் போகிறேன்!" என்றான் அந்தக் கவிஞன்.

"எனக்கென்ன கைம்மாறு நீங்கள் செய்ய வேண்டும்? நான் தான் எம்பெருமானின் திருவுருவைச் சிருஷ்டித்தவன். என் கற்பனையிலும் கைத்திறனிலும்தான் எம்பெருமானின் சௌந்தர்ய ரூபம் படைக்கப்பட்டது என்ற கர்வம் அடங்கும் வண்ணம் என் கவனத்தினின்றும் கைத்திறனிலிருந்தும் தப்பித் தானாகவே ஒரு அழகுக்கோலம் கொண்டு நிற்கும் எம்பெருமானின் பெருமையை நாம் மறந்து விட முடியுமா? நான் செய்த பெரும் பிழையினின்றும் என்னைத் தப்பிவித்து, என கைத்திறனை அரசனும் உலகமும் போற்றும் வண்ணம் செய்த எம்பெருமானின் திருவருள்தான் என்ன! இது யாருக்குக் கிடைக்கும்! எம்பெருமான் தன் தயாள சிந்தையால் என்னைக் காப்பாற்றினாரே அதுவே போதும்.

அதிருக்கட்டும். நீங்கள் காவியம் அரங்கேற்றும்போது அரசர் நான் செய்த பிழை அறியத்தானே நேரும்! அப்பொழுது அரசன் மனம் மாறி.......” என்று சம்சயத்தோடும் பயத்தோடும் கவிஞனின் முகத்தைப் பார்த்தான் சிற்பி.

“கலக்கமடைய வேண்டாம். எம்பெருமான் எத்தகைய மாறுதலோடு விளங்குகிறார் என்பதை உணராத அரசர் அந்த அழகிலேயே லயித்து விட்டார். அதோடு என் கவிதைகள் அவர் கண்ட குற்றத்தையும் மறக்கச் செய்து பக்தியினால் பூரிப்படைந்து குதிக்கச் செய்யுமே தவிர வேறொன்றும் செய்யாது. மற்ற திவ்ய தேசங்களில் எழுந்தருளி இருக்கும் பெருமாளை விட நம்முடைய பெருமாள் ஒரு தனிச் சிறப்புடையவர் என்று அரசன் பெருமையடைவார்” என்றான் கவிஞன்.

“அதிருக்கட்டும், இடது கையில்பெருமாள் சக்கரம் தாங்கி இருக்கும் காரணம் என்னவென்று சொல்லப்போகிறீர்கள்!” என்றான் சிற்பி.

“கவிஞன் சிரித்தான். ‘தகுந்த ஆதாரங்கள் இருக்கின்றன. பரமாத்மா நரகாசுரனோடு யுத்தம் செய்த பொழுது சக்கரம் தாங்கி இருந்த வலக்கரம் சிறிது சளைக்கவே சக்கரத்தை இடக் கரத்தில் மாற்றிக்கொண்டார். அத்தகைய அவசரக் கோலத்தில்தான் நம் ஷேத்திரத்தில் எம்பெருமான் சேவை சாதிக்கிறார் என்று வர்ணிக்கப்போகிறேன். இதற்குப் புராண ஆதாரமும் உண்டு” என்று கூறினான் திருவாழகத்தான்.

“கவிஞரே! உம்முடைய சாமர்த்தியமே சாமர்த்தியம்” என்றான் சிற்பி.

“என்னுடைய சாமர்த்தியமோ புத்திசாலித்தனமோ எதுவும் இதில் இல்லை. எல்லாம் அவனுடைய திருவுள்ளம். அவன் அளித்த பிச்சை கவிஞன்” என்று பெரியவர் கதையை ஒரு விதமாக முடித்துவிட்டு. “அன்றிலிருந்து இந்த திவ்ய ஷேத்திரத்துக்கு ‘இடக்கை திருவாழி’ என்ற நாமமும் பெருமாளுக்கு ‘இடக்கைத் திருவாழியான்’ என்ற திருநாமமும் ஏற்பட்டது. இன்று இவ்வூருக்கு ‘இடக்காழி’ என்று பெயரேற்பட்டாலும் அவன் திருவுள்ளம் தானோ என்னவோ!” என்று சொல்லி ஒரு பெருமூச்சு விட்டார்.

"இந்த திவ்ய க்ஷேத்திரத்துக்கு 'இடக்காழி' என்ற பெயர் ஏற்பட்ட காரணம் என்னவென்று அறிய முடியாமல் தவித்தேன். எம்பெருமானின் திருவுள்ளம்தான் ஸ்வாமியை இந்த இடத்துக்கு எழுந்தருளச் செய்து இந்த திவ்ய சரித்திரத்தை அடியேன் அறிந்து கொள்ளச் செய்தது" என்றேன் அளவற்ற குதூகலத்தோடு.

வாழ்வின் விருப்பம்

'சாமி....!'

அவன் நடந்துகொண்டிருந்தான்.

'சாமி...!' இரண்டாவது குரல்.

அவன் ஏதோ கனவு உலகத்தில் நடப்பவன் போல்தான் நடந்து கொண்டிருந்தான்.

'சாமி ....!' மூன்றாவது குரல்.

அப்பொழுதுதான் அவன் திரும்பிப் பார்த்தான். பூக்காரக் கிழவி தன் பொக்கை வாயைத் திறந்து சிரித்த வண்ணமே அவனை ஆச்சரியத்தோடு பார்த்துக் கொண்டு நின்றாள். அவளது இடையில் ஒரு சிறு பூக்கூடை இருந்தது. ஒரு முழ நீளமுள்ள கதம்ப சரம் அவள் கையில் தொங்கிக்கொண்டிருந்தது. அவளைக் கண்டதும் அவன் திகைப்படைந்து அப்படியே நின்றுவிட்டான்.

"என்ன சாமி! இப்படி மறந்துட்டீங்க? கடை வீதி பக்கமே உங்களைக் காணோமே? வருசக் கணக்கா எங்கிட்டே பூ வாங்கிக்கிட்டுருந்தவங்க, இப்படி ஏன் ஏழு மாசமா அடியோடு மறந்துபோயிட்டீங்களே? வேறு ஏதாவது புதுக்கிராக்கி பிடிச்சிருப்பீங்க!" என்றாள் கிழவி.

அந்தக் கிழவியின் வார்த்தைகளுக்கு உடனடியாக அவனால் பதில் சொல்ல முடியவில்லை. அவளிடம் சென்ற ஆறு, ஏழு மாதமாகப் பூ வாங்காத காரணத்தை அவ்வளவு எளிதாக அவன் சொல்லிவிட முடியாது. அவன் எங்கோ பார்த்துக்கொண்டே, "காரணமாய்த்தான் நான் இப்போதெல்லாம் பூ வாங்குவதில்லை!" என்றான். அப்பொழுது அவன் முகத்தில் தோய்ந்திருந்த துயரத்தை அந்தக் கிழவியின் ஒளி மங்கிய கண்கள் அறிந்துகொள்ளும் சக்தியற்றனவாய்த்தான் இருந்திருக்கவேண்டும்.

"ஏன் சாமி, பொய் சொல்லுறீங்க? என்னைவிட உங்களுக்கு வேறு யாராவது மலிவா பூ கொடுப்பாங்க!" என்றாள் கிழவி மறுபடியும் சிரித்துக்கொண்டே.

"இல்லை" என்று சொல்லிவிட்டு மேலும் எதுவும் சொல்ல முடியாதவனாய்த் தயங்கி நின்றான் சேதுராமன்.

"அது சரி! அது எப்படியாவது போவட்டும். நல்ல பூவு! புதுக் கதம்பம்! இரண்டு முழம் வாங்கிக்கிங்க! உங்க கையாலே காசு வாங்கி நெடுநாளாச்சு!" என்றாள் கிழவி கையிலிருந்த கதம்ப சரத்தை இரண்டு முழம் அளந்து நறுக்கிக்கொண்டே.

அவன் அப்பொழுது ஏதோ தர்மசங்கடமான நிலையில் அகப்பட்டுக்கொண்டவன்போல் தடுமாறினான். கிழவி அதற்குள் இரண்டு முழம் கதம்பத்தை நறுக்கி இலையில் சுற்றி அவனிடம் நீட்டினாள். அவன் அதைத் தயக்கத்தோடு வாங்கிக் கொண்டு. பையிலிருந்து ஒரு இரண்டணா நாணயத்தை எடுத்து அவளிடம் நீட்டினான். கிழவியின் பொக்கைவாய்ச் சிரிப்பிலிருந்து அப்பொழுது அவள் மனத்தில் ஏற்பட்ட ஆனந்தம் புலனாகியது.

"இப்போதான் வியாபாரம் செய்த மாதிரி இருக்கிறது. அந்தக் கையாலே நான் காசு வாங்காமே, எத்தனை வியாபாரம் செய்தாலும் அது வியாபாரம் செய்த மாதிரியே இல்லை. சாமி! என்னை இப்படி அடியோடு மறக்கலாமா, சாமி?" என்றாள் கிழவி.

அவன் அவளுக்கு எவ்விதமான பதிலும் சொல்லவில்லை. அந்தப் பூவை வாங்கிக்கொண்டு மெதுவாக நடந்தான்.

மனிதர்களுக்கு வாழ்க்கையில் எத்தனையோ பழக்கங்கள் உண்டு. ஒருசில பழக்கங்கள் பிறவியோடு வந்தவைகளாக

இருக்கலாம். ஆனால் அனேக பழக்கங்கள் வாழ்வின் இடையே வந்து புகுந்தவைகளாகத்தான் இருக்கவேண்டும். பிறருடைய பழக்கங்கள் சிலருடைய புத்திக்கு அர்த்தமற்றவைகளாகவோ, பைத்தியக்காரத்தனமானதாகவோ பட்டாலும் தனி மனிதனைப் பொறுத்தவரையில் அந்தப் பழக்கம் அவன் வாழ்வுக்கு அத்தியாவசியமானதாகப் போய்விடுகிறது.

சேதுராமன் தினமும் இரண்டணா கொடுத்து அந்தக் கிழவியிடம் இரண்டு முழம் பூ வாங்கிக்கொண்டு போவது வழக்கம். இது இன்று நேற்று மாத்திரம் நடந்த கதையல்ல! அவன் கடந்த பத்து வருஷங்களுக்கு மேலாக நாள் தவறாமல் அந்தக் கிழவியிடம் பூ வாங்கிக் கொண்டிருந்தான். தினமும் சாயந்திர வேளையில் அந்தக் கிழவி கடைத் தெருவிலுள்ள அனுமார் கோயில் வாசலில் பூ விற்றுக்கொண்டிருப்பாள். அவன் தவறாமல் தினமும் வந்து அவளிடம் பூ வாங்கிக்கொண்டு போவான். நிச்சயம் அவன் வந்து இரண்டணா கொடுத்துப் பூ வாங்குவான் என்ற நம்பிக்கை அந்தக் கிழவிக்கு உண்டு. அவன் எதற்காகத் தினமும் பூ வாங்குகிறான் என்று அந்தக் கிழவிக்குத் தெரியாது. அது எதற்காக வேண்டுமானாலும் இருக்கலாம். பூவை வாங்கி யாரேனும் வீணாக்குவார்களா? தினமும் சுவாமி படத்துக்குப் பூ வாங்கிப் போடக்கூடாதா? அல்லது தன் மனைவிக்குத்தான் ஒருவர் தினமும் அன்போடு பூ வாங்கிக்கொண்டுபோய்க் கொடுக்கக் கூடாதா? எப்படியோ? பூக்காரக் கிழவிக்கும் அவனுக்கும் ஏற்பட்ட வியாபாரத் தொடர்பு குறுகிய கால அளவுக்குட்பட்டதல்ல. பத்து வருஷங்களுக்கு மேலாகத் தினமும் தவறாமல் நடந்து கொண்டிருந்த வியாபாரத் தொடர்பாகிவிட்டது.

பத்து வருடங்களாக நாள் தவறாமல் நடந்துவந்த வியாபாரம் திடீரென்று ஒருநாள் நின்றுவிட்டால்.....! 'இன்று அந்த ஐயா ஏனோ வரவில்லை. நாளைக்கு வருவாரு......' என்று ஒரு நாளைத் தள்ளினாள் கிழவி. மறுநாளும் அவன் வரவில்லை. ஏதேனும் காரியமாய் வெளியூருக்குப் போயிருப்பாரு! கிழவி தன் மனத்தைச் சமாதானப்படுத்திக்கொண்டாள். ஒரு வாரம் ஓடியது! இரண்டு வாரமும் ஓடியது. கடந்த ஆறு மாதங்களாக அவள் அவனைப் பார்க்கவேயில்லை. இது கிழவிக்கு மிகவும் மனோ வியாகூலத்தையும் ஏக்கத்தையும் கொடுத்தது. எதைச்

சொல்லித் தனக்குள் சமாதானம் செய்துகொள்வோமென்றாலும் முடியவில்லை. உண்மையாகவே அந்தக் கிழவிக்கு அவன் தினமும் வந்து பூ வியாபாரம் செய்யாதது, மற்றவர்களிடம் எத்தனை வியாபாரம் செய்தாலும் மனநிறைவே ஏற்படுவதில்லை. எத்தனையோ வியாபாரத்தில், இரண்டணா வியாபாரம் குறைந்து விட்டதனால் அவளுடைய வியாபாரமே க்ஷணித்து விடுமா? ஆனால் அவன் ஒருவன் வந்து தினசரி அவளிடம் பூ வாங்காதது, அவளுக்கொரு பெரிய மனக் குறைதான். அவனை அவள் பார்க்கவேயில்லையாதலால் அவன் இறந்து விட்டானோ என்றுகூட நினைத்தது உண்டு. அவன் உயிரோடு இருந்தாலும் மறுபடியும் அவளிடம் வந்து இரண்டணா துட்டை நீட்டிப் பூ வாங்குவான் என்ற நம்பிக்கையும் அவள் இழந்துவிட்டாள். ஆனால் அவனை மாத்திரம் அவளால் மறக்க முடியவில்லை.

அன்று - ஆறு ஏழு மாதங்களுக்குப் பிறகு அவள் வீட்டிலிருந்து பூத்தொடுத்து எடுத்துக்கொண்டு கடைத் தெருவுக்குப் போகும் பொழுது அவனைச் சந்தித்துவிட்டாள். நெடு நாட்களுக்குப் பிறகு அவனைக் கண்டதும் சுலபமாக விட்டுவிடுவாளா கிழவி? தட்டமாட்டாமல் அவளிடம் இரண்டணா கொடுத்துப் பூவும் வாங்கிக் கொண்டான். இதனால் கிழவியின் மனத்தில் சந்தோஷமும் சாந்தியும் ஏற்பட்டது. ஆனால் அவன் மனதிற்குச் சந்தோஷமும் சாந்தியும் ஏற்பட்டதா?- என்பதுதான் கேள்வி!

கடந்த ஆறு ஏழு மாதங்களாக அவளிடம் பூ வாங்காதவன் அன்று ஏன் வாங்கினான்? கிழவியின் முகதாட்சண்யத்திற்காகவா? ஏழைக் கிழவி, அவளிடம் தான் இரண்டணாவுக்குப் பூ வாங்கி வைப்போமே என்று பரிதாபம் கொண்டதனால்தானா....? என்னவோ அது அவனுக்கே தெரியாது.

எப்பொழுதோ அவன் வாடிக்கையாகப் பூ வாங்கிக் கொண்டிருந்தான். ஆனால் இப்பொழுது அவனுக்குப் பூ வாங்கவேண்டிய அவசியமே இல்லை. கடந்த ஆறு மாதமாக - அவனுடைய மனைவி இறந்த நாளிலிருந்து - அவன் பூவைக் கண்ணால் பார்க்கவே அஞ்சினான். மலரின் மணம் எங்கேயாவது வீசினால் கூட அவனுக்கு விஷ நெடி ஏறுவதுபோல்தானிருக்கும். பத்து வருஷங்களுக்கு மேலாகத் தன் மனைவிக்காகத்தான் சேதுராமன் தினமும் பூ வாங்கிக்கொண்டிருந்தான். அவள்

இப்பொழுது இறந்துவிட்டாள். மலரைப் பற்றிய நினைவு மனத்தில் தோன்றினால் கூட வெறுப்பு அடைவதற்குக் காரணம் இருக்கிறதல்லவா.....?

அவன் மனைவி பத்மாவுக்குத் தினமும் தலையில் பூச்சூட்டிக் கொள்ளாவிட்டால் நிம்மதியே இருக்காது. அவளுக்குப் பூவிலுள்ள ஆசை உலகத்தில் வேறு எதிலுமே இல்லை என்று சொல்லலாம். நீண்ட கேசத்தை அழகாகப் பின்னித் தொங்கவிட்டு, அவள் பூ வைத்துக்கொள்வதே ஒரு தனி அழகு. நெற்றியில் எப்பொழுதும் குங்குமத் திலகம் இருக்கவேண்டியது எப்படி ஸ்திரீகளுக்கு மங்களகரமோ அப்படியே தலையில் குலுங்கக் குலுங்கப் பூ இருக்கவேண்டியதும் அவசியம் என்பது பத்மாவின் தீர்மானம். தலையில் பூச்சூட்டிக்கொள்ளும் கலையும், அழகும் பத்மா ஒருத்தியிடம்தான் இருப்பதாகத் தீர்மானமாகக் கருதினான் சேதுராமன். உண்மையாகவே அது அவன் மனத்தைக் கவரக் கூடியதாய்த்தானிருந்தது. அவள் தலையில் ஒரு நிமிஷமாவது பூ இல்லாமல் இருந்தால் அதைக் காணச் சகிக்க மாட்டான் சேது. அவளுக்குப் பூ வைத்துக்கொள்வதில் எவ்வளவு ஆவல் இருந்ததோ அதைவிடப் பன்மடங்கு அவளுக்கு நாள் தவறாமல் பூ வாங்கிக் கொடுப்பதில் ஆவல் இருந்தது சேதுவுக்கு.

அவர்கள் சதிபதிகளாகி வாழ்க்கை நடத்த அரம்பித்த பத்து வருட காலத்தில் அவர்களுடைய தூய அன்புக்கும் காதலுக்கும் காரணமாய் இருந்தது மலர் என்றுதான் சொல்லவேண்டும்.

பத்து வருடங்கள் ஓடிவிட்டன. வாழ்வைக் குலைக்கும் சோதனைகள் ஒவ்வொருவருக்கு ஒவ்வொருவிதமாக வருகிறது. உலகத்தில் மனமொத்த தம்பதிகள் இருவர் இருந்துவிட்டால் அது கடவுளுக்குக்கூடப் பொறாமையை உண்டாக்கும் போலிருக்கிறது. திடீரென்று அவள் காச நோயால் பீடிக்கப்பட்டாள். எமனின் திருஷ்டி அவள்மீது விழுந்த பிறகு வைத்தியர்களோ, மருந்தோ என்ன செய்ய முடியும்? நாளுக்கு நாள் உடல் இளைத்தது. மேனியில் மினுமினுப்பு மங்கியது. அவளுடைய அழகுக்கே பிரதான்யமாக விளங்கிய நீண்ட தலைக்கேசம் உதிரத் தொடங்கியது. அவர்கள் தாம்பத்தியத்தில் சுகம் ஒழிந்தது. ஆனால் அன்பு அழியாமலிருந்தது. சில நாளில் அவள் படுத்த படுக்கையாகிவிட்டாள். அவள் மரணப் படுக்கையில் இருந்த போதும்கூட ஒவ்வொரு நாளும் பூ

வைத்துக்கொள்ளவேண்டுமென்ற ஆசை அவளை விட்டுப்போய் விட்டதாய்த் தெரியவில்லை. அவனும் தினமும் அவளுக்குப் பூ வாங்கிக்கொண்டு வந்து கொடுப்பதை நிறுத்தவில்லை. அவள் அழகு குன்றி, உடல் மெலிந்து, முகம் வெளுத்து, தலைக்கேசம் உதிர்ந்து மரணப் படுக்கையில் கிடக்கும் வேளையிலும் அவன் தவறாமல் தினமும் பூ வாங்கிக்கொண்டு வந்து தருவதை நிறுத்தாதது எல்லோருக்கும் வியப்பாகத்தான் இருந்தது.

அவள் ஒருநாள் இறந்துவிடுவாள் என்று எல்லோரும் நினைத்தபடியே அவளும் இறந்துவிட்டாள். அவள் இறந்த பிறகு அவனும் கிழவியிடம் பூ வாங்குவதை நிறுத்திக்கொண்டான். அவன் பூவைக் கண்ணால் பார்க்கவே விரும்புவதில்லை. அவன் வாழ்வில் இப்படி ஒரு மாறுதல் ஏற்பட்டதில் ஆச்சரியமில்லை அல்லவா?

ஆறு மாதங்களுக்குப் பிறகு அவன் மறுபடியும் சந்தித்து இரண்டு முழம் கதம்பத்தைக் கொடுத்துவிட்டு இரண்டணா வாங்கிக்கொண்டுவிட்டாள் அந்தப் பூக்காரக் கிழவி... அவன் மனத்தில் எத்தனையோ நினைவுகள். ஒருவன் தன் மனைவிக்காகப் பத்து வருடகாலம் தினம் தினம், தவறாமல் பூ வாங்கிக் கொடுத்தானென்றால், தாம்பத்ய வாழ்க்கையிலே சிகரத்தை எட்டிவிட்ட அன்பாகத்தானே அதைச் சொல்லவேண்டும்? திடீரென்று அந்த அன்பு விளக்கு அணைந்துவிட்டது. வாழ்வோடு ஒட்டிய ஒரு பழக்கமும் அன்றோடு நின்றுவிட்டது - மறுபடியும் இன்று அவன் இரண்டணா கொடுத்து மலர் வாங்கியதில் ஏதாவது அர்த்தமுண்டா? ஏதோ வாங்கிவிட்டான். ஆனால் அவன் மனத்தில் எழுந்த பெரும் போராட்டத்தை வர்ணிக்க வார்த்தைகளே இல்லை என்றுதான் சொல்லவேண்டும்.

அவன் தன் அறையில் வந்து மேஜை மீது அந்தப் பூப் பொட்டலத்தை வைத்துவிட்டு நாற்காலியில் அமர்ந்தவன் நெடுநேரம் வரையில் சிந்தனைக் கடலில் சிக்கித் தவித்தான்.

திடீரென்று அவனுக்கொரு யோசனை தோன்றியது. அந்தப் பூவை எடுத்து ஜன்னல் வழியாக வெளியே விட்டெறிந்துவிடலாம் என்று தீர்மானித்தான். அதனால் அவன் மனத்திற்கு நிம்மதி ஏற்பட்டு விடுமா...? கண நேரத்தில் அவன் மனசு மாறியது. அவன் கண்ணுக்கெதிரே சுவரில் பராசக்தியின் திருவுருவப் படம்

மாட்டப்பட்டிருந்தது. அந்தப் பூச்சரத்தை அந்தப் படத்திற்கு அணிவித்தால்...? சட்டென்று எழுந்தான். மேஜைமீது இருந்த பூப் பொட்டலத்தை எடுத்துப் பிரித்து அதைப் படத்தில் மாட்ட முயற்சித்தான். படத்தின் சட்டத்தில் சரியான பிடிப்பில்லாததால் பூச்சரம் நழுவிக் கீழே விழுந்தது. மறுமுறை அதைப்படத்தில் பொருத்த முயற்சித்தான்! மறுமுறையும் அந்த மலர்ச்சரம் படச் சட்டத்தில் தரிக்காமல் நழுவிக் கீழே விழுந்தது.

அவன் மனத்தில் திடீரென்று ஒரு குழப்பமும் பயமும் எழுந்தது. அவன் மறுபடியும் அந்த மலரைப் படத்திற்கு அணிவிக்க முயற்சி செய்யவில்லை. அதை அப்படியே அலட்சியத்தோடு மேஜை மீது போட்டுவிட்டு மறுபடியும் நாற்காலியில் வந்து அமர்ந்தான்.

அந்தப் பூவை அவன் எதற்காக வாங்கினான்? பக்தி சிரத்தையுடன் அம்பிகையின் படத்திற்கு அணிவிப்பதற்காகவா? இல்லையே? அப்படி இருக்கும்போது அவன் அதை அந்தப் படத்திற்கு அணிவிக்க முயற்சிக்கலாமா? அந்தப் புஷ்பத்தை வாங்கும் பொழுதோ அதற்கப்புறமோ அவன் தெய்வத்தைப் பற்றி உள்ளந்தரங்கத்தோடு நினைத்ததுண்டா? ஏதோ அர்த்தமற்ற காரணத்துக்காக வாங்கப்பட்ட மலர்ச் சரம் மேஜை மீது கிடந்து வாடுவானேன்' என்பதற்காக தேவியின் படத்திற்கு அணிவிக்க விரும்புவது தகுமா...? அதைத் தேவிதான் ஏற்றுக்கொள்வாளா?

மெதுவாகக் கட்டிலில் வந்து சாய்ந்து சிந்தனையில் ஆழ்ந்தான். அவனுடைய மனைவி பத்மாவின் இளமையும் பொலிவும் நிறைந்த அழகான உருவமும், வியாதியால் பீடிக்கப்பட்டு உடல் மெலிந்து களையிழந்த உருவமும் மாறி மாறி அவன் மனத்திடையே தோன்றி மறைந்தன.

இருளிடையே அவள் வந்தாள் மேஜை மீது இருந்த கதம்ப மலரை நாசுக்காக எடுத்துப் பணிக்காகத் தலையில் அணிந்து கொண்டாள். அழகாக அவனுக்குச் சமீபமாக வந்து நின்றாள். ‘இந்தப் பூவை எனக்காகத்தானே வாங்கிக்கொண்டுவந்தீர்கள்? அழகாக வைத்துக் கொண்டிருக்கிறேனா? இத்தனை நாளாக என்னை இப்படி மறக்கலாமா? தினம் பூ இல்லாமல் என் ஆவி எவ்வளவு துடித்தது தெரியுமா....? என்றாள் இனிமையும் அடக்கமும் நிறைந்த குரலில்.

மறுநாள் காலையில் அவன் கண்விழித்து எழுந்தான். முதன் முதலாக அவன் கண் பார்வை மேஜைமீதுதான் சென்றது. நேற்று வாங்கிக்கொண்டு வந்து வைத்த 'கதம்பம்' மேஜைமீது வாடிக்கிடந்தது. நேற்றிரவு கண்டது கனவுதான் என்பதை அப்பொழுதுதான் அவன் திடமாக உணர முடிந்தது. அது கனவாக இருந்தாலும் அவன் மனத்திற்கு ஒரு சாந்தியையும் தெளிவையும் உண்டாக்கிவிட்டது.

அன்றும் அவன் சாயந்திர வேளையில் கடைத் தெரு வழியாக வந்து பூக்காரக் கிழவியிடம் இரண்டு முழம் கதம்பம் வாங்கிக் கொண்டு வந்தான். ஒவ்வொரு நாளும் அப்படியே செய்தான். நெடு நாட்களாக நின்றுபோன வாடிக்கை வியாபாரம் மறுபடியும் தொடர்ந்து நடக்க ஆரம்பித்தது.

வீடு கூட்ட வரும் வேலைக்காரிக்கு அவனுடைய செய்கை வியப்பாகவும் வினோதமாகவும் இருந்தது. ஒவ்வொரு நாளும் பூவை வாங்கிக்கொண்டு வந்து மேஜை மீது போட்டு வைப்பதென்றால் யாருக்குத்தான் அது பயித்தியக்காரத்தனமானதாகப்படாது. மேஜை மீது வீணாகக்கிடந்து வாடும் மலரை ஏன் எடுத்து அம்பிகையின் படத்திற்கு அணிவிக்கக் கூடாது என்று வேலைக்காரிக்குத் தோன்றியது. அன்று காலையில் வந்த அவள், அவனுடைய அனுமதியின்றியே மலர்ச்சரத்தை எடுத்துப் பதட்டமடையாமல் ஜாக்கிரதையாக அம்பிகையின் படத்திற்கு அணிவித்தாள். அது படத்தில் அலங்காரமாகத் திகழ்ந்தது.

அவன் காலையில் கண்விழித்து எழுந்ததும் முதன் முதலில் அவன் பார்வை மேஜை மீதுதான் சென்றது. அவன் திடுக்கிட்டான். மேஜை மீது இருந்த பூ எங்கே? அவன் திகைப்போடு சுற்றிலும் பார்த்தான். அவன் மேஜைமீது வாங்கி வைத்திருந்த புஷ்பம் அலுங்காமல் அழகாக அம்பிகையின் படத்தை அலங்கரித்திருந்தது. இதை யார் செய்திருப்பார்கள்...? அவனுக்கு விளங்கிவிட்டது 'முனியம்மா...' என்று உரத்த குரலில் கூப்பிட்டான். கொல்லைப் புறத்தில் வேலை செய்துகொண்டிருந்த வேலைக்காரி குரல் கேட்டு ஓடோடி வந்தாள்.

அவன் ஆத்திரமும் கோபமும் பொங்க அவளைப் பார்த்தான். "மேஜை மீது இருந்த பூவை யார் எடுத்துப் படத்திற்குப் போட்டது?" என்று கேட்டான்.

முனியம்மா நடுங்கிக்கொண்டே "நான்தான் சாமி" என்று கூறினாள்.

"என் உத்தரவு இல்லாமல் நீ எப்படி அந்தப் பூவைத் தொடலாம்...?" என்று சீறினான் சேதுராமன்.

அவள் பயத்தோடும் நடுக்கத்தோடும் "மேஜை மீது கிடந்து வாடுதேன்னு எடுத்து..." என்று மேலே சொல்ல முடியாமல் தயங்கினாள்.

"அது வாடினால் வாடிப் போகட்டும். அதைப் பற்றிக் கவலைப்பட வேண்டாம்... இனிமேல் அதை நீ தொடக்கூடாது. தெரியுமா...?" என்று எச்சரிக்கை செய்தான்.

முனியம்மா 'சரி' யென்பதுபோல் தலையை அசைத்துவிட்டு வெளியே சென்றாள்.

'இதென்ன இந்த ஐயாவுக்கு இப்படிப் பயித்தியம் பிடிச்சுப் போச்சு' என்று நினைத்துக்கொண்டு போனாள் வேலைக்காரி.

அவனுக்கா பயித்தியம்? இவ்வளவு நாளும் குழம்பியிருந்த அவன் மனத்திற்கு இப்பொழுதுதான் ஒரு தெளிவும் நிம்மதியும் ஏற்பட்டது. வாழ்வை வாழ்வாக்கிக்கொள்ள அவனுக்கொரு வழி புலனாகியது. தன் மனைவியின் ஆவிக்குச் சிறிதாவது சாந்தி ஏற்படவேண்டுமென்றால் தினமும் இரண்டு முழம் புஷ்பத்தை வாங்கிக் கொண்டு வந்து மேஜை மீது வைத்து வீணாக்குவது அவனுக்குப் பாதகமானதாகப்படவில்லை.

வீண் பயம்

அவள் கடற்கரையில் பிறந்தவள். கடற்கரை ஓரமாயுள்ள செம்படவர் குப்பத்திலுள்ள ஒரு குடிசைதான் அவளுடைய தகப்பன் பூமணத்தானுடையது. அவன் பெயர் பூமணத்தானாயிருந்தாலும் அவன் குடிசையைச் சுற்றிலும் சிதறிக் கிடக்கும் மீன் செதில்களும் கடற்பாசியும் ஒரு தனிமணத்தைத்தான் அள்ளி வீசிக்கொண்டிருந்தன. பூமணத்தானுக்கு நாகம்மா ஒரே பெண். நாகம்மா பிறந்தவுடனேயே அவளை வளர்க்கும் பொறுப்பை அவளுடைய தகப்பனிடமும் பாட்டியிடமும் விட்டுவிட்டுத் தாய் எமனின் அழைப்பை ஏற்றுக்கொண்டாள்.

அவள் தகப்பன் அவளை எவ்வளவோ அன்பாக வளர்த்து வந்தான். மீன் பிடிக்கும் வலையை எப்படிப் பின்னுவது, அதை எப்படிச் சிக்கெடுத்துச் சீர்திருத்துவது கட்டுமரங்களை எப்படிச் சீராக்கிப் பிணைத்துக்கடலில் இறக்குவது, மீன்களை எப்படி வகையாகப் பிரித்துவைப்பது முதலியவைகளையெல்லாம் அவளும் ஆர்வத்தோடு கற்றுக்கொண்டாள். அந்தக் குப்பத்திலேயே பூமணத்தான்தான் திறமையுள்ள செம்படவன் என்று பெயர் பெற்று விளங்கினான்.

நாகம்மா குடிசை வாசலில் உட்கார்ந்து கடலையே பார்த்துக் கொண்டிருப்பாள். அதைப் பார்க்கப் பார்க்க அவளுக்கு

ஆனந்தமாயிருக்கும். கண்ணுக்கெட்டிய தூரம் வரையில் பரவி நிற்கும் கடலை நாள் முழுதும் உட்கார்ந்து பார்த்தாலும் அவளுக்கு அலுப்பு ஏற்படாது. நுரைத்துப் பொங்கிக் கரையில் வந்து மோதும் அலைகளைச் சிறிதும் கண்ணசையாமல் பார்த்துக் கொண்டிருப்பாள். மலையைப் புரட்டி விடுவதுபோல் எழும்பி வரும் பெரிய அலைகளைப் பார்த்தோ, கொடூரமாக வீசும் புயல் காற்றைக் கண்டோ, கடலின் 'ஹோ' வென்ற பயங்கர சப்தத்தைக் கேட்டோ அவள் பயந்ததேயில்லை. அவளுடைய தகப்பன் மீன் பிடிக்கப் போகும் பொழுது அவனோடு கரைக்குச் சமீபமாகப் போய், அவன் கட்டுமரத்திலேறிக் கண்மறைவாகப் போகும் வரையில் பார்த்துக்கொண்டே அலைமோதும் தண்ணீரில் நின்றுகொண்டிருப்பாள்.

சூரியன் மேற்கு வாசலில் மறையும் தருணம் சமுத்திரத்தில் கண் திருஷ்டிக்கு எட்டிய தூரத்தில் ஒரு கட்டு மரமோ படகோ வரும் நிழல் தெரிந்தால் போதும்; பொன்னிறமான மணற்பரப்பில் அவள் கால்கள் பதிய ஓடிவந்து கரை விளிம்பில் தன் தகப்பனின் வருகையை ஆவலோடு பார்த்துக்கொண்டு நிற்பாள். அவன் கரை சேர்ந்ததும் அவனுக்கு உதவியாக மீன் சுமை, வலை, பாய்மரம் முதலியவைகளைக் கரையில் இறக்குவாள்.

ஒவ்வொரு நாள் இரவும் பூமணத்தான் நெடுநேரம் வரையிலும் தான் ஏதோ வெளியூர்ச் சீமையைப் போய்ப் பார்த்துவிட்டு வந்து அதிசயத்தைச் சொல்வதுபோல அவன் கடலில் நெடுந்தூரம் போனது, எப்படி எப்படியெல்லாம் சாமர்த்தியமாகக் கட்டு மரத்தைச் செலுத்தியது முதலியவற்றைச் சொல்லுவான். எவ்வளவோ பேர் கட்டுமரம் கவிழ்ந்து சமுத்திரத்தில் மூழ்கிப் போனதையும், புயலில் அகப்பட்டுத் தத்தளித்ததையும் சிலரை உயிர் போகும் தறுவாயிலிருந்து மீட்டதையும் சொல்லுவான். அப்பொழுதெல்லாம் அவள் தன் தகப்பனைப் பற்றிப் பயப்படவே மாட்டாள். ஏனென்றால் தன் தகப்பன் கெட்டிக்காரன், சாமர்த்தியமும் தைரியமுள்ளவன் என்று பாட்டியும் குப்பத்திலுள்ள மற்றவர்களும் சொல்லிக்கொண்டதால்தான். தவிர, சமுத்திரம் தன் தகப்பனை அப்படி வஞ்சிக்காது என்றும், அதற்கும் தன் தகப்பனுக்கும் ஏதோ ஒரு நெருங்கிய பாந்தவ்யமோ, நட்போ இருப்பதாகவும் ஓர் எண்ணத்தைக் குழந்தைப் பருவத்திலிருந்தே அவள் வளர்த்து வந்தாள்.

நாகம்மாளுக்கு வயது பதினெட்டாகிவிட்டது. அழகான பெண்ணாக வளர்ந்திருந்தாள். இப்பொழுதெல்லாம் அவள் தன் தகப்பன் கொண்டுவரும் மீனைக் கிராக்கியுடன் விற்பதில் கெட்டிக்காரியாகிவிட்டாள்.

ஒருநாள் அந்தி மயங்கும் வேளை. சமுத்திரத்தின் மேல் மட்டத்தில் கட்டு மரங்கள் ஒன்றுக்குப் பின் ஒன்றாக வரும் அடையாளம் கண் பார்வையில் பட்டதும் ஒரு பெரிய கூடையை இடையில் தூக்கி வைத்துக்கொண்டு வேகமாய் நடந்து சமுத்திரத்தின் கரையை ஒட்டி நின்றாள்.

ஒவ்வொரு கட்டு மரங்களாக அலை உந்தக் கரையில் மோதி நின்றன. ஆனால் பூமணத்தானை மாத்திரம் காணோம். நாகம்மா கண்பார்வைக் கெட்டும் வரையில் துருவித் துருவிப் பார்த்தாள். கொஞ்சங்கூட வருகிற அடையாளமே தெரியவில்லை. அவள் தன் தகப்பனுக்குள்ள திறமையிலும், கடலின் மேலிருந்த அவளுடைய அழியாத நம்பிக்கையிலும் மனதில் சிறிது சமாதானத்தை உண்டாக்கிக்கொண்டு சூரியன் மறைந்து இருள் சூழும் வரையில் கடலையே பார்த்துக்கொண்டிருந்தாள். அவள் தகப்பன் வரவேயில்லை. அவள் மனதில் திகில் பரவியது. அழுது விசித்துக் கொண்டு குப்பத்திற்கு ஓடிவந்தாள். குடிசைகளிலிருந்தவர்கள் அழுகுரல் கேட்டு வெளியே ஓடி வந்து குழுமினர். விஷயம் தெரிந்து கொண்டதும் “ஹூம், பூமணத்தானின் விதி அவ்வளவுதான்!” என்று சொல்லிவிட்டுப் போய்விட்டார்கள்.

நாகம்மாள் தன் குடிசைக்கு வந்து தரையில் குப்புற விழுந்து இரவு பூராவும் விசித்து விசித்து அழுதாள். அவளுக்குப் பக்கத்தில் அவளுடைய பாட்டி துக்கம் தோய்ந்த முகத்துடன் உட்கார்ந்து அவளைச் சமாதானப்படுத்திக்கொண்டிருந்தாள்.

அவள் எந்தக் கடலை ஆசையோடு பார்த்து வந்தாளோ அதை அவளால் இப்பொழுது நினைக்கவே பயங்கரமாயும் வெறுப்பாயும் இருந்தது. சுருண்டு சுருண்டு வந்து எழும்பிக் கரையில் மோதும் அலைகளெல்லாம் மனிதர்களைப் பிடித்திழுத்து ஆழத்தில் அழுத்திக் கொல்ல வருகிறதாகவே அவள் நினைத்தாள்.

நாகம்மாவுக்கு அந்தக் குப்பத்திலிருக்கவே பிடிக்கவில்லை. அவள் பித்துப் பிடித்தவள் போலாகிவிட்டாள். சில நாள் வெளியே

எங்காவது சென்று வசித்தால் அவளுக்குச் சிறிது மனமாறுதலும் சமாதானமும் ஏற்படுமோ என்று நினைத்துக் கடற்கரைக்குச் சற்றுத் தொலைவிலுள்ள தங்கள் பூர்விக கிராமத்துக்கு அழைத்துச் சென்றாள், அவளுடைய பாட்டி.

செம்படவர், சமுத்திரம், மீன், வலை இவற்றில் எதைப் பற்றிப் பேசினாலும் காதைப் பொத்திக்கொண்டு பயந்து நடுங்கும் நாகம்மாவிடம் ஒரு செம்படவனைத்தான் அவள் கல்யாணம் செய்துகொள்ளவேண்டுமென்று சொல்ல அவள் பாட்டிக்குத் தைரியமில்லை. மிகவும் அனுபவமடைந்த அவளுக்கு, தன் பேத்தி இப்படி மனது மாறிக் கோழையாகப் போய்விட்டது ஆச்சரியமாகத்தான் இருந்தது. நாகம்மாவின் தகப்பன் உயிரோடிருந்தபோது அடிக்கடி தைரியமும் சாமர்த்தியமும் உள்ள ஒரு செம்படவனுக்கே அவளைக் கல்யாணம் செய்து கொடுக்கப் போவதாகச் சொல்லிக்கொண்டு வந்தான். நாகம்மாவும் அப்படி ஆசைப்பட்டதுண்டு. கடலில் போன தன் தகப்பன் கரை திரும்பாததிலிருந்து செம்படவர்களைக் கண்டாலே அவளுக்கு வெறுப்பாத்தானிருந்தது.

அந்தக் கிராமத்திற்குச் சிறிது தூரத்திலுள்ள ஒரு பெரிய திடலில் செவ்வாய்க்கிழமை தோறும் பெரிய சந்தை கட்டுவது வழக்கம். சுற்றிலுமுள்ள கிராமத்திலுள்ளவர்களெல்லாம் தங்களிடமுள்ள பொருள்களைக் கொண்டு வந்து விற்பதும், வேண்டிய பொருள்களை வாங்குவதுமாக இருப்பார்கள். நாகம்மாவின் வீட்டுத் தோட்டத்தில் நிறையக் காய்கறிகள் பயிர் செய்திருந்ததால் அவற்றைக் கொண்டுபோய்ச் சந்தையில் வியாபாரம் செய்து வந்தாள்.

சந்தைக் கூட்டத்திடையே குறிப்பாக ஒரு உருவம் அடிக்கடி அவள் கண்ணில்பட்டது. இத்தனை ஜனங்களிடையே அந்த ஒரு உருவம் மாத்திரம் அவள் கண்களையும் மனதையும் கவர எத்தனையோ காரணமிருந்தது.

அவன் பெயர் தங்கப்பன். வயது இருபத்தைந்துதானிருக்கும். கட்டுமஸ்தான தேகம். பொலிவான முகம், தைரியத்துக்கும் ஆண்மைக்கும் அறிகுறியாக அழகாக முறுக்கிவிட்ட மீசை. அலட்சியமான பார்வை. இப்படிப்பட்ட அங்க லட்சணங்களோடு கூடிய அவன் கூட்டத்திடையே அப்படியும் இப்படியுமாகப்

போய் எப்படியோ நாகம்மாவின் மனதைக் கவர்ந்துவிட்டான்.

இரண்டு மூன்று வாரங்கள் இப்படியே ஓடிவிட்டன. அவனுக்கும் அவளோடு பேச வேண்டுமென்ற ஆசை நெடுநாளாய் இருந்தது போலும்! இல்லாவிட்டால் அப்படி நெருங்கி வருவானா?

நாகம்மா கத்திரிக்காயைக் கூடையில் பார்வையாக அடுக்கி வைத்துக்கொண்டிருந்தாள். "இந்தா பொண்ணு? கத்தரிக்காய் எப்படி?" என்ற குரலைக் கேட்டதும் அவள் நிமிர்ந்து பார்த்தாள். அவன் நின்றுகொண்டிருந்தான். அவள் உடலே குப்பென்று வியர்த்துச் சில்லிட்டுவிட்டது கணத்தில். இருந்தாலும் தன்னை ஒருவிதமாகச் சமாளித்துக்கொண்டு, "வீசை ஆறணாங்க; உங்களுக்காக வேண்டுமானால் மூன்றணாவுக்குத் தாரேன்" என்றாள்.

ஆறணா என்று சொல்லிவிட்டுச் சட்டென்று மூன்றணாவுக்குத் தருவதாகச் சொன்னது அவனுக்கே ஆச்சரியமாகயிருந்தது. "சந்தையிலே வியாபாரம் செய்து ஏதாச்சும் லாபம் காண வந்திருக்கிறாயா? இல்லாட்டி....." என்றான் சிரித்துக்கொண்டே.

"உங்களுக்காக என்றுதானே சொன்னேன். வீட்டுக் கொல்லைக் காய்தானே? வேண்டியவங்களுக்குத் தள்ளிக் கொடுத்தால் அதனாலே பிரமாத நஷ்டம் வந்துவிடாது" என்றாள்.

"அதுக்குள்ளே நான் வேண்டியவனாய்ப் போய்விட்டேனா!" என்றான் கேலிச் சிரிப்புடன். அவளும் ஒரு சிரிப்புச் சிரித்தாள் புதிரை விளக்குவதுபோல. அவ்வளவுதான்; ஒவ்வொரு வாரமும் காய்கறி வாங்கும் வியாஜமாகவே பேச்சு வளர்ந்து ஒரு பிரிக்க முடியாத உறவை அவர்களுக்கிடையே பிணைத்து விட்டது. இந்நிலையில் அவனை யார் என்று தெரிந்துகொள்ள வேண்டுமென்று அவள் எவ்வளவோ சமயம் நினைத்ததுண்டு. ஆனால் அவனைக் கண்டதும் அந்த நினைப்பையே மறந்து விடுவாள்.

ஒவ்வொரு வாரமும் சந்தைக்குப் போய்விட்டு வந்ததும் தன் பாட்டியிடம் தங்கப்பனைப் பற்றி வர்ணனை செய்யத் தவறியதே இல்லை நாகம்மா. அவனையேதான் கல்யாணம் செய்துகொள்ளப் போவதாகப் பேச்சிடையே ஜாடையாகச் சொல்லுவாள். ஆனால் பாட்டி 'அவன் யாரடி?' என்று கேட்டும் கேள்விக்கு மாத்திரம்

அவள் ஒருநாளும் சரியான பதில் கொடுப்பதே இல்லை.

ஒரு சந்தையின்போது அவனை யார் என்று தெரிந்துகொள்ள வேண்டுமென்ற தீர்மானத்தோடு கிழவியும் நாகம்மாவுடன் சந்தைக்குப் புறப்பட்டாள்.

நாகம்மா சந்தையில் கூடையை இறக்கி வைத்ததுதான் தாமதம், தங்கப்பன் அவள் எதிரில் வந்து நின்றான். நாகம்மா அவனைக் கண்டதும் எல்லையற்ற உவகை பொங்க "வாங்க! இன்னிக்கு எங்க பாட்டியும் சந்தைக்கு வந்திருக்கு!" என்று சொல்லிவிட்டுப் பக்கத்தில் நின்ற கிழவியைக் காட்டினாள்.

"சரிதான்; நெடுநாளா நானும் உங்க பாட்டியைப் பாக்கணும்னுதான் நினைச்சுக்கிட்டுருந்தேன். உங்க பாட்டி சம்மதமில்லாமல் நாம் எந்தக் காரியத்தையும் செய்துட முடியுமா? ஏன் பாட்டி, நான் உன் பேத்தியைக் கல்யாணம் செய்துக்கலாம்னு யோசிக்கிறேன்" என்றான்.

கிழவி ஒரு தடவை தங்கப்பனை மேலும் கீழுமாகப் பார்த்துவிட்டு, "கல்யாணம் கட்டிக்கலாம். ஆனா, எல்லாம் பொருந்தியிருக்க வேண்டாமா?" என்றாள்.

"ஏன் பாட்டி, நான் உன் பேத்திக்குப் பொருத்தமாகப் படவில்லையா?"

"பொருத்தமாத்தானிருக்கே! ஆமாம், உன் பேரு?"

"பேரா? தங்கப்பன்!"

"பேரும் ஒத்தாப்பலேதான் இருக்குது. நீ இந்தச் சந்தையிலே காய்கறி வியாபாரமா செய்யறே?"

"ஹூஹூம்! சொந்த வியாபாரம் இருக்கச்சே இதெல்லாம் ஏன் பாட்டி? இங்கே மீன் கடை வச்சிருக்கிறவங்கக்கிட்டே சந்தைக்குச் சந்தை நிலுவை வசூல் செய்ய வருவேன்..."

நாகம்மாவுக்கு இதைக் கேட்டதும் திக்கென்றது. கிழவிக்குத் தாங்க முடியாத ஆச்சர்யமாயிருந்தது. அவள் பரபரப்போடு, "அப்படின்னா, நீ செம்படவ சாதியா...?" என்றாள்.

"ஆமாம், பாட்டி! எங்க பக்கத்துக் குப்பத்துப் பெண்ணுதான் உன் பேத்தின்னு தெரிஞ்சுக்கிட்டுத்தானே இவ்வளவு நெருங்கிப்

பழகினேன். இல்லாட்டி பழகுவேனா.?" என்று சொல்லிவிட்டு ஆனந்தம் பொங்க நாகம்மாவைப் பார்த்தான். ஆனால் அவள் முகம் கறுத்துச் சுண்டி துக்கம் நிறைந்ததாகக் கணப்பொழுதில் மாறி விட்டது. கிழவிக்குத் தன் மனதிலுள்ள பெரிய பாரத்தைப் போக்கிவிட்டது போலிருந்தது. "கடவுள்தான் உன்னைக் கொண்டு வந்து சேர்த்து விட்டாரு" என்றாள் நன்றியறிதலோடு. ஆனால் நாகம்மாவுக்கு அவன் சொல்லிய வார்த்தை ஒரு பெரிய மலையையே புரட்டித் தள்ளி அவள் ஹிருதயத்தைச் சுக்கு நூறாக்கி விட்டதுபோலிருந்தது. அவள் மனதில் திகில் பரவியது. அவள் தலையைத் திருப்பிக்கொண்டு படபடப்போடு சொன்னாள். "முடியாது, நீங்க செம்படவ சாதியைச் சேர்ந்தவங்களா இருந்தால் உங்களை நான் கல்லாணம் செய்துக்க முடியாது" என்றாள்.

தங்கப்பன் அவளிடமிருந்து இப்படிப்பட்ட பதிலை எதிர்பார்க்கவே இல்லை. "ஏன்?" என்றான் ஆச்சரியத்தோடு.

"அவள் தகப்பன் கடலிலே போய்த் திரும்பாமல் போயிட்டான். அதிலேயிருந்து அவளுக்கு நம்ம சாதியைக் கண்டாலே பிடிக்கல்லை!" என்றாள் கிழவி.

"ஆமாம், என் தாலிக் கயிறு கெட்டியாயிருக்கணும்ன்னு நாலையும் யோசித்துத்தானே கல்யாணம் செய்துக்கணும்?" என்றாள் நாகம்மா முகத்தைத் திருப்பிக்கொண்டே.

"அப்படின்னா கடலிலே மீன் பிடிக்கப் போறவங்கதான் இந்த உலகத்திலே செத்துப்போறவங்கன்னு நினைக்கிறாயா? அசட்டுப் பெண்ணால்லே இருக்கே?" என்று சொல்லிவிட்டு அவள் முகத்தை இரக்கத்தோடு பார்த்தான் தங்கப்பன்.

"அது என்னவோ - என் தகப்பனை நினைச்சுட்டா இந்த மீன் பிடிக்கிறவங்களைக் கண்டாலே எனக்குப் பிடிக்கல்லை. ஏதோ உங்கள் பேரிலே தெரியாத்தனமா ஆசை வைச்சுட்டேன். நீங்க கடலிலே மீன் பிடிக்கப் போகிறதில்லேன்னு சத்தியம் செய்து கொடுத்தால் உங்களைக் கல்லாணம் செய்துக்கிறேன். இல்லாட்டி வேண்டாம்" என்றாள் கண்டிப்பாகவும் தீர்மானமாகவும்.

தங்கப்பன் ஒரு கேலிச் சிரிப்புச் சிரித்தான். "ஹூஹூம்! அது முடியாது. சத்தியம் செய்துகொடுக்க முடியாது. எனக்கு உன்னைக் கல்லாணம் செய்துகொள்ளவேண்டுமென்று ஆசைதான். அதுக்காக

என் சொந்தத் தொழிலை விட்டால் என்னை எல்லாரும் பயந்தாங்கொள்ளிப் பயல் என்பாங்க" என்றான் அவனும் கண்டிப்பாக. கிழவி ஏதோ நாகம்மாவுக்கு சமாதானம் சொல்ல வந்தாள். அதற்குள் நாகம்மா இடைமறித்து "இஷ்டமில்லாவிட்டல் இந்த இடத்தை விட்டு இப்போதே நீங்க போயிடுங்க" என்றாள் துக்கம் நிறைந்த பெருமூச்சோடு. வயதான கிழவி அவர்கள் இரண்டு பேரையும் எப்படிச் சமாதானம் செய்வது என்று தெரியாமல் துடித்தாள். தன் பேத்திக்கு, கோடித் தவம் செய்தாலும் தங்கப்பனைப் போன்ற கணவன் கிடைப்பது அரிது என்று அவள் நினைத்தாள். நாகம்மா அவனைக் கை நழுவ விட்டு விடுகிறாளே என்பதை எண்ணித் துடியாகத் துடித்தாள். தங்கப்பன் மனம் குழம்பியபடியே துக்கம் தோய்ந்த முகத்தோடு அந்த இடத்தைவிட்டு மெதுவாக நடந்தான். "நாகம்மா! கொஞ்சம் யோசித்துப் பாரு! இந்த மாதிரி ஒரு புருசனை அப்புறம் நீ காணவே முடியாது" என்று கிழவி அங்கலாய்த்தாள்.

"பாட்டி, வீணாக என்னைத் தொந்தரவு பண்ணாதே! இந்தப் பிறப்பிலே இல்லை, நான் கடலிலே போய் மீன் பிடிக்கிறவன் பெண்டாட்டியாய்ப் போறதுன்னு" என்று சீறினாள் நாகம்மா.

கிழவி இடி விழுந்தவள் போல் குன்றிப்போய் உட்கார்ந்திருந்தாள்.

அடுத்த வாரத்திலிருந்து நாகம்மாவுக்குச் சந்தைக்கு வரவே பிடிக்கவில்லை. ஆனால் அவளுடைய பாட்டி காய்கறிகளை எடுத்துக்கொண்டு சந்தைக்கு வரத் தொடங்கினாள். தங்கப்பன் ஒரு செம்படவன் என்று கேள்விப்பட்ட பிறகு தப்பித் தவறி அவன் கண்களில் படுவது கூட நாகம்மாவுக்குப் பீதியை உண்டாக்கியது. ஆனால் அவனை என்னவோ அவளால் வெறுக்கமுடியவில்லை. அவன் நினைவு எப்பொழுதும் இருந்துகொண்டே இருந்தது. அதைத் தொடர்ந்து செம்படவர் குப்பம், கடல், அலை, கட்டு மரம், புயல், வலை, மீன் இவைகளெல்லாம் தோன்றி அவளை நடுங்க வைத்துக்கொண்டிருந்தன.

அன்று செவ்வாய்க்கிழமை; சந்தைக்கு அவளுடைய பாட்டி போயிருந்ததால் அவள் வீட்டில் தனிமையிலிருந்தாள். திடீரென்று பக்கத்துக் குடிசையிலிருந்தவர்கள் மூலமாக அவளுக்கொரு செய்தி எட்டியது. சந்தைத் திடலிலிருந்த ஒரு பெரிய ஆலமரத்தின் கிளை ஒன்று முறிந்து விழுந்ததால் மூன்று பேர் இறந்துவிட்டதாகவும்

பத்துப் பதினைந்து பேருக்கு நல்ல காயமென்றும் சொன்னார்கள். இதைக் கேட்டதும் அவள் மனதில் திக்கென்றது. அவளுடைய பாட்டி அந்த ஆலமரத்தினடியில் தானே உட்கார்ந்து வியாபாரம் செய்வாள். அவள் பதட்டத்தோடு சந்தையைப் பார்க்க ஓடினாள். ஆலமரத்தடியில் கூட்டமாக ஜனங்கள் நின்றுகொண்டிருந்தனர். நாகம்மா அந்தக் கூட்டத்திடையே தன் பாட்டியைத் தேட முயற்சிக்கும் பொழுது "நாகம்மா!" என்ற குரலைக் கேட்டு திரும்பினாள். தங்கப்பன் சிரித்துக்கொண்டே "உங்க பாட்டியைத் தேடுறயா? அவ பத்திரமாத்தானிருக்கா. ஒரு ஆபத்தும் இல்லை. அது இந்த ஆலமரத்தடியிலே இரண்டு மூன்று சந்தையா வியாபரம் செய்வதில்லை. என் அத்தான் இங்கே ஒரு மீன் கடை போட்டிருக்கான். அதுக்குப் பக்கத்தாலே கடைபோட்டு வியாபாரம் செய்கிறாள் உங்க பாட்டி. வா, போவோம்" என்று சொல்லி நடந்தான். தன்னுடைய பாட்டி உயிர்தப்பினாள் என்று தெரிந்த பிறகு அவளுக்கு வேறு எதிலும் கவலை இல்லை. அவனைப் பின் தொடர்ந்து யந்திரம் போல் நடந்தாள். நெடுநாட்களுக்குப் பிறகு மீன்களின் வாசனையை அவள் மறுபடியும் நுகர்ந்தாள். வகை வகையான மீன்களையெல்லாம் வெகு நாட்களுக்குப் பிறகுதான் அவள் மறுபடியும் பார்த்தாள். வரிசையாக வைத்திருக்கும் மீன் கடைகளுக்கிடையே நடந்து நாகம்மாவை அவளுடைய பாட்டிக்கு எதிரில் கொண்டு வந்து நிறுத்தி "இதோ பாரு. உங்க பாட்டியை!" என்று காட்டிவிட்டு "இந்த மீனையெல்லாம் கண்டு இப்படிப் பயப்படுகிறயே. இந்த மீன் கடை இல்லாட்டி உங்க பாட்டியை இப்போ நீ உயிரோட கண்டிருக்க முடியுமா? இதிலேயிருந்து தெரிஞ்சுக்க! சாவ சமுத்திரத்திலே மாத்திரமில்லை. பூமியிலேயும் இருக்கிறது. சமுத்திரம் எவ்வளவு பொல்லாததோ அவ்வளவு பொல்லாதது இந்த பூமியும். இந்த பூமி எவ்வளவு நல்லதோ அவ்வளவு நல்லதுதான் சமுத்திரமும். சமுத்திரத்தைக் கண்டு பயப்படறதெல்லாம் வீண் பயந்தான்" என்றான் அவளை ஆர்வத்தோடு பார்த்தபடியே.

அந்தச் சந்தர்ப்பத்தில்தான் அவன் சொல்லுவது முற்றிலும் உண்மை என்பதை அவளால் உணர முடிந்தது. அவள் ஒன்றும் பேசாமல் நின்றாள். ஆனால் தான் கொண்ட தவறான அபிப்பிராயத்திற்காக அவள் தன் கண்கள் மூலம் பச்சாதாபத்தை அவனுக்குக் காட்டினாள்.

அன்று மாலை சந்தை கலையுமுன் அவன் அவளைப் பார்த்து "அடுத்த சந்தைக்கு ஆலமரம் முறிந்து விழுந்ததை எண்ணிப் பயந்துகிண்டு பாட்டியை அனுப்பாமல் இருந்துடாதே" என்றான்.

அவள் சிரித்துக்கொண்டே, "அடுத்த சந்தைக்குப் பாட்டி வராது - நான்தான் வருவேன்" என்றாள்.

"நீ வந்தா ஆலமரத்தடியிலேதானே கடை போடுவே..."

"இல்லை. இங்கேதான்."

"ஏன், ஆலமரத்திடம் பயமா?"

"ஆலமரத்திடம் பயமல்ல; மீன் கடை மீதும் அதைப் பிடிக்கிறவங்க மீதும் பிரியம்" என்று சொல்லிவிட்டுக் 'களுக்'கென்று சிரித்தாள். அதற்கு பதிலாகத் தங்கப்பன் கலகலவென்று சிரித்தது அந்தச் சந்தை முழுவதும் தனித்து நின்றது.

விசித்திர வாழ்க்கை

அந்தக் கடிதங்கள் அவளை உணர்ச்சிகொள்ளச் செய்தன. தன் அருமைக் குழந்தைகளிடமிருந்து அப்படிப்பட்ட கடிதங்கள் வருமென்று அவள் சற்றும் எதிர்பார்க்கவேயில்லை.

இது ருக்மணியின் கடிதம்;

"அம்மாவுக்கு நமஸ்காரம். உனக்கும் அப்பாவுக்கும் ஏற்பட்ட சச்சரவு கேட்டு நான் வருத்தப்படுகிறேன். அவர் மீது எவ்விதக் குற்றமும் சொல்ல முடியாது. இதற்கெல்லாம் காரணம் உனக்குக் குடும்பத்திலுள்ள அசிரத்தைதான்..."

அதற்குமேல் அவளால் அந்தக் கடிதத்தைப் படிக்க முடியவில்லை. குழம்பிய மனதோடு வாசு எழுதிய கடிதத்தை எடுத்துப் படிக்கலானாள்.

"அம்மாவுக்கு நமஸ்காரம். உன் கடிதம் கிடைத்தது. நான் இப்படி ஒரு நாள் நடக்குமென்று நினைத்ததுதான். அப்பா செய்தது தான் சரி. ஒவ்வொரு பெண்ணும் குடும்பத்தில் சிரத்தையுள்ளவளாக இருக்கவேண்டுமென்பதை அப்பாவைப்போல் நானும் விரும்புகிறேன்..."

அவள் ஒரு நீண்ட பெருமூச்சு விட்டாள். நாற்பத்தைந்து வயதிற்கு மேல் கல்யாணமாகி முப்பது வருடங்களுக்கு மேலான பிறகு

அவள் வயிற்றில் பிறந்த குழந்தைகளாலேயே குடும்பப் பொறுப்பு உணராதவள் என்பதைக் கேட்க நேர்ந்ததற்கு மிகவும் மனது நொந்தாள் மீனாக்ஷி.

அவளுடைய பெண் ருக்மணிக்குச் சமீபத்தில்தான் விவாகம் நடந்தது. அவள் புருஷனோடு சௌக்யமாகக் குடித்தனம் நடத்துகிறாள். அவளுடைய மூத்த குமாரன் வாசுதேவன் சென்னையில் உத்தியோகத்திலிருந்து தன் மனைவியோடு இன்பமாக இல்வாழ்க்கை நடத்துகிறான். அவளுடைய இளைய குமாரன் வேணுகோபாலன் சிறுவயதிலேயே நாடோடியாக வீட்டை விட்டுக் கிளம்பிவிட்டான். திரும்பி வரவேயில்லை. பம்பாயில் ஏதோ ரயில் விபத்தில் அவன் இறந்துவிட்டதாகத் தந்தி வந்ததால் அவனை மறுபடியும் காண்போம் என்ற ஆசையை விட்டுவிட்டனர். இப்பொழுது ஐம்பது வயதிற்கு மேலான அவளுடைய கணவரும் பரதேசியைப்போல் வெளியேறினார்.

அவளுடைய உடல் நடுங்கியது; உள்ளம் சோர்ந்தது; கண்களில் நீர் ததும்பியது; அப்படியே சிலைபோல் உட்கார்ந்திருந்தால் அவளுக்குக் கல்யாணமான பிறகு குடும்ப வாழ்க்கையில் ஏற்பட்ட முப்பது வருட அனுபவமும் ஒன்றன்பின் ஒன்றாகத் தோன்றி மறைந்தன.

நான்கு நாட்களுக்கு முன்தான் அவளுடைய கணவர் வீட்டை விட்டுப் போனார். அவர் போகும்போது பேசிய பேச்சுக்களெல்லாம் அவள் நெஞ்சில் எதிரொளி செய்தன.

“மீனா! குடும்ப வாழ்க்கையில் எனக்கேற்பட்ட சுகதுக்கங்களெல்லாம் போதும். உண்மையாகக் குழந்தைகளுக்காகத்தான் இத்தனை நாள் இந்த வீட்டிலிருந்தேன். ருக்மணியும் கல்யாணமாகி புருஷனோடு சௌக்கியமாக இருக்கிறாள். வேணு தன்னைப் பற்றிய கவலையை நமக்கு வைக்காமலே எங்கோ போய்விட்டான். இனி எனக்கென்ன இருக்கிறது இங்கே? வயதும் ஐம்பதிற்கு மேலாகிவிட்டது. இப்படியே தேச சஞ்சாரம் போவதுதான் என் மனதிற்கு நிம்மதியைக் கொடுக்கும்....

அவளுடைய கணவருக்கும் அவளுக்கும் ஒருநாளும் இப்படிப் பேச்சுவார்த்தை நடந்ததே இல்லை. அவர்களிருவருக்கும் தகராறுகள் ஏற்பட எவ்வளவோ சந்தர்ப்பங்கள் ஏற்பட்டன;

காரணங்களும் இருந்தன. ஆனால் அவற்றையெல்லாம் தம்முடைய சகிப்புத் தன்மையால் தவிர்த்து வந்தார் சுந்தரேசய்யர்.

இந்த வயதான காலத்தில் அவர் தேச சஞ்சாரம் செய்யக் கிளம்பியது அவளுக்கு உசிதமாகப்படவில்லை. தவிர தன்னிடம் அவர் ஏதோ தீவிரமான வெறுப்புகொண்டு கிளம்புவதாகத்தான் அவளுக்குப்பட்டது. “என்னை இங்கே தனியாக விட்டுவிட்டுப் போகப் போகிறீர்களா” என்று அலறினாள்.

“ஆமாம்!” என்றார் அவர். அவருடைய குரலில் கண்டிப்பும் உறுதியும் தொனித்தது.

சுந்தரேசய்யர் இருந்த நிலையில் அவருடைய பிடிவாதத்தை மாற்ற முடியாது; அவரைத் தடுத்து நிறுத்த முடியாது என்று அவளுக்குத் தோன்றியது. “அப்படியானால் நீங்கள் போகத்தான் போகிறீர்களா?” என்றாள் ஆற்றவொண்ணாத துயரத்தோடு.

அவர் வேறெங்கோ பார்த்துக்கொண்டே “ஆமாம்” என்று சொல்லி நிறுத்தினார் அழுத்தமான குரலில்.

“எங்கே?”

“எங்கேயா? எங்கே போவேனோ அது எனக்கே தெரியாது. ஒன்று மாத்திரம் நிச்சயம். நான் மறுபடியும் இங்கே திரும்பி வருவது சந்தேகம்.”

அவள் ஒன்றும் பதில் பேசவில்லை. துக்கத்தினால் உள்ளம் குமுறுவதைத் தவிர அவளால் வேறொன்றும் செய்ய முடியவில்லை அப்போது.

ஒரே சட்டையுடனும் மேலே போர்த்திய வேஷ்டியுடனும் சுந்தரேசய்யர் வீட்டை விட்டு வெளியே போய் இன்று நான்கு நாட்களாகிவிட்டன. அவர் மறுபடியும் திரும்பி வருவாரென்ற நம்பிக்கை அவளுக்கு இல்லை. தன்னுடைய துக்கத்தைத் தாங்க மாட்டாதவளாய் தன்னுடைய பிள்ளைக்கும் பெண்ணுக்கும் கடிதம் எழுதியிருந்தாள். அவர்களிடமிருந்து இன்று வந்த பதில் கடிதங்களில் அவள் ஆறுதலடைவதற்கான வார்த்தைகளே இல்லை. அவள் பிரமை பிடித்தவள் போல் உட்கார்ந்திருந்தாள். முப்பது வருடத்து வாழ்க்கை வரலாறுகளையே திரும்பத் திரும்ப அவளது நெஞ்சம் படித்துக்கொண்டிருந்தது.

சுந்தரேசய்யர் ஒரு வக்கீல். கலியாணம் நடந்தபொழுது அவருக்கு வயது இருபத்திரண்டு; மீனாக்ஷிக்குப் பதினாறு. அவள் பணக்கார வீட்டுப் பெண்; செல்வமாக வளர்ந்தவள். விளையாட்டுப் போக்கிலேயே இருந்துவிட்டதால் குடும்பக் காரியங்களில் கவலை ஏற்பட்டதே கிடையாது. கணவனோடு தனிக்குடித்தனம் செய்யும் பொழுது சகல குடும்பப் பொறுப்பும் அவளைச் சார்ந்ததாக இருந்தும் அதை அவள் உணரவேயில்லை. குடும்ப வாழ்க்கையின் ஆரம்பகாலத்தில் இதையெல்லாம் சுந்தரேசய்யர் பொருட்படுத்தாமலிருந்தார். அவருக்கு ஒரு விதவைத் தங்கை இருந்தாள். அவளே வீட்டுச் சமையல் முதல் குழந்தைகளைப் பாதுகாப்பது வரையில் உள்ள பொறுப்புக்களை ஏற்றுச் செய்யும்படியாகிவிட்டது. காலம் செல்லச் செல்ல சுந்தரேசய்யர் இவற்றையெல்லாம் உணர்ந்து மீனாக்ஷிக்கு நயமாகவும் பயப்படும்படியாகவும் எவ்வளவோ சொல்லிப் பார்த்தார். அவளும் அவர் வார்த்தைக்கு எதிர் வார்த்தை சொல்லுவதில்லை. எல்லாவற்றையும் கவனிப்பதாகத்தான் சொல்லுவாள். காரியாம்சத்தில் ஒன்றும் நடக்காது. ஊழலும் அசிரத்தையும்தான் அதிகமாக இருக்கும்.

மூன்று குழந்தைகள் பிறந்த பிறகும் அவளுடைய நிலைமை அப்படியேதான் இருந்தது. அவர் வெறுப்படைந்து தம் உத்தியோக அலுவல்களோடு குழந்தைகளைக் குளிப்பாட்டுவது, அவர்களுடைய உடைகளைச் சுத்தம் செய்வது, ஆகாரம் கொடுப்பது, தூங்கச் செய்வது, இடையிடையே தங்கைக்கு உதவியாக வீட்டுக் காரியங்களைச் செய்வதுமாகத்தானிருந்தார். இதனிடையே அவர் வக்கீல் தொழிலிலும் பிரசித்தியடைந்து ஊரிலே பெரிய பணக்காரரானதும் ஆச்சரியம்தான். ‘ருக்மணிக்குக் கலியாணத்தைச் செய்துவிட்டு நிம்மதியாக எங்கேயாது போய்விடப்போகிறேன்’ என்று அவர் அடிக்கடி சொல்லிக்கொண்டிருந்ததும் மீனாக்ஷிக்குத் தெரியும். அவர் அப்படிச் செய்துவிடுவார் என்ற கவலை மீனாக்ஷிக்கு ஒரு நாள்கூட ஏற்பட்டதேயில்லை. ஆனால் இப்பொழுது அவர் சொல்லியபடியே செய்துவிட்டார். அவர் சென்ற பிறகு அவருடைய தங்கையும் தன்னுடைய கிராமத்திற்குப் போய்விட்டாள்.

அதற்குப் பிறகுதான் மீனாக்ஷி தன் பொறுப்பற்ற தன்மையை உணர முடிந்தது. அவர்கள் தன்னை வெறுப்பதற்கான காரணங்கள்

தன்னிடமிருப்பதாகத் தெரிந்தது. அவள் தனக்குத்தானே பச்சாதாபப்பட்டாள்; அழுதாள்; துடித்தாள்.

அவளுக்கு ஒரு குறைவுமில்லை. பெரிய வீடு. பணம் எல்லாமிருந்தது. எது இருந்தாலென்ன? அந்தத் தனிமை பிரிவாற்றாமை மகா பயங்கரமானதாக இருந்தது. அவ்வளவு பெரிய வீட்டில் பேய்கூடத் தனிமையில் நடமாட அஞ்சுமே?

மூன்று வாரங்கள் ஓடிவிட்டன. அவளுக்குச் சமையல் செய்தே பழக்கமில்லை. ஆனால் ஏதோ செய்தாள். ஏதோ சாப்பிட்டாள்.

அன்று இரவு மணி ஏழு இருக்கும். யாரோ வீட்டுக் கதவைத் தட்டுவதுபோல் அவளுக்குப்பட்டது. அவர்தான் திரும்பி வந்திருப்பாரோ என்ற எண்ணத்தில் ஓடோடிப் போய்த் திறந்தாள்.

அவர் இல்லை. ஒரு பெண்! சுமார் இருபது வயதிருக்கும். ஏழ்மையும் துயரமும் தோய்ந்த முகம்! அவள் கையில் ஆறு மாதம் கூட நிரம்பாத ஒரு குழந்தை இருந்தது.

"யாரம்மா நீ?"

"இதுதானே வக்கீல் சுந்தரேசய்யர் வீடு?" என்று பயத்தோடு கேட்டாள். அந்தக் குழந்தையைத் தாங்கச் சக்தியற்றவைபோல் துவண்டன அவளுடைய மெல்லிய கரங்கள்.

"ஆமாம்... இதுதான்."

"நீங்கள்... நீங்கள் நான் எழுதிய கடிதத்தைப் பார்க்கவில்லையா?" என்றாள் அந்தப் பெண் தடுமாறியபடியே அச்சத்தோடு.

"கடிதமா? நீ யார்?"

"நான் உங்கள் நாட்டுப் பெண்"

"நாட்டுப் பெண்ணா?"

"ஆமாம் உங்கள் இரண்டாவது பிள்ளை..."

"வேணுகோபாலன்..."

"அவருடைய சம்சாரம்தான் நான்"

"நீ வேணுவினுடைய சம்சாரமா? அவன் எங்கே கல்யாணம் செய்துகொண்டான்? அவன்தான் இறந்துவிட்டானென்று தந்தி வந்ததே...."

அந்தப் பெண் பயத்தோடு கெஞ்சுவதுபோல் மீனாக்ஷியின் முகத்தைப் பார்த்தாள். அவளுக்குப் பேச நா எழவில்லை. கண்களிலிருந்து முத்து முத்தாகக் கண்ணீர் வழிந்த வண்ணமாகவே இருந்தது. "ஆமாம்! அவர் ரயில் விபத்தில் இறந்து விட்டார். அதற்கு முன்னால் அவர் என்னைக் கல்யாணம் செய்துகொண்டார். இந்தக் குழந்தை......."

"அவனுடையதா?" என்று கூறி மீனாக்ஷி துள்ளிக் குதித்தாள். "அவன் கல்யாணம் செய்துகொண்டதாக எங்களுக்குத் தகவலே இல்லையே? இதென்ன விபரீதம்....?'

"என்னிடம் நிருபிப்பதற்கு ஒன்றுமில்லை. இந்தக் குழந்தையின் முகத்தைப் பார்த்துத்தான் நம்பவேண்டும்" என்று அந்தப் பெண் கண்களில் நீர் தளும்பியபடியே சொல்லிவிட்டுக் குழந்தையை மார்போடு அணைத்துக்கொண்டாள்.

அவளுடைய வார்த்தைகள் மீனாக்ஷியைத் திடுக்கிட வைத்தன. "எங்கே குழந்தையைக் காட்டு" என்று சொல்லிக் குழந்தையின் முகத்தைப் பரபரப்போடு பார்த்துவிட்டுத் திகைத்து நின்றாள். சட்டென்று நிமிர்ந்து அந்தப் பெண்ணின் முகத்தை அனுதாபத்தோடு பார்த்தபடியே கைகளை நீட்டி அக்குழந்தையை வாங்கிக்கொண்டு "சரி; உள்ளே வா!" என்றாள்.

இருவரும் உள்ளே சென்றனர். மீனாக்ஷி ஒரு சாய்வு நாற்காலியில் உட்கார்ந்து, மடியில் குழந்தையை வைத்துக்கொண்டு அதன் முகத்தைப் பார்த்தபடியே "சரி! எல்லாவற்றையும் விவரமாகச் சொல்லு" என்றாள்.

அந்தப் பெண் தயங்கியபடியே சிறிது நேரம் நின்றுவிட்டுத் தன்னைச் சமாளித்துக்கொண்டவள்போல் "நான் இந்தக் குழந்தையுடன் என் தாயார் வீட்டுக்குப் போகலாமென்று நினைத்து வந்தேன். அவள் மதுரைக்குப் பக்கத்தில் ஒரு கிராமத்திலிருக்கிறாள். பம்பாயிலிருந்து சிறிது பணத்துடன்தான் புறப்பட்டேன். மிகவும் சிரமப்பட்டு இவ்வளவு தூரம் வந்துவிட்டேன். தொடர்ந்தாற்போல் மதுரைவரை போவதாயிருந்தால் குழந்தைக்கு ஏதாவது நேர்ந்து விட்டால் என்ன செய்வது? நீங்கள் இந்த ஊரிலிருக்கிறீர்களென்று அடிக்கடி அவர் சொல்லியிருக்கிறார். சிலநாள் வேண்டுமானால் இங்கே தங்கிப்போகலாமென்று நினைத்து வந்தேன். இந்தக்

குழந்தைக்காகத்தான்......" என்றாள்.

மீனாக்ஷி தன் மடியிலிருந்த குழந்தையைப் பார்த்துக்கொண்டே இருந்தாள். அந்தக் குழந்தை அவள் மடியில் தரிக்காமல் துள்ளிக் கொண்டிருந்தது. ஆண் குழந்தை! அதைப் பார்க்கப் பார்க்க அவள் மனதில் ஏதேதோ ஞாபகங்களெல்லாம் எழுந்தன. அந்தக் கருத்த சுருட்டை மயிர், அகன்ற நெற்றி, கூரான மூக்கு, பெரிய கண்கள் எல்லாம் வேணுவின் சாயலாகத்தானிருந்தது. அந்தப் பெண் வேணுவின் மனைவிதான் என்பதற்கு வேறு என்ன நிருபணம் வேண்டும், இந்தக் குழந்தையைவிட? அவள் ஆர்வத்தோடு குழந்தையை மார்போடு அணைத்தபடியே "தான் கல்யாணம் செய்து கொண்ட விவரங்களை யெல்லாம் எங்களுக்கு வேணு ஏன் எழுதவில்லை?" என்றாள்.

"அவர் பயப்பட்டார். நான் மிகவும் ஏழை வீட்டுப் பெண். தவிர எங்கோ போன இடத்தில் ஒரு பெண்ணைக் கல்யாணம் செய்து கொள்வதென்றால் நீங்கள் சம்மதிப்பீர்களா? அதனால் உங்களுக்கு எவ்விதத் தகவலும் கொடுக்கவில்லை. இந்தக் குழந்தை பிறந்த பிறகுதான் ஒரு நாள் எல்லாவற்றையும் உங்களுக்கு எழுதப் போவதாகச் சொன்னார். ஆனால் அதற்குள் அந்தப் பாழும் ரயில் விபத்து..."

"சரிதான் - உன் பெயரென்ன?"

"சாந்தா."

"உங்கள் சொந்த ஊர் எது? உன் தகப்பனாருக்கு என்ன வேலை?"

"மதுரைக்குச் சமீபத்தில் வண்டுகுளம் என்னும் கிராமம். என் தகப்பனாருக்கு அந்தக் கிராமத்தில் கர்ணம் வேலை. அவர் இறந்து போய் விட்டார். நான் பம்பாயில் என் மாமாவீட்டிலிருந்தேன்....."

"இந்தக் குழந்தைக்கு என்ன பெயர் வைத்திருக்கிறாய்?"

"மாது மாதவன்."

"உன் தாயாருக்கு நான் புக்ககத்திலிருக்கிறேன் என்று ஒரு கடிதம் எழுதிப் போட்டுவிடு. நீ இங்கே எவ்வளவு நாள் வேண்டுமானாலும் தங்கலாம். ஏன், இது உன் வீடுதானே?" என்று குழந்தையை அணைத்துக்கொண்டு முத்தம் கொடுத்தாள்.

“அம்மாவுக்கு இப்பொழுது கடிதம் எழுதவேண்டிய அவசரம் இல்லை. நான் இங்கே தங்குவதில் அவருக்கு எதுவும் ஆட்சேபணை யிராதே? இப்படி அனாதையாக ஒரு பெண் வந்து...”

“அவரா? உன் மாமனாரைச் சொல்லுகிறாயா? அவர் ஊரிலில்லை. எப்பொழுது வருவாரோ? அதைப் பற்றிய கவலை எனக்குத்தான். நீ வந்ததில் எனக்கொரு சந்தோஷம்; மன நிம்மதி. நான் தனியாக இவ்வளவு பெரிய வீட்டில் எவ்வளவு கஷ்டப்பட்டுக் கொண்டிருந்தேன் தெரியுமா?”

மீனாக்ஷியின் முகத்தில் கண நேரம் வேதனைக் குறி தோன்றி மறைந்தது. ஒரு துணை அகப்பட்டதில் அவளுக்கேற்பட்ட சந்தோஷத்தைச் சொல்ல முடியாது. மௌனம் சூழ்ந்த அந்த வீட்டில் மறுபடியும் கலகலப்பான குரல் கேட்பது அவளுக்கு எவ்வளவோ மன நிம்மதியை உண்டாக்கியது. பெரிய மாடிப் படியில் அந்தப் பெண் ஏறி இறங்கும் சப்தமும், இரவு வேளையில் அடிக்கடி குழந்தை அழும் குரலும் அவளுக்கு எவ்வளவு சந்தோஷத்தை உண்டாக்கின?

ஒரு வருடம் ஓடிவிட்டது. ஒரு நாள் அவளுடைய கணவர் அவள் எதிரில் வந்து நின்றார். அப்படியே திடுக்கிட்டு விட்டாள். அவர் எவ்வளவு மாறிவிட்டார்? அவர் உடம்பு எப்படி இளைத்துத் துரும்பாகப் போய்விட்டது! அழுக்குப் படிந்து பிசுக்கேறிய உடை, அரைகுறையாக நரையோடிய நீண்ட தாடி. எதிலும் குறிப்பில்லாமல் சுற்றியலையும் கண்கள். மீனாக்ஷிக்கு முதலில் அவரை யாரென்று தெரிந்துகொள்வதே சிரமமாயிருந்தது. தன் கணவர் என்று தெரிந்துகொண்டதும் கால்களில் விழுந்து கதறினாள். அவருடைய வார்த்தையிலிருந்து அவர் அவளிடம் கொஞ்சமாவது பச்சாதாபப்பட்டதாகத் தெரியவில்லை. “போகிற வழியில் இந்த ஊரில் இரண்டு நாள் தங்கலாமென்று வந்தேன்.......” என்றார்.

“இந்த வீட்டில் நான் மாத்திரமில்லை. எனக்காக நீங்கள் தங்கவேண்டாம். உங்கள் பேரனுக்காகவாவது நீங்கள் இருங்கள்” என்றாள் மீனாக்ஷி.

பேரன் என்ற சொல்லைக் கேட்டதும் அவர் திடுக்கிட்டார். “பேரனா? வாசுவின் குழந்தையா?” என்றார்.

"இல்லை. சின்னவனுடைய குழந்தை. வேணுவினுடைய குழந்தை. அவனுடைய சம்சாரமும் குழந்தையும் ஒரு வருடமாக இந்த வீட்டில்தான் இருக்கிறார்கள்."

இதைக் கேட்டதும் அவருக்கு ஆச்சர்யத்திற்கு மேல் ஆச்சரியமாக இருந்தது.

மீனாக்ஷி விஷயத்தை விவரமாகச் சொன்ன பிறகுதான் அவருக்கு நம்பிக்கை ஏற்பட்டது.

ஒரு நாள் - இரண்டு நாள் - ஒரு வாரமும் ஓடிவிட்டது. சுந்தரேசய்யருக்கு மறுபடியும் தேச சஞ்சாரம் போகும் எண்ணம் இருப்பதாகத் தெரியவில்லை. மீனாக்ஷியும் அதைப்பற்றி ஒன்றும் கேட்கவில்லை.

ஒரு நாள் மீனாக்ஷி சாந்தாவிடம் "நீ உன் தாயாரை வேண்டுமானால் ஒரு தடவை குழந்தையோடு போய்ப் பார்த்துவிட்டு வா. ஆனால் அங்கேயே தங்கிவிடாதே! என்னாலும் அவராலும் உன்னையும் குழந்தையையும் விட்டுப் பிரிந்திருக்கவே முடியாது!" என்றாள். இதைக் கேட்டதும் சாந்தா தலைகுனிந்து கொண்டாள். அவள் கண் இமைகளில் முத்து முத்தாகக் கண்ணீர் துளித்தது. நான் தாயற்றவள்! என் தாயார் எனக்கு நினைவு தெரியும் முன்னேயே இறந்துவிட்டாள். எனக்கு உங்களையும் இந்தக் குழந்தையையும் தவிர வேறு கதியே கிடையாது!" என்றாள்.

"அப்படியானால் உனக்குத் தாயார் இருப்பதாக முன்னால் சொன்னாயே?" என்று மீனாக்ஷி வியப்புத் தாங்காமல் அவளைப் பார்த்துக் கேட்டாள்.

"அது பொய்! வேண்டுமென்றேதான் சொன்னேன். நீங்கள் என்னிடமும் குழந்தையிடமும் அனுதாபப்படுவீர்களோ, மாட்டீர்களோ என்ற சந்தேகம். நானும் அவரும் உங்களுக்கெல்லாம் தெரிவிக்காமல் கல்யாணம் செய்துகொண்டதில் உங்களுக்குக் கோபமிருக்காதா? இந்தக் குழந்தையோடு சில நாள் உங்களோடு பழகினால் உங்களுக்கு நம்பிக்கை உண்டாக்கலாம் என்று எண்ணினேன். அதனால்தான்..."

மீனாக்ஷி அனுதாபத்தோடு சாந்தாவை அணைத்துக்கொண்டாள் அவளுக்கு என்ன செல்லுவதென்றே தெரியவில்லை.

அறையிலிருந்து குழந்தை அழும் குரல் கேட்டது. "மாது அழுகிறான், பசி நேரம்! பாலைக் கொண்டு வா!" என்று சொல்லிக்கொண்டே மீனாக்ஷி ஓடினாள். அதற்கு முன்பே அங்கு வந்து நின்று தொட்டிலை ஆட்டிக்கொண்டிருந்த சுந்தரேசய்யர், "அடடே! உனக்குக்கூடக் குழந்தை அழுதால் கவனிக்கவேண்டும் என்ற கவலையெல்லாம் ஏற்பட்டுவிட்டதே! இதுதான் குடித்தனம், தெரிந்ததா? இப்படியிருக்கிற ஒரு பெண்டாட்டியை விட்டுவிட்டுத் 'தேசாந்திரம் போகிறேன், சந்நியாசம் வாங்கிக் கொள்ளுகிறேன்' என்றால் பயித்தியக்காரத்தனம்தான்" என்று சிரித்துக்கொண்டே சொன்னார்.

யாரோ ஒரு பெண், குழந்தையுடன் வந்து 'நான் உங்கள் நாட்டுப் பெண்; இந்தக் குழந்தை உங்கள் பேரன்' என்று சொல்லி அந்தக் குடும்பத்தோடு ஐக்கியமாகிவிட்டது ஆச்சரியமாகத்தான் இருக்கும். ஆனால் அந்தக் குடும்பம் குடும்பமாகியது அவளாலும் அந்தக் குழந்தையினாலுமே அல்லவா?

வேளையும் சமயமும்

நாடோடிகளாகத் திரியும் குறவர் சாதியில் ஒரு பழக்கம். அவர்கள் தங்களுக்குப் பிறக்கும் குழந்தைக்கு என்ன பெயர் வைக்கலாம் என்று யோசித்து மண்டையை உடைத்துக் கொள்வதில்லை. குழந்தை எந்த ஊரில் பிறக்கிறதோ அந்த ஊரின் பெயரையே சுலபமாக வைத்துவிடுவார்கள்.

அவன் பெயர் சமயபுரம்; அவள் பெயர் வேளாங்கண்ணி - வேளாங்கண்ணிக்கும் சமயபுரத்துக்கும் எவ்வளவு சம்பந்தமோ? எத்தனை தூரமோ? ஆனால் அவளுக்கும் அவனுக்கும் நெருங்கிய தொடர்பும் இருந்தன. அவனுடைய காதலி அவள்; காதலி என்றால் ஏதோ நினைத்துவிட வேண்டாம். சாதி முறைப்படி கல்யாணம் செய்துகொண்ட மனைவி.

அவன் சமயபுரத்தில் பிறந்தான் மாரியம்மன் கோவில் திருவிழா நடக்கும்போது! அவள் வேளாங்கண்ணியில் தேவமாதாவின் உத்ஸவம் நடக்கும்போது பிறந்தாள். பிராப்தம் என்று சொல்லுவார்களே அது விடுமா? சமயபுரமும் வேளாங்கண்ணியும் நாகூரில் சந்தித்தபோது கல்யாணம் செய்துகொண்டார்கள். முழுப் பெயரையும் சொல்லிக் கூப்பிடும் சிரமமில்லாமல் எல்லோரும் அவனைச் சமயமென்றும் அவளை வேளை என்றும் அழைத்து வந்தார்கள்.

1920 ஆம் வருடம்; அப்பொழுது மகாமகம், வேளையும் சமயமும் கும்பகோணத்திற்கு வந்தார்கள். அப்பொழுது வேளை பூரண கர்ப்பிணி. எந்த நேரத்தில் வேண்டுமானாலும் அவளுக்குக் குழந்தை பிறக்கலாம் என்ற நிலையில்தான் இருந்தாள். அந்த நிலையில் தன் மனைவியைக் கும்பகோணத்திற்கு அழைத்து வரவேண்டுமென்று சமயத்திற்கு ஆசையில்லை. அவன் எவ்வளவோ மறுத்தும் அவ்வளவு பிடிவாதமாக அவனுடன் வந்துவிட்டாள். அவளுடைய ஆசையெல்லாம் தனக்குப் பிறக்கும் குழந்தை மகாமக சமயத்தில் கும்பகோணத்தில் பிறக்கவேண்டுமென்பதுதான். கும்பகோணத்தில் அவர்கள் எதிர்பார்த்ததற்கு நேர்மாறாகக் கூட்டமும் நெரிசலும் அதிகமாக இருந்தது. பூரண கர்ப்பிணியான அவள் தங்குவதற்கு வசதியான இடமாக எங்கும் அகப்படவில்லை.

கும்பகோணத்திற்கு வந்ததும் அவளுடைய வேதனையும் அதிகமாகி விட்டது. எத்தகைய கஷ்டமாக இருந்தாலும் அப்பொழுது குழந்தை பிறப்பதற்குரிய சந்தர்ப்பம் நெருங்கிவிட்டது என்ற சந்தோஷம்தான் அவளுக்கு. போலீஸாரின் நிர்வாக அதிகாரமும், ஏற்பாடுகளும் கடுமையாகவே இருந்தன. குறக் கூட்டத்தினரையெல்லாம் பல பிரிவுகளாகப் பிரித்துப் பல இடங்களில் தங்க ஏற்பாடு செய்தனர்.

குறக் கூட்டத்தினரையெல்லாம் ஓர் இடத்தில் ஒன்றுசேர்த்துப் பல இடங்களுக்குப் பிரித்துப் பிரித்து அனுப்பியபோது தன்னைப் போல மற்றொரு பூரண கர்ப்பிணியும் அந்தக் கூட்டத்தில் இருப்பது கண்டு சிறிது ஆறுதல் அடைந்தாள். வேளை அவளிடம் நெருங்கி அனுதாபத்தோடு பேசினாள். அவளைத் தன்னோடு வந்து இருக்கும்படி கேட்டுக் கொண்டாள். ஆனால், போலீசார் அவர்களைப் பிரித்து வெவ்வேறு இடங்களில் போய்த் தங்குவதற்கு ஏற்பாடு செய்துவிட்டனர். நகரத்திற்குச் சிறிது தூரத்தில் உள்ள தோப்பில் அவர்கள் தங்கினர்.

சமயம் வேளையை விட்டுவிட்டு ஆகாரம் தேடுவதற்காகச் சென்றிருந்த சமயத்தில் வேளை ஒரு ஆண் மகவை ஈன்றாள். மகாமக சமயத்தில் தனக்கொரு ஆண் குழந்தை பிறந்ததில் அவளுக்கேற்பட்ட சந்தோஷத்திற்கு அளவு இல்லை. எவளுக்கும் இப்படி ஒரு குழந்தை பிறப்பது அற்புதம் என்று அவள் நினைத்தாள். குழந்தை பிறந்ததும் குழந்தைக்குப் பெயர் வைப்பதைப் பற்றிய பிரச்சினைதான் அவள் மனதைக் குழப்பியது. குழந்தை எந்த

ஊரில் பிறந்ததோ அந்த ஊரின் பெயரை அதற்கு வைப்பதுதானே அவர்கள் சம்பிரதாயம்? இதில் என்ன கஷ்டம் இருக்கிறது? ஆனால் அவள் மனதில் ஒரு புதுப்பிரச்சினை எழுந்தது.

அவள் இந்தப் பெயர் வைக்கும் விஷயத்தில் தங்கள் சம்பிரதாயத்தைச் சிறிது மீறி நடக்க நினைத்தாள். கிரமமாக அந்தக் குழந்தைக்குக் கும்பகோணம் என்றுதானே பெயர் வைக்க வேண்டும்? ஆனால் அந்தச் சமயம் அவளுக்குக் கும்பகோணம் என்று குழந்தைக்குப் பெயர் வைப்பதைவிட மாமாங்கம் என்று பெயர் வைப்பதுதான் அழகாகப்பட்டது. இதற்குத் தன் கணவனும், அவனைச் சேர்ந்த மற்றவர்களும் ஒப்புக்கொள்ளமாட்டார்கள் என்று அவளுக்கு நன்றாய்த் தெரியும். இருந்தாலும் அவள் பிடிவாதமாகவே இருந்தாள். அவள்தானே குழந்தையைச் சுமந்து பெற்றவள்? அவளுக்குத்தானே முதல் உரிமை?

வெளியே சென்றிருந்த அவள் கணவன் திரும்பியதும் தனக்கொரு ஆண் குழந்தை பிறந்திருக்கிறது என்ற சந்தோஷச் செய்தியைச் சொல்லிய சூட்டோடு குழந்தைக்குப் பெயர் வைப்பதைப் பற்றிய பிரச்சினையை எடுத்துக்கொண்டாள். சமயத்திற்கு இது ஆச்சரியமாக இருந்தது. இப்படிப்பட்ட பிரச்சினை அவர்கள் கூட்டத்தில் எந்தத் தம்பதிகளிடையேயும் எப்பொழுதுமே எழுந்ததில்லை. அவன் வியப்போடும் சந்தேகத்தோடும் தன் மனைவியின் முகத்தைப் பார்த்தான்.

அவள் அவன் சந்தேகத்தைத் தெளிவாக்குகிறவள்போல் குழந்தைக்கு 'மாமாங்கம்' என்று பெயர் வைக்கப்போகிறேன் என்றாள்.

அவனுடைய திகைப்பு அதிகமாகியது. அவனுக்குச் சிறிது கோபம் கூட ஏற்பட்டது. "அப்படிப் பெயர் வைக்கக் கூடாது - அது முடியாது" என்றான் தீர்மானமாக.

அவள் எந்த விஷயத்திலும் அவனுக்குத் தணிந்துபோகத் தயாராக இருந்தாலும், இந்த விஷயத்தில் தணிந்துபோகத் தயாராயில்லை. "இல்லை நான் நான் அந்தப் பெயர்தான் வைக்கப்போகிறேன்" என்றாள் கண்டிப்பாக.

"இது கூடாது நம்முடைய வழக்கத்திற்கு விரோதம் - குலத்திற்கு ஆகாது. குலதெய்வம் கண்டிக்கும். கும்பகோணம் என்று பெயர் வைப்பதுதான் நல்லது" என்று எவ்வளவோ சொல்லிப்

பார்த்தான். அவள் ஒன்றையும் காதில் வாங்கிக்கொள்ளவில்லை - மிகவும் பிடிவாதமாகவே இருந்துவிட்டாள். என்ன செய்வது? குல தெய்வத்தைப் பிரார்த்தித்துக்கொண்டு, அதற்கு அபராதக் காணிக்கை செலுத்திவிட்டு, குழந்தைக்கு 'மாமாங்கம்' என்று பெயர் வைக்கலாம் என்று அனுபவம் நிறைந்த ஒரு கிழவன் சொல்லவே அதற்குரிய சடங்குகளை எல்லாம் செய்து குழந்தைக்கு 'மாமாங்கம்' என்றே பெயர் வைத்தனர்.

மாமாங்கம் மிகவும் சீராகவும் செல்வமாகவும் வளர்ந்து வந்தான். ஒரு மகாமகம் ஓடியது; இரண்டாவது மகாமகம் வந்தது. அவனுக்கு வயது இருபத்து நான்கு. கவர்ச்சியான உருவமுள்ள இளைஞன் - துடிப்பான சிறு மீசை! எடுப்பான கண்களில் எப்பொழுதும் மை இடப்பட்டுத் துலங்கும். தலைக்கொண்டை! காது வளையம் கழுத்தில் பாசி மணிமாலைகள் இவைகளெல்லாம் அவன் அழகை அதிகப்படுத்த வந்த அழகுகள் என்றே சொல்லவேண்டும். நரி பிடிப்பது, கண்ணி வைத்துப் பறவை பிடிப்பது, ஊசி, பாசிமணி, கஸ்தூரி கோரோஜனை விற்பது இவைகளிலெல்லாம் அவன் மிகுந்த சாமர்த்தியசாலி. மாமாங்கம் பிறந்ததிலிருந்து வேளையும் சமயமும் மகாமகத்திற்கு மகாமகம் தங்கள் புத்திரனையும் அழைத்துக் கொண்டு கும்பகோணம் வரத் தவறுவதில்லை. அது அவர்களுக்கு ஒரு பிரார்த்தனை மாதிரி. மாமாங்கத்திற்கும்தான்.

மகாமகம் திருவிழாவின்போது கும்பகோணத்தில் பிறந்தோம் என்பதில் அசாத்தியப் பெருமை, மகாமகத் திருவிழா தன் பெயருக்காக நடப்பதுபோல் அவனது உத்தேசம். தங்கள் கூட்டத்தினரில் திண்டிவனம், கொரடாச்சேரி, மேட்டுப்பாளையம் என்ற பெயருள்ளவர்கள் பலர் இருக்கிறார்கள். ஆனால் தன்னைப்போல் 'மாமாங்கம்' என்ற பெயருள்ளவர்கள் வேறு யாருமே இல்லை என்பதில் அவனுக்கு அசாத்திய கர்வம்.

மகாமகத்தின்போது விற்பதற்காக மாமாங்கம் ஏராளமான நரிப்பல், புலிநகம், கோரோஜனை முதலியவைகளைச் சேர்த்து வைத்திருந்தான். அவன் மகாமகச் சந்தடியில், நரிக்கொம்பு, புலிநகம், கஸ்தூரி கோரோஜனை என்று கூவி விற்றுக்கொண்டே ஒவ்வொரு இடமாக வேடிக்கை பார்த்துக்கொண்டு வந்தான். திடீரென்று அவன் மனதைக் கவர்ந்தது ஒரு விஷயம். ஓர் அழகான குறப் பெண் ஒரு கடை வாசலில் நின்று ஆடிப் பாடிக்

கொண்டிருந்தாள். அவள் அழகு அவன் மனதைக் கவர்ந்ததில் ஆச்சர்யமில்லை.

ஆனால் அவள் ஆடிக்கொண்டே பாடிய பாட்டு அவனைப் பிரமிக்க வைத்துவிட்டது. அந்தக் குறப்பெண் தன் கையில் இருந்த தகரக் குவளையில் தாளம் போட்டுக்கொண்டே 'என் பேரு மாமாங்கம். இது எங்களோட ராசாங்கம்.' என்று பாடிக்கொண்டிருந்தாள். இந்தப் பாட்டு அவன் மனதைச் சொக்க வைத்துவிட்டது. அவன் அப்படியே நின்று அந்தப் பாட்டை செவிகொடுத்து ஆவலோடு கேட்டான். அந்த வார்த்தைகள் அவன் மனதில் படிந்துவிட்டன. அதைத் தானாகவே ஒரு தடவை பாடிக்கொண்டான்.

பாட்டு மிகவும் நன்றாகவே இருந்தது அவனுக்கு, அவன் மறுபடியும் மறுபடியும் பாடிப் பார்த்துக்கொண்டான். அந்தப் பாட்டைப் பாடிக்கொண்டே அவளோடு தானும் சேர்ந்து ஆட வேண்டுமென்ற இச்சை அவனுக்கு ஏற்பட்டது. அந்தத் துடிப்பை அவனால் அடக்க முடியவில்லை. கூட்டத்தை விலக்கிக் கொண்டு உள்ளேபோய் அவளோடு சேர்ந்து அந்தப் பாட்டைத் தானும் பாடிக்கொண்டே ஆடத் தொடங்கினான். அந்தப் பெண் சட்டென்று தன் ஆட்டத்தையும் பாட்டையும் நிறுத்திக்கொண்டு சிறிது கோபம் கொண்டவள்போல் அவனை உற்றுப் பார்த்தாள்.

அவன் தன் இனத்தவன்தான் என்பதை அவள் அறிந்து கொண்டாலும் தனக்கு அறிமுகமில்லாத அன்னியன் தன்னைக் கேட்காமலேயே தன்னோடு சேர்ந்து பாடவும் ஆடவும் தொடங்கினால் அவளுக்குக் கோபம் வராதா? 'யாரையா நீ இப்படி நான் ஆடிக்கிட்டு இருக்கும்போது என்னோடு வந்து ஆடுறே..... வெட்கமில்லே....?" என்றாள் படபடப்போடு அவளுடைய பாஷையில்.

"பாட்டு நல்லா இருந்தது. எனக்கும் சேர்ந்து ஆடணும்னு ஆசை. கோபிச்சுக்காதே... என் பேரு மாமாங்கம்...." என்றான் அவள் பாடியபடியே பாடிக்கொண்டு.

"என்னய்யா? பரிகாசமா செய்யறே?" என்றாள் அவள் கோபம் தணியாமலேயே.

"பரிகாசமில்லை. உண்மையாகவே என் பேரு மாமாங்கம்.

அதனாலேதான் அந்தப் பாட்டு எனக்குப் பிடிச்சிருக்கு” என்றான் சிரித்துக்கொண்டே. அவள் முகத்திலிருந்த கோபக்குறி சிறிது மறைந்தது. அவள் சிறிது ஆச்சரியத்தோடும் வியப்போடும் அவன் முகத்தைப் பார்த்தாள். “பொய் சொல்லாதே, பரிகாசம் செய்யாதே” என்றாள் அவனை ஒருவிதமாகப் பார்த்துக்கொண்டே.

அந்தப் பார்வை அவன் மனதிற்கு ஆறுதலை அளித்தது. “உண்மையாகவே என் பெயர் மாமாங்கம்தான்” என்றான் கொஞ்சம் கர்வத்தோடு.

அவள் சிறிது நாணத்தினால் தலைகுனிந்து புன்முறுவல் பூத்த வண்ணம் “என் பேரும் அதுதான்” என்றாள்.

“உன் பெயரும் மாமாங்கமா. எப்படி இருக்கும். பொய்” என்றான் அவன்.

“பொய்யா? இல்லை நான் மாமாங்கத்தின் போது இந்த ஊரிலேயே பிறந்தவள்” என்றாள் அவள்.

அவன் ஆச்சரியத்தினால் ஸ்தம்பித்துப் போய்விட்டான். “அப்படியா? நானும் மாமாங்கத்தின்போது இங்கே பிறந்தவன் தான்” என்றான் உணர்ச்சி நிறைந்தவனாக.

அவளும் சிறிது நேரம் வியப்புக்கடலில் மூழ்கி எழுந்தாள். ஒரு குறும்புச் சிரிப்போடு “சரி - அதற்காக என்னோடு சேர்ந்து ஆடவும் பாடவும் சொல்லுதா...? என்றாள் அவள் வார்த்தையில் விளையாட்டுக் கோபமும் ஒட்டுதலும் கொண்டதாய் இருந்தது.

“ஆடினால் என்ன? நம்ம ஜாதிக்காரங்கதான் யாரும் பாக்கல்லையே மற்றவங்க யாரோ குறவனும் குறத்தியும் ஆடுறாங்க என்றுதானே நினைப்பாங்க.” என்றான் அவன்.

“வேறு எதுவுமே நினைக்கமாட்டாங்களா...?” என்றாள் அவள் விஷமப் பார்வையோடு . “புருசன் பெண்சாதின்னு நினைக்கலாம். நினைச்சுட்டு போகட்டுமே” என்றான் அவன் அலட்சியமாக.

அவள் சிறிது வெட்கத்தோடு சிரித்தாள். அதன்பின் சிறிது கோபம் கொண்டவள் போல் முகத்தை வைத்துக் கொண்டு நடந்தாள். அவளைப் பின்தொடர்ந்தான். அவள் சட்டென்று திரும்பி, “என்னோடு எங்கே வரீங்க?” என்றாள்.

“இன்னும் கொஞ்சம் உன் ஆட்டத்தைப் பார்க்கலாம்ன்னுதான்” என்றான் அவன். “நீங்க என்னுடன் ஆடக்கூடாது” என்றாள் கண்டிப்பாக.

“ஆடல்லே அந்தப் பாட்டை மாத்திரம் பாடுகிறேன்.” என்றான் கெஞ்சுதலோடு அவள் அனுமதியை நாடுகிறவன்போல். “பாடவும் கூடாது” என்றாள் அவள் தீர்மானமாக.

அவன் கெஞ்சுவதுபோல் அவள் முகத்தைப் பார்த்துக்கொண்டே “சரி” நான் பாடல்லே. அந்தத் தகரக் குவளையை எங்கிட்டே கொடு. தாளம் போட்டுக்கிட்டு நிக்கிறேன்,” என்றான்.

“அதுவும் கூடாது. நம்ப ஜாதிக்காரங்க யாராவது பார்த்தா வித்தியாசமா நினைப்பாங்க. நீங்க சும்மா நின்னாக்கூட விபரீதமாப்படும்ன்னு எனக்குப்பயமா இருக்குது.”

“வித்தியாசமா நினைச்சா கல்யாணம் செய்துக்கப் போறோம்னு சொன்னாப் போச்சு,” என்றான் அவன் பளிச்சென்று.

“கல்யாணமா...?” என்றாள் அவள் ஆச்சரியத்தோடு.

“ஏன் செய்துக்கக்கூடாது? என்னை உனக்குப் பிடிக்கவில்லையா...?” என்றான் குறிப்பாக அவள் முகத்தைப் பார்த்துக்கொண்டே. அவள் பதில் ஒன்றும் பேசவில்லை. ஏதோ யோசனையிலாழ்ந்த வண்ணமே தலைகுனிந்தபடி மெதுவாக நடந்தாள். அவனும் அவளைப் பின்தொடர்ந்தான்.

அவள் ஒரு கடை வாசலில் நின்று பாடிக்கொண்டே ஆடினாள். அவன் சிறிது நேரம் அவள் ஆட்டத்தைப் பார்தத வண்ணமே சும்மா நின்றான். அப்புறம் மெதுவாகக் கையாலேயே தாளம் போடத் தொடங்கினான். அவள் அடுத்து கடையில் ஆடப்போனபோது ஏதோ இரக்கம் கொண்டவள்போல் தன் கையிலிருந்த தகரக் குவளையை அவனிடம் கொடுத்துத் தாளம் போடச் சொன்னாள். அவன் தாளம் போடுவதோடு மாத்திரமில்லை. மெதுவாக அவளுடன் சேர்ந்து பாடவும் தொடங்கினான்.

அப்புறம் பாட்டோடு நிற்காமல் ஆடவும் தொடங்கி விட்டான். அவள் அவனைத் தடுக்கவில்லை. அவளுக்கும் அது சந்தோஷமாகவும் இன்பமாகவும்தான் இருந்தது. அவர்கள் தங்களை மறந்த நிலையில் ஒவ்வொரு கடையிலும் நின்று ஆடிப்பாடிக் காசு

வாங்கிய வண்ணமே சென்றனர். அவர்கள் இருவரும் சேர்ந்து ஆடுவதை அவர்களைச் சேர்ந்தவர்கள் யார் யார் பார்த்தார்களோ? அவர்களுக்கு அப்பொழுது அந்தக் கவலை இல்லை.

அந்தி நேரம் நெருங்கியது. கொஞ்சம் கொஞ்சமாக இருள் சூழ்ந்தது. அவர்கள் பிரிய வேண்டிய கட்டத்தை அவர்களுக்கு நினைவுறுத்தியது போலிருந்தது. பகலெல்லாம் ஆடிப்பாடிச் சம்பாதித்த காசில் தங்களுக்குப் பிடித்த பட்சணம் முதலியவைகளை வாங்கிக்கொண்டு ஜனசஞ்சாரம் அதிகமில்லாத ஒரு மரத்தடியில் வந்து அமர்ந்தனர். அவர்களிருவரும் தின்பண்டங்களைச் சாப்பிட்டுக்கொண்டே அவர்கள் தங்கள் வாழ்க்கைச் சாராம்சங்களைச் சொல்லிக்கொண்டனர். அவர்கள் ஒருவரை ஒருவர் பார்த்ததிலிருந்து ஏற்பட்ட காதலையும் ஆர்வத்தையும் பரிமாறிக்கொண்டனர்.

அவள் கதையை அவன் அறிந்துகொண்டபோது அவனுக்கு மிகுந்த மன இரக்கமும் பரிவும் ஏற்பட்டது. அவள் தாய் இழந்தவள். அவளுடைய குழந்தைப் பருவத்திலேயே அவளுடைய தாய் இறந்து விட்டாள். அவளுடைய தாய் இறந்த சில நாட்களுக்கெல்லாம் அவளுடைய தகப்பனும் இறந்துவிட்டான். அவளுக்கு வேறு உறவினர் யாரும் இல்லை. அவர்கள் கூட்டத்திலிருந்த ஒரு சிலர் அவளிடம் இரக்கமும் பரிவும் காட்டி அவளுக்கு நல்ல நினைவு வரும் வரையில் வளர்த்து வந்தனர்.

அதற்குப்பின் அவள் யாருடைய தயவையும் எதிர்பார்க்காமல் தன் முயற்சியாலேயே ஜீவித்து வருகிறாள். இப்பொழுது அவளுக்கு வயது இருபத்து நான்கு. அவன் எந்த மகாமகத்தின்போது பிறந்தானோ அந்த மகாமகத்தின் போதுதான் அவளும் பிறந்தாள். அவளுக்கு இன்று வரை கல்யாணமாகவில்லை. அவளுடைய கல்யாணத்தைப் பற்றி உலகத்தில் எவருக்கும் இதுவரையில் கவலை ஏற்படவில்லை. அவளுக்கும் அதைப்பற்றிக் கவலை இல்லை. அவள் மீது சில வாலிபர்கள் ஆசை வைத்தது உண்டு. ஆனால் அவர்களெல்லாம் அனாதையாகிய அவளைத் தங்கள் கேவலமான இச்சைக்குப் பலியாக்கத்தான் நினைத்தனர். அவள் அவர்கள் வலையில் விழாத வண்ணம் தப்பித்துக்கொண்டு வந்தாள்.

அந்த ஸ்ரீமான் மாமாங்கத்தைப் பார்த்ததும் அந்த ஸ்ரீமதி மாமாங்கத்திற்கும் இச்சை ஏற்பட்டுவிட்டது உண்மைதான்.

இவ்வளவு நாளாக அவனுக்காகவேதான் காத்திருந்தது போலவே அவள் எண்ணினாள். ஆனால், அவளும் அவனைப் பூரணமாக நம்பிவிடவில்லை. அவன் அவளைக் கைவிடமாட்டேன் என்று குலதெய்வத்தின் ஆணையாக வாக்குறுதி கொடுத்த பின் தான் அவனுடைய வார்த்தைக்கு இணங்கி அவனோடு அவனுடைய இருப்பிடத்திற்குச் செல்ல சம்மதித்தாள். அவன் தன் பெற்றோர்களிடம் சொல்லி அவளைக் கல்யாணம் செய்து கொள்வதாகச் சொன்னான்.

அவன் தன்னுடைய கூட்டத்தினர் தங்கி இருக்கும் இடத்திற்கு அவளை அழைத்துச் சென்றதும் அங்குள்ளவர்கள் சிறிது ஆச்சரியப்பட்டனர். அவனுடைய தாயும் தகப்பனும்தான் மிகவும் திகைப்பும் அச்சரியமும் அடைந்தனர். அவனுடைய தாய் ஆரம்பத்திலேயே மிகக் கோபமான குரலில் ‘இது யாரு...?’ என்றாள்.

“நீ கொடுத்த செல்லம். எவளையோ அழைத்துக்கொண்டு வந்திருக்கான். இவன் எவளோடோ ஆடிப்பாடிக்கிட்டிருக்கான்னு காலையிலேயே கேள்விப்பட்டேன். இவள்தான் போலிருக்கிறது அவள். இவனுக்கு ரொம்ப துணிச்சல் ஏற்பட்டுவிட்டது” என்றான் அவன் தகப்பன்.

“நான் இவளைக் கல்யாணம் செய்துக்கப் போறேன்,” என்றான் மாமாங்கம்.

“ஊர் பேர் தெரியாதவளையா....? இவளுக்கு வயசு ஜாஸ்தியாய் இருக்கும் போலிருக்கே....?” என்றாள் அவன் தாய்.

“இது நடக்காது,” என்றான் அவன் தகப்பன்.

“இவள் பேரு மாமாங்கம். என் வயது. நான் பிறந்தபோது பிறந்தவள்” என்றான் மாமாங்கம்.

இவ்வளவு நேரமும் கோபத்தோடு இருந்த அவன் தாய் சிறிது ஆச்சர்யம் அடைந்தவள் போல் அந்தப் பெண்ணை உற்றுப் பார்த்தாள். இருபத்து நான்கு வருடங்களுக்கு முன்னால் ஒரு மகாமக சமயத்தில்தான் கர்ப்பிணியாய் இருந்து தன் மகனைப் பெற்றபோது தன்னைப் போல் வேறொருத்தியும் பூரண கர்ப்பிணியாக மகாமகத் திருவிழாவிற்கு வந்திருந்ததை அவள்

பார்த்தது. அப்பொழுதுதான் நடந்ததுபோல் இருந்தது. உன் தாயார் பெயர் பூந்தோட்டமா....?" என்றாள் ஆச்சரியத்தோடு வேளை.

"ஆமாம். என் தகப்பன் பேரு திருவெண்காடு" என்றாள் அந்தப் பெண் சிறிது கூச்சத்தோடும் பயத்தோடும்.

"அப்படிச் சொல்லு... என் கண்ணே" என்று ஆர்வத்தோடும் ஆவலோடும் பாய்ந்து அவளை அணைத்துக்கொண்டு "உங்களை இந்த மாமாங்கத்தின்போது சேர்த்து வைக்கணும்னு குலதெய்வம்தான் எண்ணி இருக்கணும்..." என்று சொல்லிவிட்டு, "இவங்க ரெண்டு பேருக்கும் இப்போதே இந்த மாமாங்கத்தின்போதே கல்யாணம் செய்து வைத்திடணும்" என்றாள் தன் கணவனிடம்.

"அது முடியாது. இவங்க ரெண்டு பேருக்கும் எப்படிக் கல்யாணம் செய்து வைக்க முடியும்? புருசன் பெண்சாதி பெயர் இரண்டும் ஒன்றாய் இருக்கலாமா இரண்டு பேர் பெயரும் மாமாங்கம். இதை யாரும் ஒத்துக்க மாட்டாங்க" என்றான் சமயம்.

"நான் மகனுக்கு மாமாங்கன்னு பேர் வைக்கும்போது கூடத்தான் ஆகாது கூடாதுன்னு சொன்னாங்க? யார் என்ன சொன்னாலும் இந்தக் கல்யாணம் நடந்துதான் தீரணும்" என்றாள் வேளை.

"ஆமாம்? நான் யாருக்கும் பயப்படப் போவதில்லை. இவளைத்தான் கல்யாணம் செய்துக்கப் போகிறேன்" என்றான் மாமாங்கம் தன் தாயின் வார்த்தைக்கு அனுசரணையாக.

இந்தத் தகராறைச் சொல்லி நியாயம் கேட்பதற்காக அந்தக் கூட்டத்தில் அனுபவத்திலும் வயதிலும் பெரியவரை அழைத்து வந்தான். அந்தப் பெரியவர் வந்து விபரத்தை எல்லாம் சாங்கோபாங்கமாகக் கேட்டறிந்து தம்முடைய தீர்ப்பை அளித்தார்.

"புருசன் பெயரும் பெண்சாதி பெயரும் ஒன்றாய் இருப்பது தவறு. ஒரே பெயருள்ளவர்கள் கல்யாணம் செய்துகொண்டால் குலதெய்வம் கோபிக்கும். குலதெய்வத்திற்கு அபராதக் காணிக்கை செலுத்திவிட்டு இருவரில் ஒருவர் வேறு பெயர் வைத்துக்கொண்டு தாராளமாய்க் கல்யாணம் செய்துகொள்ளலாம். பெண்சாதியாகப் போகிறவள். தன் பெயரைக் கும்பகோணம் என்று வைத்துக் கொள்வதுதான் நல்லது" என்ற யோசனையைச் சொன்னார்.

வேளையும் சமயமும் பெரியவரின் யோசனைக்கு ஒத்துப் போனார்கள். 'மாமாங்கம்' என்ற அந்த அழகி 'கும்பகோணம்' என்று தன் பெயரை மாற்றிக்கொள்ளச் சம்மதித்தாள். அவர்கள் ஜாதிமுறைப்படி கும்பகோணத்திலேயே மகாமகத்தின்போது மாமாங்கத்திற்கும் கும்பகோணத்திற்கும் விமரிசையாகக் கல்யாணம் நடந்தேறியது.

மாமாங்கமும் கும்பகோணமும் இணைபிரியாத தம்பதிகள். அவர்கள் இந்த மகாமகத்திற்கு கும்பகோணத்திற்கு வந்திருப்பார்கள். அவர்களைப் பார்க்க வேண்டுமென்ற ஆசை உள்ளவர்கள் கொஞ்சம் சிரமப்பட்டு இந்த மகாமகக் கூட்டத்தில் தேடிப் பார்த்தால் எங்காவது ஆடிப்பாடிக் கொண்டிருப்பதைப் பார்த்தாலும் பார்க்கலாம்.

www.ingramcontent.com/pod-product-compliance
Lightning Source LLC
LaVergne TN
LVHW101402051026
849519LV00005BC/1618